கருப்பு சிவப்பு

கழகங்கள்

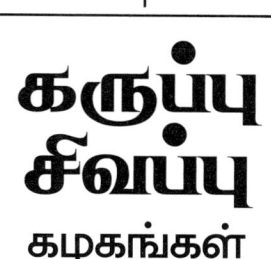

கருப்பு சிவப்பு கழகங்கள்

கொ.அன்புகுமார்

திராவிட அரசியலின்
தீராத பக்கங்கள்...

கருப்பு சிவப்பு கழகங்கள் (அரசியல் கட்டுரை)
ஆசிரியர்: கொ.அன்புகுமார்©

KARUPPU SIVAPPU KAZHAKANGAL
Author: **C.Anbukumar**©

First Edition: NOV-2022

ISBN: 978-93-94762-53-4

வெளியீட்டு எண்: DP-0181

Pages: 320

Rs. 450

Publisher • *Sales Rights*

Discovery Publications	**Discovery Book Palace (P) Ltd**
No. 9, Plot,1080A,	No. 6, Mahaveer Complex,
Rohini Flats,	Munusamy Salai,
Munusamy Salai,	K.K.Nagar West,
K.K.Nagar West,	Chennai-600 078.
Chennai - 600 078.	Ph: (044) 4855 7525
Mobile: +91 99404 46650	Mobile: +91 87545 07070

discoverybookpalace@gmail.com
WWW.DISCOVERYBOOKPALACE.COM

இந்த நூலில் பிரசுரமாகியுள்ள எந்த ஒரு பகுதியையும் பதிப்பாளரின் எழுத்துபூர்வமான முன்அனுமதி பெறாமல் எடுத்தாள்வதோ, மறுபிரசுரம் செய்வதோ, மொழியாக்கம் செய்வதோ, அச்சு மற்றும் மின்னணு ஊடகங்களில் மறுபதிப்புச் செய்வதோ, காப்புரிமைச் சட்டப்படி தடை செய்யப்பட்டுள்ளது. இந்த நூலிலிருந்து குறிப்பிட்ட பகுதிகளை மேற்கோள்காட்டி புத்தக விமர்சனம் செய்ய, ஊடகங்களுக்கு மட்டும் அனுமதி உண்டு.

உங்கள் மொபைல் போனிலிருந்து ஸ்கேன் செய்து 'டிஸ்கவரி புக் பேலஸ்' மொபைல் ஆப்பை டவுன்லோடு செய்து, புத்தகங்களை வாங்குங்கள்.

எனது வளர்ச்சியே தனது வளர்ச்சியென
அகம் மகிழும் அக்கா ஷர்மி நாகலிங்கம் அவர்களுக்கு...

பெற்றோர் **கொலம்பஸ்-சசிகலா**...

என் அன்பு மகள் '**ஆதினி**' குட்டி...

பிரியமிகு மனைவி **பிரவீனா**...

தம்பி **கொ.அன்புராஜா**, தங்கைகள் **அன்புகுமாரி, அன்புசெல்வி**...

தோழன் முனைவர் **நடராஜன்**

உள்ளிட்ட என்னுடன் பயணிக்கும்

அனைத்து நல்ல உள்ளங்களுக்கும் நெஞ்சார்ந்த நன்றிகள்.

கருப்பு சிவப்பு கழகங்கள்

திராவிட இயக்கத்தின் தேவையையும், அதன் வேர்களையும் வெளிச்சமிடும் 'கருப்பு சிவப்பு கழகங்கள்' என்ற இந்தப் புத்தகம், என் வாழ்வில் மறக்க முடியாத பொக்கிஷம். தந்தி டி.வி-யில் திராவிட ஆட்சியின் ஐம்பது ஆண்டுகால நிகழ்ச்சியை எழுதி இயக்கும் வாய்ப்பைப் பெற்றபோது, பல அரசியல் ஆளுமைகளையும், தேர்ந்த அரசியல் விமர்சகர்களையும், திராவிட சிந்தனை கொண்டவர்களையும் சந்தித்து உரையாடியிருக்கிறேன். அதன் தாக்கத்தைப் புத்தகமாக வெளியிட வேண்டும் என்ற ஆவலில், தொடர்ந்து நான் மேற்கொண்ட எனது நீண்டகால ஆய்வின் முடிவாகவும், இனிவரும் புதிய தலைமுறையினரின் தொடக்கத்திற்காகவும் 'கருப்பு சிவப்பு கழகங்கள்' என்ற இந்தப் புத்தகத்தை உங்களது கரங்களில் சேர்க்கிறேன்.

இந்த நூல் குறித்து நான் பேசுவதைவிட வாசித்து முடிக்கும்போது நீங்கள் பேசுவதையே எதிர்பார்த்துக் காத்திருப்பேன். இந்த வரலாற்று நூலை மிக நேர்த்தியாகச் செதுக்கித்தந்த பேரன்பிற்குரிய 'டிஸ்கவரி பப்ளிகேஷன்ஸ்' திரு. மு.வேடியப்பன் அவர்களுக்கு கோடி நன்றிகள்!

— கொ.அன்புகுமார்

ஆசிரியர் உரை:

நூறாண்டுகளுக்கு முந்தைய தமிழ்நாட்டிற்கு ஒருமுறை சென்றுவரும் வாய்ப்பு கிடைப்பதுபோல் கனவொன்று துளிர்த்தது.

1900 -வது ஆண்டு, ஜனவரி மாதத்திற்குள் நுழைந்தேன்.

வெள்ளந்தி மனிதர்களையும் வெகுளிச்சிரிப்பையும், கள்பானை சுமந்த பனைமரங்களையும் கடந்து, ஒரு வரப்பின் மீதேறி நடந்துசென்றேன்.

கண்ணுக்கு எட்டிய தூரத்தில் ஓர் காட்டாறு தெரிந்தது.

இடையன் ஒருவன் தன் ஆட்டுக்குட்டியொன்றை கொஞ்சித்தீர்த்து, அதைக் கழுத்தில் போட்டபடி நடந்துசெல்வதைப் பார்த்தேன்.

கால்கடுக்க நடந்தோடும் மனிதர்களையும், சுள்ளிப்பொறுக்கிச் செல்லும் அம்மாக்களையும், சுடர்விட்டு எரியும் வனத்தையும், தூவான மழைப்பொழிவையும், துள்ளியோடும் காளைகளையும், வெள்ளிநீர் ஏரிகளையும், பார்த்துக்கொண்டே நடந்தேன்.

குயவன்ஆளும் தெருக்களும், குளுமையில்லாத கோடைகளும்கூட தென்பட்டன.

வெளிச்சமில்லாத வீடுகளைப் பார்த்தபோது மனதில் ஏதோவொரு இனம்புரியாத வலி ஊடுருவிச்சென்றது.

ரவிக்கையில்லா பெண்கள் கூட்டம் ஆற்றுப்படுகையில் தண்ணீரள்ளும் காட்சியை படித்துறையில் நின்றபடி பார்த்துக்கொண்டிருந்தேன்.

வசதிபடைத்த யாரோ ஒரு சீமாட்டியை மனிதர்கள் பல்லக்கில் சுமந்துவருவதை வெற்றிலைக்கொடி மறைவில் இருந்து நோட்டமிட்டேன்.

இருள் பொழியத்தொடங்கியதும் ஊரே அடங்கிப்போனது. சிமினி விளக்கு வெளிச்சத்தில்தான் ஆங்காங்கே விழித்துக்கிடந்தன இரவுகள்.

தூரமாய் வெளிச்சம் சொட்டிக்கொண்டிருந்தது. விண்மீன்கள் என் அருகில் இருப்பதைப்போல மாசற்ற வெளியில் மினுங்கிக்கொண்டிருந்தன.

அதிகாலையின் பிறப்புகூட இப்போது இருப்பது போலில்லை. பேரொளியே கதிரவனாய் முளைத்தான்.

ஏதோவொரு மாளிகையில் இருந்துவந்த சங்க இலக்கியப் பாடல் காதுக்குள் தேனாய் இனித்தது.

இரவும் பகலும் பாராமல் கோயில் திருப்பணிகள் ஆங்காங்கே நடந்துகொண்டிருக்க, ஆலயங்களின் மணியோசை திரும்பிய திசையெங்கும் ஒலித்தன.

வெட்டவெளியே ஆனாலும் மனதில் புழுக்கத்தோடு நடந்தனர் பலர். கோவணம் மட்டுமே மிஞ்சிய குடியானவனைப் பார்த்தேன்.

குனிந்து குனிந்து அவன் நேராக இல்லை. சட்டென யாரோ ஒருவர் மாட்டுவண்டியில் வருவதைப் பார்த்து அவன் தலையில் கட்டியிருந்த சும்மாட்டை அவிழ்த்து இடுப்பில் கட்டிக் கொண்டான்.

தெருவாசல் வழியாகச் செல்லாமல் கொல்லைப்புறத்தினடியில், 'மாடுமேய்ச்சுக் கட்டிட்டேன், கொஞ்சம் கஞ்சி ஊத்துங்க சாமி' என்ற குரல் அலறலாய் ஒலித்தது.

சிலர் நெருப்பின் சுவாளையில் பறைகளை வாட்டிக்கொண்டிருந்தனர். மரம்வெட்டும் சப்தம் காதைப்பிளந்தது. வெண்மேகங்கள் அலையடித்தன.

நான் நினைத்ததுபோல இல்லை, அந்தக் கருப்பு-வெள்ளைக் காலம். பழைய திரைப்படங்களில் பார்த்த இடமெல்லாம் அப்போதும் பசுமை போர்த்தியிருந்தன. பறவைகளும் அதனதன் நிறங்களில் இருந்தன. நீரின் நிறம்கூட சாயம் போகவில்லை.

கீற்றின் மடியில் சுருண்டுக்கிடந்த வயிறு ஒட்டிய விவசாயிகளைப் பார்த்தேன். நாள் முழுக்க சேற்றுவயலில் பசியோடு மல்லுக்கட்டும் அடிமைகளைக் கண்டு வியர்த்தேன். செக்கிழுத்த சொக்கப்பனைக் கேட்டேன் 'எந்த ஆண்டு நிம்மதியாய் சாப்பிட்டாய்' என்று.

நேரம் செல்லச்செல்ல பதற்றம் பற்றிக்கொள்ளத் தொடங்கியது. பார்க்கும் அனைவருமே நேர்மைக்கு உட்பட்டு நடந்தார்கள். யாரையும் ஏமாற்றிப் பிழைக்கும் எண்ணமில்லை, வசதி படைத்தவனைத் தவிர. மாட்டுவண்டிகள் கண்ணுக்கெட்டிய தூரம் வரை களத்துமேட்டை அறிமுகம் செய்தன.

யானைக்கூட்டங்களைச் சேர்த்துப் போரடித்தனர்.

வெகுநேரம் நடந்த களைப்பில் ஓர் மரத்தினடியில் வந்தமர்ந்தேன். ஜில்லிட்டக் காற்றின் அடர்த்தியில் என் கூடுதல் வயதுக்கான சூசகம் பின்னிக்கிடந்தது.

எல்லாவற்றையும் சுற்றுலாவிற்கு வந்தவன் போல யாசித்தேன். பின் எழுந்து நடந்தேன்.

பட்டுச்சட்டை, தொந்தியோடு குதிரைவண்டியில் வந்திறங்கும் ஓர் செல்வச் சீமானை நோக்கினேன். அவர் கால்வைத்து இறங்க முதுகு காட்டும் ஓர் முதியவரைக் கண்டு அதிர்ந்தேன்.

'பாலுக்காக அழும் குழந்தையின் பசியைப் போக்க அன்னமிடுங்கள்' என்று கதறிவந்த பெண்மணியிடம் முலைக்காம்புகளைக் கேட்டான் அந்தக் கயவன் செல்வச் சீமான்.

'நாங்கள் மட்டுமல்ல, அடுத்து பிறக்கப்போகும் குழைந்தையும் உங்களுக்கே அடிமை எசமான்' என சீமானின் கால்பிடித்துக் கதறினான் வேலைக்கார மூக்கையன். தன்னைத் தொட்டுவிட்ட தீட்டுக்காக அவன் கைகளை வெட்டி வீழ்த்தினான் சீமான் என்ற அந்தச் சினங்கொண்ட மிருகம்.

பூமியெங்கும் நிலமெனக் கிடக்க, நிலமில்லாமல் அவன் கூலியாய் இருக்க, காலம் முழுக்க தனக்கொரு அடிமையைத் தேடித்தேடித் தொடரும் மனிதனின் அதிகாரத்தை நினைத்து வெட்கித் தலைகுனிந்து நின்றேன்.

சுயமரியாதையோடு வாழ்வதற்கு ஆசையிருப்பினும் வயிற்றுப்பிழைப்புக்கும் குடும்பத்தைக் காக்கவும் பலர் பண்ணையார்களிடம் அடமானம் போயிருந்தார்கள்.

பெண்களுக்கு அப்போதெல்லாம் ஓட்டுரிமையும் இல்லை. ஆணாதிக்கத்தின் பிடியில் கசக்கி எறியப்பட்டிருந்தது பெண்ணுரிமை.

'ஆணுக்கு நிகர் பெண்' என்பதெல்லாம் வீட்டில் இல்லை, வெளியில் பேசிக் கொண்டிருந்தார்கள்.

'கணவனே கண்கண்ட தெய்வம்' என போற்றித் துதிக்கப் பழக்கப்படுத்தியிருந்தார்கள்.

கோவிலில் பொட்டுக்கட்டி சில சாதியைச் சேர்ந்த பெண்களை, தேவரடியார்கள் என்று ஒதுக்கப்பட்டிருந்ததை வலியோடு பார்த்தேன்.

பலர் தெருக்களில் நடந்துவராமல் ஊருக்கு ஒதுக்குப்புறமாய்க் குடியிருந்தார்கள் அய்யனார் சாமியைப்போல. ஏன் என்று விசாரித்தேன் சாதியக்கொடுமையாம்.

பார்த்தால்தீட்டு, தொட்டால்தீட்டு, தொட்டால் தீட்டு அளவு குறைவாக இருக்கிற சூத்திரர்கள், பிராமணர்களைப் புரோகிதர்களாக அமர்த்தும் சூத்திரர்கள், எப்போதாவது பிராமணர்களைப் பயன்படுத்தும் தொட்டால் தீட்டு உண்டாக்குகிற சூத்திரர்கள், பிராமணர்களைப் புரோகிதர்களாகப் பயன்படுத்திக்கொள்ளாத தொட்டால் தீட்டு ஒட்டிக்கொள்ளும் சூத்திரர்கள், தொடாமலேயே தீட்டு உருவாக்குகிற மாட்டு இறைச்சி சாப்பிடாத சாதியினர், மாட்டு இறைச்சி சாப்பிட்டும் தொடாமல் தீட்டு உருவாக்குகிற சாதியினர் என மனிதர்களை மனிதனே வகைப்படுத்தியிருந்தான். அதற்கு தெய்வம் வகுத்ததாய் வர்ணாசிரமத்தைத் துணைக்குக் காட்டினர்.

டார்வினின் பரிணாம வளர்ச்சி தியரியை மொத்தமாகக் குத்திக்குதறும் வகையிலான வேறொரு கோட்பாட்டை வகுத்திருந்த மனிதர்களை வெறுமையோடும் கோபத்தோடும் பார்த்தேன்.

‘கல்வியைப் போதிக்க ஆளில்லை, கற்க ஆசையிருந்தாலும் சூழல்இல்லை, சூழல் அமைந்தாலும் ஒதுக்கப்பட்டோம்’ என குமுறினார்கள்.

கோணிப்பையில் அமர்ந்து தீண்டத்தகாதவன் போல், எல்லோரையும் ஒதுக்கிவைத்து விட்டு, சிலர் மட்டும் தனியாக அமர்ந்து கல்வியைக் கற்றனர்.

வேலைக்கு நேர நிர்ணயம் இல்லை. தூங்கும் நேரத்தைத் தவிர மற்ற நேரங்களில் மணிக்கணக்கில் வேலை செய்தார்கள். அடிமைகளைப்போல கிடக்கிறார்களே மக்கள் என்ற ஏக்கம் உள் மனதைக் குத்தித் தைத்தது.

வேலைவாய்ப்பு இல்லை, எல்லோருக்குமான கல்வி ஒரு குறிப்பிட்ட சமூகத்தினரிடமே இருந்தது. வெறும் 3 சதவிகிதம் மட்டுமே இருந்த பிராமணர்கள் 97 சதவிகித மக்களுக்குக் கிடைக்கவேண்டிய உரிமைகளையும் சேர்த்தே அனுபவித்தார்கள். ஆதிக்கச் சாதியினர் எழுப்பிய தீண்டாமைச் சுவர்களில், எல்லா தெருக்களின் அழகும் எச்சில் துப்பியிருந்தன.

கோபுர தரிசனம் மட்டுமே சிலருக்கு, கோவிலுக்கு நுழைவதற்குத் தடையிருந்தது. பிராமணர்களுக்கு மட்டுமே அனுமதியென வைக்கப்பட்டிருந்த உணவுவிடுதிகளைப் பார்த்தேன்.

எல்லோருக்கும் மேலானவர்கள் நாங்கள்தான் என வர்ணாசிரமத்தில் உள்ளதாக பிராமணர்கள் சொல்ல, அடுத்தடுத்த இடங்களுக்கு யார் முன்னேறுவது என்பதில்தான் போட்டிகள் நிலவின. ஆகமொத்தம் எல்லோருக்கும் கீழேயும் அடிமைகள் இருக்க வேண்டுமென உறுதியாக இருந்தார்கள்.

ஆனாலும் எல்லோருமே அடிமையாகவே இருந்தனர் ஆங்கிலேயரிடத்தில்.

இப்படியாக ஒவ்வொன்றையும் பார்த்துக்கொண்டே நடந்தேன். எவ்வளவோ அழகான வாழ்க்கையைத் தொலைத்துவிட்டோமே என்ற ஏக்கத்தோடும், இதுபோலொரு சமூக நீதியில்லாத காலத்தில் பிறக்காமல் இருந்ததேமேல் என்று சொல்லிக்கொண்டே விரக்தியோடு நடந்தேன். சட்டென யாரோ ஒருவன் என் கால்களைப் பிடித்து ‘ஏன் என் தெருவில் நடந்தாய்?’ என வெட்டிவிட்டான். நான் அலறித்துடித்தேன்.

கனவு கலைந்து எழுந்து பார்த்தால், நீதிக் கட்சி ஆட்சியில் தொடங்கி, திமுக ஆட்சியில் வந்து நிற்கிறது. ஆம், நூறாண்டுகளுக்கு முந்தைய மூடப்பழக்கங்களையும் சாதியக் கொடுமைகளையும், சரித்திரப் பிழைகளையும் மாற்ற ஓர் சமுதாயப் புரட்சியைச் செய்திருக்கிறது திராவிட இயக்கம்.

நீதிக் கட்சியின் வேர்களைத் தொடாமல் திராவிடக் கட்சியின் ஆளுமைகளைப் பேச முடியாது. மற்ற மாநிலங்களெல்லாம், தங்களுக்கு விதிக்கப்பட்டதே வாழ்க்கை என்று வாய்மூடி மௌனித்துக் கிடக்க, அதிகாரத்தில் இருந்தவர்களைக் கேள்விகேட்ட வரலாற்றைத் தொடங்கிவைத்த திராவிட அரசியலைத் தெரிந்துகொள்வதற்கு முன்பு, இதற்கெல்லாம் அடித்தளமிட்ட நீதிக் கட்சி குறித்தும், நீதிக் கட்சியின் கொள்கை குன்றுகளைப் பற்றியும் தெரிந்துகொள்வது அவசியம்.

தொடர்புக்கு: 8939667467

- கொ.அன்புகுமார்

பொருளடக்கம்

1. நீதிக் கட்சியின் அவதாரம்! — 17
   - பெரியார்... வாழ்க்கை அல்ல வரலாறு! — 30
2. நீதிக் கட்சி, திராவிடர் கழகமாக மாறிய கதை — 35
3. பெரியாரின் போர்ப்படை உருவான கதை — 40
4. பெரியார் தலைவர் - அண்ணா..! — 50
5. திமுக உதயம்..! — 56
6. குலக்கல்வித் திட்டம் — 62
7. மும்முனைப் போராட்டம்! — 63
8. கல்லக்குடி - கருணாநிதி..! — 64
   - 1957 பொதுத்தேர்தல் — 69
9. கலைஞர் வரலாறு — 73
   - 1962 பொதுத்தேர்தல் — 83
10. இந்தி எதிர்ப்புப் போராட்டம் — 86
11. இந்தி எதிர்ப்பும் கருணாநிதியும் — 90
    - முதலமைச்சர் - அண்ணா..! — 92
    - அண்ணா ஆட்சியில் தமிழ்நாடு..! — 96
12. அண்ணாவும் உலகத்தமிழ் மாநாடும் — 107
13. தமிழ்நாட்டில் இந்தி ஒழிப்பு - முதல் தீர்மானம்..! — 111
14. அரிசித் திட்டம் - ரூபாய்க்கு ஒருபடி அரிசி — 113
15. மருத்துவமனையில் அண்ணா — 116
16. மறைந்தாலும் மறையவில்லை அண்ணா..! — 118
17. அண்ணாவுக்குப் பிறகு யார்..? — 123
    - அண்ணாவின் அரியணையில் கருணாநிதி..! — 125
18. ராஜமன்னார் குழு பரிந்துரைகள் — 129
19. சேலம் உருக்கு ஆலை - எழுந்து சென்ற கருணாநிதி — 137
    - ஆட்சியைக் கலைத்த கருணாநிதி! — 138
20. 2-வது முறையாக ஆட்சிக்கட்டிலில் கருணாநிதி! — 142
    - மதுவிலக்கு அமலும் ரத்தும் — 143
    - எம்.ஜி.ஆர். ஏன் நீக்கப்பட்டார்..? — 146

இலை விரித்த அதிமுக..!	150
எம்.ஜி.ஆர் மதியழகன் கூட்டணி	153
21. எம்.ஜி.ஆர் மோகம் - திண்டுக்கல் தேர்தல்	155
22. பெரியாருக்கு மரணமில்லை!	156
அரசு மரியாதை - ஆட்சிப் போனாலும் கவலை இல்லை	157
23. நெருக்கடிநிலைப் பிரகடனம்	159
24. காமராசர், காங்கிரசின் சொத்து அல்ல..!	160
25. கர்மவீரர் காமராசர் மறைந்தார்	162
26. ஆறாத வடு எமர்ஜென்சி	165
திமுக ஆட்சியைக் கலைத்த இந்திராகாந்தி	166
27. மிசா கைது - ஸ்டாலின் சித்திரவதை	168
ஸ்டாலினுக்கு கருணாநிதி மடல்	169
எம்.ஜி.ஆருக்கு வெற்றி!	171
28. எம்.ஜி.ஆர். வரலாறு	172
29. என்ன செய்தார் எம்.ஜி.ஆர்?	173
திமுக - அதிமுக இணைப்பு ஏன், எதற்கு?	175
எம்.ஜி.ஆர். ஆட்சிக் கலைப்பு	176
30. 2-வது முறையாக எம்.ஜி.ஆர். பதவியேற்பு	179
31. எம்.ஜி.ஆர். உண்ணாவிரதம்!	180
32. இலங்கைப் பிரச்னை - கருணாநிதி ராஜினாமா!	181
33. ஜெயலலிதாவுக்கு உறுப்பினர் அட்டை	182
34. மேல் சபையில் கருணாநிதி!	183
35. மருத்துவமனையில் எம்.ஜி.ஆர்.	184
36. இந்திராகாந்தி சுட்டுக்கொலை	186
எம்.ஜி.ஆர். இடத்தில் நெடுஞ்செழியன்	187
நலமுடன் திரும்பிய எம்.ஜி.ஆர்.	188
மேல்சபை இல்லை - எம்.ஜி.ஆர்.	189
37. எம்.ஜி.ஆர். மறைவு	190
38. ஜானகி அமைச்சரவை?	192

ஜெ - ஜானகி அணி களேபரம்!	193
39. 13 வருட தவம் - முதலமைச்சர் கருணாநிதி!	194
40. திமுக அரசைக் கலைத்து விளையாடிய காங்கிரஸ்	197
ஜெயலலிதா முதலமைச்சர் ஆனது எப்படி?	200
41. ஜெயலலிதா வாழ்க்கை வரலாறு	201
நீராடிய ஜெயலலிதா - மூச்சுமுட்டி இறந்த 60 பேர்!	204
அனுதாப அலையா? ஜெயலலிதா - காங்கிரஸ் மோதல்!	206
வெளியேற்றப்பட்ட வைகோ?	207
ரஜினி மந்திரம்!	208
மூப்பனார் தலைமையில் காங்கிரஸ்	208
கருணாநிதிக்கு 4-வது வாய்ப்பு!	210
42. 1998 நாடாளுமன்ற தேர்தல் திருப்பம்..!	213
அதிரடிச் சட்டங்களும் கருணாநிதியும்..!	214
சிறையில் ஜெயலலிதா?	216
ஜெ. முதலமைச்சர் - சர்ச்சை...?	221
43. கருணாநிதி நள்ளிரவு கைது?	223
ஜெயலலிதா முதலமைச்சர் ஆனது செல்லாது	227
ஓ.பன்னீர்செல்வத்திற்கு அதிர்ஷ்டக்காற்று...!	228
ஜெயலலிதா தண்டனை ரத்து.	229
44. 5-வது முறையாக அரியணையில் கருணாநிதி..!	230
இலவச டிவி புரட்சி...!	231
45. துணை முதலமைச்சர் ஸ்டாலின்...!	234
புதிய தலைமைச் செயலகமும் பழைய பகையும்	235
மூன்றாவது முறையாக ஜெ!	237
புரட்டிப்போட்ட சொத்துக்குவிப்பு வழக்கு	238
ஜெயலலிதா மறைவு	240
ஓ.பி.எஸ் தர்ம யுத்தம்	242
கூவத்தூரும் சசிகலா அணியும்...?	243
இணைந்த கைகள்...!	244
46. விதைக்கப்பட்ட கருணாநிதி.	247
வரலாற்று சகாப்தம் கருணாநிதி	249
வந்தார் சென்றார் எடப்பாடி...?	256

47. முத்துவேல் கருணாநிதி ஸ்டாலின் எனும் நான்...!	258
48. மு.க.ஸ்டாலின் வெற்றி வரலாறு...!	265
100 நாள் ஆட்சியே ஸ்டாலினைப் பேசும்...!	267
49. ஒன்றிய அரசி(ய)ல் அழகிரி.	275
50. கனிமொழி கருணாநிதி - ஓர் ஆச்சர்யகுறி!	276
தவிர்க்க முடியாத ஆளுமை கனிமொழி...!	277
51. விழித்துக்கொண்ட தமிழகம்	280

அரசியல் அதிர்வுகள் - முழுமையான விளக்கம்

முதுகுளத்தூர் கலவரம்.	284
எம்.ஜி.ஆர் - எம்.ஆர். ராதா துப்பாக்கிச்சூடு.	285
அவசர நிலை பிரகடனம்.	288
எம்.ஜி.ஆர் வெளியேற்றம்.	294
அதிமுக - திமுக இணைப்பு - நடந்தது என்ன?	296
ஜெ - ஜா அணி களேபரம்.	298
கோவை குண்டுவெடிப்பு.	301
சட்டமன்றத்தில் தாக்கப்பட்டாரா ஜெ.?	303
மதிமுக உருவான கதை.	305
ராஜிவ் கொலை - பயங்கரம்.	308
கருணாநிதி - நள்ளிரவு கைது.	312

பகுத்தறிவுப் பகலவன்

நீதிக்கட்சியின் அவதாரம்..!

சுதந்திர இந்தியாவில் காங்கிரஸை எதிர்த்து முதன்முறையாக ஒரு மாநிலக் கட்சி ஆட்சியைப் பிடித்தது என்ற வரலாற்றுச் சாதனையோடு தொடங்கியது, திராவிடக் கட்சிகளின் ஆட்சி!

அறிஞர் அண்ணா முதலமைச்சராகப் பதவியேற்றது முதல் இன்றுவரை மாறி மாறி திமுகவும் அதிமுகவுமே ஆட்சிக் கட்டிலில் அமர்ந்திருக்க, இந்தச் சாதனையை வேறு எந்தக் கட்சிகளாலும் முறியடிக்க முடியவில்லை!

'திராவிடம்' இந்த வார்த்தையின் உஷ்ணத்தை தமிழ் நிலத்தில் ஆழமாகப் புதைத்த பெரும் சக்தி பெரியார். ஆனால், பெரியாருக்கு முன்பாகவே திராவிடம் என்ற சொல்லை முதன் முதலாக அரசியல் களத்திற்கு வடம் பிடித்து இழுத்துவந்தவர், இரட்டைமலை சீனிவாசன் வழிவந்த அயோத்திதாசர்.

இரட்டைமலை சீனிவாசன்

அயோத்திதாச பண்டிதர்

தந்தை பெரியார் ஈ.வெ.ரா.

சாதிய அடக்குமுறைகளுக்கு எதிராகவும், சமூக நீதி பேசியும், பெண்ணுரிமைப் போராளியாகவும் இருந்துவந்த அயோத்தி தாசர், தமிழ் மட்டுமல்லாது, ஆங்கிலம், பாலி, சமஸ்கிருதம் உள்ளிட்ட பல்வேறு மொழிகளில் புலமைப்பெற்றவராகவும், ஓலைச்சுவடி குறித்த நிபுணத்துவம் வாய்ந்தவராகவும் விளங்கினார்.

1845-ம் ஆண்டு சென்னையில் பிறந்து வளர்ந்த அயோத்தி தாசர், சிறிதுகாலம் தமிழ்நாட்டின் நீலகிரி பகுதியில் வாழ்ந்தார். 'எல்லா மதங்களைவிடவும் பௌத்தம் ஒன்றே சமத்துவம் பேசுகிறது' என்ற நிலைப்பாட்டால் ஈர்க்கப்பட்டு, பௌத்த மதத்தின் பேரறிஞராகத் திகழ்ந்தார்.

ஆங்கிலேயர்களிடம் அடிமைப்பட்டுக் கிடந்ததைவிட, சாதியத்தின் நெருப்பால் சாமானியர்கள் துண்டாடப்படுவதைக் கண்டு, அதற்காகவே சமூக நீதி கேட்டு எழுந்தார்.

அயோத்திதாச பண்டிதர்
(1845-1914)

1885-ம் ஆண்டு 'திராவிட பாண்டியன்' என்ற இதழை நடத்தி வந்த அவர், 1891-ல் 'திராவிட மகாஜன சபா' என்ற அமைப்பை ஏற்படுத்தி, திராவிடம் குறித்தச் சிந்தனையை ஆழமாக விதைத்தார்.

சமுதாயச் சீர்திருத்தங்களை எழுதித் தீர்க்கவே 1907 முதல் 1914 வரை அவர் நடத்தி வந்த 'தமிழன்' என்ற வார இதழ் ஓராண்டுக்குப் பிறகு 'ஒருபைசா தமிழன்' என்ற பெயரில் வெளிவந்து முற்போக்குச் சிந்தனையுள்ள கருத்துகளைப் பரப்பியது.

அவர் தொடங்கிவைத்த வேள்வித் தீயின் நெருப்பைக்கொண்டே பிற்காலத்தில் நீதிக் கட்சியும், திராவிட இயக்கங்களும் தங்களுக்கான நெருப்பை மூட்டிக்கொண்டன.

திராவிட இதழ்களில் சில...

Oru Paisa Tamilan, 3 July 1907

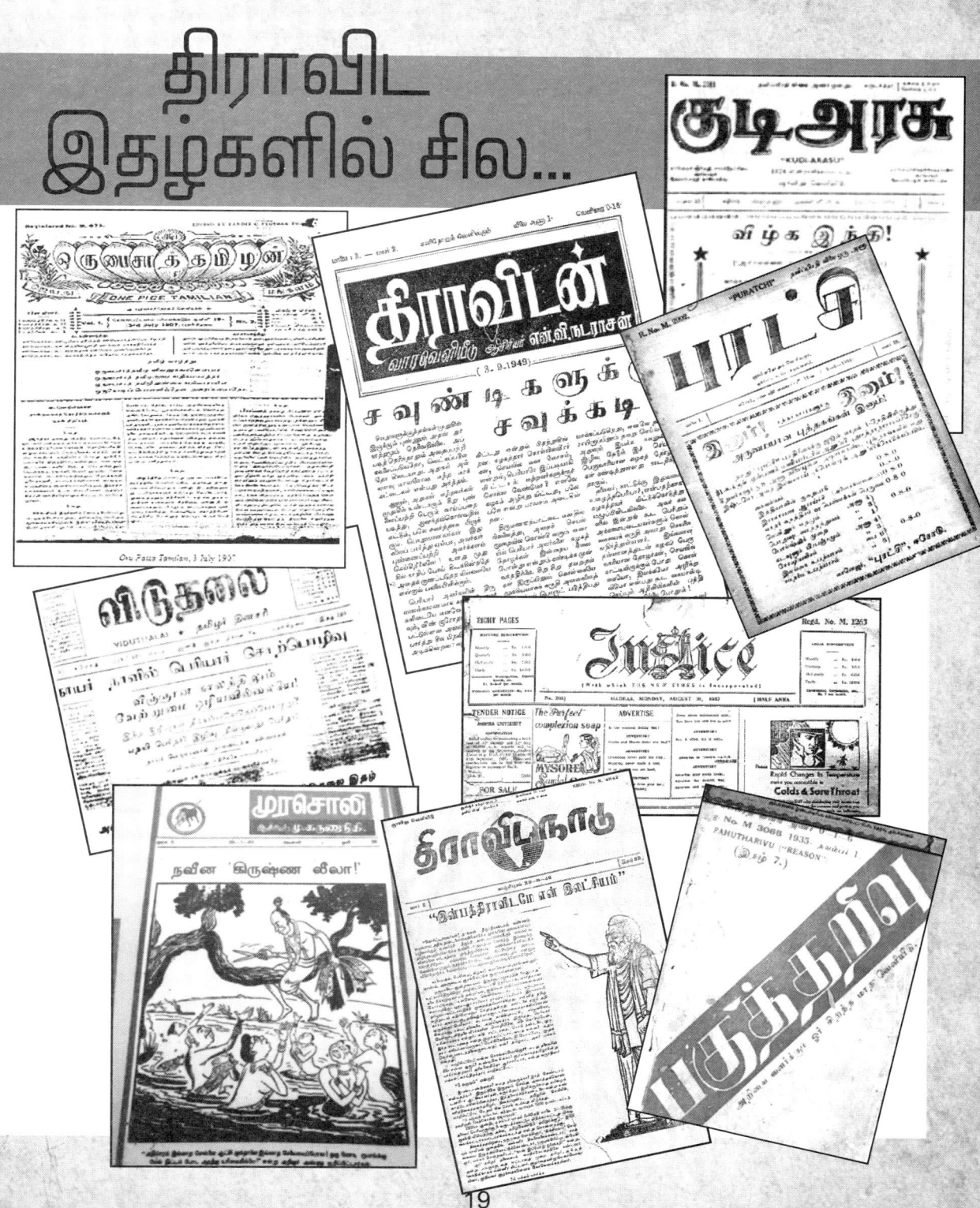

கருப்பு | சிவப்பு / கழகங்கள்

அயோத்திதாசரைத் தொடர்ந்து, மருத்துவர் நடேசனார், பிட்டி தியாகராயர், டி.எம்.நாயர், பொப்பிலி அரசர், பனகல் அரசர் போன்றவர்கள் இளைஞர்களை ஒன்றிணைத்துத் தொடங்கிய புரட்சிதான் ‘நீதிக் கட்சி’!

அப்படித் தொடங்கப்பட்ட நீதிக் கட்சி, ‘திராவிடர் கழக’மாக மாறி, அதிலிருந்து ‘திராவிட முன்னேற்றக் கழக’மாக சூரியக்கதிர் விரித்து, அது ‘அதிமுக’வாக இலைவிரித்து, 50ஆண்டு காலத்தைக் கடந்தும் இந்த இரு பெரும் கட்சிகளே தமிழக அரசியலை முன்னெடுத்து நகர்கின்றன.

திமுகவும் அதிமுகவும் எதை முன் வைத்து ஆட்சியைப் பிடித்தன என்பதை ஆராயும்போது, அது நீதிக் கட்சியின் வேர் முடிச்சுகளைத் துழாவுகிறது.

நீதிக் கட்சி ஏன் தோன்றியது? அதற்கான அவசியம் என்ன? நீதிக் கட்சி முன்னிறுத்திய கோட்பாடுகள் என்ன? அந்தப் புரட்சிப்படை எதைநோக்கிப் பயணித்தது என்பதைத் தெரிந்துகொள்ள நூறாண்டுகளுக்கு முந்தைய மனிதர்களின் வாழ்வியலையும், காலச்சூழல்களையும் தெரிந்துகொள்வது அவசியம்.

1901-ம் ஆண்டு ஆந்திராவோடு இணைந்திருந்த சென்னை மாகாணத்தின் மக்கள்தொகையைக் கணக்கிட்டபோது, பிராமணர்கள் 3.4 சதவிகிதமாகவும், அவர்களுக்கு அடுத்த நிலையில் இருந்தவர்களை அதாவது 94.3 சதவிகிதத் தினரை அரசாங்கமே சூத்திரர்கள் என்று தான் குறிப்பிட்டிருந்தது. மீதமுள்ள வர்களை சத்திரியர் அல்லது வைசியர் என்று சொல்லிக்கொள்ளும் தெலுங்கர் களும் கனடர்களும் என கூறப்பட்டிருந்தது.

பிராமணர், சத்திரியர், வைசியர், சூத்திரர் என மனித சமூகத்தை நான்காக பிரித்த வர்ணாசிரம தர்மமே, சாதியை ஆழமாக மனிதர்களின் மனதில் வேரூன்றியது.

1901-ம் ஆண்டு சாதிகளின் சமுதாய அந்தஸ்தை புள்ளிவிபரங்களாகக் கொடுத் திருந்தனர். அதன்படி பிராமணர்களும் உட்பிரிவினரும் 3.50 சதவிகிதமாகவும், சத்திரியர்களும் அதன் உட்பிரிவினர்கள் 1.00 சதவிகிதமாகவும், வைசியரும் அதன் உட்பிரிவினர் 1.50 சதவிகிதம் என்றும், ‘சத்’ சூத்திரர் அல்லது நல்ல சூத்திரர்கள் 31.00 சதவிகிதமாகவும் வரையறுத்து வைத்திருந்தனர்.

மேலும் தொட்டால் தீட்டு அளவு குறைவாக இருக்கிற சூத்திரர்கள் அதாவது பிராமணர்களைப் புரோகிதர்களாக அமர்த்தும் சூத்திரர்கள் என 16.25 சதவிகித மும், எப்போதாவது பிராமணர்களை பயன்படுத்தும் தொட்டால் தீட்டு உண் டாக்குகிற சூத்திரர்கள் 11 சதவிகிதம் என்றும் குறிப்பிடப்பட்டிருந்தது.

பிராமணர்களை புரோகிதர்களாக பயன்படுத்திக்கொள்ளாத, தொட்டால் தீட்டு ஒட்டிக்கொள்ளும் சூத்திரர்கள் 5.75 சதவிகிதமும், தொடாமலேயே தீட்டு உருவாக்குகிற மாட்டு இறைச்சி சாப்பிடாத சாதியினர் 8.25 சதவிகிதம் என்றும், மாட்டு இறைச்சி சாப்பிட்டும் தொடாமல் தீட்டு உருவாக்குகிற சாதியினர் 14.75சதவிகிதமாகவும், பிராமணர் களின் புரோகிதத்தை மறுக்கக்கூடிய வர்கள்3.00சதவிகிதம் எனவும் மனிதர்களின் பிறப்பை தீட்டு பிரித்துவைத்த ஓர் பெருங் கொடுமை அரங்கேறியிருந்தது.

1912-ம் ஆண்டு சென்னை மாகாணத்தில் கல்வி வேலைவாய்ப்பில் பிராமணர் அல்லாதோருக்கு மிகப்பெரிய தடை இருந்தது. அதிகாரத்தில் இருந்த பிராமணர்கள் மற்ற சமூகத்தினருக்கு நியாயமாகக் கிடைக்கவேண்டிய வாய்ப்பு களைத் தங்கள் வசம் வைத்திருந்தனர்.

1891ல்- எடுக்கப்பட்ட மக்கள்தொகை கணக்கெடுப்பின்படி 72.21 சதவிகித

பிராமண ஆண்கள் எழுதப் படிக்கத் தெரிந்தவர்களாக இருந்தனர். வேளாளர் களாக குறிப்பிடப்பட்டிருந்தோர் வெறும் 27.22 சதவிகிதம் மட்டுமே எழுதப் படிக்கக் கற்றிருந்தனர்.

1901-ன் புள்ளி விபரங்கள் அடிப் படையில்தமிழ்பேசும்பிராமணஆண்களில் 73.6 சதவிகிதம் பேரும், 67.3 சதவிகிதம் தெலுங்கு பேசும் ஆண் பிராமணர்களும் எழுதப் படிக்கத் தெரிந்தவர்கள் என கணக்கிடப்பட்டிருக்கிறது.

நாயர்கள் 39.5%, செட்டியார் 32%, இந்திய கிறிஸ்தவர்கள் 16.2%, நாடார்கள் 15.4%, வேளாளர் 6.9%, கம்மா 4.8%, காப்பு மற்றும் ரெட்டி 3.8% என இந்தச் சதவிகித அடிப்படையில்தான் எழுதப் படிக்கத் தெரிந்தவர்கள் இருந்தனர்.

சென்னை மாகாணத்தில் 1921-ம் ஆண்டு எடுக்கப்பட்ட சர்வேயில், சார்பு நீதிபதிகள் 82.3 சதவிகிதமும், துணை ஆட்சியர்கள் 55 சதவிகிதமும், மாவட்ட முன்சீஃப்கள் 72.6 சதவிகித்தினர் பிராமணர்களே இருந்தனர்.

கல்வியில்கிடைத்தவாய்ப்பைச்சரியாகப் பயன்படுத்திக்கொண்ட பிராமணர்கள், தொடர்ந்து அவர்களது சமூகத்தையே வளர்ச்சிப் படிகளுக்குக் கொண்டுச் சென்றனர். அதிகாரத்தில் இருந்த பிராமணர்கள், பிராமண சமூகத்தினருக்கே அனைத்து அதிகாரங்களும் சென்றடைய வேண்டுமென்பதில் தெளிவாக இருந்தனர்.

கல்விதான் ஒரு மனிதனின் மிகப்பெரிய அங்கீகாரம், அதுவே அவனை அடுத்த கட்டத்திற்கு எடுத்துச்செல்லும், அதுவே வழிவழியாக அறிவுடைய சமூகத்தை கட்டமைக்கும், அதுவே அவனது சாதிய கீழ்நிலையை வேரறுக்கும். அதனால் தான் கல்வியே கிடைக்காமல் தத்தளித்த பெருங்கூட்டத்தை தனது காலடியில் நசுக்க, வர்ணாசிரம பேதங்களை துணையாகக் கொண்டிருந்தது பிராமண சமூகம்.

1870 மற்றும் 1871-ம் ஆண்டுகளில் சென்னைப் பல்கலைக்கழகத்தில் பட்டம் பெற்ற 164 பேரில் 110 பேர் பிராமணர் களாக இருந்தனர்.

1901-லிருந்து 1911 வரை பட்டம் பெற்ற 5709 பேரில் 4074 பேர் பிராமணர் கள் என்ற அளவில் அவர்களது ஆதிக்கமே மேலோங்கியிருந்தது.

1914-ம் ஆண்டு சென்னைப் பல்கலைக் கழகத்தில் படித்த 650 பட்டதாரிகளில் 452 பேர் பிராமணர்களாகவும், பிற இனத்தவர் 74 பேரும், பிராமணர் அல்லாத இந்துக்கள் 12 பேர் என இந்த அளவில் தான் அப்போதைய கல்விநிலை இருந்தது.

சாதிய ஏற்றத்தாழ்வுகள் சமூகத்தின் மிகப்பெரிய சாபக்கேடாக இருந்தன. அதுவே சாமானியர்களை மேலெழும்ப விடவில்லை.

அதிகாரத்தில் இருந்தோரெல்லாம் மேல்வர்க்கம் என்பதால் முட்டிமோதி முளைக்கநினைத்தாலே வெட்டி எறிந்து விடுவார்கள். அப்படியான கருப்பு வெள்ளைக்காலத்தில்தான் சில மேல் வர்க்கத்தைச் சேர்ந்தவர்கள் அடிமட்டத்தில் இருப்பவர்கள் பற்றியும் கவலை கொண்டனர்.

அவரவர் செய்யும் தொழில் அடிப் படையில் சாதிகளாகப் பிரிக்கப்பட்டிருந்த தமிழர்கள், அவற்றையே தங்களின் கௌரவத்தின் அடையாளமாக மாற்றிக் கொண்டிருந்தனர்.

மனிதனை மனிதன் அடிமைப்படுத்தி வைத்துக்கொள்ளவே விரும்பி, வறுமை யின் பிடியில் சிக்கியிருந்தவர்களை வேலைக்கு அமர்த்தி, தங்களைத் தாங்களே எஜமானர்களாக நினைத்துக்கொண்டனர்.

தங்களுக்கு விதிக்கப்பட்டதே வாழ்க்கை என்று, மற்றவர்கள் சொன்னது போல,

பிறப்பின் அடிப்படையிலேயே தாங்கள் தாழ்த்தப்பட்டவர்கள் என நம்பத் தொடங்கிய அப்பாவி மக்கள், 'உப்பிட்ட வரை உள்ளளவும் நினை' என்பதற்கு இணங்க, முப்பாட்டன், பாட்டன், அப்பன் என வழிவழியாக அவர்களுக்கே அடிமை சாசனம் எழுதிக்கொடுத்திருந்தனர்.

மன்னர்கள் காலத்தில் அனைத்து நிலங்களும் மன்னருக்கே சொந்தம் என்ற நிலை இருந்தது. ஆனால், அதிலும்கூட, குறிப்பாகப் பிற்காலச் சோழர்கள் ஆட்சியில் பிராமணர்கள் தங்களுக்கென நிலமானியங்களைப் பெற்றனர்.

பிரம்மதேசம் என்ற பெயரில் அந்த நிலங்களை பிராமணர்களுக்காகக் கொடுத்த பிற்காலச் சோழ மன்னர்கள், அவர்களுக்கு நிலமானியம் மட்டுமல்லாமல் அவர்கள் இருக்கும் பகுதிகளை பிராமண அக்ர காரங்களாக மாற்றிக்கொள்ளவும், சபாக்கள் அமைத்துக்கொள்ளவும் அனுமதி வழங்கியதோடு, பிரம்மதேச நிலங்களுக்கு வரிவிலக்கும் அளித்தனர்.

கி.பி 1002-ம் ஆண்டில் ராஜராஜ சோழன் பிராமணருக்கான கிராமங்களில் குடியிருந்த பிராமணர் அல்லாத பிற சமூகத்தினரை அங்கிருந்து காலி செய்யச் சொன்னதோடு, அவர்களின் நிலத்தைப் பிராமணர்களிடமே விற்றுவிடவேண்டும் என்று உத்தர விட்டார். அப்படி விற்கப்பட்ட நிலத்தில் தான் தங்களது சுயராஜ்ஜியத்தைத் தொடர்ந் தனர் பிராமணர்கள்.

உழைக்கும் வர்க்கத்தினருக்கோ நிலம் இல்லை, அதிகாரம் இல்லை, கல்வி இல்லை, வேலை இல்லை என்று இல்லை இல்லையென்ற சொல்லே அவர்களின் இருப்பைக்கூட நிரூபிக்க வேண்டிய கட்டாயத்திற்குத் தள்ளியது.

உயிர்வாழ்வதற்கு உழைத்தாக வேண்டும், அப்படி உழைத்துச் சம்பாதிக்கச் சொந்தமாக நிலம் இல்லை. நிலம் கொண்ட பண்ணையார்களிடமே வேலைக்குச் செல்ல வேண்டும். அப்படியாக வேலைக்குச் செல்லும்போது அவர்கள் வகுத்ததே கட்டளை... அதுவே சாசனம்!

விடியற்காலை தொடங்கி, இருள் கவிழும்போதுதான் கரையேற வேண்டும். எதிர்த்துக்கேட்டால் அடுத்தநாள் வேலை தரமாட்டார்கள். வேலை செய்து கிடைக்கும் வருமானத்திற்கே அரைவயிற்றைத்தான் நிரப்பமுடியும். வேலை இல்லையென்றால், பிள்ளைக்குட்டிகள் பசியோடு வாடும் நிலை உருவாகும். வயிற்றுப்பசி திருடு வதற்குக்கூட வித்திடும் என்பதால் வேறு வழியே இல்லாமல் சுயமரியாதை கௌரவம் எல்லாவற்றையும் குழிதோண்டிப் புதைத்துவிட்டு, வேலை செய்வது ஒன்றையே வாழ்க்கையாக கொண்டனர் சமூகத்தின் ஒரு பகுதியினர். அவர்களையே தாழ்த்தப்பட்ட சாதிகளாக வரையறுத்தது சமுதாயம்.

படித்து முன்னேற நினைத்தவர்களைக் கூச்சமில்லாமல் குலத்தொழில் செய்யச் சொன்னார்கள்.

கல்வி கிடைத்தால் வேலை கிடைக்கும், வேலை கிடைத்தால் வாழ்க்கை கிடைக்கும், வாழ்க்கை கிடைத்தால் சமூக ஏற்றத்தாழ்வுகளை மாற்றியமைக்கலாம். ஆனால் படிக்க ஆர்வமாக இருந்தும் அவர்களுக்கு வாய்ப்புகள் மறுக்கப்பட்டன.

இதையெல்லாம் மாற்றியமைப்பதற்கு தங்களது அவல நிலையை வேறு வகுப்பினர் புரிந்துகொண்டால் மட்டுமே சமூதாயப் புரட்சி ஏற்படும் என்று நம்பியிருந்தனர் கடைநிலை மக்கள்.

அவர்களது நம்பிக்கை வீண்போக வில்லை. ஆம், அப்படித்தான் நீதிக் கட்சியின் பிதாமகன்கள் உருவெடுத்தனர்.

சென்னை திருவல்லிக்கேணியில் உள்ள பெரிய தெருவிலும், அங்கே இருக்கும் நடேசனார் படிப்பகத்திற்குப் பின்பும், நிறைய வரலாறுகள் புதைந்து கிடக்கின்றன.

பொருளாதார ரீதியில் உயர்ந்திருந்தாலும், ஆதிக்கச் சாதியினராகவே இருந்தாலும், அவர்கள் பிராமணர்களுக்குச் சமமாக வைத்துப் பார்க்கப்படவில்லை.

எங்கு பார்த்தாலும் பிராமணர்களின் ஆதிக்கம். சென்னை மாநிலக்கல்லூரியில் படிக்க இடமில்லை. சென்னையில் பெரும்பாலான இடங்களில் பிராமணர்களே ஓட்டல்கள் வைத்திருந்தனர். அங்கே உள்ளே அமர்ந்து சாப்பிடுவதற்கு பிராமணர்களுக்கு மட்டுமே அனுமதி என்று பலகைகள் வைக்கப்பட்டிருந்தன. மற்ற சாதியினர் கட்டுச்சோறு கட்டிவந்து வெளியில் உட்கார்ந்துதான் சாப்பிட முடியும்.

ரயில்நிலையங்களில் பிராமணாள், பிராமணர் அல்லாதோர் என தனித்தனியாக இடம் ஒதுக்கப்பட்டிருந்தது. ரயில் பெட்டிகளில்கூட அவர்களுக்கென தனிப் பெட்டி அமைக்கக் கேட்டுக் கொண்டிருந்தனர். அப்படியான கால கட்டத்தில்தான், பிராமணர் அல்லாத ஓர் அமைப்பை உருவாக்க ஓர் புரட்சிப்படை தயாரானது!

சென்னை திருவல்லிக்கேணியைச் சேர்ந்த பிரபல மருத்துவர் நடேசனார், பிராமணர்களின் ஆதிக்கத்தை எதிர்த்து, பிராமணர் அல்லாத ஓர் அமைப்பை உருவாக்க எத்தனித்தார்.

அந்தத் திட்டத்திற்கு சென்னை மாகாணத்தில் மிகப்பெரிய செல்வந்தராக இருந்த வெள்ளுடை வேந்தர் சர் பிட்டி தியாகராயரும் ஆதரவு தெரிவிக்க, டி.எம். நாயர், பனகல் அரசர் என ஒற்றைக் கருத்து உடையவர்கள் அனைவரும் ஒருகுடையின் கீழ் இணைந்தனர். அதன்படி 1913-ம் ஆண்டு அவர்கள் நினைத்தபடியே உதித்தது "மெட்ராஸ் யுனைட்டெட் லீக்" என்ற அமைப்பு.

என்னதான் வசதி வாய்ப்புகளோடு வாழ்ந்தாலும் பல இடங்களில் பிராமணர்களுக்குக் கிடைக்கும் மரியாதை பிராமணர் அல்லாதோருக்கு கிடைக்கவில்லை என்பது பெரும் வலியாக இருந்தது நடேசனாருக்கு.

பெரும் செல்வந்தரான வெள்ளுடை வேந்தர் பிட்டி தியாகராயரும் ஏராளமான கோவில்களுக்கு தனது சொத்துகளைக் கொடையாக அள்ளிக்கொடுத்தாலும் கோவில் குடமுழுக்கு அன்று, கலசம் அருகே செல்ல தன்னை அனுமதிக்கவில்லை என்ற கோபம் பிராமணர்களுக்கு எதிராக அவரை திசை திருப்பியது. அந்த வகையில், நடேசனார் தொடங்கிய அமைப்பில் தன்னையும் ஓர் அங்கமாக ஆக்கிக் கொண்டார் தியாகராயர்.

இப்படிப் பலரும் பல அழுத்தங்களால் பிராமணர்களுக்கு எதிராக முளைத்தனர்.

முதல் ஆண்டிலேயே சுமார் 300 பேரின் ஆதரவு கிடைத்தது 'மெட்ராஸ் யுனைட்டெட் லீக்' அமைப்புக்கு.

இந்த நிலையில் அமைப்பின் பெயர் பொதுவானதாகவும் எளிமையாகவும் இருந்தால் பலரையும் ஈர்க்க முடியும் என்று முடிவு செய்தனர். அதன்படி நடேசனார் தோட்டத்தில் ஏற்பாடு செய்யப்பட்டிருந்த அமைப்பின் முதலாம் ஆண்டு விழாவில், 'என்ன பெயர் வைக்கலாம்?' என்று விவாதிக்கப்பட்டது.

'பிராமணர்கள் அல்லாதோர் அமைப்பு' என பெயர் வைக்கலாம் என்று சிலர் கருத்துத் தெரிவித்த நிலையில், அந்த பெயர் எதிர்மறையாக இருக்குமென்பதால், 'திராவிடர் சங்கம்' என்று பெயர் சூட்ட முடிவு செய்யப்பட்டு, ஒருமனதாக தீர்மானமும் நிறைவேற்றப்பட்டது.

பின்னர் அதையே மூன்று ஆண்டு களுக்குப் பின்னர் 1916-ம் ஆண்டு 'தென்னிந்திய நல உரிமைச் சங்கம்' என்று (South Indian Liberal Federation) பெயர் மாற்றினர்.

நீதிக் கட்சியின் வேர்கள்!

சி.நடேசனார்
(1875-1937)

அமைப்பை உருவாக்கியதோடு அதற்கானத் திட்டங்களையும் வகுத்த நடேசனார் குழுவினர் சென்னைக்கு வேலை தேடிவரும் அந்தணர் அல்லாத படித்த இளைஞர்களை ஒன்றுசேர்த்து, அவர்களுக்குச் சமுதாயப்பணி ஆற்றுவதன் முக்கியத்துவத்தைப் போதித்தனர்.

சாப்பாடும், தங்கிப்படிக்க இடமும் இருந்தால் போதும் கல்வி என்கிற வெளிச்சத்தைத் தேடி யார் வேண்டுமானாலும் வரக்கூடும் என்று உறுதியாக நம்பிய நடேசனார், ஏழைமாணவர்கள் இலவசமாகத் தங்கிப் படிப்பதற்கு வசதியாக திருவல்லிக்கேணியில் 1916-ம் ஆண்டு, ஜூன் மாதம் திராவிடர் சங்க விடுதி ஒன்றைத் தொடங்கி, நடத்தி வந்தார்.

பட்டப்படிப்பை முடிக்கும் இளைஞர்களுக்கு வரவேற்பு விழா நடத்தி, அன்றைய காலகட்டத்தில் அவர்களுக்கு இருக்கும் சமுதாயப் பொறுப்பை விரிவாக எடுத்துரைத்த இந்த அமைப்பினர், அவர்களையும் தங்களது அமைப்பில் அங்கத் தினராக மாற்றினர்.

வெறும் பேச்சளவில் இல்லாமல், அதைக் கொள்கையாவும் பரப்பத் தொடங்கினர்.

சர்.பிட்டி. தியாகராயர்
(1852-1925)

டி.எம்.நாயர்
(1868-1919)

பனகல் அரசர்
(1866-1928)

1915-ம் ஆண்டே திராவிடர் சங்கத்தின் சார்பில் இரண்டு கொள்கை விளக்கப் புத்தகங்களை வெளியிட்டனர்.

பிராமணர் அல்லாதோரின் வலியைச் சொல்லும் 'நான் பிராமின் லெட்டர்ஸ்' (Non Brahmin Letters) என்ற நூலும், திராவிடியன் வொர்த்திஸ் என்ற நூலும் (Dravidian worthies) பிராமணர் அல்லாதோரின் பிரச்னைகளை உரக்கச் சொல்லியது.

அந்தக் காலகட்டத்தில் செய்திகளை மக்களுக்குக் கொண்டு சேர்க்கும் பத்திரிகைகள்கூட, ஆதிக்க சாதியினரின் வசமே இருந்ததால், தங்களது கருத்துகளைக் கொண்டு சேர்ப்பதற்காகவே பத்திரிகை ஒன்றைத் தொடங்க முடிவு செய்த தென்னிந்திய நலவுரிமைச் சங்கத்தினர், 1917-ம் ஆண்டு, பிப்ரவரி 26-ம் நாள் 'ஜஸ்டிஸ்' என்ற ஆங்கில நாளேட்டைத் தொடங்கிவைத்தனர்.

பின்னர் அதுவே 'நீதிக் கட்சி'யாக (Justice Party) அவதாரம் எடுத்தது.

சிவப்பு நிறத்தில் 'தராசு சின்னம்' பொறிக்கப் பட்டிருக்கும் கொடியே நீதிக் கட்சியின் கொடியானது.

கருப்பு | சிவப்பு / கழகங்கள்

சிவப்பு நிறக் கொடியில் தராசு சின்னம்

மன்னராட்சிக் காலந்தொட்டே, தங்களை ஆளும் அரசுகள் சொல்வதையே வேதவாக்காகக் கருதிய மக்கள், அரசவைக்காக உழைத்துக்கிடப்பதும், போர் வீரர்களாகக் களமாடுவதும், நாட்டைப் பிடிக்க உயிரைக் கொடுக்கவும் பழக்கப்பட்டிருந்தார்கள். அதனால்தான் சில மன்னர்கள் தாங்கள் விரும்பியபடி மக்களை ஆட்டிவைத்து மகிழ்ந்தனர்.

ஆங்கிலேயர்கள் வருகைக்குப் பிறகு கொஞ்சம் கொஞ்சமாக மன்னராட்சி முறை முடிவுக்கு வந்து, நாட்டையே தங்களது கட்டுப்பாட்டிற்குள் வைத்திருந்த ஆங்கிலேயர்கள், இந்தியர்கள் மீது கட்டற்ற அடக்குமுறையை ஏவியிருந்தனர்.

20-ம் நூற்றாண்டுக்கு முன்பே மன்னராட்சியின் ஆதிக்கம் முற்றிலுமாகத் தேய்ந்துவிட்டது. அதன்பிறகு ஆங்கிலேயர்களின் கட்டிப்பாட்டுக்குள் வந்த இந்தியர்கள், தங்கள் தாய்மண்ணை யார் யாரோ ஆட்சி செய்வதை வேடிக்கை பார்க்கும் நிலைக்கே தள்ளப்பட்டனர்.

19-ம் நூற்றாண்டிலேயே மன்னராட்சி முறை முடிவுக்கு வந்துவிட்டது என்று சொல்லிக்கொண்டாலும் உலகத்தின் நாடுபிடிக்கும் ஆசை மட்டும் 20-ம் நூற்றாண்டிலும் தொடர்ந்தது.

1914-ம் ஆண்டு, ஜூன் 28-ம் தேதி, ஆஸ்திரிய நாட்டு இளவரசர் பிரான்சிஸ் பெர்டினாண்டும் அவரது மனைவியும் காரில் செல்லும்போது சுட்டுக்கொல்லப் பட்டனர். அவர்களைச் சுட்டுக்கொன்றவன் செர்பியா நாட்டைச் சேர்ந்தவன் என்பதால், செர்பியா நாட்டின் மீது ஆஸ்திரியா போர் தொடுத்தது.

நாடுபிடிக்கும் ஆசையில் இருந்த ஜெர்மனியும் ஆஸ்திரியாவுக்கு ஆதரவாக களம் இறங்க, துருக்கி, ஹங்கேரி, பல்கேரியா போன்ற நாடுகளும் அதனுடன் கைகோர்த்தன.

இந்த நிலையில் பாதிக்கப்பட்ட செர்பியா நாட்டிற்கு ஆதரவாக பிரிட்டன், பிரான்ஸ், ரஷியா, இத்தாலி, ஜப்பான், சீனா ஆகிய நாடுகள் போரில் குதிக்க, உலகமே பற்றி எரியத்தொடங்கியது.

இந்தப் போரின்போதுதான் முதன்முதலாக விமானங்களும், கப்பல்களும் களமிறக்கப்பட்டு போரில் ஈடுபடுத்தப்பட்டன.

முதலில் நடுநிலையாக இருந்த அமெரிக்கா, செர்பியாவுக்கு உதவிய பிரான்ஸ், பிரிட்டன் ஆகிய நாடுகளுக்கு மறைமுகமாக ஆதரவு தெரிவித்து வந்தது. இதையறிந்த ஜெர்மனி அமெரிக்காவின் மீதும் தாக்குதல் நடத்தியது.

1914-ம் ஆண்டு, ஆகஸ்ட் 4-ம் தேதி தொடங்கிய முதல் உலகப்போர் 1918-ம் ஆண்டுவரை நடந்து முடிய கிட்டத்தட்ட 2 கோடிக்கும் அதிகமானோர் இறந்துபோயினர்.

இந்த இக்கட்டான நேரத்தில் பிரிட்டிஸ் படைக்குத் தோள்கொடுத்த இந்தியர் களுக்குத் தேர்தல் நடத்தி, அவர்களுக்கான அதிக அதிகாரம் கொடுக்கலாம் என்ற முடிவுக்கு வந்த ஆங்கிலேய அரசு, அதற்கான உத்தரவுகளைப் பிறப்பித்தது.

இதையடுத்து ஆந்திராவை உள்ளடக்கிய சென்னை மாகாணத்துக்கு 1919-ல் தேர்தல் நடத்திக்கொள்ள அனுமதி வழங்கப்பட்டது.

இதைச் சாதகமாகப் பயன்படுத்திக்கொண்ட நீதிக் கட்சி, தேர்தல் களத்தில் குதிக்க, அதன்பிறகே தமிழகத்தில் தமிழர்களுக்கான அதிகாரபூர்வ சட்டங்களும் திட்டங்களும் தீட்டப்பட்டன.

நீதிக் கட்சி உறுப்பினர்கள் குழு

பெரியாருடன் நீதிக் கட்சி உறுப்பினர்கள்

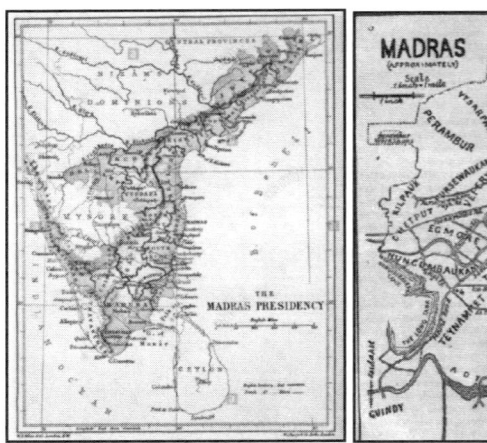
ஆந்திராவை உள்ளடக்கிய சென்னை மாகாணம்

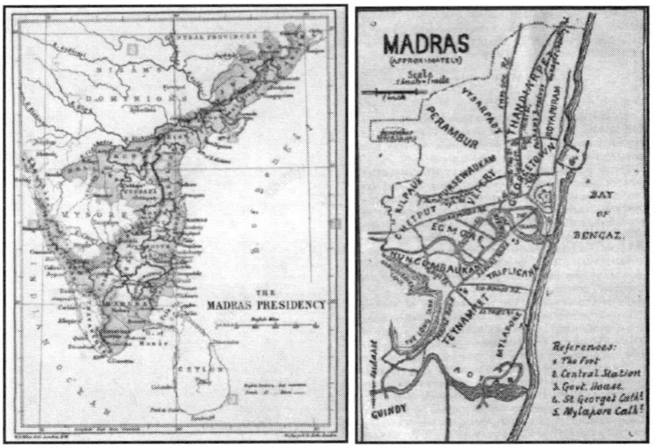

1919 ம் ஆண்டு நடந்த தேர்தலில் நீதிக் கட்சிக்கு எதிராக காங்கிரஸ் கட்சி போட்டியிடவில்லை. பெண்ணிய வாதியும் சுதந்திரத்துக்காகப் போராட்டக் களத்தில் நின்ற, அன்னிபெசண்ட் அம்மையார் நடத்திவந்த 'ஹோம் ரூல்' என்ற இயக்கமே நீதிக் கட்சியை எதிர்த்து நின்றது.

இரண்டு கட்சிகளுக்கும் இடையே கடுமையான போட்டி இருந்துவந்த நிலையில், நீதிக் கட்சிக்கே மக்கள் ஆதரவு அதிகம் இருந்தால் 1919-ல் அரியணையில் அமர்ந்தது நீதிக் கட்சி.

நீதிக் கட்சியின் சார்பில் திவான் பகதூர் சுப்புராயலு ரெட்டியார் முதலமைச்சராகப் பதவியேற்றார். அதிரடியாக பல சமூகச் சீர்திருத்தங்களை, ஆரம்பத்திலேயே தொடங்கியது நீதிக் கட்சி.

நாட்டிலேயே முதல் முறையாக பெண்களுக்கு வாக்குரிமை அளிக்கும் சட்டம், 'பஞ்சமர்' என்ற சொல்லை அகற்றி 'ஆதிதிராவிடர்கள்' என்று அழைக்கும் அரசாணை, தாழ்த்தப்பட்ட மாணவர்களை பள்ளிகளில் மிகுதியாகச் சேர்க்க நடவடிக்கை, 'தேவரடியார்' என்ற முறைக்கு முடிவுகட்டும் திட்டம், சென்னை மாநிலக்கல்லூரியில் பிராமணர் அல்லாதவர்களையும் சேர்ப்பதற்கான உத்தரவு என பல அரசாணைகளைப் பிறப்பித்தது நீதிக் கட்சி.

1922-ல் 'பஞ்சமர்', 'பறையர்' என்ற சொல்லுக்குப் பதிலாக 'ஆதிதிராவிடர்கள்' என்ற பெயர் பரிந்துரைக்கப்பட்டு, அதே ஆண்டு, மார்ச் மாதம் 22-ம் தேதியே அதை மாற்றியமைத்து சட்டமாக்கியது நீதிக் கட்சி.

ஆட்சிக்கு வந்த தொடக்க ஆண்டு களிலேயே வகுப்புவாரி பிரதிநிதித் துவத்தைக் கொண்டுவர பல்வேறு முயற்சி களை எடுத்தது நீதிக் கட்சி. பெண்களுக்கு முக்கியத்துவம் தரும் வகையில் 1921-ம் ஆண்டே நீதிக் கட்சி பெண்களுக்கான வாக்குரிமைச் சட்டத்தை நிறைவேற்றி, உலகத்தின் பார்வையை தன்பக்கம் ஈர்த்தது. இந்தச் சட்டம் நிறைவேற்றப்பட்டு எட்டு ஆண்டுகளுக்குப் பிறகே இங்கிலாந்து அரசு தங்கள் நாட்டுப் பெண்களுக்கும் வாக்குரிமை அளிக்க முன்வந்தது என்பது குறிப்பிடத்தக்கது.

பள்ளிகளில் தாழ்த்தப்பட்டவர்களின் நலனைக் கருத்தில் கொண்டு, பள்ளிகளின் எண்ணிக்கையை 10 ஆயிரமாக அதிகரித்த நீதிக் கட்சி, தாழ்த்தப்பட்ட மக்களின் மேம்பாட்டுக்காக 'தொழிலாளர் அலுவலர்' என்ற புதிய பணியிடத்தை உருவாக்கியது.

இப்படி, பல அதிரடி மாற்றங்களை உருவாக்கிய நீதிக் கட்சி, அடுத்தடுத்து மூன்று முறை சென்னை மாகாணத்தை ஆட்சி செய்தது.

இந்தநிலையில், நீதிக்கட்சி ஆங்கிலேயர் களின் ஆணைப்படி நடக்கிறது என்ற அதிருப்தி எழுந்ததால், 1937 தேர்தலில் காங்கிரஸ் கட்சி ஆட்சிக் கட்டிலில் ஏறியது.

அதன் பிறகு நீதிக் கட்சியால் தலையெடுக்கவே முடியவில்லை.

1937-ல் காங்கிரஸ் மற்றும் நீதிக் கட்சி அவை.

பெரியார்...
வாழ்க்கை அல்ல வரலாறு!

பெரியாரைப் பற்றி ஓரளவு தெரிந்தவர்கள்கூட அவரைக் கொண்டாட முடியும். ஆனால் அவரை எதிர்ப்பவர்கள் பெரியாரைப் பற்றித் தெரிந்துகொள்ள விருப்பமில்லாதவர்களாகவே இருக்க முடியும்.

பொதுவாக பெரியார் இந்துக்களுக்கு எதிரானவர் என்று பலர் நினைத்துக்கொண்டிருக்கின்றனர். ஆனால், 25வது வயதிலேயே சாமியாராக இருந்த பெரியாரின் கதையில் சுவாரஸ்யத்துக்குப் பஞ்சமே இல்லை.

தனது 22வது வயதில் தந்தையுடன் கோபம் கொண்டு காசிக்குச் சென்றுவிட்ட பெரியார் அங்கிருந்த அகோரிகளுடன் சில காலம் வாழ்ந்து வந்தார். அப்போதுதான் பல சாமியார்கள் துறவு வாழ்க்கை என்ற பெயரில் நரமாமிசங்கள் உண்பது, திருட்டு, மது அருந்துதல், கஞ்சா பழக்கம் உள்ளிட்ட ஏராளமான தீய பழக்கங்களுக்கு ஆட்பட்டிருப்பதைக் கண்டு அதிர்ந்தார். அதனால் அந்த வாழ்க்கையை வெறுத்துவிட்டு அங்கிருந்து ஆந்திராவுக்குத் திரும்பியவர், அதன் பிறகு அவரது தந்தையால் தேடிக் கண்டுபிடிக்கப்பட்டார்.

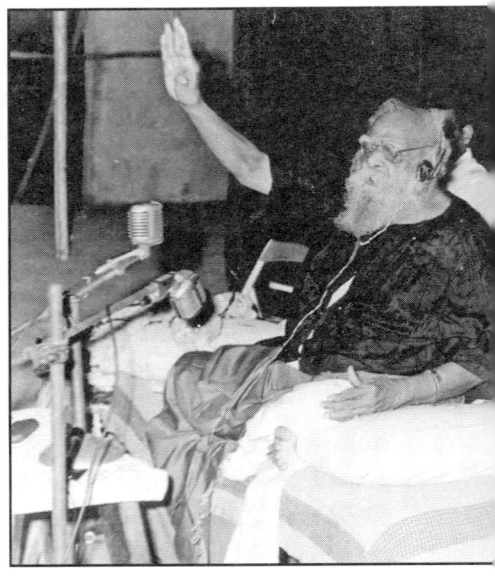

பெரியாரின் பிறப்பில்கூட சாமி நம்பிக்கை இருந்திருக்கிறது, அவரது பெற்றோரிடத்தில்! 10 ஆண்டுகள் தவம் இருந்து பெரியாரைப் பெற்றிருக்கின்றனர் அவரது பெற்றோர்.

1879-ம் ஆண்டு செப்டம்பர் 17ம் தேதி வெங்கட்ட நாயக்கருக்கும் சின்னத்தாயம்மாளுக்கும் செல்ல மகனாக பிறந்தார் பெரியார். ஈரோடு வெங்கட்ட இராமசாமி. (ஈ.வெ.ரா)

வெங்கட்ட நாயக்கரும், சின்னத் தாயம்மாளும் வறுமையின் பிடியில் சிக்கிக் கிடந்தபோது, வாடகைக்கு வண்டி ஓட்டுவது, மளிகைக் கடை வைத்துப் பொருள் ஈட்டுவது என வாழ்க்கையை நடத்தி வந்தனர். கணவர் வெங்கட்ட நாயக்கருக்கு உதவியாக சின்னத் தாயம்மாளும் வீட்டிலேயே ஆள் வைத்து அரிசி குத்தி, அரிசி

விற்பனையில் ஈடுபட்டு வந்தார். ஆரம்பத்தில் வறுமைக்கு ஆட்பட்டாலும் அவர்களது உழைப்பு கைமேல் பலன் கொடுக்க ஆரம்பித்தது. பிற்காலத்தில் பெரிய பணக்காரர்களாக உருவெடுத்தனர்.

இந்தத் தம்பதியருக்கு ஒரு ஆண் குழந்தை, ஒரு பெண் குழந்தை பிறந்து, இரண்டு குழந்தைகளுமே சிறியவயதில் இறந்துவிட்டனர். அதன்பின், குழந்தை இல்லாமல் தவித்த வெங்கட்ட நாயக்கரும் சின்னத்தாயம்மாளும், அப்போதுள்ள நம்பிக்கையின்படி பிள்ளை வரம் வேண்டி கோவிலுக்கு விரதம் இருந்துவந்துள்ளனர்.

சமூக சீர்திருத்தவாதி பெரியார்

ஒன்றல்ல இரண்டல்ல, 10 ஆண்டுகளுக்குப் பிறகு, 1879 செப்டம்பர் 17ம் தேதி, அந்த அதிசயம் ‘பெரியார்’ என்ற குழந்தையாகப் பிறந்தது பூமியில்.

தமிழினத்துக்கே தவமாய்க் கிடைத்தார் பெரியார்.

சிறுவயதில் குறும்புத்தனம் அதிகம் கொண்ட பெரியாருக்கு 19 வயதிலேயே திருமணம் செய்துவைக்க நினைத்த அவரது பெற்றோர், அதற்காக வசதியான இடங்களில் எல்லாம் பெண் பார்க்க ஆரம்பித்தனர். ஆனால், பெரியாரோ தனது உறவுக்காரப் பெண்ணான நாகம்மாளை மணமுடிக்க விரும்பி, திருமணமும் நடந்தது. திருமணமாகி இரண்டு ஆண்டுகள் ஆன நிலையில் அவருக்குப்

பெண் குழந்தைகளே பெரியாரின் கண்கள்

பெண்குழந்தை பிறந்தது. ஆனாலும் ஒருசில மாதங்களிலேயே அந்தக் குழந்தை இறந்துவிட்டது. அதன் பிறகு சமுதாயத்தை சீர்திருத்தும் பணியில் இறங்கிவிட்டார்.

பகுத்தறிவுப் பகவலன், தந்தை பெரியார் இல்லையென்றால் தமிழக அரசியல் வரலாறே முற்றிலுமாக மாற்றியமைக்கப்பட்டிருக்கும். தமிழக அரசியல் மட்டுமல்ல இந்திய அரசியலே வேறு திசை கண்டிருக்கும். இந்திய ஒன்றியத்தில் ஓர் நெருப்புப் பிரளயம் பெரியார் வடிவில் கொழுந்துவிட்டு எரிந்து, அதுவே அனைத்து இடங்களுக்கும் வேர்வரை பரவியது.

கருப்பு | சிவப்பு / கழகங்கள்

தம்பிகளுடன் பெரியார்.

சாதி ஒழிப்பு, இட ஒதுக்கீடு, பெண்ணுரிமை, சுயமரியாதை, மொழியுரிமை, மூடநம்பிக்கை ஒழிப்பு என பெரியார் தொடாத போராட்டங்களே இல்லை எனலாம்.

பக்தி என்ற போர்வையில் மூடப்பழக்கங்களையும் வர்ணாசிரம விதிகளையும் எதிர்த்துப் போராடி வந்தார் பெரியார். 'கோபுர தரிசனமே கோடி புண்ணியம், ஆகையால், வெளியில் இருந்தபடியே தரிசனம் செய்யுங்கள்... கோயிலுக்கு உள்ளே நுழையாதீர்கள்' என்று முட்டுக்கட்டை போட்டவர்களைத் தட்டிக் கேட்டார்.

கொ.அன்புகுமார்

சாதியத்திற்கு எதிரான பெரியாரின் முழக்கம்.

கடவுள் இல்லை' என்று சொன்னவர் பெரியார். ஆனால், கருவறைக்குள் சென்று அனைத்து சாதியினரும் அர்ச்சகராக வேண்டுமெனப் போராடினார். 'கடவுள் இல்லை'யென்று சொல்லவில்லை இருந்தால் நன்றாக இருக்கும்!' என்றே பேசியிருக்கிறார். பெரும்பாலான கோவில்களில் முறைகேடுகள் நடப்பதாகக் கூறி அதற்காகவே பல போராட்டங்களை முன்னெடுத்தார். கடவுளின் பெயரில் நடக்கும் சில அக்கிரமங்களைத் தட்டிக்கேட்டார். அவர் நினைத்திருந்தால் தனது நாயக்கர் சமுதாயத்துக்கு கிடைத்த மரியாதையை வைத்தும் அவரது செல்வாக்கை வைத்து ராஜவாழ்க்கை வாழ்ந்திருக்க முடியும். யாராலும் ஒடுக்கப்படவில்லை அவர். சமுதாய ரீதியிலும் மேல்வர்க்கமாகவே இருந்தார் பெரியார். ஆனால், மனிதஇனம் சாதியரீதியில் ஒடுக்கப்பட்டு, அடக்கப்பட்டு, மனிதனை மனிதன் அடிமையாகவே நடத்துகிறார்களே என்ற கோபத்தில் வெகுண்டெழுந்து, அதை மாற்றியமைக்க மூச்சிருக்கும் வரை போராடினார். ஆண், பெண் பேதமில்லாமல் எல்லோருக்கும் சம உரிமை வேண்டும். பெண்களுக்கு சொத்துரிமை வேண்டும், அடுப்படியில் கிடக்கும் பெண்களின் நிலையை மாற்ற வேண்டும், அவர்களுக்கும் கல்வி கிடைக்க வேண்டும், இளவயது திருமணங்களை தடுத்து நிறுத்த வேண்டும், ஆணுக்கு எந்த வகையிலும் பெண் குறைவானவர் இல்லை, எல்லோரும் சமம், எல்லோரும் சரிநிகர் என அதற்காக காலம் முழுவதும் உழைத்தவர் தந்தை பெரியார்.

அவரது பங்களிப்பு இல்லாமல் இந்தச் சமுதாயம் விடிந்திருக்காது. அவர் இல்லாமல் விடியல் ஏது?

கருப்பு | சிவப்பு / கழகங்கள்

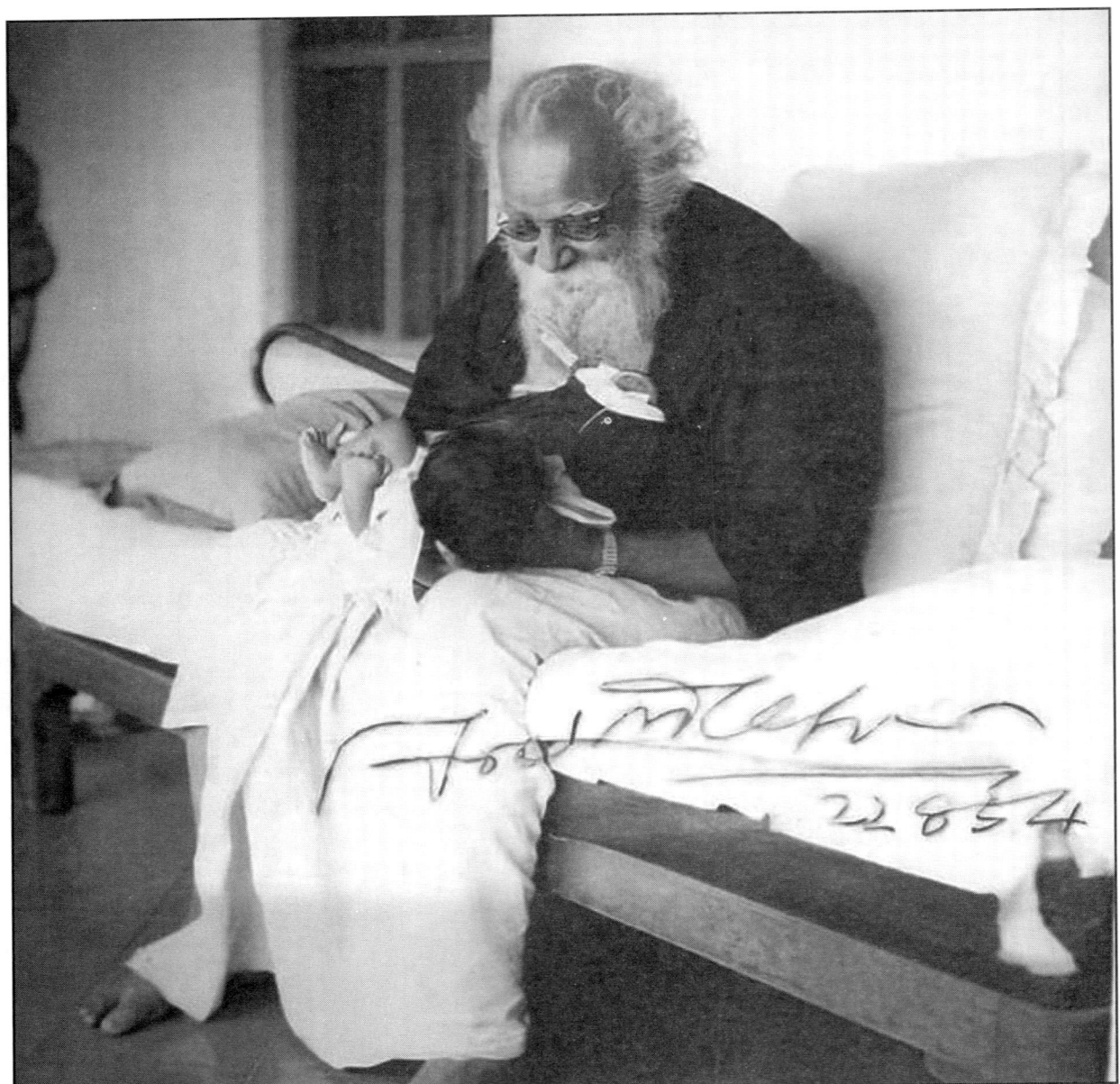

குழந்தை மனம் கொண்ட பெரியார்.

நீதிக் கட்சி திராவிடர் கழகமாக மாறிய கதை!

(கருப்புக் கொடியில் சிவப்பு வட்டம்)

1937-ம் ஆண்டு வரை நீதிக் கட்சியின் ஆட்சியில் இருந்த தமிழகம் காங்கிரஸின் கட்டுப்பாட்டுக்குள் வந்த பிறகு, நீதிக் கட்சி கொஞ்சம்கொஞ்சமாகக் காணாமல் போனது.

நீதிக் கட்சியின் முடிவு திராவிடர் கழகமாக துளிர்விடும் என்று யாருமே எதிர்பார்த்திருக்கவில்லை. ஆனால், அப்படியான புதிய வரலாற்றை பெரியாரின் கைகளில் கொடுத்துவிட்டுச் சென்றது காலம்.

ஆம்,

1944-ம் ஆண்டு, ஆகஸ்ட் 27-ம் தேதியன்று நீதிக் கட்சியை 'திராவிடர் கழகம்' என்று பெயர் மாற்றம் செய்தார் பெரியார்.

கருப்பு | சிவப்பு / கழகங்கள்

பெரியாருடன் ராஜாஜி.

இதில் சுவாரஸ்யம் என்னவென்றால், 1919-ம் ஆண்டு, நீதிக் கட்சியை அழிக்கவே பெரியாரை காங்கிரஸ் பக்கம் இழுத்திருந்தனர் காங்கிரஸார். பெரியாரை காங்கிரஸில் இணைத்துக்கொண்டால், நீதிக் கட்சியில் சேரும் நபர்களின் எண்ணிக்கை பெருமளவு குறையும் என்று கணக்குப் போட்டு, ராஜாஜி மூலமாக பெரியாரை கட்சிக்குள் கொண்டுவர பேச்சுவார்த்தை நடத்தியது காங்கிரஸ்.

1919-ம் ஆண்டு ஈரோடு நகர சபைத் தலைவர் உள்ளிட்ட 29 பொது அமைப்புகளில் உறுப்பினராக இருந்தவர் பெரியார். அதே காலகட்டத்தில் சேலத்தில் நகர சபைத் தலைவராக இருந்த ராஜாஜியும், பெரியாரும் அடிக்கடி சந்திக்கும் வாய்ப்பு ஏற்பட இருவரும் நட்பாகப் பழக ஆரம்பித்தனர்.

பெரியார் மீதான நன்மதிப்பால் அவரை காங்கிரஸுக்கு வரும்படி அழைப்பு விடுத்தார் ராஜாஜி. பெரியார் உடனடியாக அதற்குப் பதில் சொல்லாமல் 'சமயம் வரும்போது பார்த்துக்கொள்ளலாம்' எனத் தெரிவித்துவந்தார்.

கொ. அன்புகுமார்

காந்தியின் போராட்டங்களால் ஈர்க்கப்பட்ட பெரியார்

ஜாலியன் வாலாபாக் படுகொலை நடந்த நேரம் அது. நாடே கொந்தளித்துக் கிடந்தது. அந்தக் கொடூரத்தைக் கண்டித்து தலைவர்கள் பலரும் தங்களது பதவியைத் துறந்தனர்.

பெரியாரும் ராஜாஜியும் அந்தப் படுகொலைச் சம்பவத்திற்குக் கண்டனம் தெரிவித்து உடனடியாகத் தங்களது பதவிகளை ராஜினாமா செய்தனர்.

இந்த நிலையில்தான் காந்தியின் போராட்டங்களால் பெரிதும் ஈர்க்கப்பட்ட பெரியார் 1919-ம் ஆண்டு காங்கிரஸில் இணைந்தார்.

ஆங்கிலேயர்களுக்கு எதிராக காந்தி தொடங்கிய ஒத்துழையாமை இயக்கப் போராட்டம், மதுவுக்கு எதிரான கள்ளுக்கடைப் போராட்டம், தீண்டாமை ஒழிப்பு, கதர் ஆடை அணியும் புரட்சி எனப் பல்வேறு போராட்டங்களில் பங்கெடுத்தார் பெரியார்.

கருப்பு | சிவப்பு / கழகங்கள்

ஈரோட்டிற்குச் சென்ற காந்தி, பெரியாரின் வீட்டில் தங்கியிருந்தபோது, அவருக்கு கைராட்டையில் நூல்நூற்கச் சொல்லிக்கொடுத்தார். காந்தியின் கள்ளுக்கடை ஒழிப்பு முழக்கத்திற்காக, தனது தோட்டத்தில் இருந்த சுமார் 500 தென்னைமரங்களை வெட்டிவீழ்த்திய பெரியார், காங்கிரஸின் மீது பற்றுக்கொண்டு அதையே நேசிக்கவும் தொடங்கினார்.

ஆனால், காங்கிரஸில் இருந்த பலர் பெரியாரை நேசிக்கவில்லை.

பெரியார் தமிழக காங்கிரஸ் கட்சியின் தலைவராகவும் செயலாளராகவும் இருந்தபோதும், தனது நிலைபாட்டிலிருந்து கடைசிவரை மாறவே இல்லை. சமூக சீர்திருத்தம், தீண்டாமை ஒழிப்பு, சுயமரியாதை, மூட நம்பிக்கை எதிர்ப்பு என பல்வேறு முழக்கங்களை எழுப்பியபடியே இருந்தார் பெரியார். இதனால் கட்சிக்குள் இருந்தவர்களிடையே பெரும் சலசலப்பு ஏற்பட்டது.

பெரும் புகைச்சலாக மாறியிருந்த அந்தப் பிரச்னை 1925-ம் ஆண்டு, நவம்பர் மாதம் ஒரு பிரச்னையோடு முடிவுக்கு வந்தது.

காஞ்சிபுரத்தில் 1925-ம் ஆண்டு, நவம்பர் மாதம் நடந்த காங்கிரஸ் கட்சியின் மாநாட்டில் பெரியார் வகுப்புவாரி பிரதிநிதித்துவத்தை வலியுறுத்தித் தீர்மானம் ஒன்றைக் கொண்டுவந்தார். ஆனால், மாநாட்டின் தலைவராக நியமிக்கப்பட்டிருந்த திருவிக அதற்கு ஒப்புதல் அளிக்கவில்லை. இதனால் கோபம் கொண்ட பெரியார் 'இனிமேல் காங்கிரஸ் கட்சியை அழிப்பது ஒன்றே என் முதல் வேலை' என்று சொல்லிவிட்டு மாநாட்டுப் பந்தலில் இருந்து தனது ஆதரவாளர்களுடன் வெளியேறினார்.

கொ.அன்புகுமார்

R. No. M. 2041 "KUDI-ARASU" தனிப்பிரதி விலை ஒரு அணா

குடி அரசு

1924-ல் ஸ்தாபிக்கப் பட்டது.

(20—11—1938)

தமிழ் நாட்டுப் பெண்கள் மாநாடு.

தலைவர் திருவரங்க- நீலாம்பிகை அம்மையார் தலைமைப்பேருரை.

பெரியாரின் குடியரசு இதழ்.

காங்கிரஸிலிருந்து வெளியில் வந்த பெரியார் 1925, மே 2-ம் தேதி தன்னுடைய கொள்கைகளைப் பரப்புவதற்காக 'குடியரசு' என்ற வார இதழைத் தொடங்கி, சாதி ஒழிப்பு, கலப்புத் திருமணம், விதவைத் திருமணம், புராண எதிர்ப்பு போன்றவற்றை வலியுறுத்தி தொடர்ந்து தீர்க்கமான கட்டுரைகள் எழுதி வந்தார்.

எந்தக் காங்கிரஸை அழிக்க வேண்டுமெனச் சொல்லிவிட்டு காங்கிரஸ் மாநாட்டு பந்தலைவிட்டு வெளியில் வந்தாரோ, அதே காங்கிரஸை வீழ்த்த 1944-ம் ஆண்டு நீதிக் கட்சி என்ற போர்வாளை கூர்த் தீட்டும் வாய்ப்புக் கிடைத்தது பெரியாருக்கு.

அப்போதுதான் நீதிக் கட்சிக்கு 'திராவிடர் கழகம்' என்று பெயர் சூட்டி, ஓர் கருப்பு அலையை நெருப்பு அலையாக மூட்டினார் பெரியார்.

அவர் மூட்டிய நெருப்பு அலையிலிருந்து அடர்ந்து பரவி, வேர்விட்டு விருட்சமாகி ஆலமாகி, காங்கிரஸை வீழ்த்தியவர்கள் தான் அறிஞர் அண்ணாவும், கலைஞர் கருணாநிதியும்.

பெரியாரின் போர்ப்படை உருவான கதை..!

பெரியார் பாசறையில் அண்ணா.

ஏதோ ஒரு அமைப்பை உருவாக்கிவிட்டு, தலைவர்களாகிவிடவில்லை பெரியாரும் அண்ணாவும். அதற்காக அவர்கள் பட்ட பாடு கொஞ்சநஞ்சம் அல்ல. திராவிடர் கழகம் தோன்றுவதற்கு முன்பாகவே சுயமரியாதை இயக்கத்தின் வாயிலாக தங்களது வாழ்க்கையை, போராட்டக் குணமுள்ளதாக மாற்றிக்கொண்டனர் பெரியாரும் அண்ணாவும்.

பெரியார் சுயமரியாதைக் கொள்கைகளை ஊர் ஊராகப் பரப்பிக்கொண்டிருந்தபோது அவரிடம் மாணவராக அறிமுகம் ஆனவர்தான் அண்ணா. 1935-ம் ஆண்டு திருப்பூரில் நடந்த ஒரு கூட்டத்துக்கு பெரியார் வந்தபோதுதான், இருவருக்குமான முதல் சந்திப்பு அரங்கேறியது.

அதன் பிறகுதான் பெரியாரின் போர்ப்படை தளபதியாக வந்து சேர்ந்தார் அண்ணா.

ஒருமுறை லக்னோ பல்கலைக் கழகத்தில் பேசினார் பெரியார். அவரது தமிழை ஆங்கிலத்தில் மொழிபெயர்க்கச் சென்றிருந்தார் ஓர் இளைஞர். மொழி பெயர்ப்பு முடிந்தும் அங்கிருந்த கூட்டம் ஆரவாரம் செய்கிறது. அரங்கமே கைத் தட்டலால் நிறைகிறது. பெரியார், பேச்சை நிறுத்திய பிறகும் மொழிபெயர்ப்புச் செய்த இளைஞரை ஏதேனும் பேசச் சொல்லுங்கள் என்று அன்புக் கட்டளை விடுக்கிறார்கள் மாணவர்கள். அந்த இளைஞர் வேறு யாருமல்ல அறிஞர் அண்ணாவேதான். பெரியாரின் பேச்சை தேன் தெளித்து ஆங்கிலத்தில் சரளமாக அள்ளிவீசியிருந்தார் அண்ணா.

அந்த அளவுக்கு இளம் வயதிலேயே கூர்த் தீட்டிய வாள்போல் வளர்ந்தவர் அண்ணா.

தனது தலைவர் பெரியார் என்ன சொன்னாலும் அதைச் செய்துமுடிக்கும் ஆற்றல் மிக்கவராக இருந்த அண்ணா, பெரியாரையே சுவாசமாகக் கொண்டார்.

தேர்ந்த படிப்பு மட்டுமல்ல, பேச்சு, எழுத்து என பன்முக ஆளுமை கொண்டிருந்தார் அண்ணா.

பெரியாரின் பேச்சைக் கேட்பதற் காகவும், அண்ணாவின் பேச்சை சுவாசிப்பதற்காகவுமே பெரும் கூட்டம் அலைமோதும். அப்படியான வசியம் வைக்கும் பேச்சுக்கு சொந்தக்காரர்கள் இருவரும்.

திராவிடர் கழகம் உருவாவதற்கு முன்பே கொள்கை ரீதியிலான முழங்கங்களை எழுப்புவதற்கு இருவருமே தீயாய்த் திரண்டு களமாடினர்.

பெரியாரின் ஆளுமைக்குச் சற்றும் சளைத்தவர் அல்ல அண்ணா.

பெரியாரின் தலைமையில் அண்ணா.

தமிழ்நாடு கண்ட தலைமகன் அண்ணா,
சுதந்திர இந்தியாவின் கடைசி கவர்னர் ஜெனரல் ராஜாஜி.

இந்தி - இந்து - இந்துஸ்தான் என்ற ஒற்றைக் கலாசாரத்தை மாற்றியமைக்க, முன்னெழுந்த முக்கியமான விதைகள் பெரியாரும் அண்ணாவும்.

நீதிக் கட்சி ஆட்சி முடிவுக்கு வந்து, 1937-ல் காங்கிரஸ் ஆட்சிக்கு வந்த பிறகு, 1938-ம் ஆண்டு தொடக்கக்கல்வியில் '1-ம் வகுப்பில் இருந்து 3-ம் வகுப்பு வரை இந்தி பாடத்தைக் கட்டாயமாகப் படிக்க வேண்டும்!' என உத்தரவு போட்டது ராஜாஜி அரசு.

ராஜாஜியிடம் பல அரசியல் தலைவர்கள் எவ்வளவோ எடுத்துச் சொல்லியும் அவர் கேட்கவில்லை.

கருப்பு | சிவப்பு / கழகங்கள்

இதற்கு எதிர்ப்புத் தெரிவித்து பெரியார், அண்ணா மற்றும் தமிழ் ஆர்வலர்கள் பலரும் போராட்டத்தில் குதித்தனர். தமிழ்நாட்டின் பல பகுதிகளில் போராட்டம் தீவிரமடையத் தொடங்கியது.

1938-ம் ஆண்டு, ஜூன் 3-ம் தேதி ராஜாஜியின் வீட்டு முன்பு மறியல் செய்த பலரும் கைது செய்யப்பட்டு சிறையில் அடைக்கப்பட்டனர்.

போராட்டத்தின் வேர்களாக இருந்த பெரியாரையும் அண்ணாவையும் கைது செய்ய உத்தரவு பாய்ந்தது.

அண்ணா கைது செய்யப்பட்டு, அவருக்கு 4 மாத சிறைத்தண்டனை வழங்கப்பட்டது. தமிழகமே போராட்டக்களமான நிலையில், இந்தி எதிர்ப்புக்காகப் போராடிய 73 பெண்கள் உட்பட மொத்தம் 1269 பேர் கைது செய்யப் பட்டனர்.

இந்த இக்கட்டான சூழலில்தான் 1938-ம் ஆண்டு டிசம்பரில் வந்தது பெரியாருக்கு எதிரான அந்தத் தீர்ப்பு!

ஆம்,

வழக்கு ஜார்ஜ் டவுன் நீதிமன்றத்திற்கு வந்தபோது, இரண்டு குற்றச்சாட்டுகளுக்காக பெரியாருக்கு இரண்டாயிரம் ரூபாய் அபராதமும், இரண்டு ஆண்டு கடுங்காவல் தண்டனையும் வழங்குவதாக உத்தரவிட்டது நீதிமன்றம்.

அபராதம் கட்டவில்லை என்றால் மேலும் ஆறு மாத காலம் சிறையில் இருக்க வேண்டுமென நீதிபதி சொன்னதால், அபராதத்தைக் கட்டமுடியாது என்று மறுத்த பெரியார், இரண்டரை ஆண்டுகள் சிறைவாசத்துக்குத் தயாரானார்.

இந்தப் போராட்டத்தில் ஈடுபட்டவர்கள் அனைவரையும் பாரபட்சமின்றி மாதக்கணக்கில் சிறை வைத்தது ராஜாஜி அரசு. ஆனாலும், நிலைமை கட்டுக்குள் வரவில்லை.

ராஜாஜி அரசுக்கு எதிரான போர்க்குரல் தமிழகத்தின் மூலை முடுக்கெல்லாம் பரவத் தொடங்கியது.

நிலைமையின் வீரியத்தைப் புரிந்து கொண்ட காங்கிரஸ் உறுப்பினர்கள், போராட்டம் தொடர்ந்தால் காங்கிரஸுக்கு ஆபத்தாக முடியுமென்று நம்பினர். கைது செய்யப்பட்டவர்களை விடுதலை செய்யவும், வழக்குகளை ரத்து செய்யவும் ராஜாஜியிடம் கோரிக்கை வைத்தனர்.

இதையடுத்து பெரியார் 167 நாளில் விடுதலை செய்யப்பட்டார். விடுதலையாகி வெளியில் வந்த பெரியார், 'போராட்டத்தில் கைது செய்யப்பட்டவர்களை விடுதலை செய்வதை வரவேற்கிறேன். ஆனால், இந்தி எதிர்ப்புக்கு எதிரானப் போராட்டங்களை வாபஸ் வாங்கப் போவதில்லை' என்றார்.

காங்கிரஸுக்கு என்ன செய்வதென்றே தெரியவில்லை!

'பிரிட்டிஸ் ஆட்சிக்கு அளித்துவந்த ஒத்துழைப்பை இனி வழங்க முடியாது' என்று தீர்மானம் நிறைவேற்றியது காங்கிரஸ்.

இதையடுத்து அமைச்சரவையை கலைத்தது காங்கிரஸ்.

ஒருவழியாக 1940, பிப்ரவரி 21-ம் தேதி கட்டாய இந்தித் திணிப்பு சட்டம் ரத்து செய்யப்பட்டது.

1938-ல் இந்தி எதிர்ப்புக்கு எதிராகக் கிளர்ந்த தீ கிட்டத்தட்ட 29 ஆண்டுகள் கழித்து, தமிழக காங்கிரஸின் ஆட்சிக்கனவை மொத்தமாகத் தகர்க்கும் என காங்கிரஸ் கனவிலும் நினைத்துப் பார்த்திருக்காது.

1944-ம் ஆண்டு நீதிக் கட்சிக்கு திராவிடர் கழகம் என்று பெயர் சூட்டிய பிறகு, அதன் வளர்ச்சி பிரமிக்கதக்கதாகவே இருந்தது. திராவிடர் கழகத்தில் பலரும் ஆர்வமுடன் இணையத்தொடங்கினர்.

கடந்த 50 ஆண்டுகளுக்கும் மேலாக திமுகவும் அதிமுகவும்தான் தமிழகத்தை மாறிமாறி ஆள முடிந்தது என்றால் அதற்கான அஸ்திவாரம் பெரிய அளவில் போடப்பட்டது. அதன் கொள்கை ரீதியிலான முழக்கங்களுக்கு தமிழ்நிலத்தில் போதுமான அளவு இடமிருந்தது தான் காரணம்.

சாதியக்கூறுகளை வேரறுக்கவும் சமத்துவத்தை நிலைநாட்டவும், ஒடுக்கப்பட்ட மக்களை மேடையேற்றவும் வேர்போல் இருந்த பெரியார், தன் தம்பியான அண்ணாவை, கொள்கை முரசாய் வார்த்தார்.

பெரியாரின் கொள்கைகளாலும், பேச்சுகளாலும் ஈர்க்கப்பட்டு திராவிடர் கழகத்தில் மாணவர்களாக வளர்ந்தவர்களில் நாவலர் நெடுஞ்செழியன், க.அன்பழகன், முத்துவேல் கருணாநிதி, மதியழகன், அரங்கண்ணல் என பலரும் பிற்காலத்தில் பிரபல பேச்சாளர்களாகவும், தலைவர்களாகவும் மிளிர்ந்தனர்.

பெரியாரின் சிந்தனையை அப்படியே நகலெடுத்து உருவெடுத்தவர் அறிஞர் அண்ணா.

இப்படியான பெருங்கடலை நீந்தும் அரிய ரக கப்பலில் முதன் முறையாக ஓர் பெரும் ஓட்டை விழுந்தது.

ஆம்,

பெரியாருக்கும் அண்ணாவுக்கும் இடையே கருத்துவேறுபாடுகள் வரத்தொடங்கின.

1947, ஆகஸ்ட் 15 அன்று இந்தியாவுக்கு சுதந்திரம் கிடைத்து மக்கள் மகிழ்ச்சியில் திளைத்திருக்க, அதைக் கருப்புத்தினமாக அறிவித்தார் பெரியார்.

இந்த அறிவிப்பைத் தொடர்ந்து திராவிடர் கழகத்தின் பொதுச்செயலாளராக இருந்த அண்ணா, பெரியாரின் செய்தி கண்டு பெரிதும் வேதனை அடைந்தது மட்டுமல்லாமல், அவரின் அறிக்கைக்கு எதிர்ப்புத் தெரிவிக்கும் விதத்தில், சுதந்திரதினத்தை 'இன்பநாள்' என்று வர்ணித்தார்.

நாடே சுதந்திர தாகத்தைக் கொண்டாடித் தீர்க்க, பெரியாருக்கு அதில் உடன்பாடில்லை. சுயேட்சையுள்ள திராவிடநாடுதான் நமது லட்சியம். அதற்குக் குறைந்த எதைக்கொண்டும் திருப்தியடையமாட்டோம் என்று அறிக்கை விட்டார். மேலும் 'ஆகஸ்ட் 15 என்பது பிரிட்டிஸ் பார்ப்பினியர் ஒப்பந்தநாள்' என்றும் குறிப்பிட்டிருந்தார்.

வெள்ளையர்கள் வெளியேறி விட்டால் நாட்டை காங்கிரசின் கைகளிலோ, அல்லது வடநாட்டு முதலாளிகளிடமோ ஒப்படைப்பதில் அர்த்தம் இல்லை என்றே நினைத்தார் பெரியார்.

நாடு சுதந்திரம் அடைந்திருந்தாலும் தமிழ்ச் சமூகம் இன்னும் சீர்திருத்தப்படவில்லை, சாதிய மனிதர்கள் மாறவும் இல்லை, சமத்துவம் பேணவில்லை, ஆங்கிலேயர்கள்

பெரியாரின் இதயத்தில் அண்ணா.

கட்டுப்பாட்டில் இருந்தவரை அதிகாரத்தில் இருந்தவர்கள் அடங்கியிருந்தனர். ஆனால் இப்போது அதுவுமில்லாமல் கட்டவிழ்த்து விடப்படும்' என்றெல்லாம் நினைத்திருந்தார் பெரியார்.

ஆனால் சுதந்திரத்துக்காகப் போராடி உயிர் நீத்த தியாகிகளையெல்லாம் நினைத்துப் பார்த்தார் அண்ணா. நாடு இருநூற்றாண்டுகளாக அன்னியர்களிடம் அடிமைப்பட்டுக் கிடந்து, அந்த அடிமைச் சங்கிலி அறுத்து எறியப்பட்டதை மக்களோடு மக்களாக நின்று ருசித்தார் அண்ணா.

'என்னைக் கட்சியை விட்டு நீக்கினாலும் என் கருத்துகளை பயமில்லாமல் சொல்வேன்' என்றார் அண்ணா.

அண்ணாவும் பெரியாரும் தனித்தனி பாதைகளில் செல்வதைக் கண்டு எதிரிகள் ரசித்தது ஒருபுறம் இருக்க, அண்ணாவின் தம்பிகள் பதறி நின்றனர்.

திராவிடர் கழகத்திலிருந்து அண்ணா நீக்கப்படலாம் என்று பலரும் யூகித்திருந்த நிலையில், ஈரோட்டில் நடந்த இந்தி எதிர்ப்புப் போராட்டம் மறுபடியும் இருவரையும் நேருக்கு நேராகப் பார்க்கவைத்தது மட்டுமல்லாமல், நெஞ்சத்துக் குறைகளையும் தீர்க்க வைத்தது.

மாநாட்டுத் தலைவரான அண்ணாவை அலங்கார வண்டியில் அமர்த்தி, நடந்தே வந்தார் பெரியார். அந்த மாநாட்டில் பேசும்போது பெரியார் சொன்னார் ''பெட்டிச் சாவியை அண்ணாதுரையிடம் ஒப்படைக்க முடிவு செய்துவிட்டேன். எத்தனை ஆண்டுகாலம்தான் அதை நானே வைத்துக்கொண்டுத் திரிவது?'' என்று பேசி முடிக்க, விழா மேடையே மகிழ்ச்சி ஆரவாரம் செய்தது.

கொ.அன்புகுமார்

பெரியாரும் அண்ணாவும் பிரிந்து விட்டார்கள் என்று மகிழ்ந்தவரெல்லாம், மாநாட்டுப் பந்தலில் கேட்ட கரவொலியைக் கேட்டுத் தூங்கவே இல்லை.

பெரியாருக்கும் அண்ணாவுக்குமான பிரச்னை அதோடு தீர்ந்துவிட்டது என்று சொல்லிக்கொண்டாலும் அடுத்தடுத்து எழுந்த பிரச்னைகள் அவர்களைப் பிரிப்பதற்காகவே வந்து சேர்ந்தன.

சுதந்திர இந்தியாவின் கவர்னர் ஜெனரலாக இருந்த ராஜாஜியை, அவருக்குப் பரம அரசியல் எதிரியாக இருந்த பெரியார் சந்தித்துப் பேசியது தான், அடுத்தப் பிரச்னைக்கானக் காரணம்.

ராஜாஜியுடன் பெரியார்.

கருப்பு | சிவப்பு / கழகங்கள்

1949-ம் ஆண்டு, மே மாதம் 14-ம் தேதி திருவண்ணாமலை வரை வந்திருந்த ராஜாஜியைச் சந்திக்க விரும்பினார் பெரியார். அதன்படி ராஜாஜியைச் சந்தித்த பெரியார், அவருடன் ஒருமணி நேரம் தனியாகப் பேசிக்கொண்டிருந்தார்.

அரசியலில் இருவரும் எதிரிகளாக இருந்தாலும் தனிப்பட்ட வாழ்க்கையில் நெருங்கிய நண்பர்களாகவே இருந்தனர்.

ராஜாஜியைச் சந்தித்துப் பேசிவிட்டு வந்தபிறகு 'என்ன பேசினீர்கள்?' என்று பெரியாரிடத்தில் கேட்டபோது அதற்கு அவர் பதில் கொடுக்கவில்லை. அன்றைய சந்திப்பு எதற்காக நடந்தது என்று திராவிடர் கழகத்தினருக்கே புரியாத புதிராக இருந்தது.

பிற்காலத்தில்தான் அந்தச் சந்திப்பின் போது பெரியார் ராஜாஜியிடம் தனது அரசியல் வாரிசாக மணியம்மையைத் திருமணம் செய்துகொள்ளப்போகும் செய்தியைக் கூறி, அதற்கான விவாதங் களைத் தொடர்ந்திருப்பார்கள் என்று பேசப்பட்டது.

உண்மையிலேயே அதுவாகத்தான் இருக்க முடியும். அதற்குக் காரணம் பெரியார்-மணியம்மை திருமணத்திற்கு முன்பே பெரியாருக்கு கடிதம் ஒன்றை எழுதியிருந்தார் ராஜாஜி. அதில் நிறைய விடயங்களைக் குறிப்பிட்டு எழுதிய ராஜாஜி, 'இந்த வயதில் விவாகம் வேண்டாம் என்பது எனது அபிப்பிராயம். ஒருவருடமாவது ஒத்திவைத்து அதன் பிறகு மனதில் வரும் எண்ணங்களுக்கு ஏற்ப முடிவு செய்வது நலம்' என்று குறிப்பிட்டிருந்தார்.

பெரியாருடன் மணியம்மை

இந்தப் பரபரப்பு தொடங்குவதற்கு முன்பே ராஜாஜியும் பெரியாரும் தனிமையில் சந்தித்துப் பேசியது என்னவாக இருக்குமென கட்சிக்குள் பலத்த சலசலப்பு பூத்துக் காய்த்து வெடிக்கவும் ஆரம்பித்தது. அதற்கான விடைதேடும் முயற்சியில் இறங்கிய அண்ணா, கோவை தமிழ் மாநாட்டை அதற்கான வாய்ப்பாகக் கருதினார்.

மேடையில் அண்ணா பேசும்போது, ''ராஜாஜியுடன் பெரியார் பேசியது என்ன என்பதை அறிய நாடே ஆவலாக இருக்கிறது அதை பெரியார் இங்கே விளக்கிட வேண்டும்'' என்று கேட்டுக்கொண்டார்.

அதற்குப் பதிலளித்த பெரியார் ''அது முற்றிலும் எனது சொந்த விஷயம், மாநாட்டில் வெளியிட முடியாது'' என்று கோபத்துடன் தெரிவித்து விட்டார். அதைத் தொடர்ந்து பெரியார் வெளியிட்ட அறிக்கை அனைவரையும் அதிர்ச்சிக்குள்ளாக்கியது.

''எனக்கும், என் பொருளுக்கும் சட்டப்படி ஒரு வாரிசை உருவாக்கிக் கொள்வது அவசியமெனக் கருதுகிறேன். என் நலனிலும், இயக்கத்தின் மீது பற்றும் கொண்டிருக்கும் மணியம்மையை எப்படியாவது வாரிசு ஆக்கிக்கொண்டு, டிரஸ்ட் பத்திரம் எழுதிவைக்க முடிவு செய்திருக்கிறேன்'' என்று அறிக்கை விட்டார் பெரியார். மணியம்மையைத் திருமணம் செய்துகொள்ள இருக்கும் செய்தி திராவிடர் கழகத்தினரைப் பெரிய அதிர்ச்சியில் தள்ளியது.

பெரியாருக்கு அப்போது 70 வயது, மணியம்மைக்கு 30 வயது.

அண்ணாவுக்கு எதுவுமே புரிய வில்லை. தன்னிடம் பெட்டிச் சாவியைக் கொடுப்பதாகக் கூறிவிட்டு தற்போது இப்படியான அறிவிப்பை ஏன் வெளியிடு கிறார் என்று குழப்பத்தில் ஆழ்ந்தார் அண்ணா.

பெரியாரின் திருமணச் செய்தியைக் கேட்டு பெரியாரின் அண்ணன் மகனான ஈ.வி.கே.சம்பத் உடனடியாகக் கட்சியிலிருந்து விலகினார்.

பெரியாருக்கு ஏனிந்த வேலை, அவருக்கு என்னதான் நேர்ந்தது என அண்ணாவுக்கும் அவரது தம்பிகளுக்கும் குழப்பம். காங்கிரஸோ அதை ஏளனம் செய்யத் தொடங்கியது.

இந்தத் திருமணத்தைத் தடுத்து நிறுத்தவே குழு ஒன்றை அமைத்தார் அண்ணா.

ஏற்காட்டில் தங்கியிருந்த பெரியாரைச் சந்தித்த அந்தக் குழுவினர், எவ்வளவோ எடுத்துச்சொல்லியும் கேட்கவில்லை பெரியார்.

திட்டமிட்டபடி திருமணம் நடந்தால் நாங்கள் கட்சியைவிட்டு விலக நேரிடும் என்றெல்லாம் திராவிடர் கழக பொறுப்பாளர்கள் சொல்லியும் பெரியார் அதையெல்லாம் பொருட்படுத்தவே இல்லை.

1949-ம் ஆண்டு, ஜூலை 9-ம் தேதி சட்டப்படி பெரியார் மணியம்மை பதிவுத் திருமணம் நடந்தேறியது.

பெரியார் தலைவர் – அண்ணா

திருமணம் முடிந்த பிறகு, பெரியார் சொன்னார், ‘‘திருமணம் பொருத்த மற்றதோ, அல்லது மணியம்மையை ஏமாற்றி நடந்ததோ இல்லை. இயக்கத்துக்கு முன்புபோல் என்னால் அலைவதற்கு உடல் நலன் ஒத்துழைக்க வில்லை. இந்தத் திருமணம் சட்டப்படிக்கான பெயரே தவிர, எனக்கு வாரிசுதான். நம்பிக் கைக்கு உரியவர்கள் கிடைக்க வில்லை என்பதாலேயே ஒரு வாரிசு ஏற்படுத்தியிருக்கிறேன்’’ என்றார்.

இந்தக் கருத்து அண்ணாவின் மனதை ஈட்டியாய்த் தைத்தது. திராவிடர் கழகத்தைச் சேர்ந்த பலருக்கும் பெரியாரின் மீது அதிருப்தி ஏற்பட, அவர்கள் அனைவரும் அண்ணாவின் தலைமையை ஏற்கத் தயாராகினர்.

அவர்கள் நினைத்ததுபோலவே நடந்தது... உதித்தது ‘உதயசூரியன்’ கட்சி.

கொ.அன்புகுமார்

குடும்பத்தினருடன் அண்ணா.

தென்னாட்டு பெர்னாட்ஷா என்றழைக்கப்பட்ட காஞ்சித் தலைவன் பேரறிஞர் அண்ணா தோன்றியிருக்காவிடில், தமிழ்நாட்டின் வரலாறே முற்றிலுமாக மாற்றி எழுதப்பட்டிருக்கும். 'அண்ணா' என்று அனைவராலும் அன்போடு அழைக்கப் பட்ட சி.என்.அண்ணாதுரை 1909-ம் ஆண்டு, செப்டம்பர் 15-ம் தேதி காஞ்சிபுரத்தில் நடராசன்-பங்காரு அம்மாளுக்கு மகனாகப் பிறந்தார். மிகவும் எளிமையான நெசவுக்குடும் பத்தில் பிறந்த அவர், தனது சிற்றன்னை ராஜாமணியின் அரவணைப்பில் வளர்ந்தார்.

வறுமையின் பின்னணியில் வளர்ந்து, பள்ளிப்படிப்பை முடித்தவுடன் காஞ்சிபுரம் நகராட்சியில் எழுத்தராக சில மாதங்கள் பணியாற்றிய அண்ணா, சென்னை பச்சையப்பன் கல்லூரியில் சேர்ந்து எம்.ஏ., பட்டம் பெற்றார்.

கல்லூரியில், தேர்ந்த பேச்சாளராகவும் பட்டிமன்ற பேச்சுகளின் மூலம் அனைவரது மனதையும் கொள்ளை கொண்ட அண்ணா, தமிழில் மட்டுமல்லாது பல மொழிகளில் புலமைப் பெற்றார்.

சிறுவயதில் படிப்பில் நாட்டம் இல்லாத அண்ணா, பத்தாம் வகுப்புத் தேர்வில் 3 முறை தவறியவர். ஆனால், அவரேபிற்காலத்தில் பெரும் மேதையாக உயர்ந்தார்.

கருப்பு | சிவப்பு / கழகங்கள்

யேல் பல்கலைக்கழகத்தில் அண்ணா.

1930-ம் ஆண்டு ராணியம்மாளை மணமுடித்த அண்ணா, கிடைத்த வேலையான ஆசிரியர் பணியைச் செய்துவந்தார். ஆசிரியர் பணியைச் செய்துவந்தாலும் அவருக்கு இருந்த அரசியல் தாகத்தைத் தீர்க்க நீதிக் கட்சியே துணை நின்றது.

'விடுதலை' பத்திரிகையின் துணை ஆசிரியராக இருந்து அண்ணா எழுதிய கட்டுரைகள், படித்தவரை எல்லாம் அவர்பக்கம் இழுத்தன. நீதிக் கட்சியின் கூட்டங்களில் கலந்துகொண்டு பேசிய அண்ணா, பெரியாரின் கருத்துகளால் ஈர்க்கப்பட்டு, அவரையே தன் தலைவராக ஏற்றுக்கொண்டார்.

கொ. அன்புகுமார்

பெரியாரின் நம்பிக்கை அண்ணா...

மனைவி ராணியம்மாளுடன் அண்ணா.

அண்ணாவின் திறமையைப் பார்த்து வியந்த பெரியார், தனது பயிற்சிப் பட்டறையில் அண்ணாவை முன்னணித் தலைவராகச் சேர்த்துக் கொண்டார். 'ஜஸ்டிஸ்' என்று அழைக்கப்பட்ட பெயரை 'திராவிடர் கழகம்' என்று மாற்றி தீர்மானம் கொண்டுவந்ததே அண்ணாதான்.

இந்தியாவின் அலுவல் மொழியாக இந்தி இருக்கும் என்று ஒன்றிய அரசு அறிவித்தவுடன் இந்தி எதிர்ப்புப் போராட்டத்தை முன்னெடுத்து, தமிழின் தொன் மையைக் காத்தார்.

இந்தி குறித்து அண்ணா பேசும்போது ''வடநாட்டுப் பெரியவர் ஒருவர் 'நீங்கள் முயற்சி செய்தால் மூன்றே மாதத்தில் இந்தியைப் படித்துவிட முடியும்' என்றார். நானும் ஒத்துக்கொண்டேன். 'என்ன?' என்று அந்தப் பெரியவர் கேட்டார். 'ஆமாம் படித்து விடலாம்தான், அதற்குமேல் அந்த மொழியில் படிப்பதற்கு வேறு என்ன இருக்கிறது?' என்று கேட்டேன். இப்படியாக பேசுவதில் வல்லமை மிக்கவர் அண்ணா. அவரது புத்திக்கூர்மையை வியக்காதோரே இருக்க முடியாது.

பெரியாருடன் கருத்து வேறுபாடு ஏற்பட்டு, திராவிடர் கழகத்தில் இருந்து பிரிந்துவந்து 'திராவிட முன்னேற்றக் கழக'த்தைத் தோற்றுவித்த அண்ணா, தனது தம்பிகளுக்குத் தந்த தாரக மந்திரம் 'கடமை, கண்ணியம், கட்டுப்பாடு' இம்மூன்றும்தான்.

எழுத்தாளராகவும் தேர்ந்த நடிகராகவும் விளங்கிய அண்ணாவின் படைப்புகள் எந்நாளும் புகழ்பெற்றவை. அவர் எழுதிய 'சந்திரமோகன்' போன்ற நாடகங்களில் அண்ணாவே நடித்திருக்கிறார்.

ஒருமுறை இங்கிலாந்து மாணவர்கள் அண்ணாவைச் சோதித்தனர்... 'because என்ற வார்த்தை மூன்று முறை தொடர்ந்து வரும்படி வாக்கியம் கூறமுடியுமா?' என்று கேட்டனர். உடனே அண்ணா, "No sentence can end with because, because, because is a conjunction" என்று சொன்னார். அதாவது, ''ஒரு வாக்கியதின் இறுதியில் வராத சொல் ஏனென்றால், ஏனென்றால், ஏனென்றால் என்பது இணைப்புச்சொல்'' என்றார். அண்ணாவின் ஆங்கிலப் புலமையை எண்ணி வியந்தனர்.

எழுத்து, பேச்சு, இலக்கியம், நாடகம், திரைப்படம் என பன்முகங்கள் கொண்ட அண்ணா 1962-ம் ஆண்டு நாடாளுமன்ற உறுப்பினர் ஆனார். அன்றிலிருந்து தனது பேச்சால் தேசிய தலைவர்களையும் ஈர்த்தார்.

அண்ணாவின் படைப்பு

ஜமீன்தார் ஒழிப்புமுறையைச் சுட்டிக் காட்டும் 'நல்லதம்பி' என்ற திரைப்படத்தின் கதையை எழுதி அதில் என்.எஸ். கிருஷ்ணனை நடிக்க வைத்தவர் அண்ணா. அண்ணாவின் மிகச்சிறந்த படைப்புகளான 'வேலைக்காரி', 'ஓர் இரவு' போன்ற படைப்புகள் திரைக்காவியம் ஆனது.

'நல்ல தம்பி' படத்தின் வெற்றிக்காக என்.எஸ்.கிருஷ்ணன் வாங்கிக் கொடுத்த நான்கு சக்கர வாகனம் முன்பு அண்ணாவும் கருணாநிதியும்...

1957-ம் ஆண்டு தேர்தல் பிரசாரத்தின் போது அண்ணாவின் வீட்டு வாசலில் அருவருக்கத்தக்க வாசகத்தை எழுதி வைத் திருந்தனர் காங்கிரசார்.

அண்ணா சொன்னார் 'இரவுநேரங்களில் அந்த வாசகங்களைப் படிப்பதற்கு சிரம மாய் இருக்கிறது. ஒரு லாந்தர் விளக் கையும் அதன் அருகே மாட்டி வையுங்கள். எழுதியவரின் தகுதியை ஊரார் தெரிந்து கொள்ளட்டும்!'' என்றார்.

எங்கும் தமிழ் எதிலும் தமிழ் என்பதே அண்ணாவின் நோக்கம். அதனால்தான் ஆட்சிப் பொறுப்புக்கு வந்ததும் சென்னை மாகாணம் என்றிருந்த பெயரை அகற்றி தமிழ்நாடு என்று பெயர் சூட்டினார்.

திராவிட முன்னேற்றக் கழகம் வெறும் அரசியல் கட்சியல்ல, அது மாபெரும் மக்கள் இயக்கம் என்று தனது கொள்கை முழக்கத்தால் தமிழகத்தையே கட்டிப் போட்டார்.

தமிழ்நாட்டின் தேவை அண்ணா!

தி.மு.க. உதயம்!

தேர்தல் அரசியலின் மீது விருப்பம் கொள்ளாத பெரியார், எந்த காலத்திலும் தேர்தல் அரசியலுக்குள் நுழையமாட்டேன் என்று சொல்லிவந்தார். ஆனால் தேர்தல் அரசியலின் முக்கியத்துவம் குறித்த தெளிவான பார்வையை கொண்டிருந்தார் அண்ணா.

அரசியல் அதிகாரத்துக்கு வந்தால் மட்டுமே அதை சட்டமாக்க முடியும் திட்டமாக்க முடியும் என்று நம்பினார். சாதிய இழிவுகளை நீக்கவும், சமூக சீர்திருத்தங் களை ஆக்கிக்கொடுக்கவும், மாநில சுயாட்சி, மக்களாட்சி, மொழி பாது காப்பு என அனைத்தையும் நிலைநாட்ட முடியும் என்று அதன்வழி நடந்தார்.

தனது தேவையின் முக்கியத் துவத்தை அறிந்திருந்த அண்ணா, தன்னையே கொள்கை முழக்கமாய் மாற்றி, முரசறைந்தார். ஆம், பெரியாரை விட்டு பிரிவது என முடிவு செய்த அண்ணா, திராவிடர் கழகத்தின் தீராத நெருப்புகளையும் தன்னுடன் கூட்டிச் சென்றார்.

1949 - செப்டம்பர் 17-ம் தேதி சென்னை பவழக்கார வீதியில் இருந்த ஒரு வீட்டில் திராவிடர் கழகத்திலிருந்து விலகிய தலைவர்களோடு ஆலோசனை நடத்தி அன்று மாலையே புதிய கட்சியின் பெயரை அறிவிக்கத் திட்டமிட்டார் அண்ணா.

செப்டம்பர் 17. அன்றைய தினம் திராவிடக் கொள்கைகளை ஏந்தி நின்ற சிங்கங்களுக்கு முக்கியமான நாளும்கூட, அது பெரியாரின் பிறந்தநாள். ஆகையால் அன்றே கட்சி அறிவிப்பை வெளியிட முடிவு செய்யப்பட்டு, தொடக்கவிழாவை சென்னை, ராபின்சன் பூங்காவில் ஏற்பாடு செய்ய அன்புக் கட்டளையிட்டார் அண்ணா.

அந்தி, இருள் பொழியத்தொடங்கிய நேரம். ராபின்சன் பூங்காவே மக்கள் திரளில் திக்குமுக்காடியது.

மழைமேகங்கள் எப்போது வேண்டு மானாலும் கவிழலாம் என்ற நிலை...

நாவலர் நெடுஞ்செழியன், மு.கருணாநிதி, ஈ.வி.கி.சம்பத், என்.வி.நடராசன், மதியழகன்

உள்ளிட்ட முக்கியமான தலைவர்கள் மேடையில் அமர்ந்திருக்க, திமுகவின் கொடி அறிமுகம் செய்யப்பட்டது.

கல்வி, பொருளாதாரம், அரசியல், உள்ளிட்ட திராவிடர்களின் இருண்ட நிலையை உணர்த்த மேலே கருப்பு நிறத்திலும், இருண்ட நிலையெல்லாம் போக்கி எதிர்காலத்தில் வெளிச்சம் பாயும் என்பதற்கான நம்பிக்கை ஒளியாக சிவப்பு நிறத்தையும் கொடியாக வடிவமைத்திருந்தனர்.

அண்ணா பேசத் தொடங்கும்போது மழை அதிரத்தொடங்கியது. ஆனாலும் பேச்சை நிறுத்தவில்லை. தன் காட்டிடம் தனக்கான அதிகாரம் அனைத்தையும் பேசித் தீர்க்கும் மழையைப்போல, கிட்டத்தட்ட ஒன்றரை மணி நேரப் பேச்சைச் தொடர்ந்தார் அண்ணா.

''அன்றிலிருந்து இன்றும் என்றும் பெரியார்தான் என் தலைவர், அதனால்தான் தலைவருக்கான இடத்தில் நாற்காலிபோட்டு காலியாகவே வைத்திருக்கிறோம்.

திராவிடர் கழகத்திற்குப் போட்டியாக அல்லாமல், தி.க.வின் அடிப்படை

திமுக கட்சி தொடக்க விழா, ராபின்சன் பூங்கா.

கொள்கை மீதுதான் திமுக கட்டமைக்கப்பட்டிருக்கிறது.

1935-ம் ஆண்டு திருப்பூரில் நடந்த வாலிபர் மாநாட்டில்தான் பெரியாரை முதன் முதலாகச் சந்தித்தேன். எனது தேர்வுகளை முடித்துவிட்டு தேர்ச்சி முடிவுகளுக்காகக் காத்திருந்த சமயம் அது.

என்னிடம் பெரியார் கேட்டார், ‘அடுத்து என்ன செய்யப் போகிறாய்?’ என்று. சற்றும் தயக்கம் இல்லாமல் ‘பொதுவாழ்க்கைக்கு வரப்போகிறேன்’ என்றேன். அன்றிலிருந்து அவரே தலைவர் என முடிவு செய்து விட்டேன்.

அதனால்தான் இப்போதும் அவருக்கான இடத்தை அப்படியே வைத்திருக்கிறேன். அந்தப் பதவிக்கு வர எனக்கு ஆசையும் இல்லை, விருப்பமும் இல்லை. பழமையையும் பாசிசத்தையும் ஒழிப்போம்!

‘பயல்கள் பரவாயில்லை, உருப்படியான வேலை செய்கிறார்கள்’ என்று பெரியார் மெச்சும் நாள் வரத்தான் போகிறது!'' என்று முடித்தார் அண்ணா.

அண்ணா பேசிய பிறகு திமுகவின் கொள்கை முழக்கங்கள் எல்லோர் மனதிலும் ஈரமாய் சொட்டிக் கொண்டிருந்தது, தலைவர் பதவியை பெரியாருக்காகவே விட்டுவிட்டு, பொதுச் செயலாளராக பொறுப்பேற்றார் அண்ணா.

என்னதான் தனிக்கட்சி தொடங்கி விட்டாலும் தன் ஆசானை அவர் மறக்கவும் இல்லை, துறக்கவும் இல்லை. தனிக்கட்சி தொடங்கியதும் பெரியாருக்கு எதிராகவே அண்ணா முழங்குவார் என எல்லோரும் எதிர்பார்த்திருந்தனர். ஆனால் கொண்ட கொள்கையையும் தன் தலைவர் பெரியாரையும் எந்த இடத்திலும் அண்ணா விட்டுக்கொடுக்கவே இல்லை.

திராவிட முன்னேற்றக்கழகம் 1949, செப்டம்பர் 17-ம் தேதி உதயமானது.

புதிதாக முளைத்த திமுகவைப் பார்த்து பெரியார், ‘கண்ணீர் துளிகள்’ என்று வர்ணித்தார். ஆனால், அதற்காக அண்ணா கவலைப்படவில்லை. தம்பிகள் பிரிந்து வந்துவிட்டோமே என்ற கோபத்தில்தான் பெரியார் அப்படி பேசியிருக்கக்கூடும் என்று நம்பினார்.

திராவிட முன்னேற்றக் கழகத்தில் அண்ணாவின் பேச்சைக் கேட்பதற்காகவே இளைஞர் கூட்டம் அலைமோதும். அதுவரை புராணங்களையும் இதிகாசங்களையும் பேசிவந்தவர்களையே பார்த்துப் பழக்கப்பட்ட மக்களுக்கு, அண்ணாவின் பேச்சில் ஒரு தீப்பொறி இருப்பதைக்கண்டு அவர் மீது மயக்கம் கொண்டனர்.

பெரியாரின் கோட்டையிலிருந்து வந்ததால்தானோ என்னவோ, அறிவுத் தேடலையும் ஆராய்ந்து சொல்லும் பக்குவத்தையும் ஒருங்கே கொண்ட அண்ணா, தனது பேச்சையே உரைவாளின் வீச்சாகக் கொண்டார்.

ஆரம்பத்தில் திமுகவின் வளர்ச்சியில் நம்பிக்கை கொள்ளாத காங்கிரஸ் போகப் போக அதன் அசுர வளர்ச்சியைக் கண்டு அதிர்ச்சியடையத் தொடங்கியது.

நீதிக் கட்சியின் ஆரம்பகால வேர்களை அப்படியே பிடுங்கி நட்டதுபோல் இருந்த அண்ணாவும் அவரது தம்பிகளும், காங்கிரசுக்கு அச்சுறுத்தலாகவே மாறிப் போனார்கள்.

பல்வேறு போராட்டங்களின் மூலம் திமுக மீதான ஈர்ப்பை மக்களிடையே விதைத்துக்கொண்டே இருந்தார் அண்ணா.

இந்த நிலையில் 1950-ம் ஆண்டு ஏற்கனவே திராவிட நாடு இதழில் எழுதிய கட்டுரையை 'ஆரிய மாயை' என்ற நூலாகத் தொகுத்து வெளியிட்டார் அண்ணா. அந்த நூல் வகுப்புக் கலவரங்களை ஊக்குவிக்கும் வகையில், கிளர்ச்சியைத் தூண்டும் என்பதால், சம்பந்தப்பட்ட நூலை தடை செய்ததோடு, அண்ணாவுக்கு 6 மாத சிறை தண்டனை வழங்கப்படும் என்று உத்தரவிட்டது நீதிமன்றம்.

எத்தனை சிறை கண்டாலும் அண்ணாவும் அவரது இயக்கமும் நடுங்கவில்லை.

சுதந்திர இந்தியாவில் முதல் பொதுத் தேர்தல் 1952-ல்தான் நடக்க இருந்தது.

அதுவரை பணக்காரர்கள், வீட்டுவரி கட்டுபவர்கள் வருமானவரி கட்டுபவர்கள் என பணக்காரர்களுக்கு மட்டுமே ஓட்டுரிமை இருந்தது.

1952 தேர்தலில்தான் 21 வயது நிரம்பிய அனைவருக்கும் வாக்களிக்கும் உரிமை கிடைத்தது.

கட்சி ஆரம்பித்து இரண்டே ஆண்டுகளில் தேர்தல் வந்ததால், அந்தத் தேர்தலில் திமுக நிற்கவில்லை. ஆனால், ''திமுகவின் கொள்கைகளை ஆதரிப்பவர்களை ஆதரிப்போம்'' என்றார் அண்ணா.

'திமுகவின் கொள்கைகளை ஆதரிப்பதாக எழுதிக்கொடுத்தால் எந்தவித நிபந்தனையும் இல்லாமல் அவர்களின் வெற்றிக்கு திமுகவினர் உறுதுணையாக இருப்பார்கள்' என்று சொன்னார் அண்ணா.

அண்ணாவின் அறிவிப்பை அடுத்து, சுயேட்சை வேட்பாளர்களும், எதிர்க் கட்சி வேட்பாளர்கள் பலரும் திமுவின் கொள்கைகளை ஆதரிப்பதாகக் கூறி, அண்ணாவின் ஆதரவைப் பெற்று தேர்தலில் நின்றனர்.

காங்கிரசை எதிர்த்து நிற்க 'ஐக்கிய முன்னணி' என்ற பலமிக்கக் கூட்டணியை அமைத்தது கம்யூனிஸ்ட் கட்சி. அதற்கு பெரியாரும் ஆதரவு தெரிவித்திருந்தார்.

ஆந்திராவை உள்ளடக்கிய சென்னை மாகாணத்தில் அன்றைக்கு இருந்த 375 தொகுதிகளுக்கு தேர்தல் நடத்தப்பட்ட நிலையில், எந்தக் கட்சிக்கும் பெரும்பான்மை கிடைக்கவில்லை.

காங்கிரஸ் 152 இடங்களைக் கைப்பற்றியிருக்க, கம்யூனிஸ்டுகள் சுயேட்சைகள் மற்றும் இதர கட்சிகள் 223 இடங்களைப் பிடித்திருந்தன.

யார் ஆட்சி அமைப்பது என்பதில் குழப்பம். தமிழக அரசியலில் ராஜதந்திரியாக இருந்த ராஜாஜியும் அப்போது அரசியலில் இருந்து ஒதுங்கியிருந்தார். அவர் தீவிர அரசியலில் இருந்திருந்தால் அன்றைக்கு அப்படியொரு நிலை வந்திருக்கவும் வாய்ப்பு இல்லை.

மவுண்ட் பேட்டன் பிரபுவுக்குப் பிறகு இந்தியாவின் மிக உயர்ந்த பதவியான சுதந்திர இந்தியாவின் கவர்னர் ஜெனரலாக இருந்தவர் ராஜாஜி. 1950ம் ஆண்டு இந்தியா குடியரசு நாடு என்ற அங்கீகாரகத்துக்கு வந்த பிறகு, கவர்னர் ஜெனரல் என்ற பதவி நீக்கப்பட்டு, 'குடியரசுத் தலைவர்' பதவி உருவாக்கப்பட்டது.

எப்படியும் நாட்டின் முதல் குடியரசுத் தலைவராக ராஜாஜிதான் நியமிக்கப் படுவார் என்று அனைவருமே எதிர்பார்த் திருந்த நிலையில், அந்த வாய்ப்பு டாக்டர் ராஜேந்திர பிரசாத்துக்குப் போனது. அதனால் தனது அரசியல் பயணத்தி லிருந்து விலகி இலக்கியப் பணிகளுக்குச் செல்வதாகக் கூறி குற்றாலம் அருகே ஓய்வில் இருந்தார் ராஜாஜி.

சுதந்திரத்துக்கு முன்புவரை தனது தேவையை உணர்ந்திருந்த காங்கிரஸ் அதன் பிறகு தன்னை கண்டுகொள்ளவில்லை என்பதும் ராஜாஜியின் கோபமாக இருந்தது.

1952 பொதுத்தேர்தலில் காங்கிரஸ் கட்சிக்குப் பெரும்பான்மை இல்லாத, பெறாத நிலையில் வெளியில் இருக்கும் கூட்டணிக் கட்சிகளின் ஆதரவு இல்லாமல் ஆட்சி அமைக்க முடியாது என்ற நிலை ஏற்பட்டபோது காங்கிரஸுக்கு ராஜாஜியின் தேவை அவசியப்பட்டது.

காமராசரும் மற்ற காங்கிரஸ் தலைவர் களும் ராஜாஜியை நேரில் சந்தித்து நிலைமையை எடுத்துச் சொன்னார்கள்... ‘‘இந்திய நாட்டிற்கே கவர்னர் ஜெனரலாக இருந்த நான் எப்படி அதைவிட குறை வான முதலமைச்சர் பதவிக்கு வரமுடியும் என்னை விட்டுவிடுங்கள்’’ என்றார் ராஜாஜி. ஆனால், நேரு கேட்டுக் கொண்டதால், முதலமைச்சர் பதவியை ஏற்பது என்ற முடிவுக்கு வந்தார் ராஜாஜி.

ஆட்சி அமைக்கத் தேவையான சட்ட மன்ற உறுப்பினர்களைத் திரட்டு வதற்காகக் களத்தில் இறங்கினார் ராஜாஜி.

காமன்வீல் கட்சியின் 9 சட்ட மன்ற உறுப்பினர்கள், உழைப்பாளர் கட்சியின் 19 எம்.எல்.ஏ.க்கள் மற்றும் சில சுயேட்சை எம்.எல்.ஏ.க்களின் ஆதரவோடு, காங்கிரஸுக்குப் போதுமான பலத்தைச் சேர்த்துக்கொண்ட ராஜாஜி, ஆளுநரிடம் ஆட்சி அமைக்க உரிமை கோரினார்.

1952, ஏப்ரல் 12-ம் தேதி ராஜாஜி தலை மையிலான அமைச்சரவை பதவி ஏற்றது.

ராஜாஜி பதவியேற்ற சில மாதங்களில் சென்னை மாகாணத்திலிருந்து தங்களைப் பிரித்து ஆந்திராவைத் தனியாகக் கொடுங்கள் என்ற பிரச்னை வலுத்தது.

தெலுங்கு பேசும் சுமார் 12 மாவட்டங் கள் சென்னை மாகாணத்தோடு இருந்தது, சென்னை மாகாணத்தில் சில பகுதி களையும் சேர்த்து தனிமாநிலமாகப் பிரித்துக் கொடுங்கள் என்று போராட்டம் வெடித்தது.

அதற்காக பொட்டி ஸ்ரீராமுலு 58 நாட்கள் வரை உண்ணாவிரதம் இருந்து 1952-ம் ஆண்டு, அக்டோபர் 13-ம் தேதி உயிர்விட்டார். அவர் மறைவுக்குப் பிறகு ஆந்திரமே கிளர்ச்சி பூமியாக மாறியது. இதையடுத்து,சென்னை மாகாணத் திலிருந்து ஆந்திராவைப் பிரிக்க ஒன்றிய அரசான காங்கிரஸ் அரசு சம்மதம் தெரிவித்தது.

‘தனி ஆந்திரம் அமைக்கப்படும்’ என்று அறிவித்த நேரு அது எப்போது என்று அறிவிக்கவில்லை. இந்தப் பிரச்னை ஒரு புறம் இருக்க, ‘மொழிவாரியாக நாட்டைப் பிரிக்க வேண்டும் என்ற போராட்டங்களும் நடக்க ஆரம்பித்தன.

இந்திய ஒன்றியத்துக்குள் அப்படியொரு பிரச்னை என்றால், தமிழகத்தில் அரசுக்கு எதிராகவே பல்வேறு போராட்டங்களை ஓர் கிளர்ச்சிப் படையாக முன்னெடுத்தனர் திமுகவினர்.

காங்கிரஸுக்கு எதிரான இளைஞர் கூட்டம் அண்ணா மற்றும் கருணாநிதியின் பேச்சுகளாலும் எழுத்துகளாலும் ஈர்க்கப் பட்டு, திமுகவின்பக்கம் படையெடுத்தனர்.

அண்ணாவுக்கு துணையாக திமுகவின் கொள்கைகளைப் பரப்ப திரைத்துறையை சாதகமாகப் பயன்படுத்திக்கொண்டார் கருணாநிதி. எழுத்தாற்றலால் தனக்கென ஒரு தனிக்கூட்டத்தையும் உருவாக்கி வைத்திருந்தார்.

நாடு சுதந்திரம் அடைந்த அதே 1947-ஆம் ஆண்டில், எம்.ஜி.ஆர். கதாநாயகனாக அறிமுகமான 'ராஜகுமாரி' திரைப்படத்திற்கு வசனம் எழுதி, திரைத்துறையில் வெற்றிக்கணக்கைத் தொடங்கியிருந்தார் கருணாநிதி.

1952-ல் வெளிவந்த 'பராசக்தி' படத்தில், கருணாநிதி எழுதிய வசனங்கள் பெரும் அதிர்வலைகளை ஏற்படுத்தின.

'நாடு சுதந்திரம் அடைந்தால் பாலாறும் தேனாறும் ஓடும் என்று யார் யாரோ சொன்னதை நம்பிய பாமரமக்கள் ரத்த ஆறையும், கண்ணீர் ஆறையுமே கண்டிருக் கிறார்கள்' என்று எழுதியிருந்தார் கருணாநிதி. படம் முழுக்க விழிப்புணர்வுக் கருத்துகளை விதைத்திருந்தார்.

ஒருபக்கம் அண்ணாவின் மேடைப் பேச்சுகளில் கட்டுண்டு கிடந்த மக்கள், 'திராவிடம்' என்ற பதத்தை திரைப்படம் வாயிலாகவும் சரியாகப் புரிந்துகொள்ளத் தொடங்கினர்.

கலைத்துறையைத் தன்வசம் ஆக்கிக் கொண்டு, அரசியல் களத்தில் ஆழமாக வேரூன்றத் தொடங்கியது திமுக.

குலக்கல்வித் திட்டம்!

இந்தச் சூழலில்தான் ராஜாஜியின் குலக்கல்வித் திட்டமும் திமுகவின் வெற்றிப் படிக்கட்டுக்கு முதல் செங்கல்லை எடுத்துக் கொடுத்து நட்டது.

'புதுக்கல்வி திட்டத்தின்படி மாணவர்களுக்கு அரைநாள் மட்டுமே பள்ளிப் படிப்பு, அதன் பிறகு அவரவர் தந்தை என்ன தொழில் செய்கிறார்களோ அவற்றையே செய்யலாம்!' என்றார் ராஜாஜி.

யார் யார் என்னென்ன தொழில் செய்கிறார்களோ அவர்கள் அதையே செய்யட்டும் என்ற நோக்கத்தில்தான், ராஜாஜியின் புதுக்கல்வித் திட்டம் இருப்பதாகக் கடுமையான கண்டனக் குரல்கள் எழுந்தன.

எதிர்க்கட்சிகளெல்லாம் எதிர்ப்பு அலையாக மாறின.

'மூன்று மாதத்திற்குள் குலக்கல்வித் திட்டத்தைக் கைவிடவில்லை என்றால் நேரடி நடவடிக்கையில் ஈடுபடுவோம்!' என்று எச்சரித்தார் பெரியார்.

திமுக சார்பில் அவசரம் அவசரமாக செயற்குழுக் கூட்டத்திற்கு ஏற்பாடு செய்தார் அண்ணா.

மும்முனைப் போராட்டம்!

1953 ஜூலை 13-ம் தேதி சென்னையில் ஏற்பாடு செய்யப்பட்டக் கூட்டத்தில், மும்முனைப் போராட்டங்களை நடத்துவதன் முக்கியத்துவம் பற்றிப் பேசினார் அண்ணா.

முதல் தீர்மானமாக ராஜாஜி கொண்டு வந்த குலக்கல்வித் திட்டத்துக்கு எதிரானப் போராட்டத்தை முன்னெடுக்க வேண்டும், அடுத்த நாளே கல்லக்குடி போராட்டம், அதே நாளில், திமுகவை நேரு நான்சன்ஸ் என்று விமர்சனம் செய்ததற்கு எதிராக ரயில்மறியல் போராட்டம் செய்வதென மும்முனைப் போராட்டத்தை அறிவித்தார் அண்ணா.

யார் யார் என்னென்ன போராட்டத்தை முன்னெடுக்க வேண்டுமென திட்டம் போட்டுக் கொடுத்தார் அண்ணா.

1953, ஜூலை 14-ம் தேதி ராஜாஜி வீட்டு முன்பாக திரண்ட திமுகவினர் ராஜாஜியின் குலக்கல்விக்கு எதிரான முழக்கங்களை எழுப்பி போராட்டம் நடத்தினர். பற்றிக்கொண்டது பரபரப்பு.

ஈ.வெ.கி. சம்பத் தலைமையில் நடைபெற்ற அந்தப் போராட்டத்தில் மறியலில் ஈடுபட்ட திமுகவினர் தொடர்ந்து ராஜாஜி அரசுக்கு எதிரான முழக்கங்களை எழுப்பினர்.

முதல்நாள் இப்படியென்றால் அடுத்த நாளான ஜூலை 15-ம் தேதி, திருச்சி அருகே உள்ள கல்லக்குடிக்கு திமுகவின் கொள்கை படையோடு சென்றுவிட்டார் கருணாநிதி.

கல்லக்குடி – கருணாநிதி

கல்லக்குடி போராட்டத்தில் கருணாநிதி.

திருச்சிக்கு அருகே இருந்த கல்லக்குடி என்ற அழகிய கிராமத்தில் குடியேறிய டால்மியா என்ற வடநாட்டு சிமெண்ட் தொழிற் சாலை, அந்த ஊரின் பெயரை அகற்றி, அங்கிருக்கும் ரயில் நிலையத்திற்கு டால்மியாபுரம் என்று பெயர் வைத்தது இதைக் கண்டித்தே கல்லக்குடி என்று பெயர் மாற்றுவதற்கான போராட்டத்தைத் தொடங்க அண்ணா மூலம் பணிக்கப்பட்டிருந்தார் கருணாநிதி.

ஜூலை 15-ம் தேதி திமுக தொண்டர்களோடு டால்மியாபுரம் ரயில் நிலையத்திற்குச் சென்ற கருணாநிதி, அங்கிருந்த டால்மியாபுரம் என்ற பெயர்ப் பலகையின் மீது கல்லக்குடி என்று எழுதப்பட்ட தாளை ஒட்டினார்.

கருணாநிதியைக் கைது செய்யலாமா வேண்டாமா என்று காவல்துறையினர் தயங்கியபடி நிற்க, யாரும் எதிர்பார்க்காத வகையில் கிடுகிடுவென தண்டவாளத்தில் தலைவைத்துப் படுத்துவிட்டார் கருணாநிதி.

அவரோடு ஐந்து பேர் அடுத்தடுத்து தண்ட வாளத்தில் படுத்துவிட்டனர். காலை 10 மணிக்கு அங்கிருந்து கிளம்பவேண்டிய ரயில் கிளம்பாமல் நின்றது.

போராட்டத்தைக் கைவிடக் கோரி மாவட்ட ஆட்சியர் அதிகாரிகள் காவல்துறையினர் என எல்லோரும் எவ்வளவோ பேச்சுவார்த்தை நடத்தியும் பயனில்லை.

"டால்மியாபுரம் என்ற பெயரை அகற்றினால் மட்டுமே தண்டவாளத்தை விட்டு நகர்வோம்!" என்றார் கருணாநிதி.

கொ.அன்புகுமார்

அதிகாரிகளுக்கு என்ன செய்வதென்றே தெரியவில்லை.

ரயிலை இயக்கினால் எல்லோரும் தண்டவாளத்தைவிட்டு எழுந்து ஓடிவிடுவார்கள் என்று தப்புக்கணக்குப் போட்டனர். ரயிலை மெதுவாக இயக்க அனுமதி வழங்கப்பட்டது. ஆனால் கருணாநிதியும் திமுகவினரும் அந்த இடத்தைவிட்டு இம்மிகூட நகரவில்லை.

நல்ல வேளையாக கருணாநிதிக்கு அருகில் சில அடி தூரத்தில் வந்து நின்றது ரயில்.

ரயில் தண்டவாளத்தில் தலைவைத்துப் படுத்த கருணாநிதி.

கருப்பு | சிவப்பு / கழகங்கள்

அதன் பிறகு காவல்துறையைவிட்டு அனைவரையும் கைது செய்தனர்.

அன்றே ஆங்காங்கு திமுகவினரால் நடத்தப்பட்ட ரயில்நிறுத்தப் போராட்டத்தில் கலவரங்கள் வெடித்தன. போக்குவரத்து முடங்கிப்போனதால் போராட்டத்தைக் கலைக்க நடத்தப்பட்ட துப்பாக்கிச் சூட்டில் திருச்சியில் இருவரும், தூத்துக்குடியில் 4 பேரும் அநியாயமாகச் சுட்டுக் கொல்லப் பட்டனர். பலருக்குக் காயமும் ஏற்பட்டது.

கோபம் கொண்ட உடன்பிறப்புகள் தூத்துக்குடியில் இருந்த பாலம் ஒன்றை தீ வைத்து எரித்தனர். அன்று மட்டும் சுமார் 5000 பேர் கைது செய்யப்பட்டனர்.

டால்மியாபுரத்தில் கைது செய்யப்பட்ட கருணாநிதி உள்ளிட்ட 35 பேருக்கு ஆறுமாத காலம் கடுங்காவல் தண்டனையை வழங்கியது அரியலூர் நீதிமன்றம்.

சென்னையில் போராட்டத்தில் ஈடுபட்ட அண்ணா, நாவலர், சம்பத் உள்ளிட்டோருக்கு 500 ரூபாய் அபராதம் விதித்த நீதிமன்றம் அபராதத் தொகையைக் கட்டத் தவறினால் 3 மாதம் சிறைதண்டனை என்று உத்தரவிட்டது.

நீதிமன்றத்தில் அபராதத் தொகையைக் கட்ட மறுத்த அண்ணா, தண்டனைக்காலத்தை அனுபவிக்க ஒப்புக்கொண்டார்.

திமுகவின் போராட்டம் மட்டுமல்லாமல் பல தரப்பிலிருந்தும் ராஜாஜியின் குலக்கல்வித் திட்டத்துக்கு எதிர்ப்புக் கிளம்பிய நிலையில், காங்கிரஸ் கட்சிக்காரர்களே ராஜாஜியிடம் அந்தத் திட்டத்தை ரத்துசெய்ய கோரிக்கை விடுத்தனர். ஆனாலும் ராஜாஜி பிடிவாதமாக இருந்தார்.

நேரு வரைக்கும் இந்தப் பிரச்னையைக் கொண்டு சென்ற தமிழகத்தைச் சேர்ந்த காங்கிரஸார், ராஜாஜியின் குலக்கல்வித் திட்டம் நீடித்தால் தமிழகத்தில் காங்கிரஸ் அழிந்து விடும். ஆகையால் ராஜாஜியை உடனடியாக ராஜினாமா செய்யச் சொல்லும்படி தலைமைக்குக் கோரிக்கை வைத்தனர்.

ஆனால் நேரு, ராஜாஜியே முதலமைச்சராக நீடிக்க வேண்டும் என்று விரும்பினார். உட்கட்சியிலேயே பல்வேறு எதிர்ப்புகள் கிளம்பியதால், 'எனக்கு உடல் நலமில்லை என்பதால் முதலமைச்சர் பதவியை ராஜினாமா செய்கிறேன்!' என்று பதவியில் இருந்து இறங்கினார் ராஜாஜி.

1954, மார்ச் 24-ம் தேதி நடந்த அந்த பத்திரிகையாளர் சந்திப்பில், ''ஒவ்வொரு மனிதனுக்கும் பதவியைவிட சுயமரியாதையே முக்கியம்'' என்று சொல்லிவிட்டு முதலமைச்சர் பதவியில் இருந்து விடைபெற்றார் ராஜாஜி.

அதைத்தொடர்ந்து யாரை முதலமைச்சராக்கலாம் என்று கேள்வி வந்தபோது காமராசர் பெயர் முன்மொழியப்பட்டது.

அப்போதே காங்கிரஸில் கோஷ்டி மோதல் கடுமையாக இருந்தது. அதையெல்லாம் சமாளித்துதான் காமராசரே முதலமைச்சராக முடிந்தது.

காமராசர் முதலமைச்சர் ஆன பிறகுதான் குலக்கல்வித் திட்டத்தை ரத்து செய்தார். அதன் பிறகு தமிழகம் பல வளர்ச்சித் திட்டங்களைக் கண்டது.

என்னதான் காங்கிரஸை பெரியாரும் திமுகவும் எதிர்த்து வந்திருந்தாலும் காமராசர் முதல்வராவதை பெரியாரும் அண்ணாவும் வரவேற்கவே செய்தனர்.

ஸ்ரீவில்லிப்புத்தூர் நாடாளுமன்றத் தொகுதியின் நாடாளுமன்ற உறுப்பினராக இருந்த காமராசரை திடீரென முதலமைச்சர் ஆக்கியதால், அவர் சட்டமன்றத் தொகுதியில் நின்று போட்டியிடும் கட்டாயம் வந்தது. அதன்படி குடியாத்தம் தொகுதி வேட்பாளராக

கொ.அன்புகுமார்

காமராசர் தேர்தல் பிரசாரம்.

களம் இறங்கிய காமராசரைப் புகழ்ந்து தள்ளினார் பெரியார்.

"காமராசர் பச்சைத் தமிழர். அவர் முதலமைச்சராக இருந்தால் தமிழகம் முன்னேறும்" என்றார்.

'அறிஞர் அண்ணாவோ குலக்கொழுந்தே குணாளா!' என்றே பாராட்டி எழுதியிருந்தார். அப்படியான அரசியல் நாகரிகம் இருந்தது அன்று.

அவர் ஆட்சிப் பொறுப்பை ஏற்பதற்கு முன்னதாக அதாவது 6 மாதத்திற்கு முன்பாகவே 1953, அக்டோபர் 1-ம் தேதி ஆந்திரம் தனி மாநிலமாகப் பிரிந்து சென்று விட்டது.

இந்த நிலையில் திராவிடர்களை ஒன்றிணைக்கும் வழியில் தீவிரமாக இறங்கிய திமுக, தங்களது கொள்கையின் தீ பந்தங்களைக் கொண்டு ஒவ்வொரு வீட்டிலும் வெளிச்சம் கொண்டுவர முயன்றது.

ஆந்திரப் பிரிவினையால் தமிழர்கள் தமிழர்களாய் ஒன்றிணையவும், தமிழர்களுக் கான சட்ட திட்டங்களை இயற்றிக்கொள்ளவும் வழி ஏற்பட்டது.

அப்படியானப் பிரிவினை அன்று ஏற்பட்டிருக்கவில்லையெனில் 'தமிழ்நாடு' என்ற பெயர்கூட கனவாக இருந்திருக்கும்.

ராஜாஜியின் பதவி விலகல், திமுகவின் மும்முனைப் போராட்டத்தின் வெற்றியாகவே கருதினர் தமிழக மக்கள்.

மும்முனைப் போராட்டம் மூலம் காங்கிரஸை அசைத்துப் பார்த்த திராவிட முன்னேற்றக் கழகம், அடுத்த சில ஆண்டு களுக்குள்ளாகவே ஆட்சிக் கட்டிலை நோக்கி நகரத்தொடங்கியது.

காமராசர் ஆட்சியின் நலத்திட்டங்களை பெரியாரும் அண்ணாவும் வரவேற்றாலும், பல எதிர்ப்புக் குரல்களை அவ்வப்போது எழுப்பியே வந்தனர்.

அதன் முன்னோட்டம்தான் 1955-ம் ஆண்டு, ஆகஸ்ட் 1-ம் தேதி ''இந்திய தேசியக் கொடி எரிக்கப்படும்!'' என்று அறிக்கை விட்டார் பெரியார்.

இந்தித் திணிப்புக்கு எதிராக பெரியார் விடுத்த அந்த அறிவிப்பைக் கேட்டு அதிர்ந்த தமிழகத்தைச் சேர்ந்த காங்கிரஸார், பிரச்னையை நேருவரை கொண்டு சென்றனர்.

நேருவோ, காமராசரை அழைத்து, ''பெரியாரை நீங்கள் தடுக்கக் கூடாதா?'' என்று கேட்டார். காமராசர், ''பெரியார் என் நண்பர்தான். ஆனால், பெரியார் இந்திக்கு நண்பரல்ல. ஆனாலும் நான் பார்த்துக் கொள்கிறேன்!'' என்று சொல்லிவிட்டார்.

அதன் பிறகு காமராசர் வெளியிட்ட கனிவான அறிக்கையால் தேசிக்கொடி எரிப்புப் போராட்டத்தைக் கைவிட்டார் பெரியார்.

சுதந்திரத்துக்குப் பிறகு கிடைத்ததேசத்தை அப்படியாக்கலாமா இப்படியாக்கலாமா,

இந்திரா காந்தி, காமராசர், அண்ணா.

அந்தச் சட்டத்தைக் கொண்டுவரலாமா இந்தச் சட்டத்தைக் கொண்டுவரலாமா, யாருக்கு அதிக அதிகாரம், மாநில அரசுகளின் குடுமி நம்மிடம்தான் இருக்க வேண்டும் என்பது போன்ற பல்வேறு அறிவிப்புகளைக் கொடுத்து வந்தனர் தேசிய தலைவர்கள்.

அதில் ஒன்றுதான் 'தட்சிணப் பிரதேசம் அமைக்கலாம்' என்ற யோசனை.

'மொழிவாரி மாநிலமாகப் பிரியாமல் இந்தியாவில் ஐந்து அல்லது 6 மாநிலங்கள் மட்டுமே இருக்க வேண்டும். அப்படி இருந்தால் மாநில அரசு பலம் வாய்ந்தாக இருக்கும்' என்று சொன்னார்கள்.

1956-ம் ஆண்டுதான் அப்படியொரு பிரச்னை முளைத்தது. இந்த முடிவுக்கு திராவிட முன்னேற்றக் கழகம் கடுமையான எதிர்ப்பைத் தெரிவித்தது.

'நீங்கள் கேட்கும் 'திராவிட நாடு' போன்ற ஒருங்கிணைந்த பகுதிதானே 'தட்சிணப் பிரதேசம்'. பின்னர் ஏன் அதை எதிர்க்கிறீர்கள்? என்று அப்போதைய அமைச்சர் சி.சுப்பிரமணியம் கேட்க, அதற்கு அண்ணா சொன்னது சுவாரஸ்யமானது.

''நாங்கள் கேட்பது இட்லி, ஆனால் 'தட்சிணப் பிரதேசம்' என்பது மண் இட்லி!'' என்று சொன்னார் அண்ணா.

காமராசருக்கும் தட்சிணப் பிரதேசம் அமைப்பதில் விருப்பமில்லை.

'பிற மாநிலங்கள் ஆதிக்கம் செலுத்தினால் அதற்கு மதிப்பிருக்காது' என்று ஏற்கெனவே பெரியார் காமராசருக்குக் கடிதம் ஒன்றை எழுதியிருந்தார். அதே முடிவைத்தான் காமராசரும் எடுத்தார்.

இந்த நிலையில், 1957 பொதுத்தேர்தல் தேதி அறிவிக்கப்பட்டது.

1957 பொதுத்தேர்தல்

1952 -ம் ஆண்டுதான் சுதந்திர இந்தியாவில் முதன் முதலில் தேர்தல் நடத்தப்பட்டது. அந்தத் தேர்தலில் திராவிட முன்னேற்றக் கழகம் போட்டியிடவில்லை. கட்சித் தொடங்கிய 3 வருடத்தில் வந்த தேர்தல் என்பதால் அதில் போட்டியிட விரும்பவில்லை அண்ணா. ஆனால், திமுகவின் கொள்கைகளை ஆதரிப்பதாக எழுதிக்கொடுப்பவரை திமுக ஆதரிக்கும் என்றார் அண்ணா.

அதன்படி எழுதிக்கொடுத்துவிட்டு திமுக ஆதரவைப் பெற்ற பல சுயேட்சைகள்கூட எளிதாக வெற்றிப் பெற்றனர்.

இம்முறை வரும் பொதுத்தேர்தலில் பார்வையாளராக இருந்துவிடக்கூடாது என்பதில் உறுதியாக இருந்தார் அண்ணா.

நிச்சயமாக காமராசரை எதிர்த்தாக வேண்டும். வேறுவழியில்லை. அது காலத்தின் கட்டாயம் என்பது திமுகவினருக்குத் தெரியும்.

காங்கிரஸின் கட்சிக் கோட்பாடுகளுக்கு இணங்கவே காமராசரும் பல முடிவுகளை எடுத்ததால், காங்கிரசை எதிர்க்கும் வேட்கை தீரவில்லை திமுகவிற்கு.

திமுகவை வளர்த்தெடுக்க அண்ணா மேற்கொண்ட முயற்சியின் முக்கிய பகுதி தான் இன்றைய திமுகவின் மகளிரணி.

ஆரம்பக் காலத்தில் மகளிர் மன்றங்களின் மூலம் பெண்களை கட்சிக்குள் கொண்டுவர பெரிதும் முயற்சி மேற்கொண்ட அண்ணா, அந்த மன்றத்தில் ஊரார்களை இணைப்பதற்கு முன்பாகவே கட்சித் தலைவர்களின் இணையர்களை அதில் உறுப்பினராக்கினார்.

கருப்பு | சிவப்பு / கழகங்கள்

1956, ஆகஸ்ட் 21-ம் தேதி திமுகவின் ஐம்பெரும் தலைவர்களில் ஒருவரான என்.வி.நடராசன் வீட்டில் நடந்த அமைப்புக் கூட்டத்தில், ஒடுக்கப்பட்ட மக்களின் வெளிச்சமாக இருந்த சத்தியவாணிமுத்துவை மகளிர் மன்றத்தின் தலைவராக நியமித்து, செயலராக ராணி அண்ணாதுரை, தயாளு கருணாநிதி, அருண்மொழி செல்வம், வெற்றிச் செல்வி அன்பழகன், புவனேஸ்வரி நடராசன், உள்ளிட்ட பலர் செயற்குழு உறுப்பினர்களாக நியமிக்கப்பட்டார்கள்.

தலைவர்களின் இணையர்களே உறுப்பினரானதால் கட்சித் தொண்டர்களும், அவரவர் மனைவியைக் கட்சியில் உறுப்பினராக்கி கழகப் பணிகளை மேற் கொள்ளச் செய்தனர்.

அண்ணாவின் அந்த சாதுர்யமான முடிவு அனைவராலும் வரவேற்கப்பட்டது.

தேர்தலில் திமுக போட்டியிடுவதற்கு, ஜனநாயக முறைப்படி தொண்டர்களிடம் வாக்கெடுப்பு நடத்தி தேர்தலில் நிற்கலாமா வேண்டாமா என்று முடிவு செய்யலாம் என்று தீர்மானித்தார் அண்ணா.

திமுகவின் இரண்டாவது மாநில மாநாட்டில், அதாவது 1956, மே 17-ம் தேதி திருச்சியில் நடந்த அந்த மாநாட்டில் அதற்கான வாக்கெடுப்பு நடந்தது. எங்கு பார்த்தாலும் பேய்மழை சூறாவளி சுழன்றடித்த நாள் அது. உடன்பிறப்புகள் எல்லோராலும் வாக்களிக்க வரமுடியவில்லை. வந்த வரைக்கும் எண்ணிய ஓட்டுகளை வைத்துப் பார்த்ததில் பெரும்பாலானோர் தேர்தலில் போட்டியிடலாம் என்றே வாக்களித்திருந்தனர்.

திராவிட முன்னேற்றக் கழகம் வலுவான காங்கிரஸோடு மோதும் முதல் தேர்தல் அது தான் என்றாகிவிட்டது.

வேட்பாளர்கள் அறிவிக்கப்பட்டு, தமிழகம் முழுவதும் பல இடங்களுக்குப் பிரசாரத்திற்குச் சென்றார் அண்ணா.

திமுகவின் ஐம்பெரும் தலைவர்கள் தமிழகத்தில் புகழ்பெற்று விளங்கினார்கள். அண்ணாவுக்கு அடுத்த இடத்தில் நாவலர் நெடுஞ்செழியன், என்.வி.நடராசன், மதியழகன், ஈ.வி.கே. சம்பத் ஆகிய ஐம்பெரும் தலைவர்கள் வரிசையில் இருந்தனர். ஆனால், அவர்கள் நால்வரில் அண்ணாவின் மனதுக்கு நெருக்கமாக இருந்தவர்களில் முதன்மையானவர் கலைஞர் கருணாநிதி.

எழுத்து, பேச்சு, நாடகம், திரைத்துறை என இருவருக்குள்ளும் இருக்கும் ஒற்றுமையே அந்த நெருக்கத்திற்கான காரணம். அத்தனை துறைகளிலும் தனது அசாத்திய திறமைகளை வெளிக்கொண்டு வந்த கருணாநிதியை பிரச்சார பீரங்கியாகவே பயன்படுத்தினார் அண்ணா.

1957 தேர்தலில் அண்ணாவும் மற்ற தலைவர்களும் பம்பரமாய் சுற்றி வாக்கு சேகரிப்பில் இறங்கினர். திராவிட முன்னேற்றக் கழகத்தை பட்டிதொட்டி களுக்கெல்லாம் தங்களது படைப்புகள் மூலமாகக் கொண்டு சென்றனர். ஆனால், தேர்தல் முடிவுகள் திமுகவுக்குச் சாதகமாக இல்லை.

முந்தைய காமராசர் ஆட்சியின் நல்ல பல திட்டங்களால், மீண்டும் காமராசரையே முதலமைச்சராகத் தேர்ந்தெடுத்தனர் தமிழக மக்கள்.

திராவிட முன்னேற்றக் கழகம் போட்டி யிட்ட முதல் தேர்தலில் 15 சட்டமன்ற உறுப்பினர்களைப் பெற்றது.

திமுகவுக்கு எதிர்பார்த்த பெரிய வெற்றி இல்லைதான். ஆனால், நல்ல தொடக்கம்.

அதுகுறித்து அண்ணா பேசியபோது ''முதலில் 'திமுக சார்பில் போட்டியிட ஆளே இல்லை' என்றார்கள். 15 பேர் வெற்றிபெற்ற பிறகு 'பதினைந்து பேர்தானே' என்றார்கள். அதையெல்லாம் நாம் உற்சாகமாக எடுத்துக் கொண்டு பயணிப்போம்'' என்றார் அண்ணா.

அந்த தேர்தலில் அறிஞர் அண்ணா தனது சொந்த ஊரான காஞ்சிபுரத்தில் போட்டியிட்டு வெற்றிபெற்றிருந்தார்.

குளித்தலை தொகுதியில் வெற்றிவாகை சூடியிருந்தார் கருணாநிதி.

மேலும் அன்பழகன், சத்தியவாணிமுத்து உள்ளிட்ட 15 பேர் கொண்ட திராவிட போர்ப் படையினர் கோட்டைக்குள் நுழைந்தனர்.

அதுவரை வெளியில் இருந்து கேட்ட திராவிட இடிமுழுக்கம் அண்ணா, கருணாநிதி ஆகியோரின் நுழைவால் கோட்டைக்கு உள்ளேயும் கேட்கத் தொடங்கியது.

அண்ணாவுடன் சத்தியவாணி முத்து.

கருப்பு | சிவப்பு / கழகங்கள்

கலைஞர் மேடையில் இடி முழக்கம்.

கலைஞர் வரலாறு!

1924-ம் ஆண்டு, ஜூன் 3-ம் தேதி முத்துவேல் அஞ்சுகத்தம்மாளின் செல்ல மகனாக பிறந்து வளர்ந்த கருணாநிதி, நீதிக் கட்சி ஆட்சியைப் பிடித்த தொடக்க காலத்தில் பிறந்து, எதிர்காலத்தில் அவரே அதன் கொள்கைகளின் வேர்பிடித்து, நாட்டையே 5 முறை கட்டி ஆளுவார் என யாருமே நினைத்திருக்கவில்லை.

கலைஞர் கருணாநிதியின் பிறந்த ஊராக வரலாற்றில் தனிமுத்திரை பதித்து விட்டது, திருவாரூர் மாவட்டத்தில் இருக்கும் திருக்குவளை.

''காற்றின் பயமுறுத்தல்களுக்கெல்லாம் கட்டுப்படாமல் ஆயிரம் வருடங்கள் உறுதியோடு தலைநிமிர்ந்து வாழும் மரத்தின் வேர்களுக்கும், சில ஆண்டுகளிலேயே சிறு மழைக்கே சாய்ந்து போகும் மரத்தின் வேர்களுக்குமான வித்தியாசம் எப்படியோ அப்படித்தான் மற்ற அரசியல் தலைவர்களுக்கும் கலைஞர் கருணாநிதி எனும் பேராளுமைக்குமான வித்தியாசம்.''

கலைஞர் இல்லாமல் போயிருந்தால் தமிழகத்தின் அரசியல் வரலாறே தலை கீழாக மாறியிருக்கும். நாடு சுதந்திரம் அடைந்த பிறகு வடக்கிலிருந்து யார் யாரோ ஒட்டுமொத்த தேசத்துக்குமான முதலாளிகளாக சட்டங்களையும் திட்டங்களையும் திணித்தபோது, அதையே வேதவாக்காக எடுத்துக்கொள்ளாமல் கேள்வி கேட்டவர் கருணாநிதி.

கருப்பு | சிவப்பு / கழகங்கள்

ஆரம்பத்தில் சுதந்திர இந்தியா என்பது கோர்க்கப்படாத மாலையாக இருந்தது. மாநிலங்கள் எனும் அழகியப் பூக்களை அங்கொன்றும் இங்கொன்றுமாய் கலந்து கட்டிவிட்டாலே அது மாலையாகிவிடும் என்று கற்பனையில் வாழ்ந்தோரை யெல்லாம், இப்படித்தான் கட்டிக்கோர்க்க வேண்டும் மாநில சுயாட்சி உரிமைகளை கட்டிக்காக்க வேண்டும் என்று ஒட்டு மொத்தத் தேசத்துக்குமே வகுப்பெடுத்தவர் கருணாநிதி.

கருணாநிதியின் இளமைக்காலம் வறுமையெனும் கொடிய தீயின் பிடியில் இருந்தது. உடன்பிறந்தவர்கள் சண்முக சுந்தரம் பெரியநாயகி எனும் இரண்டு சகோதரிகள்.

தந்தை முத்துவேலர் கவிதை எழுதுவதில் தேர்ந்தவர். என்ன நோயாக இருந்தாலும் அவற்றுக்கு மருந்து கொடுக்கும் அற்புத மனிதராகவும் இருந்தார். தேவாரம், திருவாசகம் எல்லாவற்றிலும் புலமை மிக்கவர். அதனால்தான் சிறுவயதிலேயே தந்தையிடம் இருந்து அறிவையும் வாசிப்பையும் பெற்றிருக்கிறார் கலைஞர்.

அப்போதே நகைச்சுவையாகப் பேசுவதிலும், ஊர்ப் பண்ணையார்கள் பற்றியும் ஆதிக்க சாதியினரின் அடக்கு முறைகளுக்கும் எதிரான பாடல்களை எழுதிப் பாடியிருக்கிறார் முத்துவேலர்.

முத்துவேலர் - அஞ்சுகம் அம்மாளுடன் கருணாநிதி

கொ.அன்புகுமார்

கலைஞரின் பள்ளி நாட்கள்.

கருணாநிதிக்கு அவர் தந்தை வைத்த பெயர் தட்சிணாமூர்த்தி. ஆனால், அந்தப் பெயர் தான்கொண்ட கடவுள் மறுப்புக்கு எதிரானது என்பதால் 'கருணாநிதி' என்று தனது பெயரை மாற்றிக்கொண்டார்.

14 வயதில் ஒரு சிறுவனுக்கு என்ன தெரியும் என்று யோசிக்கலாம், ஆனால் கருணாநிதிக்கு எழுத்து, கவிதை, பத்திரிகை, நாடகம், சமூகப்பணி... என எல்லாம் தெரிந்திருந்தது.

திருவாரூரின் மையப்பகுதியில் இருக்கும் கமலாலயம் தெப்பக்குளத் திற்கும் கலைஞருக்குமான கதையும்கூட சுவாரஸ்யத்துக்குப் பஞ்சம் வைக்காது.

குளத்திற்கு அருகேதான் இருக்கிறது, கருணாநிதி படித்த அந்த உயர்நிலைப் பள்ளி. 5ஆம் வகுப்பில் சேருவதற்காக தலைமை ஆசிரியரின் அறைக்கு வெளியில் காத்திருந்த கருணாநிதிக்கு பதில் கிடைக்க வில்லை. அப்போது கலைஞருக்கு 12 வயது. நெடுநேரம் காத்திருந்துவிட்டு தன்னை அழைக்கவில்லை என்பதற்காக தலைமை ஆசிரியரின் அறைக்குள் நுழைந்த கருணாநிதி,

''திருக்குவளையில் இருந்து வருகிறேன்... இந்தப் பள்ளியில் நான் சேர வேண்டும்'' என்றதும்,'' நீ பள்ளியில் சேர்வதற்குத் தடையில்லை, ஆனால்

அஞ்சுகம் அம்மாளுடன் கலைஞர்.

அதற்கு முன்னதாக தேர்வு எழுத வேண்டும்'' என்று தலைமையாசிரியர் சொல்ல,

''ஏற்கெனவே முதல் ஃபாரத்துக்கு எழுதினேன், இரண்டாம் ஃபாரத்துக்கும் எழுதினேன். ஆனால், எதற்கும் ரிசல்ட் வரவில்லை. ஐந்தாம் வகுப்பில்கூட சேர்க்க இடமில்லை என்கிறார்கள். நான் என்ன செய்வது இப்படியே திரும்பிப் போனால் எல்லாரும் கேலி செய்வார்கள். நீங்கள் பள்ளியில் சேர்த்துக்கொள்ளவில்லை என்றால் எதிரே இருக்கும் கமலாலயம் குளத்தில் விழுந்து தற்கொலை செய்து கொள்வேன்'' என்று மிரட்டியிருக்கிறார் கருணாநிதி.

போராட்டத்தின் மூலம் தான் எதையும் பெற முடியும் என்பதை சிறுவயதிலேயே தெள்ளத்தெளிவாக உணர்ந்திருந்தார் கருணாநிதி.

பள்ளியில் படிக்கும் போதே தனது நண்பர்கள் நமசிவாயம், தென்னன் ஆகியோருடன் சேர்ந்து சிறுவர் சீர்திருத்த சங்கம் ஆரம்பித்து, நடந்தி வந்திருக்கிறார். ஒருபைசா சந்தா கட்டி சேரும் நண்பர் களைக் கொண்டு, இளம் வயதிலேயே பெருமைக்குரிய பிரசாரங்களை முன்னெடுத்தார் கருணாநிதி.

இளமைக்காலத்தில் அவர் நடத்திவந்த மாணவநேசன் என்ற கையெழுத்துப் பிரதியே பின்னாளில் 'முரசொலி'யாகி,

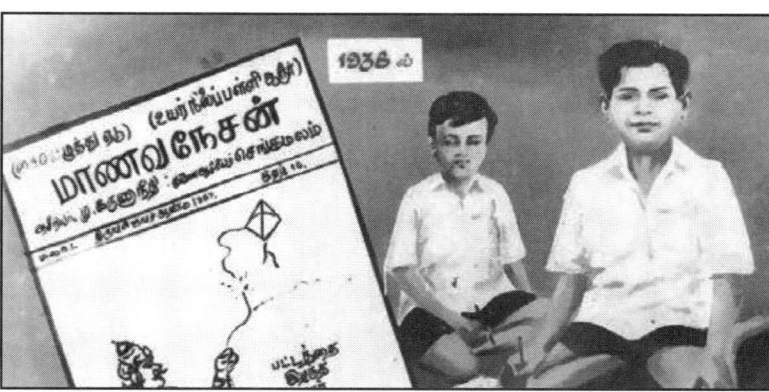

அதுவே இன்றுவரை கட்சியின் அதிகாரபூர்வ நாளேடாகத் திகழ்வதெல்லாம் பெரும் வரலாறு.

'மாணவ நேசன்' கையெழுத்துப் பிரதியே அவரது எழுத்துத் திறமையை ஆளுமைகளின் கண்களுக்குக் கடத்தியது.

சிதம்பரம் அண்ணாமலைப் பல்கலைக் கழகத்தில் படித்துக் கொண்டிருந்த க.அன்பழகன் மதியழகன் போன்றோரை யெல்லாம் திருக்குவளைக்கு அழைத்து விழா நடத்துவது, சீர்திருத்தப் பேச்சுகளைத் தெளிக்கும் மேடை அமைப்பது... என சிறுவயதிலேயே அறிவு முதிர்ச்சியோடு இருந்தார் கருணாநிதி.

பேராசிரியர் அன்பழகனுடன் கருணாநிதி

முதல் மனைவி பத்மாவதியுடன்...

மனைவி தயாளுவுடன் கருணாநிதி...

மகள் கனிமொழி, ராஜாத்தியம்மாளுடன் கருணாநிதி...

அண்ணா நடத்தி வந்த திராவிடநாடு பத்திரிகையில் கலைஞர் எழுதிய 'இளமைப்பலி' என்ற கட்டுரை அண்ணாவின் மனதுக்குள் பெரும் தாக்கத்தை விதைத்தது. திருவாரூருக்கு அண்ணா சென்றிருந்த போது, 'கருணாநிதி என்பவர் யார், எங்கே இருக்கிறார். அவரைச் சந்திக்க வேண்டும், அழைத்து வாருங்கள்' என்றதும் அவர் முன்னே ஓர் இளைஞனைக் கொண்டு வந்து நிறுத்தினார்கள்.

அண்ணாவுக்கு ஆச்சர்யம் தாங்கவில்லை. எழுத்தைக் கொண்டு கருணாநிதியை எடைபோட்டிருந்த அண்ணா, 'கருணாநிதி என்பவர் தாடியும் மீசையுமாய் பெரிய ஆளாக இருப்பார்' என்றே நினைத்திருந்தார் ஆனால், அதற்கு மாறாக வந்து நின்ற அந்தத் துடிப்பு மிக்க இளைஞனை அப்போதே நெஞ்சுக்குள் பூட்டிக் கொண்டார் அண்ணா. அவர்தான் அண்ணாவுக்குப் பின் என்பதை காலம் எப்படியெல்லாம் தீர்மானித்திருக்கிறது என்பதற்கு இதுவே மிகப்பெரிய சான்று.

கலைஞரின் எழுத்துகளையும் நாடகத்தையும் பார்த்துவிட்டு வியந்த பெரியார், அவர் நடத்திவந்த குடியரசு வார இதழில் கருணாநிதியை துணையாசிரியராகச் சேர்த்துக் கொண்டார்.

1944ஆம் ஆண்டில் பத்மாவதி என்ற பெண்ணை கரம்பற்றினார், கருணாநிதி. திராவிடர்கழகத்தில் மிகச்சிறந்த பேச்சாளராகவும், எழுத்தாளராகவும், திரைத் துறையில் சிறந்த வசனகர்த்தாவாகவும் இயங்கி வந்த கருணாநிதியையும், மகன் முத்துவையும் 4 ஆண்டுகளிலேயே விட்டு விட்டு இயற்கை எய்திவிட்டார் பத்மாவதி

மனைவி பத்மாவதியை இழந்துவிட்ட சோகத்திலிருந்து மீண்டுவரவே சில காலம் ஆனது கருணாநிதிக்கு.

பின்னர் மயிலாடு துறை-திருவாரூர் சாலையில், பூந்தோட்டம் அருகே உள்ள திருமாளம் என்ற கிராமத்திலிருந்து தயாளு என்ற பெண்ணை மணம் முடித்துவைக்க அவரது பெற்றோர் முடிவு செய்தனர். ஆரம்பத்தில் அதை மறுத்தவர் பின்னர்

மகன் முத்துவின் வளர்ப்பிற்காக திருமணத்திற்கு ஒப்புக்கொண்டார். அவர்களது திருமணம் 1948, செப்டம்பர் 15-ம் தேதி நடந்தது.

சில காலம் கழித்து, தனது கலைப் பயணத்திலும், கட்சிப் பயணத்திலும் துணையாய் இருந்த ராஜாத்தி அம்மாளை வாழ்க்கைப் பயணத்திலும் இறுகப் பற்றிக் கொண்டார்.

கருணாநிதி-தயாளு தம்பதிக்கு முக.அழகிரி, முக.ஸ்டாலின், மு.க. தமிழரசு, செல்வி என 4 செல்வங்கள். துணைவியார் ராஜாத்தி அம்மாளுக்கும் கருணாநிதிக்கும் செல்ல மகளாகப் பிறந்தவர் கனிமொழி.

கடமை, கண்ணியம், கட்டுப்பாடு என வகுத்து வாழ்க்கையையே பொதுப் பணிக்காக அர்பணித்தவர் கருணாநிதி.

நாடு சுந்திரம் அடைந்த அதே வருடம் திரைத்துறையில் கோலோச்சினார் கலைஞர். 1947-ல் எம்.ஜி.ஆர்.கதாநாயகனாக அறிமுகம் ஆன 'ராஜகுமாரி' என்ற திரைப்படத்தில்தான் முதன்முதலாக வசனம் எழுதி சினிமா எனும் பெருங் கடலில் மூழ்கி முத்தெடுத்தார் கருணாநிதி.

'ராஜகுமாரி', 'மந்திரிகுமாரி', 'பராசக்தி', 'மனோகரா' என அத்தனைத் திரைப் படங்களிலும் தன் வசனங்களைத் தெறிக்கவிட்டார்.

திருக்குறளுக்கு உரை, குறளோவியம், தென்பாண்டிச் சிங்கம், ரோமபுரிப் பாண்டியன், சங்கத்தமிழ் உள்ளிட்ட நூற்றுக்கும் அதிகமான படைப்புகளைத் தந்தவர் கருணாநிதி.

தூக்குமேடை, மணிமகுடம், நானே அறிவாளி உள்ளிட்ட மேடை நாடகங்களிலும் நடித்திருக்கிறார்.

தனது கடைசிக் காலத்தில்கூட 'ராமானுஜர்', 'தென்பாண்டிச் சிங்கம்' போன்ற தொடர்களை எழுதிவந்தார்.

16-க்கும் அதிகமான நாவல்கள், 37 சிறுகதைகள், திராவிட இயக்க வரலாற்றைப் பதிவு செய்யும் 'நெஞ்சுக்கு நீதி', 8 கவிதை நூல்கள், 69 படங்களில் பணி, 66 ஆண்டுகால திரை வாழ்க்கை, 8 படங்களுக்கு திரைக்கதை-வசனம், 26 படங்கள் தயாரிப்பு... என கலைத் துறையிலும், எழுத்துத் துறையிலும் மாபெரும் சரித்திரத்தைப் படைத் திருக்கிறார் கலைஞர்.

இந்திய அரசியல் தலைவர்களிலேயே கருணாநிதி அளவுக்கு பல துறைகளிலும் சாதனை நிகழ்த்தியவர் யாருமில்லை.

ஒரு சாதாரண குடும்பத்திலிருந்து எந்த பின்னணியும் இல்லாமல் வளர்ந்து ஆளாகி, கட்சியில் 10 ஆண்டுகளிலேயே தன் உழைப்பின் மூலம் கட்சியின் மூன்றாவது இடத்துக்கு வந்தவர்.

ஐந்து முறை முதலமைச்சர் என்ற அரியணையில் அமர்ந்து சாதித்தவர்.

எளிய குடும்பத்தில் பிறந்து வளர்ந்து, இவ்வளவு பெரிய உச்சத்தை அடைந்த போதிலும் தன் தந்தை முத்துவேலர் தூண்டில் போட்டு பிடித்துவந்த மீனை, தாய் அஞ்சுகத்தம்மாள் ஆக்கிக்கொடுத்த வாழ்க்கையைதான் கடைசி வரை நெஞ்சுக்குள் சுமந்தார்.

இப்படி கலைஞரைப் பற்றிய வரலாற்றைச் சொல்லிக்கொண்டே போகலாம்.

1957 காமராசர் அமைச்சரவை பதவியேற்பு.

1957 தேர்தலில் இரண்டாவது முறையாக காமராசர் முதலமைச்சராக பதவியேற்றுக்கொண்டார்.

காங்கிரஸ் மீது பல விமர்சனங்களை கொண்டிருந்தவர்கள்கூட காமராசர் என்ற மகத்தான தலைவருக்காக அந்த முறையும் காங்கிரசுக்கு வாக்களித்திருந்தனர்.

1957 தேர்தலில் திமுகவிற்கு வேறும் 15 இடங்களே கிடைத்திருந்தது தோல்விதான் என்றாலும், காங்கிரசை வீழ்த்தும் காலம் வந்தே தீரும் என்று காத்திருந்தார் அண்ணா.

இந்த நிலையில் 1957-ம் ஆண்டு காமராசர் ஆட்சியின்போது நடந்த முதுகுளத்தூர் வகுப்பு கலவரம் அடுத்தடுத்து வந்த தேர்தல் களத்தில் காங்கிரசுக்கு எதிரான வாக்கு வங்கிகளை அமைத்தது.

திமுக என்ற பேரியக்கத்தை தோற்றுவித்த அண்ணா, தன் தம்பிகள் மூலம் கட்சியை பட்டித்தொட்டி வரை கொண்டு சென்றார்.

'வடக்கு வாழ்கிறது, தெற்கு தேய்கிறது!' என்ற முழக்கத்தை முன்வைத்த அண்ணா அதற்கான காரணிகளையும் பேசத் தொடங்கினார்.

இந்தநிலையில்தான் 1959ஆம் ஆண்டு சென்னை மாநகராட்சித் தேர்தல் வந்தது.

மொத்தம் இருந்த 100 இடங்களில் 90 இடங்களில் போட்டியிட்ட திராவிட முன்னேற்றக்கழகம் 45 இடங்களில் வெற்றிபெற்று காங்கிரசுக்கு அதிர்ச்சி வைத்தியம் கொடுத்தது. காங்கிரஸ் கட்சி அனைத்து இடங்களிலும் போட்டியிட்டு 36 இடங்களில் மட்டுமே வெற்றிபெற முடிந்தது. திமுகவின் இந்த வெற்றி காங்கிரசுக்குப் பேரிடியாக மாறியது.

100 இடங்களில் 90 இடங்களில் திமுக வேட்பாளர்களை களம் இறக்கியே ஆகவேண்டுமென அண்ணாவிடம் பிடிவாதம் காட்டிய கருணாநிதியால் கிடைத்த அந்த வெற்றிக்குப் பரிசாக கருணாநிதிக்கு கணையாழியைக் கொடுத்து மகிழ்ந்தார் அண்ணா.

செ‌ன்னை மாநகராட்சியின் முதல் மேயராக திமுகவைச் சேர்ந்த அ.பொ.அரசு பொறுப்பேற்க, அந்த வெற்றியின் மூலம் பலம் வாய்ந்த கட்சியாக மாறியது திமுக.

இதில் சுவாரஸ்யம் என்னவென்றால் காங்கிரசை எதிர்த்து வெற்றிபெற்ற திமுக, காமராசருக்குச் சிலை அமைக்க தீர்மானம் நிறைவேற்றியதுதான் பலரையும் ஆச்சர்யத்தில் ஆழ்த்தியது.

காமராசர் உயிரோடு இருக்கும்போதே அவருக்காக சிலை அமைத்து, அதை நேருவைத் திறக்க வைத்துப் பெருமைப் படுத்தியது திமுக.

"உயிருடன் இருப்பவருக்கு சிலை திறப்பா என்று யோசித்தேன். ஆனால், ஓர் மிகச்சிறந்த மனிதரைப் பாராட்டவே நேரில் வந்தேன்" என அந்த நிகழ்ச்சியை வியந்து பாராட்டினார் நேரு.

அண்ணாவின் மாற்றுக்கட்சியினரை மதிக்கும் மாண்பை எல்லாருமே வியந்தனர்.

தம்பிக்கு கணையாழி

காமராசரின் வெண்கலச் சிலை

ராஜாஜி இருந்தபோது காங்கிரசுக்கும் திமுகவுக்கும் இருந்த மோதல்போல் இல்லை, காமராசர் முதலமைச்சரான பிறகு. காமராசர் ஆட்சிக்கு பல்வேறு தருணங்களில் ஆதரவே தெரிவித்துவந்தார் அண்ணா.

ஆனால், காங்கிரசுக்கு மாற்றுச் சக்தியாக திமுகவை வளர்த்தெடுக்க வேண்டும் என்ற முனைப்பில் சுணக்கம் காட்டவில்லை.

1962-ம் ஆண்டு பொதுத்தேர்தலில் திமுகவின் முழு பலத்தையும் காட்டுவதற்கான முயற்சிகளில் இறங்கினார் அண்ணா.

திமுகவில் நட்சத்திர பேச்சாளர்களாக அண்ணாவின் பேச்சைக் கேட்பதற்கும் கலைஞரின் உரைவீச்சுக்காகவுமே பெரும் கூட்டம் முண்டியடிக்கும்.

புராண கதைகளையும் இதிகாசங்களையுமே பேசிவந்த அந்த கருப்பு வெள்ளைக் காலத்தில் திருக்குறளையும் சங்க இலக்கியங்களையும் சிலப்பதிகாரத்தையும் மக்களிடம் வாய் இனிக்கப் பேசித் தீர்ந்தனர் அண்ணாவும் கலைஞரும்.

தீண்டாமைக் கொடுமைகள், பெண் ணுரிமை, வர்ணாசிரம பேதங்கள் என அனைத்தையும், தங்கள் கதை, கட்டுரைகளில் எழுதியதைப்போலவே, மேடைதோறும் பட்டவர்த்தனமாகப் பேசியும் வெளிச்சமிட்டனர்.

1962 பொதுத்தேர்தல்.

1962 பொதுத்தேர்தல் பரபரப்பு தொடங்கியது.

காங்கிரசுக்கு எதிராக பல எதிர்ப்புகளை திமுகவினர் பதிவு செய்தாலும் காமராசர் மீது பெரிய அளவில் குற்றச்சாட்டுகளை பதிவு செய்யமுடியவில்லை.

இரண்டுமுறை ஆட்சியில் இருந்த காமராசர் பல்வேறு மக்கள் நலத்திட்டங் களை முன்னெடுத்ததால், மூன்றாவது முறையும் அவரே முதலமைச்சர் நாற்காலியில் அமரமுடிந்தது.

அண்ணா நினைத்ததுபோல் அந்தத் தேர்தலிலும் ஆட்சிக்கட்டில் கனவானது. ஆனால் 50 சட்டமன்ற இடங்களில் வெற்றி பெற்று காங்கிரசுக்கு பெரும் தலைவலியாக மாறியது திமுக.

கொஞ்சம் கொஞ்சமாக காங்கிரசின் கோட்டை முழுவதையும் வேட்டையாடிய திமுகவின் வெற்றி, காங்கிரசை நிலை குலைய வைத்தது.

50 சட்டமன்றத் தொகுதிகளில் வெற்றி பெற்றும் திமுகவினரால் மகிழ்ச்சிகொள்ள முடியவில்லை. காரணம் அண்ணாவின் தோல்வி.

காங்கிரஸ் வேட்பாளரும் அந்தப் பகுதி பேருந்து அதிபராகவும் இருந்த நடேசனுக்கும் அண்ணாவுக்கும் நடந்த போட்டியில் நடேசன் வெற்றிபெற்றார்.

தோல்வியால் அண்ணா சோர்ந்து போகவில்லை. திமுகவின் நாடாளுமன்ற உறுப்பினர்களின் மூலம் மாநிலங்களவை உறுப்பினராகி டெல்லியை அதிரவைத்தார்.

அண்ணாவின் இலக்கியப் பேச்சை ஆங்கிலத்தில் கேட்டபோது நேருவே மெய்மறந்து கேட்டார்.

கருப்பு | சிவப்பு / கழகங்கள்

தேர்தல் வெற்றிக்குக் காரணமாக இருந்த கருணாநிதிக்கு
தங்க மோதிரம் அணிவிக்கும் அண்ணா.

அண்ணாவுக்குக் கொடுக்கப்பட்ட நேரம் முடிவடைந்த பிறகு, அவருக்குப் பேச வாய்ப்புக் கொடுக்கவில்லை. ஆனாலும், பிரதமர் நேரு 'அண்ணாவை பேசவிடுங்கள்' என்றார். அந்த அளவுக்கு பேச்சால் அனைவரையும் கட்டிப் போட்டவர் அண்ணா.

மாநிலங்களவையில் ஆங்கிலத்தில் சரளமாக திமுகவின் கொள்கைகளையும் அதன் திட்டமிடல்களையும் பேசிக் கொண்டே வந்த அண்ணா, திராவிடநாடு தான் எங்கள் கோரிக்கை பிரித்துக் கொடுங்கள் என்று பேசியதும், சபையில் பரபரப்பு பற்றிக் கொண்டது.

அண்ணாவின் பேச்சைக் கூர்ந்து கவனித்த வடநாட்டு அரசியல் தலைவர்கள் அவரின் சாதுர்யமான பேச்சை வியக்கும் வேளையில், அதிர்ச்சியும் கொண்டனர்.

அண்ணாவின் பேச்சுதான் அடுத்த நாள் தினசரிகளில் தலைப்புச் செய்தியாக இந்தியா முழுவதும் ஆக்கிரமித்தது.

'திராவிடநாடு' கேட்டு அண்ணா பேசிய பேச்சை தாமதமாகவே அறிந்து கொண்ட அப்போதைய பிரதமர் நேரு 'அது நடக்காத ஒன்று' என்றார். 'ஏற்கெனவே ஒரு பிரிவினையைச் சந்தித்தது போதும், இனிமேலும் அனுமதிக்க மாட்டோம்' என்றார்.

அண்ணாவின் பேச்சு நாடு முழுவதும் காட்டுத்தீபோல பரவியது, அடுத்து என்ன நடக்கும் என்ற கேள்வியே அனைவருக்குள்ளும் இருந்தது.

இந்த நிலையில்தான் மத்திய அரசு அவசரம் அவசரமாக பிரிவினைத் தடைச் சட்டத்தை கொண்டுவந்தது.

அப்போது, சீன படையெடுப்பு விவகாரமும் பிரச்னையாக எழுந்ததால் திராவிட நாடு கோரிக்கையை இனி மேலும் முன்னெடுத்துச் செல்வது தவறு என்று உணர்ந்திருந்தார் அண்ணா.

தனிநாடு கோரிக்கையை யாரும் முன்னெழுப்பக் கூடாது என்பதற்காகவே கொண்டுவரப்பட்ட அந்ததடைச்சட்டத்தை எதிர்த்து ஏதேனும் செய்தால் தன்னை தேசத்துக்கே விரோதியாக்கிவிடுவார்கள் என்பதும் அண்ணாவிற்கு நன்றாகவே தெரியும். ஆகவேதான் திராவிடநாடு கோரிக்கை கைவிடப்படுவதாக அறிவித்தார் அண்ணா.

1963 அக்டோபர் 25-ம் தேதிதான் திராவிடநாடு கோரிக்கை கைவிடப் பட்டது.

''வீடு இருந்தால்தான் ஓடு மாற்ற முடியும், நாடு இருந்தால்தான் கட்சி நடத்தலாம். நாமே பிரிவினைப் பற்றி பேசினால் அது அயலானுக்கு இடம் கொடுப்பதாக அமையும்'' என்று திராவிட நாடு கோரிக்கை கைவிடுதல் குறித்து உணர்ச்சிபூர்வமாக பேசினார் அண்ணா.

'கோரிக்கைதான் கைவிடப்படுகிறதே தவிர அதற்கான காரணிகள் இன்னும் அப்படியே இருக்கின்றன' என்றார்.

இதற்கான முன்மொழிவை 1963 நவம்பர் 3-ம் தேதி திமுக தலைவர்கள் ஒன்றுகூடி, திராவிடநாடு அமைய உறுதியேற்கும் விதியை மாற்றி எழுதினர்.

''கழகத்தை அழிக்கச் சட்டம் கொணர்ந்தனர்... சட்டத்தைத் திருத்தி கழகத்தைக் காத்தோம். சூட்சமம் புரிகிறதா தம்பி'' என்று தன் தம்பிகளுக்கு தனது நிலைபாட்டை வெளிப்படையாகவே தெரிவித்தார் அண்ணா.

ஒருபக்கம் திராவிட முன்னேற்றக் கழகம் தேசிய அளவில் பலரது பாராட்டுகளைப் பெற்று, அனைவராலும் உற்று நோக்கப்படுவது தமிழக காங்கிரஸ் கட்சிக்குக் கவலை அளித்தது.

1957 தேர்தலில் வெறும் 15 சட்டமன்ற உறுப்பினர்களைக் கொண்ட திமுக, 1962 தேர்தலில் 50 சட்டமன்ற உறுப்பினர்களைப் பெற்றது காமராஜருக்கு பெரும் கவலையாக மாறிப்போனது. அப்போது நடந்து முடிந்த சில தேர்தல்களில் அகில இந்திய அளவில் காங்கிரஸ் கட்சியின் செல்வாக்கு சரிந்திருந்ததைக்கண்ட காமராசர், இந்தியா முழுவதும் மாநில முதலமைச்சர்கள் பதவியை ராஜினாமா செய்துவிட்டு கட்சிப்பணிக்கு சென்று, கட்சியை பலப்படுத்த வேண்டும் என்று முடிவெடுத்தார்.

இந்தத் திட்டத்தை நேருவிடம் சொல்லி, முதலமைச்சர் பதவியை ராஜினாமா செய்வதாகவும் சொன்னார் காமராசர். நேரு அதை உடனடியாக ஏற்க வில்லை. ஆனால் அந்தத் திட்டம் கட்சிக்கு பலம் சேர்க்கும் என்று நம்பினார். இதையடுத்து காமராசர் முதலமைச்சர் பதவியில் இருந்து இறங்கி, கட்சிப்பணிக்கு சென்றுவிட்டார்.

யார் யார் கட்சிப் பணிக்கு, யார் யார் ஆட்சிக்கு என்பதை நேருவே பட்டிய லிட்டார்.

காமராசரின் அந்தத் தவறான முடிவு, தமிழகத்தில் அதன் பிறகு காங்கிரஸ் கட்சி ஆட்சிக்கு வரவே முடியாது என்ற சூழலை உருவாக்கியது என்பது ஆகப்பெரிய உண்மை!

இந்தி எதிர்ப்புப் போராட்டம்:

காமராஜர் பதவி விலகலைத் தொடர்ந்து காங்கிரசின் மூத்த தலைவராக இருந்து வந்த எம்.பக்தவச்சலம் முதலமைச்சராக பொறுப்பேற்றுக்கொண்டார்.

அவரது ஆட்சியின்போதுதான் இந்தி எதிர்ப்புப் போராட்டம் விஸ்வரூபம் எடுத்தது.

1938-ம் ஆண்டில் ராஜாஜி, பள்ளிக் குழந்தைகளுக்கு 1-ம் வகுப்பு முதல் 3-ம் வகுப்பு வரை கட்டாய இந்திப் படிப்பை புகுத்தியது பெரும் போராட்டங்களோடு ஓய்ந்தது. அதன் பிறகு 1953-ல் ராஜாஜி கொண்டுவந்த குலக்கல்விக்கு எதிரான போராட்டம், அதன் தொடர்ச்சியாக நிகழ்ந்த கல்லக்குடி போராட்டம் என இந்தி எதிர்ப்புக்காக திமுக போராடிவந்த போராட்டங்கள் அதிகம். இந்தியை ஆட்சி மொழியாக்கத் துடித்தவர்கள் அனைவருக்கும் நெருப்புப் பிழம்பாக இருந்தனர் அண்ணா, பெரியார், கலைஞர் என்ற மும்மூர்த்திகள்.

எப்போது இந்தியைத் திணிக்க முற்பட்டாலும் அதை முறியடிக்க தடியெடுத்தவர் பெரியார்.

1965-ம் ஆண்டு ஒன்றிய அரசின் அந்த அறிவிப்பு மீண்டும் ஓர் கலவரத்திற்கு காரணமானது.

அண்ணா தலைமையில் செயற்குழு கூட்டம்.

1965-ம் ஆண்டு ஜனவரி 26 குடியரசு தினத்திலிருந்து இந்தி மொழியே இந்தியா முழுவதும் ஆட்சிமொழியாகும் என்று ஒன்றிய அரசு அறிவித்தவுடன் தமிழகமே கொந்தளித்துக் கிடந்தது.

ஜனவரி 8-ம் தேதியே திமுகவின் செயற்குழு கூட்டம் அவசரம் அவசரமாக கூடி இந்தி திணிப்புக்கு எதிரான தீர்மானங்களை நிறைவேற்றியதுடன், குடியரசு தினத்தை துக்க நாளாக அனுசரிப் பது என்றும், கருப்பு சின்னம் அணிவது என்றும் முடிவெடுக்கப் பட்டது.

அண்ணா தலைமையிலான அந்த கண்டனக் கூட்டத்தில் பல்வேறு தீர்மானங் கள் நிறைவேற்றப்பட்டன.

இதில் அதிர்ச்சியும் மகிழ்ச்சியும் என்னவென்றால் எந்த ராஜாஜி பள்ளி கூடங் களில் இந்தியை திணிக்க முயன்றாரோ, அவரே திமுகவின் போராட்டங்களுக்கு ஆதரவு தெரிவித்தது தான்.

''இந்தியை ஆட்சி மொழியாக்குவதற்கு திமுகவிற்கு எவ்வளவும் கோபம் இருக்கிறதோ அதைவிட இரண்டு மடங்கு கோபம் எனக்கிருக்கிறது. ஆகையால் குடியரசு தினம் மட்டுமல்ல, இந்த ஆண்டே கருப்பு ஆண்டுதான். துக்க நாள்தான். இந்தியை ஆட்சிமொழியாக்கக் கூடாது என்று முழங்கினார் ராஜாஜி.''

இந்தியை எதிர்த்துக் கிளர்ந்தெழுந்த ஏராளமான மாணவர் அமைப்பினர் ஆங்காங்கே கலவரத்தில் ஈடுபட்டு, மொழிக்காகக் தீக்குளித்து இறந்தனர்.

திராவிட முன்னேற்றக்கழகம் முன்னெடுத்த போராட்டங்களில் மாணவர்களும் சேர்ந்துகொண்டார்கள், கிட்டத்தட்ட 18 நாட்கள் தமிழகமே பெரும் களேபரத்தில் சிக்கிக்கிடந்தது.

இந்தி எதிர்ப்புப் போராட்டம்.

எங்குபார்த்தாலும் வன்முறை, தற்கொலை என இந்திக்கு எதிராக அணி திரண்ட மாணவர்கள் தமிழகத்தையே பந்தாடினர்.

தடியடி, கண்ணீர் புகைகுண்டு வீச்சு, தீ குளிப்பு என ஒட்டுமொத்த இந்தியாவின் பார்வையையும் ஒருங்கே வாங்கியிருந்தது இந்தி எதிர்ப்புப் போராட்டம்.

ஏற்கனவே இந்தியை திணிக்க மாட்டோம் என்று நேரு வாக்குறுதி கொடுத்திருந்த நிலையில், அப்போதைய பிரதமர் சாஸ்திரி தலைமையிலான ஒன்றிய அரசு அதன்படி நடக்கவில்லை.

விடிந்தால் குடியரசு தினம், பெரும் கலவரம் மூளும் அபாயம் இருந்ததால் இரவோடு இரவாக கைது செய்யப்பட்டார் அண்ணா. அண்ணாவை கைது செய்த நேரம் நள்ளிரவு 1.30 மணி. அவரோடு இரா.செழியன், மதியழகன், அரங்கண்ணல், உள்ளிட்ட பலரும் கைது செய்யப்பட்டார்கள்.

என்.வி நடராஜன், நாஞ்சில் மனோகரன், சத்தியவாணிமுத்து ஆகியோரும் அன்றைய தினமே கைது செய்யப்பட்டு சிறையில் அடைக்கப் பட்டார்கள்.

திமுக தலைவர்கள் பலரையும் முன் கூட்டியே கைது செய்துவிட்டதால், திட்டமிட்டபடி அன்றைய நாள் போராட்டம் எதுவும் நடக்காது என்று நினைத்திருந்தது காங்கிரஸ் அரசு. ஆனால் போராட்டத்தை இளைஞர்களே பெரிய அளவில் கையில் எடுத்திருந்தனர்.

சென்னை கடற்கரையில் கிட்டத்தட்ட 3000 மாணவர்கள் அணிதிரண்டு இந்திக்கு எதிரான முழக்கங்களை எழுப்பினர். மேலும் இந்தி புத்தகங்களை தீ வைத்து கொளுத்தினர்.

இந்த பிரச்சனை ஐ.நா சபை வரை எதிரொலிக்கவும் செய்தது.

தேசிய மாணவர் படை மாணவர்களோ குடியரசு தின விழா அணிவகுப்பில் கலந்து

கொ. அன்புகுமார்

கொள்ளப் போவதில்லை என்று அறிவிக்க உள்நாட்டுப் போர் போல ஆகிவிட்டது.

எங்கு பார்த்தாலும் கலவரம், தீ குளிப்பு, துப்பாக்கிச்சூடு என அடுத்தடுத்து உயிரிழப்புகள் ஏற்பட்டதால், அதிர்ந்தது இந்தியா.

ராணுவம் வரவழைக்கப்பட்டு கலவரப் பகுதிக்கு அனுப்பிவைக்கப்பட்டது.

திருப்பதியில் திரண்ட மாணவர் கலவரத்திலும் ஆயிரக்கணக்கானோர் கூடி இந்திக்கு எதிரான முழக்கங்களை எழுப்பினர்.

18 நாட்கள் நடந்த போராட்டத்தில் துப்பாக்கிச்சூட்டில் மட்டும் 63 பேர் பலியாகினர். ஆயிரக்கணக்கானோருக்கு காயம். கலவர பூமியின் மொத்த உருவமாகக் கிடந்தது தமிழகம்.

போராட்டத்தில் கலந்துகொண்ட இரண்டு காவல்துறை அதிகாரிகளை திருப்பூரில் எரித்துக்கொன்றனர் போராட்டக்காரர்கள்.

இந்தி ஒழிக என்று கடிதம் எழுதி வைத்துவிட்டு மொழி வாழ்வதற்காக தன் உயிரையும் விட்ட இளைஞர்கள் இருந்த தமிழகம் அது.

மதுராந்தகத்தைச் சேர்ந்த புத்திர சிகாமணி என்ற காவலர் இந்தியை எதிர்க்க தனது வேலையையும் தூக்கியெறியத் துணிந்தார். அவர் வசித்துவந்த பகுதியில் தபால் நிலையத்தில் வைக்கப்பட்டிருந்த இந்தியில் எழுதப்பட்ட பெயர்ப் பலகையைத் துப்பாக்கியால் சுட்டார்.

ஒன்றிய அரசில் உணவுத்துறை அமைச்சராக இருந்த சி.சுப்பிரமணியன், அப்போதைய பெட்ரோலியத்துறை இணையமைச்சர் அழகேசன் உள்ளிட்ட அமைச்சர்கள்கூட இந்தி திணிப்புக்கு எதிர்ப்புத் தெரிவித்து பதவியை ராஜினாமா செய்தனர்.

ரயில் மறியல், கல்லெறிதல் என நாடே பெரும் பதற்றத்தில் சிக்கிக் கிடக்க, அப்போதைய பிரதமர் சாஸ்திரி, 'இந்தியை ஆட்சிமொழியாக்க உடனடி திட்டமில்லை, அவசரப்பட்டு இந்தியைப் புகுத்த மாட்டோம்' என்று அறிவித்தார்.

தமிழகத்தில் நடந்த கட்டுக்கு அடங்காதப் போராட்டம் மற்ற மாநிலங்களை எச்சரிக்கைப் படுத்தியது. தொடர்ந்து இந்தி பேசாத மக்கள் விரும்பும் வரை ஆங்கிலமே நீடிக்கும் என்றும், நேரு ஏற்கெனவே கொடுத்திருந்த உறுதிமொழியை நிறைவேற்றுவோம் என்றும் அறிவித்தார் அன்றைய குடியரசுத் தலைவர் ராதா கிருஷ்ணன்.

ஒருவழியாகப் போராட்டம் ஓய்ந்தது.

இந்தி எதிர்ப்பும் கருணாநிதியும்..!

இந்தி திணிப்புக்கு எதிரான கருணாநிதியின் எழுத்தும், பேச்சும் மாணவர்களை வெகுவாகப் போராட்டக்களத்திற்கு இழுத்தது. மொழியின் மீது பற்று இல்லாதவர்களைக்கூட தட்டியெழுப்பிய அந்தப் பேச்சின் விளைவாகவே, திராவிட முன்னேற்றக் கழகத்தின் போர் முரசாக அண்ணாவின் குரலையும், கருணாநிதியும் குரலையும் கண்டு மிரண்டனர் ஆட்சியாளர்கள்.

18 நாட்கள் தமிழகம் தனித்தீவாக இந்திக்கு எதிராகப் போராடிய போராட்டம் ஒருவழியாக முடிவுக்கு வந்துவிட்ட போதிலும், அந்தப் போராட்டத்தின் வேர்களை அசைத்துப் பார்க்க எத்தனித்தது ஒன்றிய அரசு.

அதன்படி, திமுகவின் முன்னணித் தலைவராக இருந்த கருணாநிதியை தேசியப் பாதுகாப்புச் சட்டத்தின் கீழ் கைது செய்ய விரைந்தது காவல்துறை.

1965 பிப்ரவரி 17-ம் தேதி நள்ளிரவு 12 மணி.

கோபாலபுரம் இல்லத்திற்குச் சென்ற காவல்துறைக்கு, கருணாநிதி அங்கு இல்லையென்பது தெரியவர, அவர் வரும் வரை அங்கேயே காத்திருந்தனர்.

நள்ளிரவு 12 மணியளவில் வீடுதிரும்பிய கருணாநிதியிடம், "உங்களைக் கைது செய்யப்போகிறோம்!" என்று சொன்னதும் "பெட்டிப்படுக்கையோடு வரட்டுமா?" என்று கருணாநிதி கேட்டதை ஆச்சர்யத்தோடும் அதிர்ச்சியோடும் பார்த்தனர் காவல்துறை அதிகாரிகள்.

அண்ணாவின் தம்பிகள் எப்போதுமே அச்சப்படுவதில்லை. கலைஞருக்கு காவல்நிலையமும், சிறைச்சாலையும் அடிக்கடி சென்று வரும் இடமாக மாறியதால் அதைப் பற்றியெல்லாம் பெரிதாக வருந்தவில்லை.

ஒருவழியாக இரவு 2 மணிக்கு விசாரணை முடிந்தநிலையில், தூங்குவதற்காகச் சென்ற கருணாநிதியை அதிகாலையிலேயே லாரியில் ஏற்றிக் கொண்டு மதுரைக்கு விரைந்தது காவல்துறை.

அங்கிருந்த ஆயுதப்படை முகாமில் சிறைவைக்கப்பட்ட கருணாநிதி, மீண்டும் பாளையங்கோட்டை தனிமைச் சிறைக்கு மாற்றப்பட்டார்.

தனிமைச் சிறையில் இருந்த கருணாநிதியை, 1965 மார்ச் 25-ம் தேதி அண்ணா நேரில் சந்தித்த பிறகுதான் முரசொலிமாறனும் கைது செய்யப்பட்டு சிறை வைக்கப்பட்டது தெரிந்தது, கருணாநிதிக்கு.

அன்று மாலையே அண்ணா நெல்லையில் பேசும்போது "என் தம்பி கருணாநிதி தனிமைச் சிறையில் இருக்கும் அந்த இடமே யாத்திரை செய்ய வேண்டிய புண்ணிய பூமி!" என்றார்.

கருணாநிதி மீது இரண்டு தேசவிரோத வழக்குகள் பாய்ந்திருந்தன.

இந்த நிலையில் பாதுகாப்புச் சட்டத்தின் 30(1)பி, பிரிவை ஒன்றிய அரசு ரத்து செய்து விட்டதால் அந்த வழக்கில் இருந்து விடுதலை செய்யப்பட்டார் கருணாநிதி.

முதலமைச்சர் அண்ணா

1965-ம் ஆண்டு நடந்த இந்தி எதிர்ப்பு போராட்டத்திற்குப் பிறகு நாடறிந்த இயக்கமாக மிளிர்ந்தது திமுக.

ஏற்கெனவே மாநிலங்களவையில் அண்ணாவின் உரைவீச்சு, வடமாநில அரசியல்வாதிகளை உலுக்கியெடுத்த நிலையில், தமிழகத்தில் திமுக அசுர வளர்ச்சியைக் கண்டது.

இந்தி எதிர்ப்புப் போராட்டத்தில் கலந்துகொண்ட மொழிப்போர் தியாகிகள் திமுகவின் பக்கம் வந்தனர்.

இந்தி எதிர்ப்பில் போராட்டக்குழு செயலாளராக இருந்த பெ.சீனிவாசன் திமுகவில் இணைந்து கட்சிப் பணிகளை மேற்கொண்டார்.

அண்ணாவின் தலைமையிலான அணி, ஆட்சியைப் பிடிக்கும் முனைப்பில் இன்னும் தீவிரம் காட்டியது.

1967 பொதுத்தேர்தலில் காங்கிரசைத் தோற்கடிக்க, எதிர்க்கட்சிகளை ஒன்று திரட்டும் வேலையில் இறங்கினார் அண்ணா. சென்னை-விருகம்பாக்கத்தில் ஏற்பாடு செய்யப்பட்ட திமுக மாநில மாநாட்டில், மிகப்பெரிய அளவில் எழுச்சியை விதைத்தார்.

1966, டிசம்பர் 29-ம் தேதியன்று ஏற்பாடு செய்யப்பட்ட மாநாடு நான்கு நாட்களுக்கு திட்டமிடப்பட்டிருந்தது.

சுமார் 10 ஆயிரம் திமுக தொண்டர்கள் சைக்கிளில் பேரணியாகச் சென்று தலைநகரையே திக்குமுக்காடச் செய்தனர். 400-க்கும் அதிகமான பேருந்துகளில் திமுகவினர் தமிழகத்தின் பல இடங்களில் இருந்து வந்து குவிந்தனர்.

திமுகவின் மாநாடு அனைத்துத் தரப்பினரயும் ஆச்சர்யப்பட வைத்தது.

இதில் சுவாரஸ்யம் என்னவென்றால் எந்த இந்தியை பள்ளிக்கூடங்களில் கட்டாய மாக்க முயன்றாரோ, யாரை எதிர்த்து திமுக ஆரம்பகாலத்தில் அரசியல் செய்ததோ, அதே ராஜாஜியைக் கூட்டு சேர்த்தது, அண்ணா தலைமையிலான அணி.

திமுகவை பெரியார் கடுமையாகச் சாடிவந்தபோது, அவரைச் சாதுர்யமாக எதிர்க்க திமுகவோடு பயணிக்க ஆசைப் பட்டார் ராஜாஜி. அந்தத் தருணம்தான் 1967 பொதுத்தேர்தல்.

காங்கிரசிலிருந்து விலகி, அகில இந்திய ரீதியில் சுதந்திரா கட்சியைத் தொடங்கி யிருந்த ராஜாஜியுடன் கை கோர்த்துக் கொண்ட அண்ணா, ராஜாஜியின் சுதந்திரா கட்சி, காயிதே மில்லத்தின் முஸ்லீம் லீக் கட்சி, ம.பொ.சி-யின் தமிழரசு கழகம், ஃபார்வர்டு பிளாக், ஆதித்தனாரின் நாம் தமிழர் கட்சி உள்ளிட்ட கட்சிகள் அடங்கிய பலமான கூட்டணியை அமைத்தார்.

ராஜாஜி, காயிதே மில்லத் உள்ளிட்டோர் அமர்ந்திருந்த விழா மேடையில் அண்ணா பேசும் போது ‘‘எப்படியாவது ஆட்சியை பிடிப்பது நம் நோக்கமல்ல. தரணியில் தமிழகம் தலை நிமிர்ந்து வாழவேண்டும். அந்த வாய்ப்பு காலத்தால் எனக்கு கொடுக்கப்பட்டிருக்கிறது’’ என்றார்.

‘‘முடிந்தவரை கரும்புச் சாற்றை சிந்தாமல் பிழிந்துவிட்டேன், அதற்கு மேலும் சாறு இருந்தால் ஈக்களுக்கு உணவாகட்டும்’’ என்றார் அண்ணா.

‘‘காங்கிரஸ் படுத்துக்கொண்டே வெற்றி பெறும் என்கிறார் காமராஜர் அது உண்மை தான் காங்கிரஸ் படுப்பது உறுதி ஆனால் வெற்றிபெறாது’’ என்றார் ராஜாஜி.

கொ.அன்புகுமார்

"காங்கிரஸ் ஆட்சியை இனியும் சகித்து கொள்ள முடியாது, யானையைப்போல இருந்த காங்கிரஸ், புண் வந்து நோய்கண்டு விட்டது. அதை இந்த வங்கக்கடலில் தள்ளி அழிக்கப்போகிறார்கள் மக்கள்" என்று பேசினார் முஸ்லீம் லீக் கட்சித் தலைவர் காயிதே மில்லத்.

அலைகடலென திரண்டிருந்த திமுக வினருக்கு தலைவர்களின் பேச்சில் மாபெரும் கொள்கை மயக்கம், உற்சாகம் கூடிக்கொள்ள தேர்தல் தேதியை எதிர் பார்த்துக் காத்திருந்தனர்.

1963-ம் ஆண்டே திமுக வெற்றிக் கணக்கைத் தொடங்க தொடக்கப் புள்ளியை வைத்துக்கொடுத்தார் கருணாநிதி. எத்தனை தொகுதியில் போட்டியிட வேண்டும், அதற்கு எவ்வளவு செலவு ஆகும் என்பதை யெல்லாம் புள்ளி விபரங்களோடு முன்கூட்டியே அண்ணாவுக்குப் பட்டிய லிட்டுத்தந்தார் அப்போதைய பொருளாளர் கருணாநிதி.

200 தொகுதியில் போட்டியிட வேண்டும். தொகுதிக்கு 5000 ரூபாய் செலவு என்றால் கூட மொத்தம் 10 லட்சம் ரூபாய்வரை செலவாகும் அவற்றை நானே வசூலித்துத் தருகிறேன் என்று உறுதியேற்றார் கருணாநிதி.

கருணாநிதியின் அந்தச் சாதுர்யமான செயலும் நுணுக்கமான அறிவும் அண்ணாவை நெகிழ வைத்தது.

இதற்கிடையில்தான் இந்தி எதிர்ப்புப் போராட்டம் கழகத்தை நிலைகுலைய

வைத்தது. ஆனாலும், அதையெல்லாம் கடந்து 1966, டிசம்பர் மாதம் நடந்த திமுக மாநாட்டில், ஏற்கெனவே தான் சொன்னபடி 11 லட்சம் நிதியை வசூலித்து அண்ணாவின் கைகளில் கொடுத்தார் கருணாநிதி.

அண்ணாவுக்கு அந்த மகிழ்ச்சியை தாங்கிக்கொள்ளவே முடியவில்லை. ஒரு இயக்கத்தின் வெற்றிக்கு அஸ்திவாரமாக அதன் கொள்கைகள் உறுதியோடு இருந்தாலும் அவற்றை யெல்லாம் செய்து முடிக்க பணம் என்ற பேராயுதம் தேவை. அதற்குத் தூணாகவும் துணையாகவும் இருந்த கருணாநிதியை உச்சிமுகர்ந்தார் அண்ணா.

''கருணாநிதிக்கு 'நிதி' என்று வைத்த பெயருக்கு ஏற்றார் போல் இந்தக் கருணாநிதியை தமிழக மக்கள் நிதியாகப் பயன்படுத்திக்கொள்ளட்டும்'' என்றார் அண்ணா.

அந்தத் தேர்தலில் சைதாப்பேட்டை தொகுதிக்கான வேட்பாளராக கருணாநிதியின் பெயரை அறிவிக்காமல், '11 லட்சம்' என்றே அறிவித்தார் அண்ணா.

அந்த அளவுக்கு மிகக் குறுகிய காலத் திலேயே திமுகவின் ஆணிவேராக வளர்ந்தார் கலைஞர் எனும் பேராளுமை.

ஒரு பக்கம் கருணாநிதி மற்றும் எம்.ஜி.ஆர் மூலமாகவும் திரைத்துறையைப் பயன்படுத்தி பெரும் செல்வாக்கை ஈட்டியிருந்த திராவிட முன்னேற்றக் கழகம், அதையெல்லாம் வாக்குகளாக அறுவடை செய்யும் வேளைக்காகக் காத் திருந்தது.

ராஜகுமாரி, மந்திரிகுமாரி, மருதநாட்டு இளவரசி என பல திரைப்படங்களின் வாயிலாக கருணாநிதியும் எம்.ஜி.ஆரும் இணைந்து, திமுகவுக்குப் பெரும் இளைஞர் கூட்டத்தைப் பெற்றுத்தந்தனர்.

அண்ணாவின் ஓர் இரவு, வேலைக்காரி, சிவாஜி கண்ட இந்து ராஜ்ஜியம் போன்ற கதைகளும் சமூகநீதி பற்றி பேச ஆரம்பித்து, திமுக தலைவர்கள், பேச்சாளர்களாகவும், எழுத்தாளர்களாகவும் ஜொலித்தனர்.

இந்தி எதிர்ப்புப் போராட்டத்தின் மூலம் மாபெரும் மக்கள் பேரலையை உருவாக்கி வைத்திருந்த திமுகவுக்கு, அடுத்த ஒன்றரை ஆண்டிலேயே பொதுத்தேர்தல் வந்தது சாதகத்தை அமைத்துக்கொடுத்தது.

காங்கிரசுக்கு எதிராக மக்களிடம் இருந்த வெறுப்பைச் சரியாக அறுவடை செய்யக் காத்திருந்த அண்ணாவுக்கு காலமும் கைகொடுத்தது.

1967 காலகட்டத்தில் தமிழகம் முழுவதும் பெரும் அரிசிப் பஞ்சம் நிலவியது. மக்களின் பஞ்சம் பட்டினியை காங்கிரசால் சமாளிக்க முடியவில்லை. இதைப் பயன்படுத்திக்கொண்ட அண்ணா, 'ரூபாய்க்கு மூன்று படி அரிசி லட்சியம், ஒரு படி நிச்சயம்' என்று அறிவிப்பை தேர்தல் வாக்குறுதியாகத் தந்தார்.

மக்களின் வறட்சி நிலையை காங்கிரஸ் வேறுவிதமாக அணுகியது பேரதிர்ச்சி யைத் தந்தது. அரிசி பஞ்சம் நிலவியதால் மக்கள் எலிக்கறி சாப்பிடுகிறார்கள் என்று அரசிடம் சொன்னபோது, அதனால் என்ன என்று ஏளனமாக வந்த பதில் காங்கிரசுக்கு எதிராக அமைந்தது.

''கும்பி எரியுது, குளுகுளு ஊட்டி ஒரு கேடா'', ''பக்தவச்சலம் அண்ணாச்சி அரிசி விலை என்னாச்சு'' என்று பிராசாரம் செய்யத்தொடங்கியது திமுக.

ஒருபக்கம் திமுக, காங்கிரசை கடுமையாக எதிர்த்தபோது, பெரியாரோ காமராசரின் ஆட்சியைப் புகழ்ந்தார். காமராஜர் ஒரு பச்சைத் தமிழன் ஆகையால்

மருத்துவமனையில் இருந்தபடியே பிரசாரம் செய்த எம்.ஜி.ஆர்.

காங்கிரசுக்கு வாக்களிக்கும்படி கேட்டுக் கொண்டார், பெரியார்.

தேர்தலுக்கு சில நாட்களுக்கு முன்னதாக அதாவது 1967, ஜனவரி 12-ம் தேதி திமுகவின் முக்கிய புள்ளிகளின் வரிசையில் இருந்த நடிகர் எம்.ஜி.ஆர்., நடிகர் எம்.ஆர். ராதாவால் சுடப்பட்ட சம்பவம் திமுகவுக்கான ஆதரவுப் பிரசாரமாக மாறியது.

ராமவரம் தோட்டத்தில் எம்.ஜி.ஆருக்கும், எம்.ஆர்.ராதாவுக்கும் இடையேயான கொடுக்கல் வாங்கல் தகராறு, துப்பாக்கிச்சூட்டில் முடிய, ரத்த வெள்ளத்தில் இருவரையும் ராயப்பேட்டை மருத்துவ மனைக்குத் தூக்கிச் சென்றனர்.

படத்தயாரிப்புக்கு பணம் கொடுத்த விவகாரம் தொடர்பாக இருவரும் ஒருவரை ஒருவர் திட்டி, சுட்டுக்கொண்ட சம்பவம் தேர்தல் களத்தில் தீயாய் பரவியது.

பரங்கிமலை தொகுதி வேட்பாளராக களமிறங்கியிருந்த எம்.ஜி.ஆருக்கு என்ன நேர்ந்தது என்பதை அறிவதற்காகவே பெருங்கூட்டம் கூடிவிட்டது.

குண்டடிப்பட்டதால் எம்.ஜி.ஆர் பிரசாரம் செய்ய முடியவில்லை. ஆனாலும் அவருக்கே அந்த தொகுதியில் வெற்றி வாய்ப்பு இருந்தது.

எம்.ஜி.ஆர் மருத்துவமனையில் இருந்ததால் பிரசாரத்துக்கு செல்லவில்லை. கருணாநிதியே தமிழகம் முழுவதும் சூறாவளி சுற்றுப்பயணம் மேற்கொண்டு திமுகவுக்கான மாபெரும் மக்கள் அலையை எழுப்பியிருந்தார்.

அனல் பறக்கும் தேர்தல் பிரசாரத்தின் முடிவில், முதன் முறையாக ஓர் மாநிலக் கட்சி ஆட்சியைப் பிடித்தது என்ற மாபெரும் வரலாற்றைப் படைத்தது திமுக.

கருப்பு | சிவப்பு / கழகங்கள்

அண்ணா ஆட்சியில் தமிழ்நாடு

1967, பிப்ரவரி 23-ம் தேதி பெரும் பான்மையுடன் ஆட்சியைப் பிடித்தது திமுக. தென்சென்னை நாடாளுமன்றத் தொகுதியில் போட்டியிட்டு வெற்றிபெற்றார் அண்ணா. கருணாநிதி, நெடுஞ்செழியன் உள்ளிட்ட மற்ற திமுக தலைவர்களும் வெற்றிக்கனியை எளிதாகச் சுவைத்தார்கள்.

விருதுநகரில் போட்டியிட்ட காமராசரை தோல்வியடைய செய்திருந்தது திமுக.

தென்சென்னையில் காங்கிரஸ் வேட்பாளர் குருமூர்த்தியை எதிர்த்து போட்டியிட்டு, 2 லட்சத்து 48 ஆயிரத்து 659 வாக்குகளை பெற்றிருந்தார் அண்ணா. அவரை எதிர்த்து நின்ற காங்கிரஸ் வேட்பாளர் குருமூர்த்தியை விட 82 ஆயிரத்து 538 வாக்குகள் கூடுதலாக பெற்று மாபெரும் வெற்றிவாகை சூடியிருந்தார்.

சென்னை-சைதாப்பேட்டையில் போட்டி யிட்ட திமுகவின் முன்னணி தலைவர்களில் ஒருவரும் கழகத்தில் மூன்றாவது இடத் தில் இருந்த கருணாநிதி தன்னை எதிர்த்து நின்ற காங்கிரஸ் வேட்பாளர் விநாயமூர்த் தியை விட 20 ஆயிரத்து 484 வாக்குகள் கூடுதலாகப் பெற்று வெற்றிபெற்றார். கருணாநிதி வாங்கியிருந்த மொத்த வாக்கு களின் எண்ணிக்கை 53,401.

நட்சத்திர வேட்பாளராகிய எம்.ஜி.ஆர் பரங்கிமலையில் போட்டியிட்டு அவரை எதிர்த்து போட்டியிட்ட காங்கிரஸ் வேட்பாளர் ரகுபதியைவிட 27 ஆயிரத்து 647 வாக்குகள் பெற்று வெற்றி பெற்றிருந்தார்.

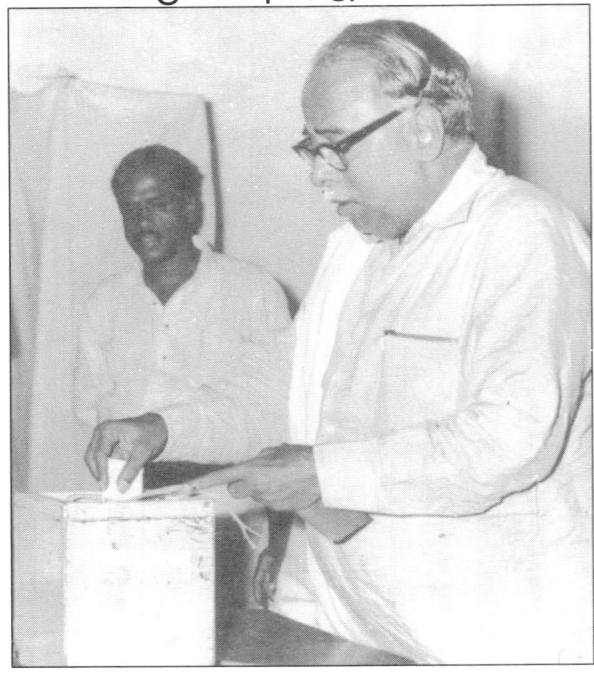

வாக்குச் சாவடியில் அண்ணா.

திருவல்லிக்கேணியில் போட்டியிட்ட நாவலர் நெடுஞ்செழியன், சென்னை தியாகராயர் நகரில் போட்டியிட்ட ம.பொ.சிவஞானம், என எங்கு பார்த்தாலும் திமுகவிற்கான வெற்றிச் செய்தியை வானொலியில் கேட்டபடி இருந்த அண்ணாவுக்கு பெரும் ஆச்சர்ய மாகவே இருந்தது.

திமுகவின் மீது மக்கள் வைத்திருந்த நம்பிக்கையை நினைத்து நெஞ்சுக்குள் பெருமிதம் கொண்டார் அண்ணா.

காங்கிரசாருக்குப் பேரதிர்ச்சி. திமுக போட்டியிட்ட முதல் தேர்தலில் 15 இடங்களும் அதன் பிறகு 50 சட்டமன்ற உறுப்பினர்களையும் பெற்று மூன்றாவது முயற்சியில் ஆட்சியைப் பிடித்த வியக்கத்தக்க செய்தி நாட்டையே திரும்பிப் பார்க்க வைத்தது.

தினத்தந்தி

தி.மு.க. மந்திரிசபை!

தமிழ்நாட்டில்

தி.மு.க. ஆட்சி!

அண்ணாதுரை முதல்-மந்திரி!!

கருணாநிதி வெற்றி!

கருணாநிதி	(தி.மு.க.)	53,401
விநாயகமூர்த்தி	(காங்.)	32,917

தமிழ்நாடு சட்டசபை கண்ணோட்டம்!

போட்டி

ஆதித்தனர் வெற்றி!

ஆதித்தனர் (தி.மு.க.) 41,828

ராமசாமி (காங்.) 22,767

எம்.ஜி.ஆர்.வெற்றி!

எம்.ஜி.ஆர்.	(தி.மு.க.)	54,106
	(காங்.)	26,432

நெடுஞ்செழியன் வெற்றி!

நெடுஞ்செழியன்	(தி.மு.க.)	38,721
	(காங்.)	20,027

இந்தியாவின் சுதந்திரத்துக்காக பாடுபட்ட ஓர் கட்சியாக எல்லோராலும் ஏற்றுக்கொள்ளப்பட்ட காங்கிரசை, திமுக அதன் கொள்கைகளால் தகர்த்தெறிந்த வரலாற்றை ஏறிட்டுப் பார்த்தனர் அரசியல் ஆளுமைகள்.

வெற்றிக்குப்பின் அண்ணா பேசும் போது ''தேர்தல் வெற்றி மகிழ்ச்சியைத் தருகிறது, நீண்ட நாட்களாக நாங்கள் விடுத்த கோரிக்கைக்கு மக்கள் செவி சாய்த்து மாற்று அரசாங்கத்தை அமைக்க வழிகோலியதற்கு நன்றி.''

காங்கிரஸ் கட்சிக்கு ஏற்பட்ட சில தோல்விகள் என்னையே ஆச்சர்யப்பட வைத்தது. காமராசர் தோல்வி அடைந்ததை உண்மையாகவே அதிர்ச்சியோடு பார்த்தேன். அவரை எதிர்த்து நின்றவர் இந்தி எதிர்ப்பில் மாணவர் தலைவராக இருந்த பெ.சீனிவாசன். அவரது வெற்றியில் எனக்கும் சந்தேகம் இருந்தது. கொள்கைக்கும்

தனிப்பட்ட செல்வாக்குக்கும் உள்ள வித்தியாசத்தை தேர்தல் முடிவு காட்டி விட்டது'' என்றார் அண்ணா.

நீதிக் கட்சியின் முன்னெடுப்புகள், திராவிட நாடு கொள்கை, பெரியார் கொள் கைகள் என பலவற்றை பேசி நடந்துவந்த திமுக, அடுத்து என்ன செய்யும் என்ற எதிர் பார்ப்பு பின்னிக்கிடந்தது மக்களிடம்!

1967 பொதுத்தேர்தலில் திராவிட முன்னேற்றக்கழகம் இமாலய வெற்றி பெற்றதை அடுத்து, திமுக சட்ட மன்றத் திற்குள் நுழைவதற்கு முன்பாக, தன்னுடைய அரசியல் ஆசானும் தலைவனு மாகிய தந்தை பெரியாரைச் சந்தித்து, ஆசி பெற்றார் அண்ணா.

கிட்டத்தட்ட 18 ஆண்டு இடை வெளிக்குப் பிறகு 1967, மார்ச் 2-ம் தேதி அந்த சந்திப்பு நடந்தேறியது.

திமுகவினரை பெரியார் கண்ணீர் துளிகள் என்று விமர்சனம் செய்திருந்தாலும், 1967 தேர்தலில் திமுகவுக்கு எதிராகவும், காங்கிரசுக்கு அவர் ஆதரவு திரட்டிய போதும், எப்போதுமே பெரியார்தான் தனது ஆசான் என்பதில் மாற்றுக்கருத்து கொண்டிருக்கவில்லை அண்ணா.

திருச்சியில் தங்கியிருந்த பெரியாரை அண்ணா கருணாநிதி, நாவலர் நெடுஞ்செழியன் உள்ளிட்டோர் சந்தித்து, 'அய்யா நலமா?' என்று தம்பிகள் கேட்க, 'நீங்களெல்லாம் நலமா?' என்று பெரியார் கேட்க, அந்த இடமே உணர்ச்சிவயப்பட்ட இடமாக மாறியது.

வந்தவர்களுக்கு மணியம்மையின் கைகளால் உணவும் பரிமாறினார் பெரியார்.

தங்களது ஆசியும் ஒத்துழைப்பும் வேண்டும் ஆட்சியமைக்க உறுதுணையாக

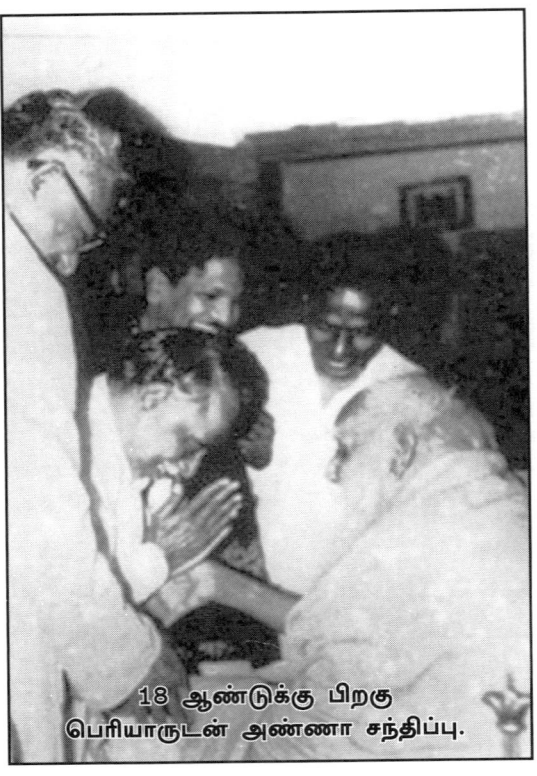

18 ஆண்டுக்கு பிறகு பெரியாருடன் அண்ணா சந்திப்பு.

இருங்கள் அய்யா என்று கேட்ட தம்பிக்கு உரிமையோடு அதற்கு குறைவே இருக்காது என்று சொல்லி அனுப்பினார் பெரியார்.

இருவரின் சந்திப்பிற்குப் பிறகு செய்தியாளர்களுக்குப் பதிலளித்த அண்ணா, ''இந்த ஆட்சியை பெரியாருக்கு காணிக்கை ஆக்குகிறேன்!' என்றார். காமராசர் டெல்லியில் இருப்பதால் அவரைச் சந்திக்க முடியவில்லை. அவர் வந்ததும் அவரிடமும் ஒத்துழைப்புக் கோருவேன்'' என்றார் அண்ணா.

அண்ணாவின் அரசியல் நாகரீகத்தைக் கண்ட அனைவரும் அவரைப் பாராட்டித் தீர்த்தனர்.

அண்ணாவின் சந்திப்புக்குப் பிறகு பெரியார் விடுத்த அறிக்கையில், நான் பல

1967 அண்ணாவுக்கு பதவிப் பிரமாணம் செய்து வைக்கும் ஆளுநர் உஜ்ஜல் சிங்.

முறை திமுகவினரை கடுமையாக விமர்சனம் செய்தாலும் திமுகவினர் என்னை எதுவும் சொன்னதில்லை. பின்னர் ஏன் அவர்களை எதிர்க்க வேண்டும்.

நம் கொள்கைக்கு எதிர்ப்பு இல்லாத வரை ஆதரிக்காமல் இருந்தாலும் எதிர்க்காமல் இருப்பது நமது கடமை இதை கழகத் தோழர்கள் சிந்திக்க வேண்டும் என்று அறிக்கை வெளியிட்டிருந்தார்.

அண்ணாவின் பணிவு அவர்களை ஒன்றிணைத்தது.

பதவியேற்பு விழாவை வழக்கம் போல் ஆளுநர் மாளிகையில் நடத்தாமல், ராஜாஜி மண்டபத்தில் ஏற்பாடு செய்தனர். 1967, மார்ச் 6-ம் தேதி, தமிழக முதலமைச்சராக அரியணை ஏறினார் அண்ணா.

ஆளுநர் உஜ்ஜல் சிங் பதவிப்பிரமாணம் செய்துவைக்க, நீதிக் கட்சி ஆட்சியின் முதல் அத்தியாயத்தைத் தொடர்ந்து, திராவிட ஆட்சியின் இரண்டாவது அத்தியாத்தை தொடங்கி வைத்தார் அண்ணா என்று எல்லோராலும் பெருமிதத்தோடு அழைக்கப்பட்ட சி.என்.அண்ணாத்துரை.

அண்ணாவின் அமைச்சரவையில் இரா.நெடுஞ்செழியன் கல்வித்துறை அமைச்சராகவும், கலைஞர் கருணாநிதி பொதுப்பணித்துறை அமைச்சராகவும், உணவு அமைச்சராக மதியழகன், விவசாயத் துறை அமைச்சராக கோவிந்தசாமி, ஆதிதிராவிடர் நலத்துறை அமைச்சராக சத்தியவாணிமுத்து, சட்டத்துறை அமைச்சராக மாதவன், மக்கள் நல்வாழ்வுத்துறை அமைச்சராக சாதிக்பாட்சா, உள்ளாட்சித் துறை அமைச்சராக முத்துசாமி என 9 பேர் அமைச்சர்களாக பதவியேற்றனர்.

அண்ணா தலைமையிலான ஆட்சிக்கு பல்வேறு சவால்கள் காத்திருந்தன.

புறக்கணிப்பட்ட மக்களின்வலி, சாதியக் கொடுமைகளின் இழிவுநிலை, ஆதிக்க

அண்ணா அமைச்சரவை (1967) மதியழகன், நெடுஞ்செழியன், ஆளுநர் உஜ்ஜல் சிங், ஆளுநரின் மனைவி, கருணாநிதி, சத்தியவாணிமுத்து உள்ளிட்டோர்.

வர்க்கத்தினர் வகுத்த சட்டங்களின் மூடத்தனம் அவையெல்லாவற்றையும் மாற்றியமைக்கத் திட்டமிட்டிருந்தார்.

அரசியல், பொருளாதாரம் ஆகிய வற்றில் முதுகலை பட்டங்களைப் பெற்றிருந்த அண்ணாவுக்கு, கட்சியை வழி நடத்தவும், ஆட்சியை நடத்து வதிலும் சிரமம் இருக்கவில்லை.

இந்தநிலையில் சட்டமன்றத்திற்கு சபாநாயகரை தேர்வு செய்யும் வேலை தொடங்கியது.

அண்ணா தலைமையிலான திமுக வெற்றி பெற்றதும் பெரியாரிடம் ஆட்சி சென்றுவிட்டது என்று கருதிய ராஜாஜி, தனது கட்சியை சேர்ந்தவர்களுக்கும் அதிகாரம் வேண்டும் என ஆட்சியில் பங்கு கேட்கும் செய்தி பரவியது. ஆனால் அதற்கு அண்ணா சம்மதிக்கவில்லை.

அதன் விளைவு சபாநாயகர் தேர்தலில் தனது கட்சியைச் சேர்ந்தவரை நிறுத்தலாம் என்று முடிவு செய்தார் ராஜாஜி.

நாம் தமிழர் கட்சியை நடத்தி வந்த தினத்தந்தியின் நிறுவனர் சி.பா.

சி.பா. ஆதித்தனார்

ஆதித்தனாரை சபாநாயகராக நிறுத்தலாம் என்று அண்ணா முடிவு செய்தபோது, சுதந்திரா கட்சியின் சார்பில் கோதண்ட ராமையா என்பவரை நிறுத்தினார் ராஜாஜி.

செய்தியாளர்களிடம் இதுகுறித்து பேசிய ராஜாஜி 'திமுக - சுதந்திரா கட்சியின் தேன்நிலவு முடிந்துவிட்டது' என்று கூறிவிட்டு புறப்பட்டுச் சென்றுவிட்டார்.

அண்ணாவுடன் ராஜாஜி.

1967 மார்ச் 17-ம் தேதி சபாநாயகருக்கான தேர்தல் நடந்தது.

திமுக சார்பில் நிறுத்தப்பட்ட சி.பா ஆதித்தனார் 153 வாக்குகளை பெற்றார். ராஜாஜியின் சுதந்திரா கட்சியின் சார்பில் போட்டியிட்ட கோதண்டராமையாவுக்கு 21 வாக்குகள் மட்டுமே கிடைத்தன.

இதையடுத்த பெரும்பாலான சட்டமன்ற உறுப்பினர்களின் ஆதரவோடு, சபாநாயகராக தேர்ந்தெடுக்கப்பட்டார் சி.பா ஆதித்தனார். அண்ணாவின் அதிரடி ஆட்சி தொடங்கியது.

இந்தியா சுதந்திரம் அடைவதற்கு முன்னும் பின்னும் ஆளுங்கட்சியாக இருந்த காங்கிரஸ் பெரும் தோல்வியடைந்ததற்கு, அண்ணாவின் தேர்தல் வாக்குறுதிகளே காரணமாக இருந்தன.

கொடுத்த வாக்குறுதிகளை எப்படியும் நிறைவேற்றிவிட வேண்டும் என்பதில் குறியாக இருந்தார் அண்ணா.

கருப்பு | சிவப்பு / கழகங்கள்

ஆற்றல் மிகு ஆளுமை அண்ணாவும் கருணாநிதியும்.

நீதிக் கட்சி காலத்திலேயே அதன் ஆட்சியாளர்களிடம் கட்டாயக் கல்வி உள்ளிட்ட 14 அம்ச செயல்திட்ட வடிவங்களை செயல்படுத்த வேண்டுமென்று கோரிக்கை வைத்த பெரியாரின் திட்டங்களையெல்லாம் எப்படி சட்டமாக்குவது என்று ஆராய்ந்தார்.

அண்ணாவின் ஆட்சி பல்வேறு சீர்த்திருத்தங்களை கொண்டுவந்தது. திராவிட நாடு வேண்டும் என்ற கோரிக்கையோடு கிளர்ந்தெழுந்த தன்னை பிரிவினைவாத தடைச் சட்டம் முடங்கியபோதும், மொழி, பண்பாடு, பழமை, நாகரீகம், வளர்ச்சி, அறிவு என அத்தனையிலும் சிறந்து விளங்கிய தமிழனின் சிறப்பை நிலை நிறுத்தவும், உலகிலேயே மூத்த குடியாக இருந்த தமிழினத்திற்கு புத்துயிர் கொடுக்கும் விதமாகவும், ஆட்சிக்கு வந்தவுடன் தமிழகத்தை மற்ற மாநிலங்களோடு தனித்து காட்டுவதற்கு விரும்பினார் அண்ணா.

சென்னை எழிலகம் திறப்பு விழாவில் அண்ணாவும் கருணாநிதியும்.

முரசொலி

செந்தமிழ் நாடு எனும் போதினிலே
ன்பத் தேன்வந்து பாயுது காதினிலே'
தமிழ்நாடு' பெயர்மாற்றத் தீர்மானம்;
இரு அவைகளின் ஒருமுக ஒப்புதல்!

தமிழ்நாடு பெயர் மாற்ற தீர்மானம்
முரசொலி பத்திரிகை செய்தி.

அதன்படி மாநிலத்திற்கு ''தமிழ்நாடு'' என்று பெயர் சூட்டுவதற்குத் திட்ட மிட்டார்.

பல்வேறு எதிர்ப்புகளுக்கிடையே அவரது கனவு நிறைவேறியது.

ஆம், இந்திய ஒன்றியத்துக்குள் ஓர் தனித்துவமிக்கப் பெயரோடு தமிழ் + நாடு 'தமிழ்நாடு' உதயமானது.

மெட்ராஸ் ஸ்டேட் என்ற பெயரை அகற்றி 'தமிழ்நாடு' என்று பெயரிட்டு அனைத்துத் தரப்பு மக்களையும் ஈர்த்தார் அண்ணா.

தமிழ்நாட்டின் லட்சினையான கோபுர சின்னத்தில் இருந்த சத்யமேவ ஜெயதே என்ற வாசகம் அகற்றப்பட்டு 'வாய்மையே வெல்லும்' என்று வைக்கப்பட்டது.

மாநிலத்தின் பெயரோடு 'நாடு' என்று வைப்பதெல்லாம் அப்போது நடக்காத ஒன்று. ஆயினும் இந்திய அரசியல் அமைப்பு சட்டத்தில் திருத்தம் கொண்டுவர தீர்மானம் நிறைவேற்றி, அதை சாத்தியமாக்கியும் காட்டினார் அண்ணா.

1967 ஜூலை 18-ம் தேதிதான் அந்த சரித்திர நிகழ்வு அரங்கேறியது. சட்ட மன்றமே உணர்ச்சிமயமாக இருந்தது. தமிழ் நிலத்திற்குப் பெயர் வைத்து, வரலாற்றை மாற்றி எழுதி, திராவிட ஆட்சியிலிருந்து தமிழ்நாட்டின் வளர்ச்சி தொடங்குவதாக அர்த்தம் கொள்ள செய்தது அந்தப் புதுப்பெயர்.

அனைத்து கட்சியினருமே அண்ணா கொண்டுவந்த தீர்மானத்தை முழு மனதோடு வரவேற்றனர்.

பேரவையில் மகிழ்ச்சியின் உச்சத்தில் நின்றபடி அண்ணா மூன்றுமுறை 'தமிழ்நாடு' என்று உரத்த குரலில் சொல்ல, மற்ற சட்ட மன்ற உறுப்பினர்கள் எல்லோரும் வாழ்க வாழ்க என்று உணர்வுப் பூர்வமாக முழக்கம் எழுப்பினர்.

அண்ணாவின் ஆட்சியில் அடுத்து என்ன அறிவிப்பு வரும் என்றே எதிர்பார்த்து காத்திருந்தனர் சாமானிய மக்கள்.

கருப்பு | சிவப்பு / கழகங்கள்

கொ.அன்புகுமார்

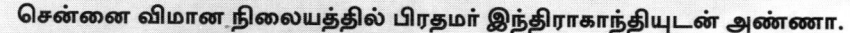

சென்னை விமான நிலையத்தில் பிரதமர் இந்திராகாந்தியுடன் அண்ணா.

தமிழ்நாட்டில் இந்திக்கு இடமில்லை, தமிழ், ஆங்கிலம் மட்டுமே பயிற்றுமொழி என இருமொழிக்கொள்கை முடிவு, அரசு அலுவலகங்களில் எந்த மதக்கடவுள் புகைப் படத்தையும் வைக்கக் கூடாது என்பது போன்ற பல்வேறு சட்ட திட்டங்கள் அதிரடியாக கொண்டுவரப் பட்டன.

தன் அரசியல் ஆசான் பெரியாரின் கொள்கைகளில் ஒன்றான சுயமரியாதை திருமணச்சட்டத்தை நிறைவேற்றுவதில் அண்ணா மும்முரம் காட்டியதோடு அதை சட்டமாக்கியும் காட்டினார்.

1955-ல் இந்து திருமணச்சட்டத்தின்படி தாலிக்கட்டியிருக்க வேண்டும் சடங்கு சம்பிரதாயங்கள் நடந்திருக்க வேண்டும் அப்படி நடந்திருந்தால் மட்டுமே அது சட்டப்படி செல்லுபடியாகும் என்றிருந்த வரையறையை மாற்றி எழுதினார் அண்ணா. தாலிக்கட்டாத சமய சடங்குகள் செய்யாமல் நடக்கும் திருமணங்களும் சட்டப்படி செல்லுபடி ஆகும் என்பதை சட்டமாக்கினார்.

கருப்பு | சிவப்பு / கழகங்கள்

அண்ணா ஆட்சிப் பொறுப்பேற்றிருந்த போது அவர் தென்சென்னை நாடாளுமன்ற தொகுதியின் உறுப்பினர். முதலமைச்சராக அவர் பொறுப்பேற்றுக்கொண்டதால் அந்த பதவியில் இருந்து ராஜினாமா செய்து விட்டார். எனவே அங்கு இடைத்தேர்தல் நடத்தப்பட்டது.

ஒரு தொகுதிதானே என்று அலட்சிய மாக விடவில்லை திமுக. அதையும் கைப் பற்றியாக வேண்டும் என்ற முனைப்பில் கடுமையாக களப்பணி ஆற்றியது.

முரசொலிமாறன் வேட்பாளராக அறிவிக்கப்பட்டு தீவிர பிரசாரம் மேற் கொண்ட நிலையில், வாக்குப்பதிவு நடந்தது.

அந்த தொகுதியின் முடிவை பார்த்தால் திமுக ஆட்சியின் நாடியை தொட்டுப் பார்க்கலாம் என்று பலர் காத்திருந்த நிலையில், அதுவும் திமுகவுக்கு சாதக மாகவே அமைந்தது.

1967 நவம்பர் 8-ம் தேதி நடந்த வாக்கு எண்ணிக்கையில் முரசொலிமாறன் மாபெரும் வெற்றி பெற்றார். காங்கிரஸ் வேட்பாளரை விட ஒரு லட்சம் வாக்குகள் அதிகம் பெற்று வெற்றி பெற்றிருந்தார்.

இந்த வெற்றி அண்ணாவை கூடுதல் மகிழ்ச்சியில் ஆழ்த்தியது.

ஏற்கெனவே தான் அந்த தொகுதியில் நின்று வெற்றிபெற்றதைவிட கூடுதலான வாக்குகள் முரசொலிமாறனுக்கு கிடைத் திருப்பதை நினைத்து திமுகவை மக்கள் அங்கீகரித்திருக்கிறார்கள் என்று அகம் மகிழ்ந்தார் அண்ணா.

அண்ணாவும் உலகத் தமிழ் மாநாடும்!

தமிழ்மொழி வளர்ச்சியில் அதிக ஆர்வம் கொண்ட அண்ணா சென்னையில் 1968, ஜனவரி 1 முதல் 3-ம் தேதிவரை மூன்றுநாள் 2-வது உலகத்தமிழ் மாநாட்டை நடத்தினார்

விழாவில் உலகின் பல்வேறு பகுதியில் இருந்தும் 200-க்கும் மேற்பட்ட தமிழறிஞர்கள், தமிழகத்தை சேர்ந்த 190 அறிஞர்கள், வெளி மாநிலங்களை சேர் ந்த 30 அறிஞர்கள் என ஏராளமானோர் கலந்து கொண்டனர்.

ஏராளமான ஆய்வுக்கட்டுரைகள், எழுச்சி மிகு உரைகள், ஓலைச்சுவடி கல்வெட்டு ஆராய்ச்சிகளில் கிடைத்த தமிழர்களின் தொன்மையை பேசும் விளக்க உரைகள் என முக்கியத்துவம் வாய்ந்த மாநாடாக அமைந்தது.

தமிழர்களின் பாரம்பரியத்தையும் பண்பாட்டையும் வலுப்படுத்துவதற்கான பல்வேறு முன்மொழிவுகள் எடுக்கப் பட்டன.

மாநாட்டை ஒட்டி, சென்னை மெரினா கடற்கரை சாலையில், தமிழுக்கு புகழ் சேர்த்த சான்றோர்களை, சிலைவடித்து அழகு பார்த்தார் அண்ணா.

யார் யாருக்கெல்லாம் சிலை வடிக்க வேண்டும் என்று கோடிட்டு தந்தார் அண்ணா.

(அவ்வையார், திருவள்ளுவர், கம்பர், இளங்கோவடிகள்)

(பாரதியார், பாரதிதாசன், ஜி.யு.போப் , கால்டுவெல்)

திருவள்ளுவர், அவ்வையார், கம்பர், ஜி.யு.போப், கால்டுவெல், பாரதியார், பாரதிதாசன், வ.உ.சிதம்பரனார், வீரமாமுனிவர் ஆகியோரது உருவச் சிலைகள் திறக்கப்பட்டன.

கிட்டதத்தட்ட 3 லட்சம் மக்கள் அந்த விழாவைக் காண்பதற்காக படையெடுத்து வந்திருந்தனர். ஆசிரியர்கள், மாணவர்கள் என எல்லோரும் அணி திரண்டிருந்தனர்.

தமிழ்த்தாய் சிலை அலங்கார ஊர்தி தமிழர் பண்பாட்டை விளக்கும் அலங்கார வண்டிகள் என அனைத்தையும் பார்த்து மெய் சிலிர்த்துப் போனார் அப்போதைய குடியரசு தலைவர் ஜாகிர் உசேன்.

2-வது உலகத்தமிழ் மாநாட்டில் குடியரசு தலைவர்
ஜாகிர் உசேனுடன் அண்ணா.

உலகநாடுகளே உற்றுப் நோக்கும் விழாவாக மாறிப்போனது 2-வது உலகத்தமிழ் மாநாடு.

அத்தனை பெருமைகளுக்கும் காரணம் அண்ணாவும் அவரது தம்பியாகவும் தளபதியாகவும் இருந்த கருணாநிதியும் பார்த்துப் பார்த்துச் சிலைகளை வடிவமைத் திருந்தனர்.

உலகத் தமிழ் மாநாட்டின் முதல் நாளில் அண்ணாவுக்கே ஆச்சர்யமும் அதிர்ச்சியும் தரக்கூடிய ஓர் சம்பவம் நடந்தது. சென்னை, அண்ணா சாலையில் அண்ணா வின் சிலையை திறப்பதற்கு அவரிடமே அனுமதி கேட்டனர்.

ஏற்கெனவே அண்ணாவிடம் அவரது உருவச் சிலையைச் செய்துவிட்டு எம்.ஜி.ஆரும் கருணாநிதியும் அண்ணா விடம் ஒப்புதல் கேட்டபோது அவர் மறுத்துவிட்டார்.

ஆனாலும், விடாப்பிடியாய் எம்.ஜி.ஆரும் கருணாநிதியும் அவரது சிலையை செய்துவிட்டு, அதை திறப் பதற்கான தருணத்திற்காகக் காத்திருந்தனர்.

2-வது உலகத்தமிழ் மாநாடு அதற்கு வித்திட்டது.

அண்ணாவுக்குத் தெரியாமல் ரகசியமாய் அந்த சிலையை சென்னை மவுன்ட்ரோட்டில் திறப்பதற்கு

கருப்பு | சிவப்பு / கழகங்கள்

ஏற்பாடு செய்துவிட்டனர் எம்.ஜி.ஆரும் கருணாநிதியும்.

கடைசி நேரத்தில்தான் அண்ணாவுக்கு அது குறித்து தெரிவிக்கப்பட்டது. அண்ணாவும் வேறு வழியில்லாமல் அதை ஏற்றுக்கொண்டார்.

அண்ணாவின் சிலையில் ஒரு கைவிரல் நீட்டியிருப்பது போலவும் இன்னொரு கையில் புத்தகமும் இருக்கும். அதற்கான அர்த்தம் அண்ணாவின் சுட்டுவிரல் அசைவுக்கு நாடே காத்திருக்கிறது என்றும், அவரது கையில் இருக்கும் புத்தகத்திற்கான பொருள் அண்ணாவின் கையில்தான் நாடே இருக்கிறது என்றும் சொன்னார்கள்.

1968, ஜனவரி 1 ஆங்கிலப் புத்தாண்டு தினத்தில்தான் பெரும் தொழில் அதிபராக இருந்த ராமசாமி முதலியாரால் அண்ணாவின் சிலை திறந்து வைக்கப் பட்டது.

சென்னை மவுன்ட்ரோட்டில் இருக்கும் அண்ணா சிலைக்கும், மெரினா கடற்கரையில் உள்ள மாபெரும் மேதை களின் சிலைக்குப் பின்னால் தமிழ் மொழியின் அடையாளங்கள் ஒளிந்திருக் கின்றன.

சென்னை மவுன்ட் ரோட்டில் இருக்கும் அண்ணா சிலை.

கொ. அன்புகுமார்

தமிழ்நாட்டில் இந்தி ஒழிப்பு – முதல் தீர்மானம்..!

மாமன்றத்தில் அண்ணா...

அண்ணா வாழ்க! இந்தி ஒழிக, தமிழ் வாழ்க என்ற முழக்கம் தமிழக சட்டமன்றத்திற்குள் பார்வையாளர் மாடத்தில் கனமாக ஒலித்தபோது அதையெல்லாம் ஒன்றிய அரசு பார்க்கவும் கேட்கவும் நேரிட்டால் அது எத்தகைய விளைவுகளை கொண்டிருக்கும். ஆம், அந்த வரலாற்று நிகழ்வு நடந்தேறியது அன்று.

1968, ஜனவரி 23-ம் தேதி இந்தியை அறவே ஒழிக்க வகை செய்யும் தீர்மானத்தை கொண்டுவந்த அண்ணா, அதை சட்ட சபையில் நிறைவேற்றியும் காட்டினார்.

பல்வேறு மொழி, பண்பாடு, கலாசாரம், நாகரீகம் கொண்ட இந்தியாவில் ஒரு வட்டார மொழியை ஆட்சி மொழி யாக்குவது இந்திய ஒருமைப்பாட்டை

கருப்பு | சிவப்பு / கழகங்கள்

சீர்குலைக்கும் என்றும், இதனால் ஒரு மொழி இன்னொரு மொழியை அடிமைப்படுத்தும் என்பதால், இந்திய அரசியல் சட்டம் திருத்தப்பட வேண்டும் என்று வலியுறுத்திய அண்ணா, அது வரை ஆங்கிலமே ஆட்சி மொழியாக தொடரவேண்டும் என்று தீர்மானம் கொண்டுவந்தார்.

வரலாற்றுச் சிறப்புமிக்க அந்தத் தீர்மானத்தை சபாநாயகர் சி.பா ஆதித்தனார் கொண்டுவர, சட்டமன்றத்தில் பெரும் மகிழ்ச்சி ஆரவாரம் எழுந்தது.

தீர்மானத்தின்படி அனைத்து பள்ளிக் கூடங்களிலும் கல்லூரிகளிலும் தமிழ் ஆங்கிலம் தவிர வேறு எந்த மொழிக்கும் இடமில்லை. இருமொழிக் கொள்கை மட்டுமே பின்பற்றப்படும்.

தமிழகத்தில் தமிழ் பயிற்று மொழியாகவும் பாடமொழியாகவும் மட்டுமல்லாமல் நிர்வாக மொழியாகவும் வருவதற்காக இந்த ஐந்து ஆண்டுகளில் துரிதமான நடவடிக்கைகளை அரசு மேற்கொள்ளும்.

பாரபட்சம் பார்க்காமல் மொழியின் வளர்ச்சிக்காக மத்திய அரசு ஒதுக்க வேண்டிய நிதியை முறைப்படி ஒதுக்கித் தரவேண்டும்.

மேலும் என்.சி.சி முதலிய தேசிய மாணவர் படையில் கொடுக்கப்படும் ஆணைச் சொற்கள் இந்தியில் இருப்பதால் அவற்றை ஒன்றிய அரசு மாற்றியமைக்க வேண்டும். அப்படியில்லை என்றால் அந்த அமைப்பையே கலைத்துவிட இந்த மாமன்றம் தீர்மானிக்கிறது என்பது போன்ற பல்வேறு அதிரடி தீர்மானங்களை நிறைவேற்றினார் அண்ணா.

தமிழகத்தில் இந்திக்கு எதிராகவும் தாய்மொழிக்கு ஆதரவாக எழுந்த குரல் மற்ற மாநிலங்களையும் விழிப்படையச் செய்தது. வடமாநிலங்களிலும் இதே எதிர்ப்பு குரல் எதிரொலித்தது.

மேற்கு வங்க அரசுக்கு ஒன்றிய அரசு அனுப்பிய கடிதம் ஒன்று இந்தியில் இருந்ததால் ஆங்கில மொழிபெயர்ப்புடன் கூடிய கடிதத்தை இணைத்து அனுப்புங்கள் என்று தெளிவாகக் குறிப்பிட்டு அந்தக் கடிதத்தைத் திருப்பி அனுப்பிவிட்டனர்.

ஆகாஷ்வாணி என்ற இந்தி சொல்லை எடுத்துவிட்டு வானொலி என்று பயன் படுத்த உத்திரவிட்டார் அண்ணா.

இப்படியான எதிர்ப்புகள் ஒன்றிய அரசை கலக்கமடையச் செய்தாலும் அவற்றையே மீண்டும் மீண்டும் தொடர்ந்தது.

இந்த சலசலப்புக்கெல்லாம் அஞ்சாத திராவிட இயக்கத்தின் எழுச்சி நாயகர்கள் அண்ணாவும் கருணாநிதியும் தொடர்ந்து அவற்றையெல்லாம் வலுவாக எதிர்த்து வந்தனர்.

ரூபாய்க்கு ஒருபடி அரிசி

அண்ணாவின் படி அரிசி திட்டம்

அண்ணாவின் தேர்தல் வாக்குறுதிகளில் மிக முக்கியமான வாக்குறுதியாக இருந்த ரூபாய்க்கு ஒருபடி அரிசித் திட்டத்தை செயல்படுத்துவதில் சிக்கல் இருந்தது.

அரிசி பஞ்சம் தலைவிரித்தாடிய அந்தக் காலகட்டத்தில், அவற்றை செயல் படுத்த ஆண்டுக்கு 10 கோடிவரை ஆகும் என்று அறிக்கை சமர்பித்தார்கள் அதிகாரிகள். அதற்கு போதுமான நிதி இல்லாததால் ஒன்றிய அரசிடம் உதவி கேட்ட அண்ணாவிடம் புதுவரியை வேண்டுமானால் போட்டுக்கொள்ளுங்கள் என்று சொல்லி கைவிரித்துவிட்டது ஒன்றிய அரசு.

புதிய வரி போட்டு மக்களின் மீது சுமையை இறக்கி வைக்க விரும்ப வில்லை அண்ணா. ஆதலால் தேர்தல் வாக்குறுதிப்படி ரூபாய்க்கு ஒருபடி அரிசி போடும் திட்டத்தை சென்னையிலும் கோவையிலும் முதற்கட்டமாகத் தொடங்கி வைத்தார். பின்னர் அது படிப் படியாக தமிழகம் முழுவதும் விரிவு படுத்தப்படும் என்று அறிவித்தார்.

1968-ல் அண்ணா தொடங்கிவைத்த அந்த படியரிசித் திட்டம்தான், எதிர் காலத்தில் கருணாநிதி அரசு இரண்டு ரூபாய்க்கு ஒருகிலோ அரிசி என்று அறிவித்து பின்னர் ஒரு ரூபாய்க்கு கொண்டுவந்து தற்போது விலையில்லா அரிசி திட்டமாக வந்து நிற்கிறது.

தமிழகத்தில் பல்வேறு நலத் திட்டங்களுக்கு பணம் வேண்டும். மக்கள் நலத் திட்டங்களை செயல்படுத்து வதில் பணம்தான் பிரதான பிரச்னையாக இருந்தது. ஏழை மக்கள்மீது புதுவரி போட்டு அவர்களை வஞ்சிக்கவும் மன தில்லை. மற்ற மாநிலங்களைப் போல், அதாவது ஒரிசா, கேரளா போன்று லாட்டரி சீட்டை தமிழகத்தில் அறிமுகப்படுத்து வதன் மூலம், ஆண்டுக்கு இரண்டு கோடி ரூபாய்வரை லாபம் கிடைக்க வாய்ப்பு இருக்கிறது என்பதை உணர்ந்த அண்ணா, அதைக்கொண்டு மக்கள் நலத்திட்டங் களுக்கு பணம் ஒதுக்கலாம் என்ற முடிவுக்கு வந்தார்.

ஒரிசாவும், கேரளஅரசும் லாட்டரிச்சீட்டு விற்பனையில் கிடைத்த வருமானத்தை வைத்தே பள்ளிக்கூடங்களும் மருத்துவ மனைகளும் கட்டின. அதையே இங்கேயும் செயல்படுத்தலாம் என்று முடிவு செய்தார் அண்ணா.

அண்ணா தலைமையிலான அமைச்சரவையில் பொதுப்பணித்துறை அமைச்சராக இருந்த கருணாநிதி, பின்னர் போக்குவரத்து துறைக்கு பொறுப்பேற்றபோது, பேருந்துகளை அரசுடமையாக்கினார்.

தூத்துக்குடியில் துறைமுகம் கொண்டு வருவதற்கும், சேலத்தில் உருக்கு ஆலை கொண்டுவருவதற்கும் ஒன்றிய அரசுக்கு அழுத்தம் கொடுத்தார்.

கல்வியின் தரத்தை மேம்படுத்த பெற்றோர் ஆசிரியர் கூட்டமைப்பை உருவாக்கி பல்வேறு மாற்றங்களுக்கு வித்திட்டார்.

மகளிர் மன்றங்களின் மூலம் கைத்தொழில், வேலைவாய்ப்பு, வேலைக்கு செல்லும் பெண்கள் தங்குவதற்கு தங்கும் விடுதி என பல்வேறு நலத்திட்டங்களை தொடர்ந்தது அண்ணாவின் அரசு.

பல்வேறு நாடுகளுக்கு சுற்றுப் பயணம் மேற்கொண்டு தமிழின் பெருமைகளையும், பொருளாதாரம் குறித்தும், இலக்கிய சிந்தனையையும் பரிமாறிவந்தார் அண்ணா.

அண்ணாவுக்கு அமெரிக்காவின் யேல் பல்கலைக்கழகத்திலிருந்து அழைப்பு வந்தது. உலகின் மிக முக்கிய ஆளுமைகளை மட்டுமே அந்த பல்கலைக்கழகம் அழைத்து கௌரவிக்கும். அப்படியான உயர்ந்த மனிதராக இருந்தார் அண்ணா.

தமிழின் பெருமையை போற்றும் வகையில் திருவள்ளுவருக்கு சிறப்பு செய்த அண்ணா.

அமெரிக்கா செல்லும் வழியில் போப் ஆண்டவரை சந்தித்து அவருக்கு திருக்குறள் புத்தகத்தை பரிசளித்தார் அண்ணா.

திருக்குறள், தொல்காப்பியம், சங்க இலக்கிய நூல்களின் ஆங்கில மொழிப் பெயர்ப்பை உலகளாவிய தலைவர்களிடம் கொடுத்து தமிழின் பெருமைகளையும் தமிழனின் சிறப்புகளையும் பேசியவர் அண்ணா.

அமெரிக்கா சென்ற அண்ணா அங்கிருந்து சிங்கப்பூர், மலேசியா, ஜப்பான் உள்ளிட்ட பல்வேறு நாடுகளுக்கு பயணம் மேற்கொண்டு, மேலை நாடுகளின் தொழில் வளர்ச்சியும், அவற்றை தமிழகத்திற்கு கொண்டுவருவது எப்படி என்பது பற்றியும் ஆலோசித்து வந்தார்.

கலந்துகொள்ளும் கூட்டங்களில் எல்லாம் உலகப் பொதுமறையாம் திருக்குறளை எடுத்துரைத்தார்.

வெளிநாட்டு அறிஞர்களோடு பேரறிஞர் அண்ணா.

கருப்பு | சிவப்பு / கழகங்கள்

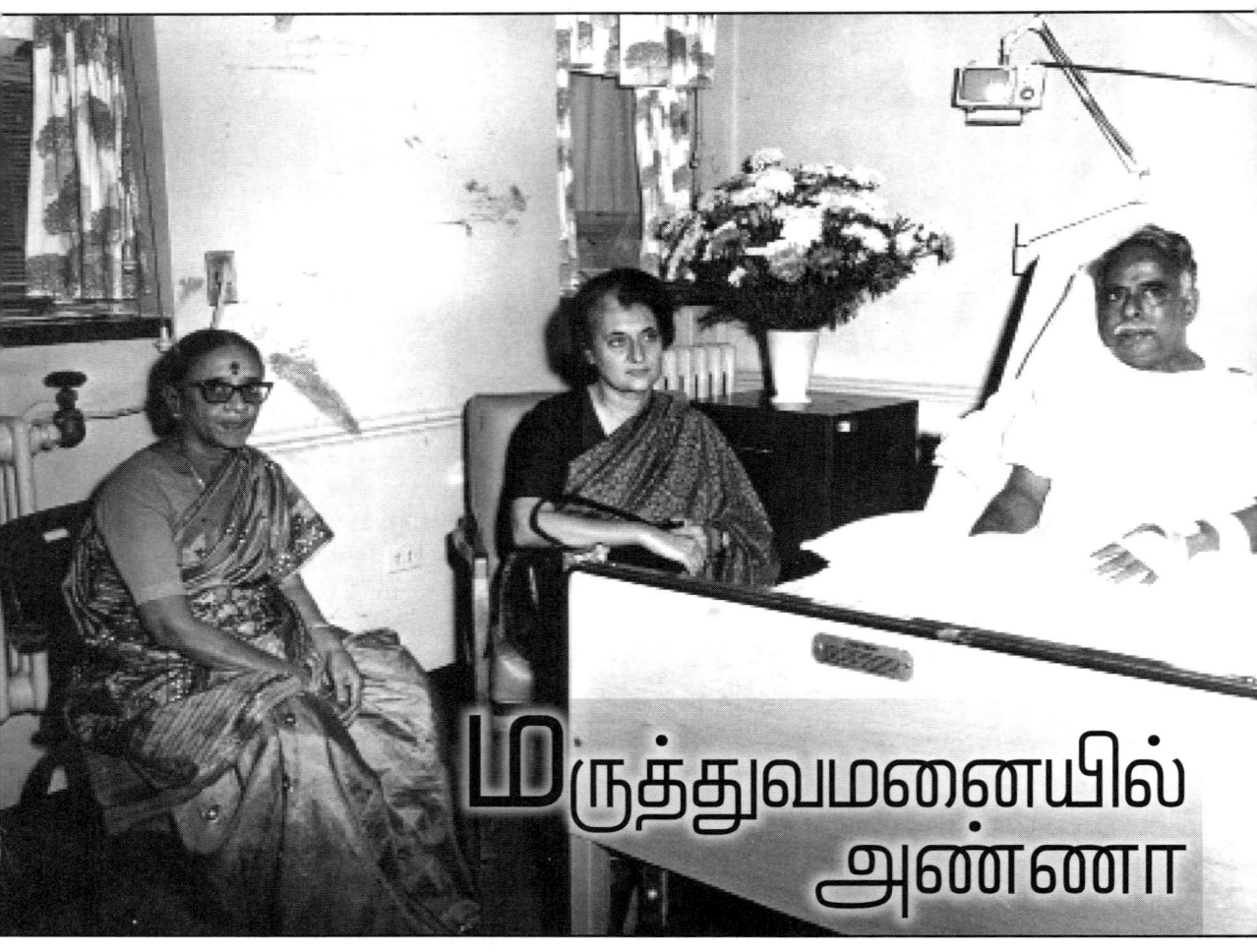

மருத்துவமனையில் அண்ணா

ஒருமாதம் வெளிநாட்டுப் பயணத்தில் ஏராளமான திட்டமிடல்களைக் கொண்டு வந்தார் அண்ணா. ஆனாலும் அவர் உடலில் ஏற்பட்ட புற்றுநோய், அண்ணாவின் வாழ்க்கையையே முடித்துவிட எத்தனித்தது.

அண்ணா, ஆட்சிக்குவந்த ஒன்றரை ஆண்டு காலத்திற்குள்ளாகவே நோய்வாய் பட்டார்.

1968-ம் ஆண்டு செப்டம்பர் மாதம் அண்ணாவுக்கு தொண்டைக்குழியில் வலி ஏற்பட்டபோது அவரை பரிசோதித்த மருத்துவர்கள், தொண்டையில் புற்று நோய்க்கட்டி இருப்பதாகச் சொன்னார்கள்.

இதையடுத்து உடனடியாக அவருக்கு அமெரிக்காவில் சிகிச்சையளிக்க ஏற்பாடு செய்யப்பட்டது.

1968 செப்டம்பர் 15 அவருடைய பிறந்தநாள் என்பதால் அதற்கு அடுத்த நாளான 16ம் தேதி அறுவை சிகிச்சைக்கு நாள் குறிக்கப்பட்டது.

கொ.அன்புகுமார்

அமெரிக்காவில் இருந்து நலமுடன் திரும்பிய அண்ணா.

அண்ணா குணமடைய வேண்டும் என்று உலகம் முழுவதிலும் இருந்து தந்தியும் வாழ்த்துமடலும் மருத்துவ மனைக்கே வந்துசேர, அமெரிக்க மருத்து வர்கள் திகைப்படைந்தனர். ஒருவழியாக புற்றுநோய்க் கட்டி அகற்றப்பட்டு ஓய்வில் இருந்தார் அண்ணா.

இன்னும் சில மாதங்கள் ஓய்வில் இருக்க வேண்டும் இங்கேயே இருந்து விடுங்கள் என்று மருத்துவர்கள் சொல்ல, தமிழ்நாட்டிற்குச் சென்று ஓய்வு எடுத்துக் கொள்வதாகக் கூறிவிட்டு, நவம்பர் 6-ம் தேதி அமெரிக்காவில் இருந்து சென்னை திரும்பினார் அண்ணா.

உடல் மெலிந்த நிலையில் சோர்வாகவே இருந்தார் அண்ணா.

இந்தநிலையில் தமிழ்நாடு பெயர் மாற்றத்திற்கு நாடாளுமன்றம் ஒப்புதல் அளித்த மகிழ்ச்சியைக் கொண்டாடும் விதமாக, சென்னையில் ஏற்பாடு செய்யப்பட்டிருந்த விழாவில் கலந்து கொண்டு பேச வேண்டும் என்றார் அண்ணா.

1968, டிசம்பர் 2-ம் தேதி நடந்த அந்த விழாவிற்கு சென்ற அண்ணாவிடம் அவரது உடல் நலம் கருதி அவரை பேசவேண்டாம் என்று எச்சரித்தார்கள் மருத்துவர்கள்.

அண்ணாவின் உடல் நலம் குறித்த தகவல் கேட்டு
மருத்துவமனையில் சோகத்தில் இருந்த காமராசர், கருணாநிதி, எம்.ஜி.ஆர்.,சி.சுப்ரமணியம்.

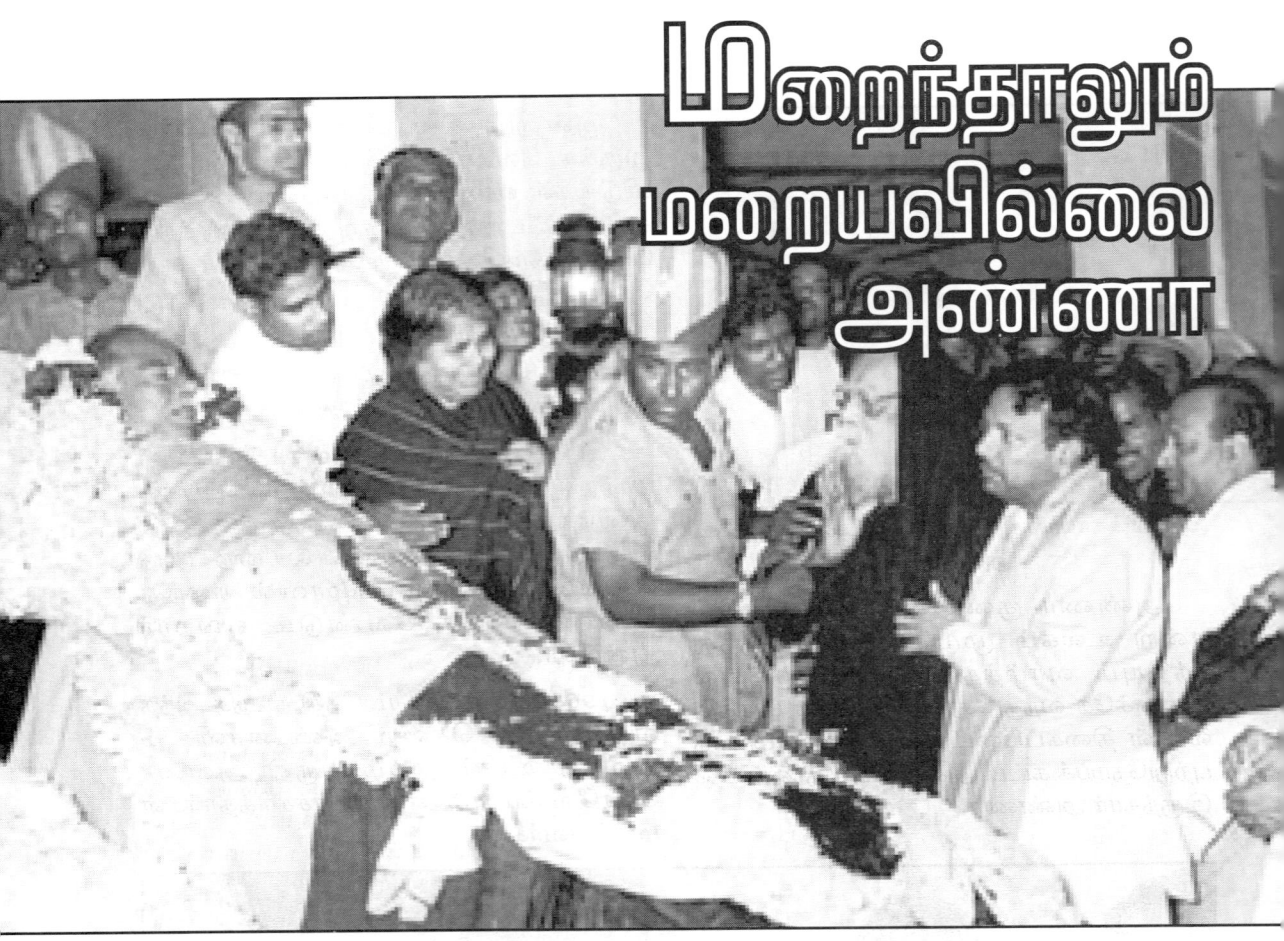

மறைந்தாலும் மறையவில்லை அண்ணா

"இருப்பது ஓர் உயிர், அது தமிழுக்காகப் போனால் போகட்டும்!" என்று கூறிவிட்டு, திட்டமிட்டபடி அந்த விழாவில் கலந்து கொண்டு பேசினார் அண்ணா.

சில நாட்கள் கழித்து மீண்டும் அவரது உடல்நிலை மோசமடையத் தொடங்கியது.

சென்னை அடையாறு புற்றுநோய் மருத்துவமனையில் அனுமதிக்கப்பட்ட அண்ணாவுக்குத் தீவிர சிகிச்சை அளிக்கப் பட்டது. அமெரிக்காவில் இருந்து மருத்துவர் மில்லர் வரவழைக்கப்பட்டு அண்ணாவுக்குச் சிகிச்சை அளித்தனர்.

ரேடியத்தின் உதவியுடன் அண்ணாவுக்கு சிகிச்சை அளித்தால், அவர் ஒருவாரத் திற்குப் பிறகு மீண்டு வந்துவிடுவார் என்று கூறப்பட்டது. அதன்படி இரண்டாவது முறையாகவும் அண்ணாவுக்கு அறுவை சிகிச்சை நடந்தது.

1969 ஜனவரி 31-ம் தேதி அண்ணாவுக்கு மூச்சுத்திணறல் ஏற்பட இதயத் துடிப்பு குறைந்துபோனது. உடனடியாக அவருக்கு செயற்கை சுவாசம் அளித்தனர் மருத்து வர்கள். பிப்ரவரி 1-ம் தேதி அண்ணாவின் கழுத்தில் மூச்சுக்குழாயில் துளையிட்டு அதன்மூலம் சுவாசிக்க ஏற்பாடு செய்திருந்தனர்.

பல கட்ட முயற்சிக்குப் பிறகும் அண்ணாவின் உயிரைக் காப்பாற்ற முடியவில்லை. அண்ணா மீண்டு வந்துவிடுவார் என்றே எல்லாரும் எதிர்பார்ப்போடு காத்திருந்தனர்.

1969, பிப்ரவரி 3-ம் தேதி நள்ளிரவு 12.20 மணிக்கு இந்த உலகத்தைவிட்டே மறைந்தார் அண்ணா.

அந்த இரவு அவ்வளவு பெரிய ரணமாக இருக்குமென யாருமே நினைத்திருக்கவில்லை.

அண்ணாவின் மறைவுச் செய்தி கேட்ட அடுத்த சில நிமிடங்களிலேயே மருத்துவமனைக்கு வந்துவிட்டார் பெரியார்.

எந்தத் தம்பிக்கு தன் கொள்கையை எல்லாம் ஊட்டி வளர்த்தாரோ அந்தத் தம்பி எல்லாருக்கும் அண்ணனாய் இருந்து கடைசியில் மரணத்தைத் தழுவிக் கிடப்பதைப் பார்த்து, நெஞ்சம் உடைந்து போனார் பெரியார்.

அண்ணாவின் மறைவு பேரிடியாய் இருந்தது கருணாநிதிக்கு. மயக்கமடைந்த கருணாநிதியை தேற்றவே போராடினர்.

நாவலர் நெடுஞ்செழியன், எம்.ஜி.ஆர் என அண்ணாவின் போர்ப்படையினர் ஆறாத சோகத்தை அழுதுகொட்டினர்.

நாவலர் நெடுஞ்செழியனை தற்காலிக முதலமைச்சராக நியமித்தார் ஆளுநர்.

அண்ணா இறந்தபோது அவரது தாயார் பங்காரு அம்மாளுக்கு 80 வயது. மகன் இறந்த செய்தியை அவருக்கு தெரியப்படுத்தாமலேயே சென்னைக்கு அழைத்து வந்தனர். பங்காரு அம்மாளுக்கு பார்வை மட்டுமல்லாது காதும் கேட்காமல் இருக்க, அண்ணாவின் உடல் அருகே அவரை அமர வைத்தனர்.

மகனின் உடலைப் பார்க்க வந்திருந்த பங்காரு அம்மாள், உடன் எம்.ஜி.ஆர்.

கருப்பு | சிவப்பு / கழகங்கள்

அண்ணாவின் உடலை கண்ணீரோடு பார்க்கும் கருணாநிதி.

மகனின் கைகளைப் பற்றிய அந்த தாய், "எங்கேயடா இருக்கிறாய் ராஜா..?" என்று கேட்கிறார். அந்தத் தாய்க்கு என்ன ஆறுதல் சொல்வதென்றே தெரியாமல் போய் விட்டது.

மகனின் கைகளைப் பற்றிக்கொண்ட தாய்க்கு கைகள் ஏன் ஐஸ் கட்டியைப் போல் இருக்கிறது என்று கேட்க, கடைசிவரை அவரது மகன் இறந்ததை தெரியப்படுத்தாமல் அங்கிருந்து அவரை அழைத்துச் சென்றுவிட்டனர்.

அண்ணாவின் உடலை மருத்துவ மனையில் இருந்து சென்னை நுங்கம்பாக்கத்தில் இருந்த அவரது வீட்டிற்கு எடுத்துச் சென்று, அண்ணா பயன்படுத்திவந்த கட்டிலில் வைத்தனர்.

அரைமணிநேரம் கழித்து அவரது உடலை ராஜாஜி அரங்கத்திற்குக் கொண்டு சென்றனர்.

தமிழகமே கண்ணீரில் கரைந்தது. எங்கு பார்த்தாலும் சோகம்.

கொ.அன்புகுமார்

அண்ணாவின் இறுதி ஊர்வலத்தில் கலந்துகொள்ள தமிழகத்தின் அனைத்து பகுதியில் இருந்தும் சென்னையை நோக்கிப் படையெடுத்தனர் மக்கள்.

அண்ணாவின் இறுதி ஊர்வலத்தில் எப்படியாவது கலந்துகொள்ள வேண்டும் என்று ரயில் கூரையின்மீது பயணம் செய்து வந்த 32 பேர், பரிதாபமாக பலியாகினர்.

15 லட்சம் மக்கள் அண்ணாவின் இறுதி ஊர்வலத்தில் கலந்துகொண்டனர்.

அண்ணாவின் இறுதி ஊர்வலம் - அண்ணா சாலை முழுவதும் மக்கள் பேரலை

மெரினா கடற்கரையில் அண்ணா சமாதி.

கூட்ட நெரிசலில் சிக்கி 3 பேர் நசுங்கி இறந்துபோனார்கள்.

கட்டுக்கடங்காத கூட்டம். காவல் துறையினர் தடியடி நடத்தி கலைக்க முற்பட்டும் அது நடக்காமல் போனது. வேறு வழியே இல்லாமல் 12 முறை கண்ணீர் புகைகுண்டு வீச்சு நடந்த வேண்டிய நிலை.

நேரம் செல்லச் செல்ல பல லட்சம் மக்கள் ஒன்றுகூடியதால் திமுதிமுத்தது சென்னை.

திமுகவினர் மட்டுமல்லாது பொது மக்களும் கண்ணீரில் மிதக்க, கிட்டத் தட்ட 15 லட்சத்துக்கும் அதிகமானோர் அண்ணாவின் உடலை காண்பதற்காக வந்திருந்தனர். இறுதி ஊர்வலம் நீண்டுகொண்டே சென்றது.

பிற மாநிலத்தைச் சேர்ந்த ஆளுநர்கள், கேரளா, ஆந்திரா முதலமைச்சர்கள், காமராஜர், சி.சுப்பிரமணியம் என அனைத்துக் கட்சித் தலைவர்களும் குவிந்திருந்தனர்.

ஒன்றிய அரசின் சார்பில் அப்போதைய உள்துறை அமைச்சர் பிரதமருக்கான பிரதிநிதியாக வந்து அஞ்சலி செலுத்தினார்.

எங்கு பார்த்தாலும் மனித தலைகளே தென்பட்டன. (மவுன்ட்ரோடு) அண்ணா சாலை முழுவதும் மக்கள் பெருவெள்ளம்.

20 லட்சம் மக்கள் சென்னையை முற்றுகையிட்டிருந்தனர். மக்கள் வெள்ளத்தின் நடுவே சந்தனப்பெட்டியில் அண்ணாவின் உடல் வைக்கப்பட்டு சென்னை மெரினா கடற்கரையில் விதைக்கப்பட்டார் அண்ணா.

அண்ணாவுக்குப் பிறகு யார்..?

கருணாநிதி - நெடுஞ்செழியன்.

அண்ணாவுக்குப் பிறகு யார் முதலமைச்சர் என்பதில் சிக்கல். தற்காலிக முதலமைச்சராக இருந்த நெடுஞ்செழியனா? அல்லது கருணாநிதியா? என்ற குழப்பம்.

கட்சி மட்டத்தில் அண்ணாவுக்கு அடுத்த இடத்தில் நெடுஞ்செழியன் இருந்த போதிலும், தொண்டர்கள் மத்தியில் கருணாநிதிக்கே அதிகமான செல்வாக்கு இருந்தது.

தொண்டர்கள் மட்டுமல்லாது அமைச்சரவையில் இருந்த பலரும் கருணாநிதியே முதலமைச்சராக வேண்டுமென கேட்டுக் கொண்டனர்.

கருப்பு | சிவப்பு / கழகங்கள்

தமிழ்நாடு முழுவதும் கருணாநிதியின் கால்படாத இடமே இல்லை என்று சொல்லும் அளவுக்கு பயணம் செய்து, கட்சிக்கு நிதித் திரட்டி திமுகவை பெரும் வெற்றியின் பக்கம் அழைத்துச் சென்றவர் கருணாநிதி.

அண்ணாவின் மறைவுக்குப் பிறகு அவரது மறைவால் பெரும் துயரத்தில் இருந்த கருணாநிதி, ஆரம்பத்தில் தனக்கு முதலமைச்சராக விருப்பம் இல்லை என்று தெரிவித்து வந்தார். கட்சித் தொண்டர்களும் மேல்மட்ட தலைவர்களும் நீங்களே முதலமைச்சராக வேண்டும் என்று கேட்டுக் கொண்டதற்காக சரியென்று ஒத்துக் கொண்டார்.

தந்தை பெரியாரும் கலைஞர் கருணாநிதியே முதலமைச்சராக வரவேண்டும் என்று விரும்பினார். எம்.ஜி.ஆரின் ஆதரவும் கிடைத்ததால் கருணாநிதியே முதலமைச்சராக வாய்ப்பு வந்தது.

1969 பிப்ரவரி 9-ம் தேதி நடந்த திமுகவின் கூட்டத்தில் கருணாநிதியே முதலமைச்சர் என்று ஒருமனதாக முன்மொழியப்பட்டது.

அதன்படி எல்லோரது ஆதரவையும் பெற்ற கலைஞர் கருணாநிதி 1969-ம் ஆண்டு பிப்ரவரி 9-ம் தேதி ஆளுநரை சந்தித்து ஆட்சியமைக்க உரிமை கோரினார்.

கருணாநிதிக்கு ஆளுநர் பதவிப்பிரமாணம் செய்து வைக்கும்போது...

கொ.அன்புகுமார்

1969 கருணாநிதி அமைச்சரவை.

அண்ணாவின் அரியணையில் கருணாநிதி

1969 பிப்ரவரி 10-ம் தேதி கருணாநிதி தலைமையிலான அமைச்சரவை பதவியேற்றது.

ஏற்கெனவே அண்ணாவின் அமைச்சரவையில் இருந்த நெடுஞ்செழியன் இம்முறை அமைச்சராக விரும்பவில்லை எம்.எல்.ஏ-வாக மட்டும் இருக்கிறேன் என்று கூறிவிட்டார்.

நெடுஞ்செழியனை அமைச்சரவையில் சேர்க்க எவ்வளவோ முயற்சி எடுத்தார் கருணாநிதி. ஆனாலும் பிடிவாதமாக இருந்துவிட்டார் நெடுஞ்செழியன்.

முதலமைச்சர் பதவி தனக்கு தரப்படவில்லை என்ற கோபம் நிறையவே இருந்தது நெடுஞ்செழியனுக்கு. ஆனால் அவற்றை வேறுவிதமாகச் சமாளித்தார்.

புதிய அமைச்சரவையில் கருணாநிதியைச் சேர்த்து 11 அமைச்சர்கள் பதவியேற்றனர்

கவர்னர் மாளிகையில் நடந்த எளிய விழாவில், ஆளுநர் உஜ்ஜல் சிங் புதிய அமைச்சரவைக்குப் பதவிப்பிரமாணம் செய்து வைத்தார்.

இதையடுத்து தந்தை பெரியாரிடம் ஆசிபெற்ற கருணாநிதி, அதிகாரத்துக்கு வந்தார்.

அண்ணா விட்டுச்சென்ற பணிகளைத் தொடர்ந்தது கருணாநிதி அரசு.

பிச்சைக்காரர்கள் மறுவாழ்வுத் திட்டம், இலவச கண்ணொளித் திட்டம், குடிசை மாற்று வாரியம், சுற்றுலா வாரியம், குடிநீர் வடிகால் வாரியம், ஆதி திராவிடர் இலவச காங்கிரீட் வீட்டு வசதித் திட்டம், சிங்காரவேலர் நினைவு மீனவர் வீட்டுவசதி திட்டம், பிற்படுத்தப்பட்டோர் மிகவும் பிற்படுத்தப்பட்டோருக்கு தனி அமைச்சகம், பேருந்து நாட்டுடமை, போக்குவரத்து கழகங்கள் உருவாக்கம், அனைத்து கிராமங்களுக்கும் மின் இணைப்புத் திட்டம், விவசாயத் தொழிலாளர்களுக்கு குடியிருப்பு மனை உரிமைச் சட்டம், சேலம் உருக்காலை தொழிற்சாலை, சிப்காட் தொழிற்சாலைகள் உருவாக்கம், ஆதரவற்ற குழந்தைகளுக்கு கோவில்களில் கருணை இல்லங்கள், அடிமைத்தனத்தை ஒழிக்க கைரிக்ஷா ஒழிப்பு, மாற்றுத் திறனாளிகள் நல்வாழ்வு திட்டம், அஞ்சுகம் அம்மையார் நினைவு கலப்புத் திருமணம் நிதியுதவித் திட்டம், விதவை மறுமணச் சட்டம், மாநிலங்களுக்கென திட்டக்குழு உருவாக்கம், காவலர் மேம்பாட்டுக்கு காவலர் ஆணையம் என்று ஆட்சிப் பொறுப்பை ஏற்ற கருணாநிதி அந்த ஐந்தாண்டு திட்டங்களை இந்தியாவுக்கே முன்னோடித் திட்டங்களாகச் செய்து முடித்தார்.

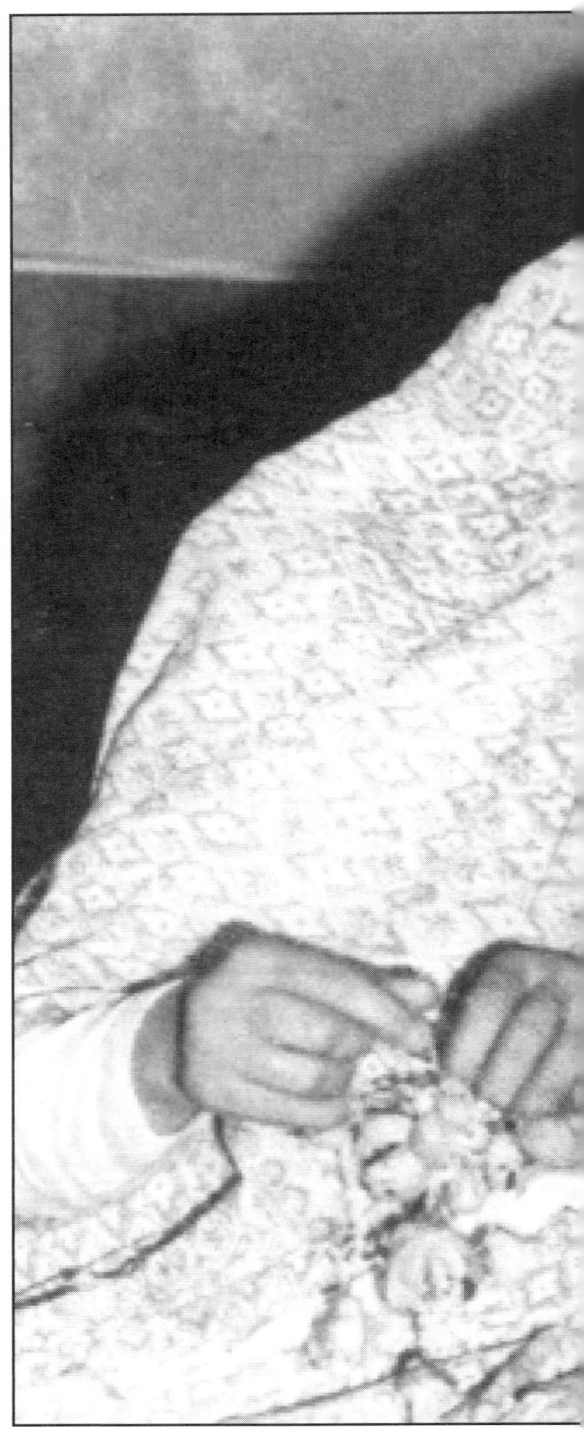

பிரதமர் இந்திராகாந்தியுடன் முதலமைச்சர் கருணாநிதி.

ஏற்கெனவே திராவிடநாடு கோரிக்கை உள்ளிட்ட பல்வேறு முழக்கங்களை எழுப்பிய அண்ணா, பிரிவினைவாத தடைச் சட்டத்திற்குப் பிறகு, திராவிடநாடு கோரிக்கை கைவிடப்படுவதாக அறிவித்தார். ‘‘கோரிக்கைதான் கைவிடப் படுகிறதே தவிர அதற்கான காரணங்கள் அப்படியே இருக்கிறது என்றார் அண்ணா’’. ஒன்றிய அரசிடம் குவிந்துகிடக்கும் அதிகாரங்களை பகிர்ந்தளிக்கும் கோட்பாட்டைக் கட்சி தொடங்கியபோதிலிருந்தே அழுத்தமாகப் பதிவுசெய்து வந்தவர் அண்ணா.

அவர் வழிவந்த கருணாநிதி பதவியேற்ற பிறகு, மாநில உரிமைகளில் மத்திய அரசின் தலையீட்டை குறுக்கவும், சுயாட்சி பற்றி பேசவும் ஆரம்பித்தார்.

முதலமைச்சராக கருணாநிதி பொறுப் பேற்றுக் கொண்டதை அறிந்த அப் போதைய பிரதமர் இந்திரா காந்தி, ‘‘கருணாநிதியா... அவர் தகராறு செய்யக்கூடியவர் அல்லவா, ஒன்றிய அரசுக்கு ஒத்துழைப்பாரா?’’ என்று கேட்க, இதை அறிந்துகொண்ட கருணாநிதி சில மாதங் களுக்குப் பிறகு அண்ணாவின் உருவப் படத்தை சட்டமன்றத் தில் திறப்பதற்காக இந்திரா காந்தியை வரவழைத்தார்.

அப்போது பேசிய கருணாநிதி, நான் முதலமைச் சரானவுடன் ஒன்றிய அரசுக்கு ஒத்துழைப்பு நல்க மாட்டேன் என்று பிரதமர் அச்சப்பட்டதாக கேள்விப் பட்டேன். ஒன்றிய அரசுடன் தகராறு செய்வது எங்கள் நோக்கமல்ல, ‘உறவுக்குக் கைகொடுப்போம், உரிமைக்குக் குரல் கொடுப்போம்’ என்று பேசினார். இந்திரா காந்தியும் மகிழ்ந்தார்.

ராஜமன்னார் குழு அறிக்கை.

மத்தியில் கூட்டாட்சி, மாநிலத்தில் சுயாட்சி என்பதுதான் கலைஞரின் தத்துவம். அதன்படி வரவேற்க வேண்டிய வற்றை வரவேற்று, எதிர்க்க வேண்டிய பிரச்சனைகளுக் கெல்லாம் ஒன்றிய அரசை முன்னின்று எதிர்த்தது திமுக அரசு.

முதலமைச்சர் ஆனதும் மரியாதை நிமித்தமாக டெல்லி சென்ற கருணாநிதி தனது அலுவல்களை முடித்துக் கொண்டு,1969 மார்ச் 17-ம் தேதி டெல்லியில் பத்திரிகை யாளர்களைச் சந்தித்தார். மாநில சுயாட்சி குறித்து விரிவாகப் பேசினார்.

ஒன்றிய - மாநில அரசுகளின் உறவு மற்றும் அதிகாரங்கள் குறித்து ஆராய நீதிபதி பி.வி.ராஜமன்னார் தலைமையில் குழு ஒன்று அமைத்து, அது பற்றி அறிக்கை தாக்கல் செய்யப் படும் என்று அறிவித்தார் கலைஞர் கருணாநிதி.

அதன்படி சுமார் 400 பக்கங்கள் கொண்ட அறிக்கையை 1969 மே 27-ம் தேதி அளித்தது ராஜமன்னார்குழு.

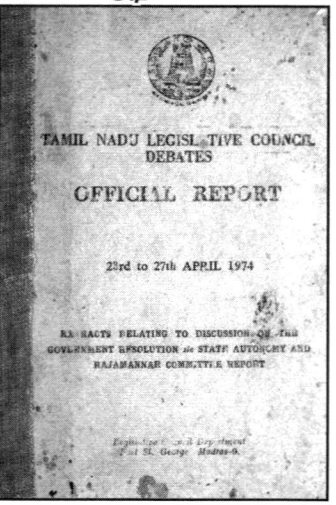

ராஜமன்னார் குழு அளித்த பரிந்துரைகள்!

பத்திரிகையாளர் சந்திப்பு கருணாநிதி தனிக்கொடி.

மாநில அரசுகளின் ஆலோசனைகளைப் பெற்றே ஆளுநர்களை நியமிக்க வேண்டும்.

அனைத்து மாநிலங்களுக்கும் சமமான பிரதிநிதித்துவம் வழங்கப்பட வேண்டும். அரசியலமைப்பு சட்டத்தின் 7-வது பிரிவில் உள்ள சட்டப் பொருளடக்கத்தை மாற்றி, மாநிலங்களுக்கும் சட்டமியற்றும் அதிகாரம் வழங்கப்பட வேண்டும். மாநிலங்களின் வருவாயை அதிகரிக்க வரிசீர்திருத்தம் வேண்டும், என்பது போன்ற 21 தலைப்புகளில் பல்வேறு சீர்திருத்த நடவடிக்கைகளை மேற்கோள் காட்டியிருந்தது அந்தக் குழு.

நாட்டிலேயே முதன்முறையாக மாநிலங்களின் உரிமைகள் குறித்தும், அதிகாரப் பகிர்வு பற்றியும் விரிவாக விவரித்திருந்தது அந்த அறிக்கை.

ராஜமன்னார் குழு அறிக்கையை பின்பற்றியே எங்களுக்கும் உரிமைகள் வேண்டும் என்று காஷ்மீர், மேற்குவங்கம் உள்ளிட்ட மற்ற மாநிலங்களும் பேச ஆரம்பித்தன.

கருப்பு | சிவப்பு / கழகங்கள்

தமிழகத்துக்கென தனிக்கொடி வடிவமைத்து அதை வெளியிட்டார் கருணாநிதி.

தனிக்கொடி வடிவமைத்தது மட்டுமல்லாமல் தங்களுக்கென தமிழ்த்தாய் வாழ்த்து வேண்டும் என்ற பிரச்னையை கையில் எடுத்தார் கருணாநிதி. இதை உன்னிப்பாகக் கவனித்து வந்த ஒன்றிய அரசு தனிக்கொடிக்கு அனுமதி கொடுக்காமல் மாநில முதலமைச்சர்கள் சுதந்திர திருநாளில் கொடியேற்றிக்கொள்ளும் உரிமையைக் கொடுத்தது.

டெல்லியில் ஆகஸ்ட் 15-ம் தேதி பிரதமர் கொடியேற்றுவது என்றும், ஜனவரி 26 குடியரசு தினத்தில் குடியரசுத் தலைவர் கொடியேற்றுவதுதான் நடைமுறையாக இருந்து வந்தது. மாநிலங்களில் இந்த இரண்டு தினங்களிலும் ஆளுநரே கொடியேற்றி வந்தார். கருணாநிதியின் கோரிக்கையை அடுத்து மாநில முதலமைச்சர்கள் சுதந்திரதினத்தன்று கொடியேற்றிக்கொள்ளலாம் என்று அறிவித்தது ஒன்றிய அரசு.

அதன்படி சுதந்திர இந்தியாவில் 1974, ஆகஸ்ட் 15-ம் தேதி, கோட்டையில் முதன் முறையாக கொடியேற்றி புதிய வரலாற்றை தொடங்கி வைத்தார் கருணாநிதி.

மாநில சுயாட்சி விவகாரத்தில் தீவிரமாக இருந்த கருணாநிதி, கூட்டம் ஒன்றில் பேசும்போது "நாளைக்கே திமுகழகத்தைப் பார்த்து நீ மாநில

கொடி ஏற்றும் உரிமையைப் பெற்றுத்தந்த கருணாநிதி.

சுயாட்சி கேட்கிறாய் ஆகவே திமுக ஆட்சி கலைக்கப்படும் என்று டெல்லியில் இருந்து உத்தரவு வருமேயானால், அதைவிட புனிதமான சரித்திரம் என் வாழ்க்கையில் வேறேதும் இருக்க முடியாது!'' என்று பேசினார்.

கருணாநிதி ஆட்சியில் பல்வேறு சட்ட திட்டங்கள் அதிரடியாகக் கொண்டு வரப்பட்டன.

தமிழுக்கு முன்னுரிமை கொடுக்கவும், தமிழனின் பெருமைகளைப் பறை சாற்றவும் பல்வேறு முன்னெடுப்புகளை மேற்கொண்டதோடு, தமிழின் வளர்ச்சிக் கான அத்தனை விதைகளையும் தூவினார்.

1969-ல் வெளிவந்த தமிழ் திரைப் படங்களுக்கு இந்தியில் தணிக்கைச் சான்றிதழ் கொடுக்கப்பட்டது. இதை அடுத்து ஆங்கிலத்தில் மட்டுமே சான்றிதழ் வழங்கவேண்டும் என பிரதமர் இந்திராகாந்திக்கு கடிதம் ஒன்றை எழுதினார் கருணாநிதி. அதன் பலனாக தமிழ் படங்களுக்கு ஆங்கிலத்திலேயே தணிக்கை சான்றிதழ் வழங்க உத்தரவிட் டார் பிரதமர் இந்திராகாந்தி.

1967-ல் திமுக ஆட்சிக்கு வந்தவுடன் பல்வேறு தொழிலாளர் போராட்டங்கள் வெடித்தன. சில இடங்களில் துப்பாக்கிச் சூடும் நடந்தேறியது. இதையடுத்து தொழிலாளர்சட்ட திருத்தங்களை கொண்டு வருவதற்கு முனைந்த திமுக அரசு, அவர்களின் உரிமையைப் போற்றும் வகையில் மே ஒன்றை உழைப்பாளர் தினமாக அறிவித்து ஊதியத்துடன் கூடிய விடுமுறையை அளித்து, நாட்டிற்கே முன்னோடியாக திகழ்ந்தார் கருணாநிதி.

1969-ல் நிறைவேற்றப்பட்ட அந்த சட்டம் பெரும் வரவேற்பை பெற்றது. மற்ற மாநிலங்களில் இதுபோன்று ஊதியத்து டன் கூடிய விடுமுறை இன்றுவரை இல்லை என்பது குறிப்பிடத்தக்கது.

முதலமைச்சராகப் பதவியேற்ற கருணாநிதி தமிழகம் முழுவதும் சுமார் 60-க்கும் மேற்பட்ட இடங்களில் அண்ணாவின் சிலைகளைத் திறந்தார்.

மே தினம் உழைப்பாளர் சின்னம்.

கல்வி நிலையங்களில் என்.சி.சி. மாணவர் படையில் கட்டளைச் சொற்கள் இந்தியில் இருப்பதால் அதை ஆங்கிலத்தில் மாற்றியமைக்கும் வரை அந்த அமைப்பிற்கு தடைவிதித்திருந்தார் அண்ணா. கருணாநிதி முதலமைச்சரான பிறகு மீண்டும் ஒன்றிய அரசு அந்த அமைப்பைச் செயல்படுத்தச் சொன்னது. ஆனால் கருணாநிதி அதில் இருக்கும் கட்டளைச் சொற்களை ஆங்கிலத்தில் மாற்றினால் மட்டுமே அனுமதிப்போம் என்றார். ஒன்றிய அரசும் கட்டளைச் சொற்களை ஆங்கிலத்தில் மாற்றுவதாக உறுதியளித்ததால் மீண்டும் அந்த அமைப்பு செயல்படுவதற்கு அனுமதியளித்தார் கருணாநிதி.

அண்ணா ஆட்சியில் இருக்கும்போது 1968-ம் ஆண்டு கீழவெண்மணியில் அரைப்படி நெல் அதிகம் கூலி கேட்டு போராடிய ஒடுக்கப்பட்ட ஏழை விவசாயிகள் ஆண்-பெண் குழந்தைகள் என 44 பேரை குடிசையில் தீவைத்து எரித்தனர் பண்ணையார் ஆதிக்கத்தினர்.

1968 வரை பண்ணையாள் முறையின் கொடூரத்தைத் தாங்கிக்கிடந்தது ஒருங்கிணைந்த தஞ்சை மாவட்டம். பெரும் நிலச்சுவந்தார்களின் கீழ் அடிமைப்பட்டுக்கிடந்த ஏழை மக்களின் அவலம் பெருங்கதை.

விடிவதற்கு முன்பே ஏர்கட்ட வேண்டும், கரை ஏறித்தான் குழந்தைகளுக்கு பெண்கள் பாலூட்ட வேண்டும். என்பது போன்ற பல்வேறு கெடுபிடிகளை போட்டிருந்தார்கள் நிலக்கிழார்கள். அரைப்படி நெல் அதிகம் கூலி கேட்டார்கள் என்பதற்காக 44 பேர் உயிரோடு வைத்துக் கொளுத்தப்பட்டனர். அப்படியான காலகட்டத்தில்தான் பண்ணையார்

மே தினம் உழைப்பாளர் சின்னம்.

களை எதிர்க்கத் துணிந்தது திமுக அரசு. விவசாயிகளின் வலிகளுக்குக் கலிம்பு போடும் வேலையை முடுக்கிவிட்டிருந்த கலைஞர் அரசு அதற்கான வலுவான சட்டத்தைக் கொண்டுவந்தது.

1969-ல் தமிழ்நாடு விவசாய தொழிலாளர் கூலி நியமனச்சட்டத்தை நிறைவேற்றியது.

1970-ல் நில உச்சவரம்பு சட்டத்தின் மூலம், தனி நபருக்கான நில உச்சவரம்பு 30 ஸ்டாண்டர்டு ஏக்கரில் இருந்து 15 ஸ்டாண்டர்டு ஏக்கராகக் குறைக்க உத்தர விட்டார் கருணாநிதி.

இதனால் பண்ணையாள் முறைக்கு முடிவு கட்டப்பட்டு, கிட்டத்தட்ட 1,78,880 ஏக்கர் நிலம் மீட்கப்பட்டு 1,37,236

கீழவெண்மணி படுகொலை 44 பேர் உயிருடன் எரித்துக் கொன்ற கொடூரம்.

1969, December 27

42 Persons Burnt Alive in Thanjavur Village Following Kisan Clashes

From Our Correspondent

THANJAVUR, Dec [illegible]

Forty-two persons were burnt alive last night in Kilavenmani, [illegible] 15 miles from Nagapattinam. The victims are said to be mostly Hari[illegible] the gruesome incident followed a clash between two groups of Kisans [illegible]

Twenty-five huts in all were burnt to ashes. The victims are said to [illegible] refuge in a hut, which was among those destroyed.

கீழவெண்மணி படுகொலை 44 பேர் உயிருடன் எரித்துக் கொலை.

சிறு குறு ஏழை விவசாயிகளுக்கு நிலங்கள் பகிர்ந்தளிக்கப்பட்டன.

ஒரு மாநிலத்திற்கு என்னென்ன அதிகாரம் இருக்கிறதோ அவற்றை யெல்லாம் பயன்படுத்த அரசு சார்பில் தனித்தனி குழு அமைத்தார் கருணாநிதி.

மக்கள் நல பிரச்னைகளுக்கு உடனடி தீர்வு எட்டப்பட்டன.

கருணாநிதி முதலமைச்சராக பதவியேற்ற தருணம் சென்னையில் கடும் குடிநீர்ப் பஞ்சம் நிலவியது. இதைப் போக்குவதற்கான வழிமுறைகளை ஆராய்ந்த கருணாநிதி, சென்னை முழுவதும் சுமார் 12 ஆயிரம் குழாய் கிணறுகள் அமைத்து, தண்ணீர் பஞ்சத்தைப் போக்க நடவடிக்கை எடுத்தார்.

இந்த வெற்றிகளோடு, அதே 1969-ல் கல்லக்குடி டால்மியாபுரம் ரயில் நிலையம் என்ற பெயரை அகற்றி கல்லக்குடி - பழங்காநத்தம் என்று பெயர் மாற்றி அறிவித்தது ஒன்றிய அரசு.

1953 ஜூலை 15-ம் தேதி, திருச்சி அருகே உள்ள கல்லக்குடியில் டால்மியா என்ற வடநாட்டு சிமெண்ட் தொழிற் சாலை, கல்லக்குடி பழங்காநத்தம் என்ற ஊரின் பெயரை அகற்றி, அந்த ஊரின் ரயில்நிலையத்திற்கு டால்மியாபுரம் என்று பெயரிட்டிருந்தது. திமுகவின் மும்முனை போராட்டத்தின் ஒருபகுதியாக அதை எதிர்த்துப் போராடிய கருணாநிதி, அந்தப் போராட்டத்தின் மூலம் சிறைச்சாலை வரை சென்றார். அதற்கு அப்போதைக்கு உடனடியாகத் தீர்வு கிடைக்க வில்லை. ஆனால் அவர் முதலமைச்சராக வீற்றிருந்தபோது அதாவது கிட்டத்தட்ட 16 வருடம் கழித்து தீர்வு கிடைத்தது.

தமிழ்நாட்டுக்கு என்று தனிக்கொடி வேண்டும், தமிழ்தாய் வாழ்த்துப் பாடல் வேண்டும் என்பன போன்ற பல்வேறு அம்சங்களையும் மத்திய அரசி டம் கருணாநிதி வலியுறுத்தி வந்ததன் விளைவாக, தமிழ்த்தாய் வாழ்த்து பாடலுக்கும் அனுமதி கிடைத்தது.

கொ.அன்புகுமார்

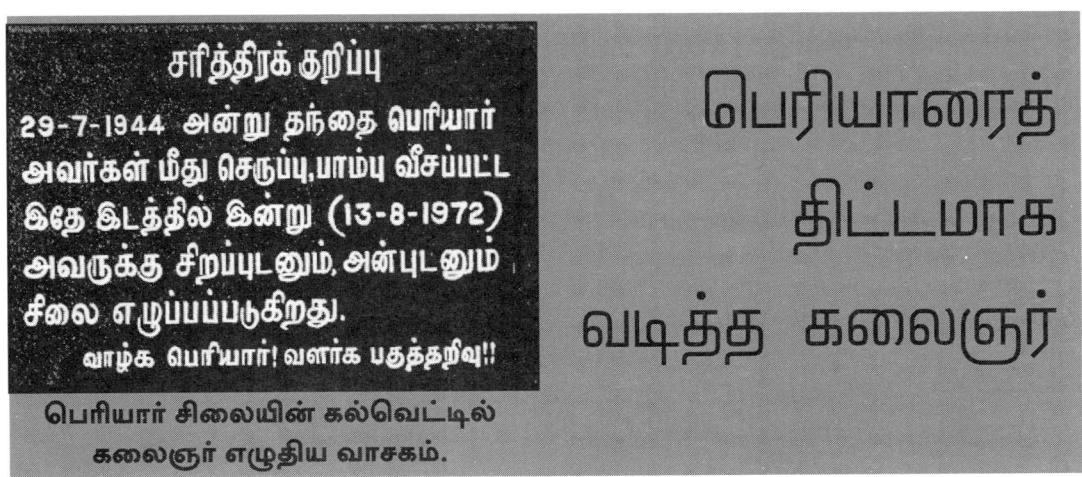

பெரியார் உயிருடன் இருக்கும்போதே சிலை அமைத்து நெகிழ்ந்தார் கருணாநிதி.

சரித்திரக் குறிப்பு
29-7-1944 அன்று தந்தை பெரியார் அவர்கள் மீது செருப்பு, பாம்பு வீசப்பட்ட இதே இடத்தில் இன்று (13-8-1972) அவருக்கு சிறப்புடனும், அன்புடனும் சிலை எழுப்பப்படுகிறது.
வாழ்க பெரியார்! வளர்க பகுத்தறிவு!!

பெரியார் சிலையின் கல்வெட்டில் கலைஞர் எழுதிய வாசகம்.

பெரியாரைத் திட்டமாக வடித்த கலைஞர்

கருப்பு | சிவப்பு / கழகங்கள்

"நீராரும் கடலுடுத்த
  நில மடந்தைக் கெழிலொழுகும்
சீராரும் வதனமெனத்
  திகழ் பரதக் கண்டமிதில்
தெக்கணமும் அதிற் சிறந்த
  திராவிட நல் திருநாடும்
தக்க சிறு பிறைநுதலும்
  தரித்த நறும் திலகமுமே
அத்திலக வாசனை போல்
  அனைத்துலகும் இன்பமுற
எத்திசையும் புகழ் மணக்க
  இருந்தபெரும் தமிழணங்கே! தமிழணங்கே!
உன் சீர் இளமைத் திறம் வியந்து செயல் மறந்து
  வாழ்த்துதுமே! வாழ்த்துதுமே! வாழ்த்துதுமே!

நீராருங்கடலுடுத்த என்று தொடங்கும் தமிழ்த்தாய் வாழ்த்து 1970, மார்ச் 3-ம் தேதி, பேராசிரியர் மனோன்மணியம் சுந்தரனாரால் இயற்றப்பட்டு, அரசு விழாக்களில் பாடப்படும் என்று அறிவித்தார் கருணாநிதி. ஆரம்பத்தில் அந்தப் பாடலுக்கு பல்வேறு எதிர்ப்புகள் வலுத்தன. ஆனால் அந்தப் பாடலே இன்றுவரை அரசு சாரா நிகழ்ச்சிகளிலும் தொடர்கிறது.

தமிழ்த்தாய் வாழ்த்து இயற்றப்படு வதற்கு முன்னர் விநாயகர் வாழ்த்து பாடலையே பாடிவந்தனர். கருணாநிதி அறிவித்த தமிழ்த்தாய் வாழ்த்து வந்த பிறகே எல்லா விழாக்களிலும் தொடக்கப்பாடலாக தமிழ்த்தாய் ஒலித்தது.

இன்று அதையே மாநிலப் பாடலாக சட்டமாக்கியிருக்கிறார் முதலமைச்சர் மு.க.ஸ்டாலின்.

சேலம் உருக்கு ஆலை – எழுந்து சென்ற கருணாநிதி..!

சேலத்தில் உருக்கு ஆலை அமைக்க வேண்டுமென்ற கோரிக்கை பல ஆண்டுகாலமாய் நிலுவையில் இருந்துவந்த நிலையில், ஒன்றிய அரசிடம் பலமுறை அது குறித்து வலியுறுத்தி வந்தார் கருணாநிதி.

அண்ணா முதலமைச்சராக இருக்கும் போதே சேலம் இரும்பு ஆலை அமைக்க வலியுறுத்தி எழுச்சி நாளைக் கொண்டாடியது திமுக. ஆனாலும் அப்போதைக்கு அது நடக்கவில்லை.

சந்தர்ப்பம் வரும் வரை காத்திருந்த கருணாநிதி, டெல்லியில் நடந்த மாநில முதலமைச்சர் மாநாட்டில் அதுகுறித்து பேசிவிட வேண்டும் என்று முடிவெடுத்தார்.

பிரதமர் இந்திராகாந்தி தலைமையில் 1971 மார்ச் மாதம் 21-ம் தேதி நடந்த அந்த மாநாட்டில், அனைத்து மாநில முதலமைச்சர்களும் கலந்துகொண்டு பேசினர்.

அப்போது பேசிய கருணாநிதி ''கிட்டத்தட்ட 15 ஆண்டுகாலமாக சேலம் உருக்காலைக்காகக் குரல்கொடுத்து வருகிறோம். ஆனால், ஒன்றிய அரசு கண்டு கொள்ளவில்லை. உருக்காலைப் பணிக்கான ஆரம்ப கட்ட பணிகளைச் செய்துவந்த முன்னாள் அமைச்சர் ஆர்.வெங்கட்ராமன் கூட திட்டக்குழுவிற்கு வந்துவிட்டார். ஆனால் உருக்கு ஆலை தான் வரவில்லை. மிகுந்த ஆசையோடு காத்திருக்கும் எங்கள் ஆசையில் கல்லைப் போடாமல், அடிக்கல்லைப் போடுங்கள்!'' என்றார்.

மேலும், ''எங்கள் கோரிக்கையை நிறைவேற்றித் தராவிட்டால் நான்காவது ஐந்தாண்டுத் திட்டத்தை தமிழக மக்கள் சார்பில் நான் ஏற்கமாட்டேன். ஆகையால் சேலம் உருக்கு ஆலை குறித்த அறிவிப்பு இந்தக் கூட்டத்திலேயே தேவை'' என்று அழுத்தம் திருத்தமாகப் பேசினார்.

கருணாநிதி அப்படிப் பேசிவிட்ட போதிலும் ஒன்றிய அரசு மவுனமாக இருந்தது. காலையில் இருந்து நடந்துவந்த முதலமைச்சர்கள் மாநாட்டில், மதியத்திற்கு மேல் கருணாநிதியைக் காணவில்லை.

'கருணாநிதி எங்கே?' என்று இந்திராகாந்தி கேட்க, 'அவர் சேலம் உருக்காலை விவகாரத்தில் கோபமாக இருப்பதால் மதியக் கூட்டத்தில் அவர் கலந்துகொள்ளவில்லை' என்று தெரிவித்தனர். உடனடியாக அவரை அழைத்துவரச் சொன்னார் பிரதமர்.

அதன் பிறகுதான் சேலம் உருக்கு ஆலை அமைக்க அறிவிப்புக் கொடுக்கப்பட்டது.

தமிழக அரசின் நீண்ட போராட்டத்திற்குப் பிறகு, 1970 செப்டம்பர் 16-ம் தேதி, இந்திய பிரதமர் இந்திராகாந்தியால் சேலம் இரும்பு ஆலைக்கு அடிக்கல் நாட்டப்பட்டது.

ஆட்சியைக் கலைத்த கருணாநிதி?

கலைஞர் தலைமையிலான தமிழக அரசு பல்வேறு அதிரடித் திட்டங்கள் தொடர்ந்த வேளையில், திடீரென ஆட்சியைக் கலைத்து விட்டு தேர்தல் நடத்தும் சூழல் ஏற்பட்டது.

1970-ம் ஆண்டில் இந்திய அரசியலில் ஏற்பட்ட பரபரப்பு தமிழகத்திலும் தொற்றிக் கிடந்தது.

1969 மே மாதம் அப்போதைய குடியரசு தலைவராக இருந்த ஜாகீர் உசேன் திடீரென காலமானதால், துணை குடியரசுத் தலைவராக இருந்த வி.வி.கிரி தற்காலிகத் தலைவரானார்.

காங்கிரஸ் சார்பில் நிரந்தர குடியரசுத் தலைவரை நியமிக்க கட்சித் தலைவர்கள் சஞ்சீவரெட்டி என்பவரை தேர்வு செய்திருக்க, அதற்கு இந்திராகாந்தி ஆதரவு தெரிவிக்கவில்லை.

தற்காலிக குடியரசுத் தலைவராக இருந்த வி.வி கிரியையே நிரந்தர குடியரசுத் தலைவராக வேண்டுமென அவரை ஆதரித்தார் இந்திராகாந்தி.

இதை சற்றும் எதிர்பார்க்காத காங்கிரஸ் மேலிடம் கட்சிக்கு விரோதமாக செயல்பட்டதாகக் கூறி, இந்திராகாந்தி மீது நடவடிக்கை எடுத்ததைத் தொடர்ந்து, காங்கிரஸ் இரண்டாக உடைந்தது.

இந்திரா காங்கிரஸ் என்ற பெயரில் இந்திராகாந்தி தலைமையில் ஒரு கட்சியும், காங்கிரஸ் சார்பில் ஸ்தாபன காங்கிரஸ் என்ற பெயரில் நிஜலிங்ப்பா தலைமையில் ஒரு காங்கிரசும் இருவேறு பாதையில் பயணிக்கத் தொடங்கின.

கட்சியின் மூத்த தலைவர்கள் பலர் ஸ்தாபன காங்கிரசில் இருந்ததால் இந்திரா காந்திக்கு பெரிய அளவில் பலம் இல்லை.

திமுக மற்றும் இடதுசாரிகளின் ஆதரவுடன் ஆட்சியில் நீடித்த இந்திரா காந்தி தனது ஆட்சி எப்போது வேண்டு மானாலும் முடிவுக்கு வரலாம் என்பதை உணர்ந்திருந்தார்.

இந்த நிலையில் 1970 டிசம்பர் 15-ம் தேதி உச்சநீதிமன்றம் வி.வி.கிரியால் கொண்டுவரப்பட்ட மன்னர் மானிய ஒழிப்பு அவசரச் சட்டம் செல்லாது என்று தீர்ப்பு வழங்கியது.

அந்தத் தீர்ப்பில் மன்னர்களின் மானியம் மற்றும் சலுகைகளுக்கு அரசியல் சட்டம் உத்திரவாதம் அளிக்கிறது. அதை மன்னர் களுக்கே கொடுக்க வேண்டும். அது மட்டுமல்ல, வழக்குத் தொடுக்க மன்னர் களுக்கு ஏற்பட்ட செலவு தொகையையும் ஒன்றிய அரசே செலுத்த வேண்டும் என்று உத்தரவிட்டது நீதிமன்றம்.

இந்த தீர்ப்பு மட்டுமல்லாது, காங்கிரஸ் இரண்டாக உடைந்துபோனதும் இந்திரா காந்தியை மனதளவில் பெரிய அளவில் பாதித்தது.

ஆகவே, உடனடியாக நாடாளுமன்ற தேர்தலை நடத்தி தனது பலத்தை நிரூபித்து விட்டு, ஆட்சியில் அமரலாம் என்று முடிவுக்கு வந்தார். அதன்படி ஆட்சியையும் கலைத்தார்.

இந்த விஷயத்தின் உள் விவகாரங்களை உன்னிப்பாகக் கவனித்து வந்த கருணாநிதி, அவசர அவசரமாக திமுக பொதுக்குழுவைக் கூட்டி, ஒருவருடத்திற்கு முன்னதாகவே நாடாளுமன்றத் தேர்தலோடு சட்டசபை தேர்தலையும் சந்தித்துவிடலாம் என்று முடிவு எடுத்தார்.

அதன்படி ஜனவரி 5-ம் தேதி தமிழக சட்டசபை கலைக்கப்பட்டது.

இம்முறை அண்ணா உயிரோடு இல்லை. அண்ணா உயிரோடு இருந்தபோது கிடைத்த தொகுதிகள் கருணாநிதிக்கு கிடைக்குமா என்பதில் சந்தேகம். ராஜாஜியும் கூட்டணியில் இருந்து பிரிந்து சென்று விட்டார். இந்தநேரத்தில் கருணாநிதி எடுத்த முடிவு சரியா தவறா என்பதை தேர்தல் முடிவுகளே காட்டும் என்பதற்காக காத்திருந்தது தமிழகம்.

1967-ல் ஆட்சியைப் பிடித்து, சரியாக மூன்று வருடங்களில் கலைஞர் கருணாநிதி தலைமையிலான திமுக, தனது முழு பலத்தையும் நிரூபிக்க வேண்டிய நிலையிருந்தது.

காமராசர் முதலமைச்சர் களத்தில் நிற்க, அவருக்குத் துணையாக ராஜாஜியும் கைகோர்க்க, பலத்த போட்டி நிலவியது.

நாடாளுமன்றத் தேர்தலை முன்னதாகவே சந்திக்க முடிவை எடுத்ததன் மூலம், திமுகவுடன் கூட்டணி அமைத்து தான் போட்டியிட வேண்டிய நிலை இந்திரா காங்கிரசுக்கு.

எதிரும் புதிருமாக இருந்த திமுகவுடன் தொகுதிப் பங்கீட்டில் இறங்கியது இந்திரா காங்கிரஸ்.

ஆரம்பமே முட்டல் மோதலுடன் தொடங்கிய பேச்சுவார்த்தையில், தமிழகத்தில் இருந்த இந்திரா காங்கிரஸ் தலைவர்களுக்கு அதில் திருப்தியில்லை.

தாங்கள் கேட்ட தொகுதி கிடைக்காத தால் பேச்சுவார்த்தை முறிந்துவிட்டது என்று சொல்லிவிட்டு சி.சுப்பிரமணியமும்

கருப்பு | சிவப்பு / கழகங்கள்

ராஜாஜி காமராசருக்கு நெற்றிப்பொட்டு இடும்போது...

பக்தவச்சலமும் கூட்டத்தை விட்டே வெளியேறிவிட்டனர்.

மறுநாளே போட்டிக்கு காங்கிரஸ் வேட்பாளர்கள் பட்டியலை வெளியிட்டு விட்டார் சி.சுப்பிரமணியம். கருணாநிதியும் திமுகவின் வேட்பாளர் பட்டியலை வெளியிட இனிமேல் இரண்டு கட்சிகளுக்கும் கூட்டணி இருக்காது என்று நினைத்தார்கள்.

இந்த விவகாரம் டெல்லிவரை செல்ல, இந்திராகாந்தியே கருணாநிதியை தொலை பேசியில் அழைத்து பேசினார்.

20 சட்டமன்ற தொகுதிகளையாவது கொடுங்கள் என்று இந்திராகாந்தி கேட்ட பிறகும் கருணாநிதி அதற்கு ஒத்துக்கொள்ள வில்லை. வேண்டுமானால் நாடாளுமன்ற தொகுதிகளில் அதிகமாக போட்டியிடுங்கள் திமுக ஆதரிக்கும் என்றார் கருணாநிதி.

இந்திராகாந்தியின் குறிக்கோள் தமிழகத்தில் காங்கிரசை நிலை நிறுத்த வேண்டும் என்ற கவலையைவிட நாடாளுமன்றத்தை கைப்பற்ற வேண்டும் என்ற நோக்கமானதால், சட்டமன்றத் தின் அனைத்து இடங்களையும் விட்டுக் கொடுத்துவிட்டு, நாடாளு மன்றத்திற்கு இந்திரா காங்கிரஸ் சார்பில் 10 இடங்களுக்கு ஆதரவு தரும்படி கேட்டுக் கொண்டார் இந்திராகாந்தி.

திமுகவின் இந்த விடாப்பிடியான பேச்சு வார்த்தை தமிழக இந்திரா காங்கிரசாரை பெரும் கோபத்தில் ஆழ்த்த, சலசலப்பு தொடங்கியது.

கருணாநிதிக்கும் இந்திராகாந்திக்குமான தொலைபேசி உரையாடலிலேயே தொகுதி உடன்பாடு முடித்துவைக்கப்பட்ட நிலையிலும், பிரச்சனைக்கு தீர்வு எட்டப்பட வில்லை. காங்கிரஸ் போட்டியிடப்போகும் 10 நாடாளுமன்ற தொகுதிக்கும் திமுக ஆதரவு கிடைக்கும். ஆனால் கூட்டணி தர்மத் தின்படி சட்டமன்றத்திற்கான இடங்களுக்கு

இந்திரா காங்கிரஸ் திமுகவை ஆதரிக்குமா என்பதில் குழப்பம்.

இந்த குளறுபடிகளுக்கிடையேதான் தேர்தல் பரபரப்பு தொடங்கியது.

கடந்தமுறை காமராஜரை தோற்கடிக்க அண்ணாவுடன் கூட்டு சேர்ந்த ராஜாஜி, இம்முறை கருணாநிதியை தோற்கடிக்க, தன் வாழ்நாள் எதிரியாக இருந்த காமராஜரை முதலமைச்சராக்கியே தீருவேன் என்று களத்தில் இறங்கினார்.

சென்னை கடற்கரையில் 1971 பிப்ரவரி 25-ம் தேதியன்று காமராஜரும் ராஜாஜியும் ஒரே மேடையில் அமர்ந்திருக்க, ராஜாஜி தன் சட்டைப்பாக்கெட்டில் வைத்திருந்த குங்குமத்தை காமராஜருக்கு நெற்றியில் வைத்துவிட்டு வெற்றித்திலகத்தோடு பிரசாரத்தை தொடங்குவதாக சொன்னார்.

ராஜாஜிக்கு திமுகவின் மீதிருந்த கோபம் முழுவதும் காமராசர் மீது பாசமழையாக பொழிந்தது.

காமராசரை மேடையில் வைத்துக் கொண்டு ராஜாஜி காமராசரை புகழ்ந்து பேச பேச கூட்டத்தினருக்கே அது இன்ப அதிர்ச்சியாக இருந்தது.

கடுமையான போட்டி, காமராசருக்கு ஆதரவாகவே பத்திரிகைகளும் எழுதி தீர்த்தன. ஆனாலும் அவற்றை யெல்லாம் கருணாநிதி பெரிதாக கண்டுகொள்ள வில்லை. அண்ணாவின் மறைவுக்குப் பிறகு குறுகிய காலத் திலேயே தான் கொண்டுவந்த சீர்த்திருத்தங்களும் திட்டங்களும் மக்களுக்கு சென்றடைந்திருப்பதால் தன்னையே எல்லோரும் ஆதரிப்பார்கள் என்று வலுவாக நம்பினார்.

கருணாநிதிக்கு மாலை அணிவிக்கும் பெரியார்...

அந்த நம்பிக்கை வீண்போகவில்லை. ஆம், 183 இடங்களில் வெற்றி பெற்று மாபெரும் சரித்திரத்தை படைத்தது திமுக.

1967-ல் அண்ணா ஆட்சியை பிடித்த சமயத்தில்கூட 50 இடங்களில் வெற்றி பெற்றிருந்த காங்கிரசால், இம்முறை வெறும் 15 இடங்களை மட்டுமே பெற முடிந்தது.

அந்த அளவிற்கு கருணாநிதி அரசை மக்கள் பெரிதாக நம்பியிருந்தார்கள்.

39 நாடாளுமன்ற தொகுதியில் 38 இடங்களை திமுக கூட்டணி கைப்பற்றி இருந்தது. காமராஜர் மட்டுமே எதிர் தரப்பில் வெற்றி பெற்றிருந்தார்.

அந்த வெற்றியின் மூலம் அசைக்க முடியாத சக்தியாக உருவெடுத்தது திமுக.

மார்ச் 15, 1971-ல் மீண்டும் முதலமைச் சராக அமர்ந்தார் கருணாநிதி.

2-வது முறையாக ஆட்சிக்கட்டிலில் கருணாநிதி..!

ஆட்சி பொறுப்புக்கு வந்த திமுக அரசு, இந்து சமய அறநிலையத்துறை மீது கவனம் செலுத்தியது.

1971ல் திருக்கோயில்களில் வழிபாட்டு முறையை, முறையாக கற்றுத்தேர்ந்தவர்கள் யாராயினும், அவர்களும் அர்ச்சகர் ஆகலாம் என்ற அறிவிப்பை வெளியிட்ட தமிழக அரசு, இந்து சமய அறநிலையத்துறை சட்டத்தை திருத்தியது.

ஆட்சிப்பொறுப்பை இரண்டாவது முறையாக ஏற்றுக்கொண்ட கருணாநிதிக்கு பல்வேறு சவால்கள் காத்திருந்தன.

தமிழகத்தின் நிதிநிலையை வைத்து புதிதாக திட்டங்கள் எதுவும் தீட்டமுடியாத நிலை இருந்தபோது தமிழக மக்களின் மீது புதுவரியை திணிக்காமல் அதற்கு வேறு வழியிருக்கிறதா என்று ஆராய்ந்த அண்ணா, மற்ற மாநிலங்களில் இருப்பது போல லாட்டரி சீட்டு அறிமுகப்படுத்தினால் அதன் மூலம் கிடைக்கும் வருவாயை வைத்து புதிய திட்டங்களை வகுக்கலாம் என்று முடிவெடுத்திருந்தார்.

அண்ணாவின் மறைவுக்குப் பிறகு இரண்டாவது முறையாக ஆட்சியில்

மதுவிலக்கு அமலும் ரத்தும்

அமர்ந்த கருணாநிதி தமிழகத்தின் நிதிநிலை குறைந்து வருவதை கணக்கிட்டு, மதுவிலக்கை ரத்து செய்யலாம் என்று முடிவெடுத்தார்.

அதன்படி 1971 -72 ம் ஆண்டின் பட்ஜெட்டை தாக்கல் செய்தபோது, 1971 ஆகஸ்ட் 30-ம் தேதி முதல் தமிழகத்தில் மதுவிலக்கு ரத்து செய்யப்படும் என்று அறிவித்தார் கருணாநிதி.

அதன்மூலம் ஆண்டுக்கு 26 கோடி ரூபாய் தமிழக அரசுக்கு வருமானம் கிடைக்கும் என்று கணக்கிட்டிருந்ததால், ஒவ்வொரு மாவட்டத்திலும் திறக்கப்பட இருந்த கள்ளுக்கடைகள் மற்றும் சாராயக்கடைகளை பட்டியலிட்டே கொடுத்தார்கள்.

அதற்கு ஒன்றிய அரசின் மீது இருந்த கோபமும் காரணமானது.

மதுவிலக்கை அமல்படுத்தும் மாநிலங்களுக்கு ஒன்றிய அரசு ஊக்கத்தொகை வழங்கி வந்தது. ஆனால் தமிழகத்திற்கு அது கிடைக்கவில்லை. ஏற்கனவே தமிழகத்தில் மதுவிலக்கு அமலில் இருந்ததால், புதிதாக மதுவிலக்கை கொண்டு வரும் மாநிலங்களுக்கே அந்த சலுகை வழங்கப்படும் என்று தெரிவித்தது ஒன்றிய அரசு. ஆகையால் மதுவிலக்கை தற்போதைக்கு ரத்து செய்து விட்டு, நிதிநிலை சரியானதும் மீண்டும் மதுவிலக்கை கொண்டுவருவோம் என்றார் கருணாநிதி.

மதுவிலக்கு பிரச்சனை பூதாகரமாக வெடித்துக்கொண்டிருந்தபோது, கருணாநிதி பல்வேறு மக்கள் நலத்திட்டங்களை தீட்டிக் கொண்டிருந்தார்.

அவர் சொன்னது போலவே 1973-ல் மீண்டும் மதுவிலக்கு அமலுக்கு வந்தது.

பேருந்துகள் நாட்டுடமையாக்கும் திட்டம், குடிசைமாற்று வாரியம், கை ரிக்ஷா ஒழிப்பு திட்டம், இரவலர் மறுவாழ்வுத் திட்டம் என பல்வேறு மக்கள் நலத் திட்டங்கள் அந்த ஆட்சியில் செயல் படுத்தப்பட்டன.

குடிசை மாற்று வாரியத்தால் கூவம் நதிக்கரையோரம் வாழ்ந்த மக்களை மாடிவீடுகளுக்கு கரையேற்றினார் கருணாநிதி.

கோவையில் வேளாண் பல்கலைக்கழகம் அமைத்து விவசாயத்திற்கு புத்துயிர் ஊட்டும் ஆராய்ச்சிகளுக்கு வித்திட்டது கருணாநிதி அரசு.

விதவை மறுமணத்திற்கு நிதி யுதவி, கலப்பு திருமணத்திற்கு ஊக்கத்தொகை என அதிரடியான முடிவுகளை அறிவித்தார் கலைஞர்.

இப்படி பல்வேறு திட்டங்களை செயல்படுத்தி வந்த கருணாநிதிக்கு எம்.ஜி.ஆர் பெரும் தலைவலியாக மாறினார்.

மனிதர்களை மனிதனே மாடுபோல் இழுத்துச் செல்வது சுயமரியாதைக்கு இழுக்கு என்று கைரிக்ஷாவை ஒழித்து அவர்களுக்கு சைக்கிள் ரிக்ஷா வழங்கி மாபெரும் புரட்சி செய்தார் கருணாநிதி.

கருப்பு | சிவப்பு / கழகங்கள்

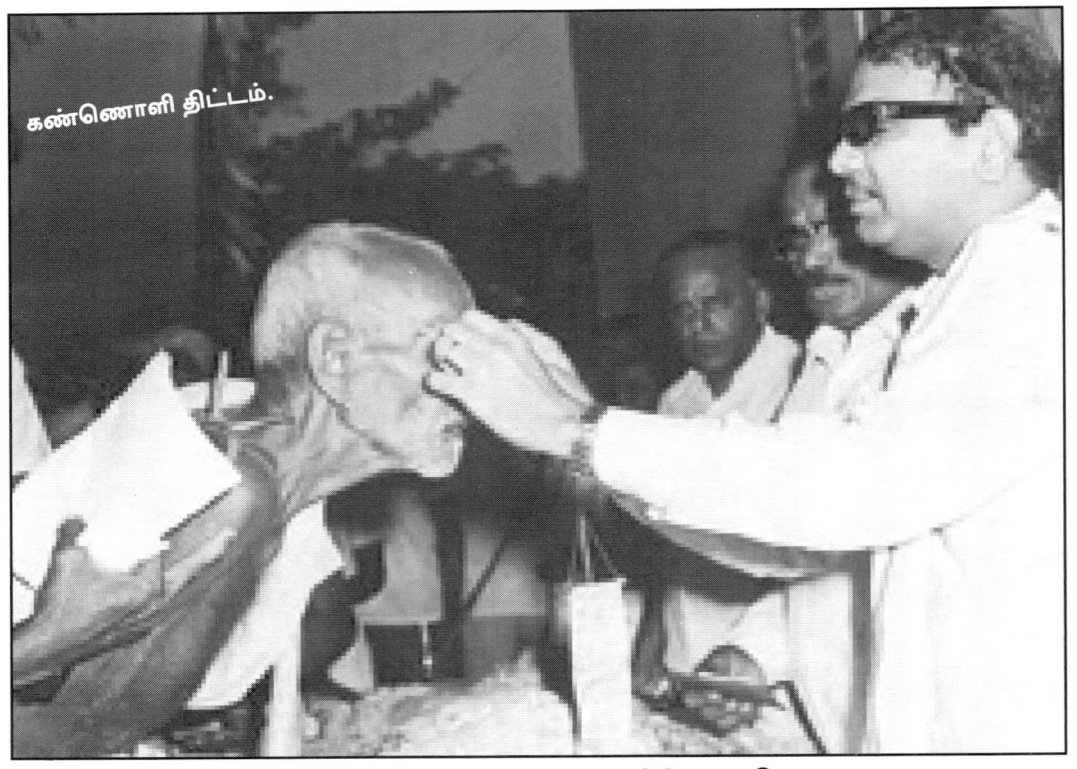

கண்ணொளி திட்டம்.

பார்வையற்றோருக்கு அறுவை சிகிச்சை செய்து கண்ணாடி வழங்கும் திட்டம், பிச்சையெடுப்போர் மற்றும் தொழு நோயாளிகள் தங்குவதற்கு இரவலர் இல்லங்கள் என கருணாநிதி வகுத்த சட்ட திட்டங்களை நாடே புகழ்ந்தது.

எம்.ஜி.ஆர். ஏன் நீக்கப்பட்டார்?

அண்ணா எனது வழிகாட்டி, ஆனால் காமராஜரே எனது தலைவர் என்று வெளிப்படையாக பேசிவிட்டு திமுகவில் பொருளாளராக இருந்த எம்.ஜி.ஆர், சென்னையை அடுத்த திருக்கழுக்குன்றத்தில் ஒரு கூட்டத்தில் பேசும்போது, கட்சியின் கணக்கு வழக்குகளில் ஏராளமான குளறுபடிகள் இருப்பதாகவும், திமுகவினர் கைகள் சுத்த மானதுதானா என்பதை தெரிவிக்க, அனைவரும் தங்களது சொத்துக் கணக்கை வெளியிட வேண்டும் என்று வலியுறுத்தினார்.

திமுகவின் வளர்ச்சிக்கு தனது திரைப் படங்களின் மூலம் கருணாநிதியும் எம்.ஜி.ஆரும் கட்சிக்கு செல்வாக்கை தேடித்தந்தாலும், அண்ணாவுக்கு நெஞ்சுக்கு நெருக்கமாக இருந்தவர் கருணாநிதி. எம்.ஜி.ஆர் நடிகர் என்பதால் அவருக்கு அமைச்சரவையில் கூட இடமில்லை.

திமுகவின் ஐம்பெரும் தலைவர் களின் வரிசையில் இல்லாதபோதும்,

கொ.அன்புகுமார்

எம்.ஜி.ஆர் மேடையில்
பேசும்போது...

உழைப்பின் மூலம் கட்சியின் மூன்றாவது இடத்திற்கு முன்னேறி, முதலமைச்சராக உயர்ந்தவர் கருணாநிதி. அப்படியானவர் எல்லோரையும் அரவணைத்து ஆட்சி செய்துவந்த நிலையில், எம்.ஜி.ஆருக்கும் கலைஞருக்குமான மோதல் முற்றியது.

மகன் முகமுத்துவை எம்.ஜி.ஆருக்கு எதிராககருணாநிதி திரைத்துறையில் களம் இறக்கி விட்டார் என்பதே அந்த மோதலுக்கான முக்கிய காரணமாக அமைந்தது. ஆனாலும் அந்த புகைச்சல் வெளியில் தெரியாமல் இருந்து வந்தது. இந்த நிலையில் 1972-ம் ஆண்டு அக்டோபர் 8-ம் தேதி சென்னையை அடுத்த திருக்கழுக்குன்றம் கூட்டத்தில் பேசிய எம்.ஜி.ஆர், திமுகவினர் சொத்துக் கணக்கை காட்ட வேண்டும் என்று பேசியதும், கட்சி மேலிடம் கடுமை யான கோபம் கொண்டது.

திமுக செயற்குழுவில் இருந்த 31 உறுப்பினர்களில் 26 பேர் எம்.ஜி.ஆர் மீது உடனடியாக நடவடிக்கை எடுக்க வேண்டுமென கோரியிருந்தனர். மாவட்ட செயலாளர்களும் அதே கோரிக்கையை முன்வைத்ததால் திமுகவின் பொருளாளர் பதவியில் இருந்தும் கட்சியின் அடிப்படை

சமாதானம் பேசிய பெரியார்...

உறுப்பினர்பொறுப்பிலிருந்தும்அதிரடியாக நீக்கப்பட்டார் எம்.ஜி.ஆர்.

எம்.ஜி.ஆரை கட்சியை விட்டு வெளியேற்றிவிட்டபோதும், அவர் வருத்தம் தெரிவித்தால் மீண்டும் கட்சியில் சேர்த்துக் கொள்ளப்படும் என்று அறிவித்தது திமுக. ஆனால் எம்.ஜி.ஆர் மன்னிப்பு கோரவில்லை.

திமுகவிலிருந்து எம்.ஜி.ஆர் விலகி போவதை பெரியாரும் விரும்பவில்லை. எம்.ஜி.ஆரைநேரில்அழைத்து எவ்வளவோ சமாதானம் பேசினார். ஆனாலும் அது நடக்கவில்லை.

எம்.ஜி.ஆர் கட்சியில் இருந்து நீக்கப் பட்டது குறித்து தெளி வான அறிக் கையும் திமுக சார்பில் கொடுக்கப் பட்டது. கட்சி கட்டுப்பாட்டை மீறி பல்வேறு கூட்டங்களில் திமுகவுக்கு எதிராக எம்.ஜி.ஆர் பேசியதாகவும், கட்சிக்குஊறு விளைவிக்கும் வகையில் கட்சியின் செயற்குழு பொதுக்குழுவில் பேச வேண்டிய பிரச்சனைகளை பொது வெளியில் பேசியது தவறு என்றும் சுட்டிக் காட்டப்பட்டது. மேலும் அவர் எந்தெந்த கூட்டங்களில் திமுகவின் கட்சிக்கு முரண்பாடாக பேசியிருக்கிறார் என்பதையும் பட்டியலிட்டிருந் தார்கள்.

திமுக தலைமைக் கழகத்திலிருந்து அனுப்பப்பட்ட அந்த கடிதத்தில் 15 தினங் களுக்குள் விளக்கம் கொடுத்தால் கட்சியில் தொடர முடியும் என்று குறிப்பிடப் பட்டிருந்தது.

எம்.ஜி.ஆருக்கு சமாதானமாக செல்வதற்கும் விருப்பமில்லை.

இதுகுறித்து எம்.ஜி.ஆர் பேசுகையில் "அண்ணா உருவாக்கி வைத்த கழகம் சில பொதுக்குழு செயற்குழு உறுப்பினர் களால் ஆனது அல்ல, அது லட்சோப லட்சம் தொண்டர்களைக்கொண்டது. பெரியார் என்னை அழைத்து சமாதானமாக செல்வதற்கு அறிவுறுத்தினார். நானும் யோசிப்பதாக சொல்லிவிட்டு வந்து விட்டேன். ஆனால் நான் ஏன் மன்னிப்பு கேட்க வேண்டும். நான் என்ன தவறு செய்தேன். நான் உட்பட அனைவரும் நீதி விசாரணைக்கு உட்படுத்தப்பட வேண்டும். அப்படி செய்தால்தான் யார்யாருக்கு எவ்வளவு சொத்து இருக்கிறது என்ற உண்மை வெளியில் வரும். அவர்களை கட்சியைவிட்டு நீக்கலாம். எதிர்க்கட்சிகள் சுமத்தியுள்ள கறையை நீக்க வேண்டும் என்பதால்தான் அப்படி பேசினேன் என்றார்.

கட்சி மேலிடம் கொடுத்த எந்த வாய்ப்பையும் எம்.ஜி.ஆர் பயன் படுத்திக் கொள்ளவில்லை.

1972 அக்டோபர் 14-ம் தேதி திமுகவின் பொதுக்குழு எடுத்த இறுதி முடிவில் இனி சமரசம் என்ற பேச்சுக்கே இடமில்லை எம்.ஜி.ஆர் கட்சியில் இருந்து அடியோடு நீக்கப்படுகிறார் என்று அறிவிப்பு வெளியானது.

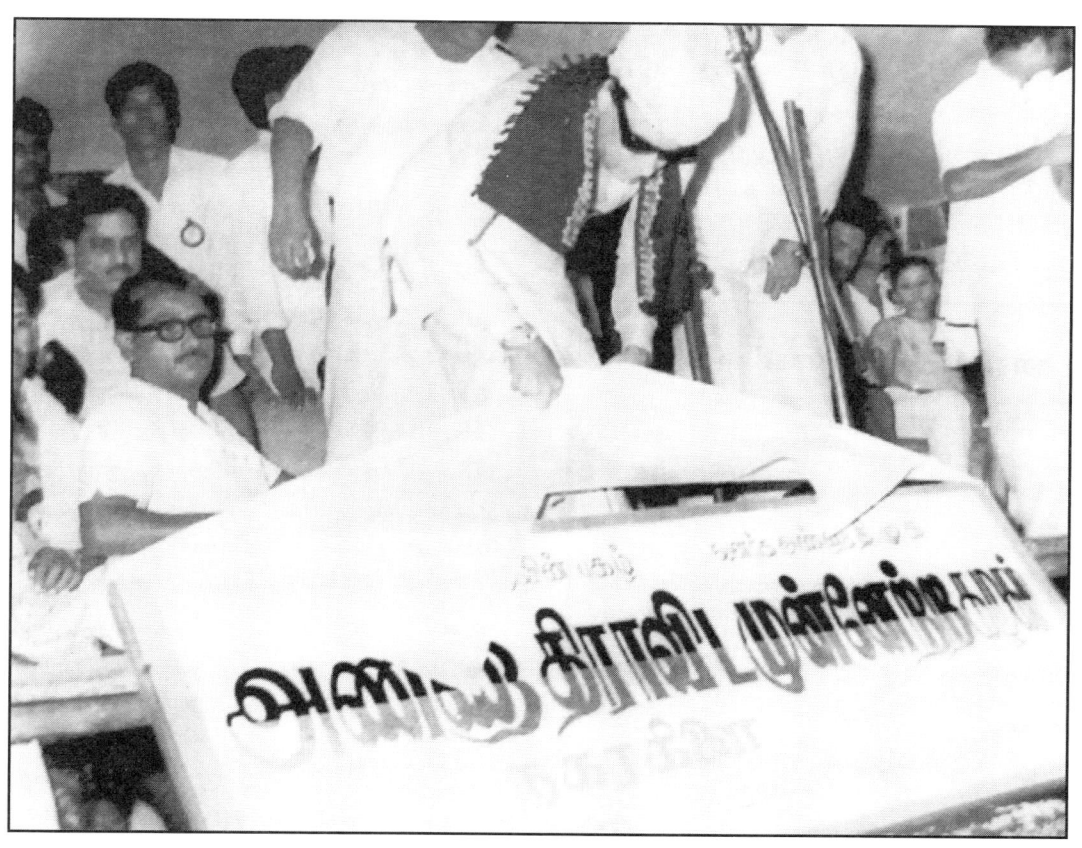

இதையடுத்து தமிழகம் முழுவதும் எம்.ஜி.ஆர் ரசிகர்களுக்கும் திமுக வினருக்கும் இடையே மோதல் வெடித்தது.

எம்.ஜி.ஆர் தனது ஆதரவாளர் களுடன் தனிக்கட்சி தொடங்குவது என்ற தீர்மானத்திற்கு வந்தார். கட்சிக்கு என்ன பெயர் வைப்பது, யார் யார் அதில் தலைவர்கள் வரிசையில் வருவார்கள், ஆட்சியில் இருக்கும் திமுகழகத்தை எதிர்த்து தொடங் கப்படும் புதிய கட்சி எந்த அளவிற்கு மக்களிடத்தில் வரவேற்பை பெறும் என்பது குறித்து பலகட்ட ஆலோ சனை நடந்தேறியது.

அண்ணாவின் பெயரில் புதிய கட்சியை தொடங்குவதென்று முடிவு செய்யப்பட்டு, அதற்கு அண்ணா திராவிட முன்னேற்றக் கழகம் என்று பெயர் சூட்டினார் எம்.ஜி.ஆர்.

கட்சிக் கொடியும் இறுதி செய்யப் பட்டு, தனது ஆதரவாளர்களுடன் 1972 அக்டோபர் 18-ம் தேதி அதிமுகவை உருவாக்கினார் எம்.ஜி.ஆர்.

அண்ணா திராவிட முன்னேற்றக் கழகம்
உறுப்பினர் பதிவு விண்ணப்பத்தாள்.

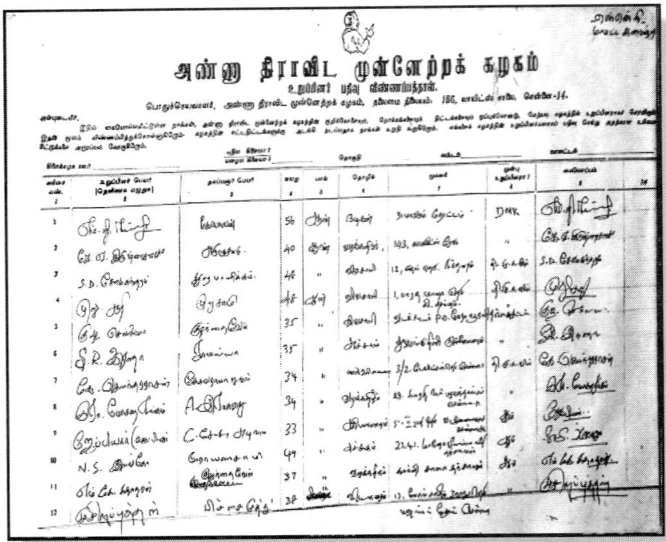

அதிமுகவினர் உறுப்பினர் பட்டியல்.

இலை விரித்த அதிமுக!

கருப்பு சிவப்பு கொடியை சுமந்த வர்கள் நடுவில் வெள்ளை நிறத்தை புகுத்தி அதில் அண்ணா வின் உருவத்தை பொறித்திருந்தார்கள். அதுவே கட்சிக் கொடியாகவும் கறை வேட்டியாகவும் ஆனது அதிமுக வினருக்கு.

எம்.ஜி.ஆர்தலைமையில் அதிமுக வின் தொடக்க விழா சென்னை கடற்கரையில் நடந்தது. விழாவில் பேசிய அந்த கட்சியின் அமைப்புச் செயலாளர் ஏ.கே கிருஷ்ண சாமி அதிமுக தொடக்கவிழா நடப்பதற்கு முன்பாகவே சுமார் 10 லட்ச த்திற்கும் அதிகமானோர் உறுப்பினர்களாக சேர்க்கப்பட்டிருப்பதாகவும், தமிழகம் முழுவதும் சுமார் 6000 கிளைகள் உருவாக்கப்பட்டிருப்பதாகவும் பேசினார்.

எம்.ஜி.ஆருக்கு ஆதரவாக அவரது ரசிகர்கள் ஏராளமானோர் குவிந் திருந்தனர். ஆனால் திமுகவின் வேர்களாக இருந்தவர்கள் யாரும் எம்.ஜி.ஆருடன் உடன் வரவில்லை.

எம்.ஜி.ஆர் என்ன பேசப் போகிறார் என்பதை கவனிக்கவே அவரது தொண்டர்கள் ஆர்வமுடன் காத்திருந்தனர்.

விழாவில் பேசிய எம்.ஜி.ஆர். தன் மீது தவறு இல்லை என்பதை திரும்பத் திரும்ப பதிவு செய்தார். மேலும் திமுகவின் மீதான ஊழல் புகார்களை ஆளுநரிடம் கொடுக்கப் போவதாகவும் சொன்னார்.

உணர்ச்சிவயப்பட்டு பேசிய அதிமுக தலைவர்களும் எம்.ஜி.ஆரை புகழ்ந்து பாடியதோடு, எம்.ஜி.ஆருக்குகலைஞர் வழங்கிய புரட்சி நடிகர் என்ற பட்டத்தை அகற்றிவிட்டு அன்று முதல் புரட்சித் தலைவர் என்று அழைக் கப்படுவார் என்று அறிவிக்கப்பட்டது.

எம்.ஜி.ஆர் கட்சியில் இருந்து நீக்கப் பட்டு அவர் புதுக்கட்சி தொடங்கியது பற்றி கருணாநிதியிடம் கேட்கப் பட்டபோது, ''திமுகவை தொடங்கு வதற்காக அண்ணா ஒரு மாதமாக விடிய விடிய நான் உட்பட யாரை யெல்லாம் வைத்து ஆலோசனை நடத்தி கட்சியை தொடங்கினாரோ, அவர்கள் எல்லோரும் திமுகவில் தான் இருக்கிறோம்.'' 1969 வரை சட்டமன்றத்தில் கணக்கு வைத்தவர் அதன் பிறகு திமுகவில் இருந்து கணக்கை தீர்க்க விரும்பியிருக்கிறாரே தவிர இதுவரை கணக்கு பார்க்கவே இல்லை.

எங்களிடமெல்லாம் சொத்துக் கணக்கு கேட்டவர், ஒட்டுமொத்தமாக திமுகவின் 18 ஆயிரம் கிளைக்கழக உறுப்பினர்களும் சுத்தமானவர்கள் இல்லையென்று குற்றம் சாட்டுவதை பார்க்கும் போது, தான் மட்டும் தான் உலகத்தில் தூய்மையானவர் என்று காட்டிக்கொள்கிறார் இது முற்றிலும் ஏமாற்று வேலை என்றார் கருணாநிதி.

எம்.ஜி.ஆர் கட்சித் தொடங்கியது திமுகவுக்கு பெரிய இழப்பு இல்லை என்று கருதப்பட்டாலும், அவர் அண்ணாவின் பெயரில் கட்சியின் பெயரை வைத் திருந்ததால் பெரிய எதிர்ப்பு நிலவியது.

அண்ணா உருவாக்கிய திமுக வை எதிர்த்து அண்ணாவின் பெயரில் கட்சியின் பெயர் வைக்கப் பட்டதற்கு எதிராக அண்ணாவின் மனைவி திருமதி ராணியம்மாள் அதை உடனடியாக நீக்க வேண்டு மென வழக்கு தொடர்ந்தார்.

தொடர்ந்து திமுகவில் இருந்து எம்.ஜி.ஆருக்கு எதிரான பிரசாரங்கள் நடந்தன.

எம்.ஜி.ஆரும் ஊருக்கு ஊர் மேடை அமைத்து நான் என்ன தவறு செய்தேன் என்று பேசத்தொடங்கியதன் மூலம் தன் தொண்டர்களை ஈர்த்தார்.

திமுகவின் மீது எம்.ஜி.ஆர் பல குற்றச் சாட்டுகளை அடுக்கினாலும் திமுகவின் முக்கிய தலைவர்களும் அதற்கு ஈடுகொடுத்து எம்.ஜி.ஆரின் தவறுகளை சுட்டிக்காட்டினர்.

எம்.ஜி.ஆர் குறித்து நெடுஞ்செழியன் பேசிய போது, எம்.ஜி.ஆர் சுமத்தும் குற்றச்சாட்டுகள் ஆதார மற்றவை, அதிமுக இன்னும் சில மாதங்களிலேயே கரைந்துவிடும், ஒரு தனிமனிதனின் கவர்சிக்காக பெரும் கூட்டம் இருப்பது போல மாயத்தோற்றம் இருக்கிறது. அது விரைவில் காணாமல் போகும் என்றார்.

இப்படி மாறி மாறி வந்த மோதலால், அது வரை காங்கிரஸ் திமுக என்றிருந்த நிலைமாறி, திமுக - அதிமுக என்றானது.

வளர்ந்து நிற்கும் திமுகவை எம்.ஜி.ஆர் என்ற ஒற்றை ஆளுமையால் எப்படி எதிர்க்க முடியும் என்ற சந்தேகம் பலருக்கும் எழுந்திருந்த நிலையில், அதிமுக முளைத்து செழித்த கதை, பல சுவாரஸ்யங்களை பின்னணியாகக்கொண்டது.

திமுகவை விட்டு விலகும்போது எம்.ஜி.ஆர் கூறியது போலவே, திமுகவின் மீதான புகார் மனுவை அப்போதைய ஆளுநரிடம் கொடுத் தார்.

ஆளுநரோ, முதல மைச்சர் தொடர்பான புகார் என்பதால் அதை அவரிடமே அனுப்பி வைத்து அவரது கருத்தை கேட்ட பிறகுதான் குடியரசு தலைவருக்கு அந்த மனுவை அனுப்பி வைக்க முடியும் என்று தெரிவித்துவிட்டார்.

இதனால் அந்த மனுவை திரும்ப பெற்றுக்கொண்ட எம்.ஜி.ஆர், அந்த புகார் மனுவை நேரடியாக குடியரசு தலைவரிடம் கொடுப்பதற்காக டெல்லி சென்றார்.

1972 நவம்பர் 7-ம் தேதி குடியரசு தலைவரை நேரில் சந்தித்த எம்.ஜி.ஆர் திமுகவுக்கு எதிரான 32 புகார்கள் அடங்கிய புகார்மனுவை கொடுத்தார்.

எம்.ஜி.ஆர் மட்டுமல்லாது கம்யூனிஸ்ட் சார்பில் எம்.கல்யாண சுந்தரமும் கருணாநிதி அரசின் மீது பல்வேறு குற்றச்சாட்டுகளை சுமத்தியிருந்த, புகார் மனுவும் அதில் சேர்க்கப்பட்டிருந்தது.

இதையடுத்து சம்பந்தப்பட்ட புகார்கள் குறித்து பிரதமர் இந்திரா காந்தியிடம் இருந்து விளக்கம் கேட்கப்பட்டது.

ஒவ்வொரு புகாருக்கும் விரிவான பதில் கொடுத்தார் கருணாநிதி. 67 பக்க புகார்களுக்கு 280 பக்கத்திற்கு விளக்கம் எழுதப்பட்டிருந்தது.

பிரதமருக்கு விளக்கம் கொடுத்ததோடு எம்.ஜி.ஆர் சொன்ன குற்றச்சாட்டுகளுக்கு சட்டமன்றத்திலும் பதில் கொடுத்தார் கருணாநிதி.

துரோகிக் கட்சித் தலைவரே! விசாரணைக் கமிஷனுக்குத் தயாரா?

...காரை நிரூபித்தால் நான் சிறை செல்கிறேன்;
இல்லையேல் எம்.ஜி.ஆர். சிறை செல்லத் தயாரா?

துறைமுகப் பகுதி கூட்டத்தில்
அமைச்சர் ப. உ. ச. பகிரங்க அறைகூவல்!

முதல்வர் கலைஞர் துவக்கிவைக்கிறார்!

கருணாநிதியா எம்.ஜி.ஆரா என்ற போட்டி அப்போதுதான் தீவிரமாக பற்றி எரியத் தொடங்கியது.

பெரும்பாலான சட்டமன்ற உறுப்பினர்கள் திமுகவின் பக்கம் இருந்தனர். ஆனால் சிலர் கட்சிக்குள்ளேயே இருந்துகொண்டு எம்.ஜி.ஆருக்காக செயல்பட்டனர். திமுகவின் ஐம்பெரும் தலைவர்களில் ஒருவரான மதியழகன் எம்.ஜி.ஆருக்கு விசுவாசமாக இருந்தார்.

சபாநாயகராக இருந்த மதியழகனிடம் நெருக்கமாக இருந்த எம்.ஜி.ஆர் அவரை வைத்து, கருணாநிதி அரசு மீது நம்பிக்கை இல்லாத தீர்மானத்தை கொண்டுவர முயற்சி செய்தார்.

1972 நவம்பர் 13-ம் தேதியன்று சபை கூடியதும், ஊழல் புகாரில் சிக்கியுள்ள இந்த ஆட்சி நீடிக்க வேண்டுமா? இது சரியா என்று எம்.ஜி.ஆர் கேள்வி யெழுப்பியதும், சபாநாயகர் மதியழகனோ திமுக ஆட்சியை கலைத்து விட்டு, மறுத் தேர்தலில் நின்று மக்களை சந்தியுங்கள் என்று சொல்லி விட்டு சட்ட மன்றத்தை ஒத்தி வைத்தார்.

எம்.ஜி.ஆர்.-மதியழகன் கூட்டணி?

சபாநாயகரின் இந்த பேச்சைக் கண்டு அதிர்ந்து போன திமுக தலைமை, முதலில் சபாநாயகராக இருந்த மதியழகன் மீது நம்பிக்கை யில்லா தீர்மானம் கொண்டுவர முடிவு செய்தது.

திமுகவும் அதன் தோழமைக் கட்சிகள் உட்பட 185 பேரிடம் கையெழுத்து வாங்கப் பட்டு, சபா நாயகரை நீக்குவதற்கான முயற்சியில் இறங்கியது திமுக. பெரும் பதற்றம் சட்ட மன்றத்திற்குள். 185 உறுப்பினர்களின் நம்பிக்கையை இழந்து விட்டார் சபாநாயகர், ஆகையால் அவர் இனிமேலும் சபையை நடத்துவதற்கு பொருத்த மானவர் அல்ல, துணை சபாநாயகரை நிய மித்து கூட்டத்தை தொடர்வோம் என்று சபாநாயகர் இருக்கைக்கு அருகேயே இன்னொரு நாற்காலியில் இந்தி எதிர்ப்பு போராட்டத்தில் மாணவர் செயலாளராக களம்கண்ட துணை சபாநாயகர் பெ.சீனிவாசனை சபாநாயகராக அமர வைத்து, மதியழகன் மீது நம்பிக்கையில்லா தீர்மானத்தை கொண்டுவர எத்தனித்தது திமுக.

ஒருபக்கம் திமுக மீது நம்பிக்கை இல்லா தீர்மானத்தின் மீது எம்.ஜி.ஆர் பேசலாம் என்று சபாநாயகர் மதியழகன் சொல்ல, சபாநாயகருக்கு எதிரான தீர்மானத்தின் மீதான ஓட்டெடுப்புக்கு உத்தரவிட்டார் துணை சபாநாயகர் பெ. சீனிவாசன்.

எம்.ஜி.ஆருடன் நெருக்கமாக இருந்த மதியழகன்.

ஒரே நேரத்தில் இரு சட்டசபைகள் நடந்த அந்த உச்சக்கட்ட பரபரப்பு அடங்கவே வெகு நேரம் ஆனது.

அதுவரை அந்த மாமன்றம் அப்படியொரு கூச்சல் குழப்பத்தை சந்தித்திருக்கவில்லை.

பல்வேறு எதிர்ப்பு களுக்கிடையே சட்டசபை செத்துப் போய் விட்டது என்று கூறிவிட்டு, எம்.ஜி.ஆரும் மதியழகனும் சட்டமன்றத்தை விட்டு வெளியேறிவிட்டனர்.

அப்போது சட்டமன்றத்தை விட்டு வெளியே சென்றவர் தான் அதன் பிறகு முதலமைச்சராகவே உள்ளே நுழைந்தார் எம்.ஜி.ஆர்.

இந்தி எதிர்ப்பு போராட்டத்தில் மாணவர் தலைவராக இருந்த பெ.சீனிவாசன்

TAMIL NADU
LEGISLATIVE ASSEMBLY
1971-76

Members' Identity Card

Name: Thiru M.G.Ramachandran

Constituency: St. Thomas Mount

District: Chingleput

Signature of holder

Date: 4-4-72.

No. 164

Secretary to the Legislative Assembly

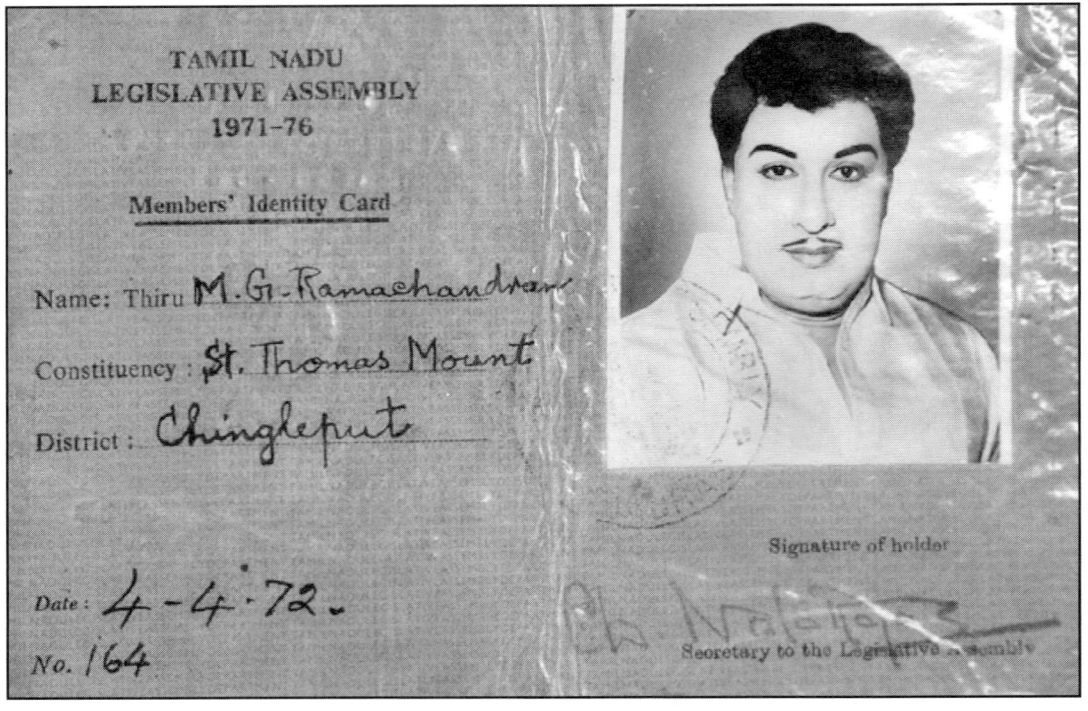

எம்.ஜி.ஆர். மோகம்..!
திண்டுக்கல் தேர்தல்

திமுவை எதிர்த்துக் களம் கண்ட எம்.ஜி.ஆருக்கு அவரது ரசிகர்கள் பேராதரவு தந்தனர்.

இந்தநிலையில்தான் எம்.ஜி.ஆருக்கு சவாலாக வந்து நின்றது திண்டுகல் தேர்தல். திண்டுக்கல் நாடாளுமன்ற உறுப்பினராக இருந்த திமுகவைச் சேர்ந்த ராஜாங்கம் மரணம் அடைந்ததால், இடைத் தேர்தல் நடத்தும் அறிவிப்பு வந்தது. அதில் அதிமுக களம் இறங்குமா என்று பலரும் எதிர்பார்த்திருந்த நிலையில், எம்.ஜி.ஆருக்கும் அதில் குழப்பம் இருந்தது. தனக்குப் பின்னால் இருக்கும் அத்தனைப் பேரின் வாக்குகளையும் அறுவடை செய்ய முடியுமா என்ற சந்தேகம் வந்துபோனது. திமுகவில் இருக்கும் சில முக்கியமான தலைவர்களை அதிமுகவிற்குள் இழுக்கும் வேலை நடந்தது.

நாடாளுமன்ற தொகுதிக்கான இடைத் தேர்தலில் அதிமுக சார்பில் மாயத்தேவரை களம் இறக்கினார் எம்.ஜி. ஆர். திண்டுக்கல் இடைத்தேர்தலில் தனது செல்வாக்கை மீண்டும் நிலைநிறுத்த வேண்டிய கட்டாயத் தில் இருந்தது திமுக. எம்.ஜி.ஆருக்கோ, அது வாழ்வா சாவா என்ற போராட்டம். திமுகவில் இருந்து விலகி முதன் முறையாக அவர் தேர்தலை சந்திப்பதால் அந்த தேர்தலில் வெற்றி கிடைக்கவில்லை என்றால் எதிர்காலமே கேள்விக்குறியாகும் என்பது தெரியும். அதன்பிறகு அந்த தொகுதியின் தேர்தல் முடிவுகளே பின்வரும் தேர்தலிலும் எதிரொலிக்கும் என்பதை உணர்ந்திருந்ததால், தொகுதி முழுக்க தீவிர பிரசாரத்தை முன்னெடுத்தார் எம்.ஜி.ஆர்.

மாயத்தேவருக்கு இருந்த செல்வாக்கும் எம்.ஜி.ஆருக்கு இருந்த புகழும் எப்படியும் வெற்றியை கொடுக்கும் என்று கணிக்கப் பட்டது. ஆனால் ஆளுங்கட்சியாக இருந்த திமுகவின் உடன்பிறப்பே அந்த தொகு தியில் மரணித்திருப்பதால், அங்கே யாரை இறக்கிவிட்டாலும் திமுக தான் வெற்றி பெறும் என்று நினைத்தது திமுக தலைமை.

முதலமைச்சர் கருணாநிதியும் தொகுதியில் பம்பரமாக சுற்றிவந்து வாக்கு சேகரிப்பில் ஈடுபட்டார். திமுகவின் அமைச்சரவை உறுப்பினர்கள் சட்டமன்ற உறுப்பினர்கள் என அனைவரும் தீவிர வாக்கு வேட்டையில் இறங்கினர். திமுகவும் அதிமுகவும் கடுமையான பிரசாரம் செய்துவந்த நிலையில் பல இடங்களில் இருதரப்பினருக்கும் ஏற்பட்ட மோதல் அடிதடிவரை சென்று கலவர மாகவும் மாறியது. பல பிரச்ச னைகளுக்கு இடையே நடந்து முடிந்த அந்த தேர்தலில் எம்.ஜி.ஆர். நிறுத்திய மாயத்தேவருக்கே வெற்றி கிடைத்தது. திமுக, அதிமுக, ஸ்தாபன காங்கிரஸ், இந்திரா காங்கிரஸ், சுயேட்சைகள் என பலமுனைப் போட்டி நிலவிய நிலையில், திமுக வெற்றி வாய்ப்பை இழந்தது மட்டுமல்லாமல் 3-வது இடத்திற்கும் தள்ளப்பட்டது. திண்டுக் கல் தேர்தலில் இந்திரா காங்கிரசும் சுயேட்சைகளும் டெபாசிட் கூட வாங்க வில்லை. இப்படியான அரசியல் சூழலில்தான் தனக்கு மக்கள் செல்வாக்கு இருக்கிறது என்பதை நிரூபித்தார் எம்.ஜி.ஆர்.

1973 மே மாதம் நடந்த திண்டுக்கல் இடைத் தேர்தலின் மூலம், அதிமுகவின் வெற்றிக் கணக்கு தொடங்கப் பட்டது.

கருப்பு | சிவப்பு / கழகங்கள்

பெரியார் குடல் இறக்க நோயால் பாதிக்கப் பட்டிருந்த நிலையில் 1973 டிசம்பர் 20-ம் தேதியன்று சென்னை மருத்துவ மனையில் அனுமதிக்கப்பட்டார். தொடர்ந்து அவரது உடல்நிலையில் முன்னேற்றம் இல்லாததால் வேலூர் சிம்.எம்.சி-க்கு மாற்றப்பட்ட பெரியார், மருத்துவர்களின் தீவிர கண்காணிப்பில் இருந்தார்.

பெரியாரின் உடல்நிலை குறித்து அறிந்ததும் வேலூருக்கு புறப்பட்ட முதலமைச்சர் கருணாநிதி, உயர்தர மருத்துவ நிபுணர்களை மருத்துவமனைக்கு வரவழைத்தார்.

பெரியாருக்கு மரணமில்லை...

பெரியார் மரணம் முரசொலி செய்தி.

முதலமைச்சர் கருணாநிதியுடன் அமைச்சர்கள் பலரும் மருத்துவமனைக்கு சென்றுவிட பெரியாரின் உடல்நிலையை கண்டு கண்ணீர் விட்டார் கருணாநிதி.

தொடர்ந்து மருத்துவர்கள் தந்த அறிக்கையும் பெரியாரின் இறுதிக் கட்டத்தை விவரிக்க, பெரும் சோகம் சூழ்ந்திருந்தது மருத்துவமனையில்.

நேரம் செல்ல செல்ல பதற்றம். நள்ளிரவை தாண்டியபோது பெரியாரின் உடல்நிலை கவலைக்கிடமானது.

திடீரென ஏற்பட்ட மாரடைப்பு பெரியாரின் உயிரை எடுத்தது.

எங்கு பார்த்தாலும் கண்ணீர் ஓலம். ஆம் 1973 டிசம்பர் 24-ம் தேதி, அந்த விடியல் பலருக்கும் பேரிடியாக இருந்தது. தந்தை பெரியார் இந்த உலகத்தைவிட்டு மறைந்தார்.

பெரியார் மறைவு செய்தியைக் கேட்டு அழுது அலறினர் மக்கள். தமிழகமே சோகத்தில் மூழ்கிக்கிடந்தது அன்று.

லட்சக்கணக்கானோர் அவருக்கு இறுதி மரியாதை செலுத்த சென்னையில் குவிந்தனர்.

வேலூரில் இருந்து சென்னைக்கு கொண்டுவரப்பட்ட பெரியாரின் உடல், ராஜாஜி அரங்கத்தில் வைப்பதற்கு ஏற்பாடு செய்யப்பட்டிருந்தது.

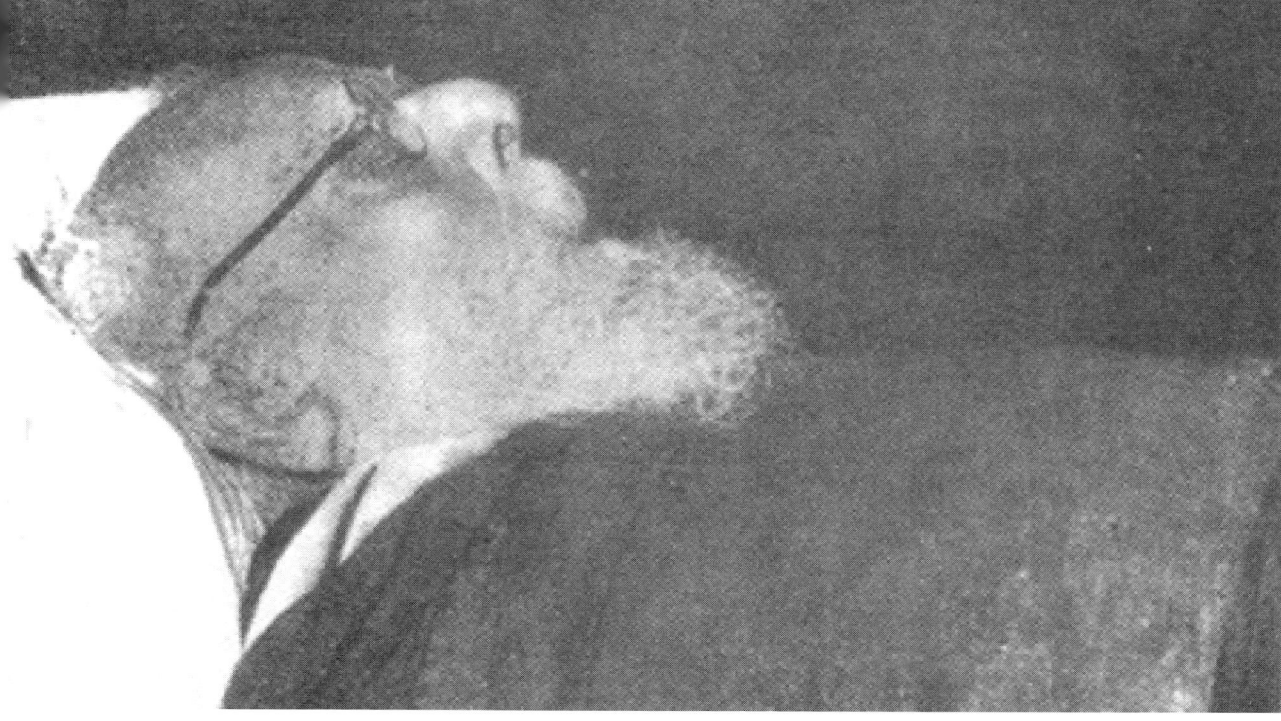

கருணாநிதியும் அவரது அமைச்சரவை யினரும் கண்ணீரில் மிதக்க, தமிழ்நாடு முழுவதும் சோக அலை.

ஒருவருடத்திற்கு முன்பு அதே டிசம்பர் மாதம் 25-ம் தேதி தான் ராஜாஜி மறைந்தார். அவரைத்தொடர்ந்து சரியாக ஒருவருடம் கழித்து 1973 டிசம்பர் 24-ம் தேதி பெரியார் இந்த உலகத்தைவிட்டு மறைந்தார். பெரியாரின் மறைவை கேட்டு அதிர்ச்சி யடைந்த மக்கள் தமிழகத்தின் பல பகுதி களில் இருந்தும் சென்னைக்கு வந்த வண்ணம் இருந்தனர்.

பெரியாருக்கு இறுதி அஞ்சலி செலுத்தும்போது, மனதளவில் உடைந்து போயிருந்தார் காமராசர். காமராசரை பச்சைதமிழர் என்று ஆதரித்தவர் பெரியார்.

96 வயது வரை இடைவிடாமல் சமூக நீதிக்காகவும் மக்கள் பிரச்சனைகளுக் காகவும் ஒலித்துக்கொண்டிருந்த பெரியாரின் குரல் அன்று மட்டும் தான் அடங்கியிருந்தது. 10 லட்சத்துக்கும் அதிகமான மக்கள் கண்ணீரோடு கதறி நின்றார்கள்.

பெரியாரின் உடலை அரசு மரியாதை யோடு அடக்கம் செய்ய உத்தரவிட்டார் கருணாநிதி. பெரியார் எந்தவித அரசு பொறுப்புகளிலும் இல்லாததால் அதை செய்வதில் சட்ட சிக்கல் இருக்கிறது என்றார்கள் அதிகாரிகள்.

காந்தி போன்றோரெல்லாம் அரசு மரியாதையுடன் அடக்கம் செய்யப் பட்டிருக்கிறார்கள் அப்படி யென்றால் அவர்கள் என்ன அரசு துறையில் வேலை பார்த்தவர்களா? பெரியாரின் உடலை அரசு மரியாதையோடு அடக்கம் செய்ய வேண்டும் அதற்காக எனது ஆட்சியே கலைக்கப்பட்டாலும் அதை பெரும் பாக்கியமாக கருதுவேன். ஆக வேண்டி யதை பாருங்கள் என்று உத்தர விட்டார் கருணாநிதி.

பெரியாரின் மறைவுக்கு அகில இந்திய அளவிலிருந்து இரங்கல் செய்தி வந்த படியே இருந்தது.

கலைஞர் அரசின் உரிய மரியாதை யோடு 36 குண்டுகள் முழங்க பெரியாரின் உடல் பெரியார் திடலில் விதைக்கப் பட்டது.

கருப்பு | சிவப்பு / கழகங்கள்

பெரியார் மரணம்.

ஒரு மாபெரும் வரலாற்று சரித்திரம், புரட்சியை ஏற்படுத்தி தன் மக்களுக்கு அறியாமையெனும் இருளை அகற்ற அகல்விளக்காய் எரிந்தவர் அடக்கம் செய்யப்பட்டார் என்றபோது, விம்மி அழுதவர்களில் முக்கிய மானவர் கருணாநிதி.

தனது ஆட்சியே போனாலும் பரவாயில்லை என்று தமிழினத்தின் மானத்துக்காக போராடிய பெரியாரின் கொள்கையை நெஞ்சில் ஏந்திய கருணாநிதி, துணிச் சலாக ஓர் முடிவை எடுத்து அதை சாதித்தும் காட்டினார்.

தனது ஆசானாய் அண்ணனாய் பெரியாருக்காக தனது பதவியையும் துச்சமாக நினைத்தார்.

சாதி ஒழிப்பு, தீண்டாமைக் கொடுமை, பெண்களுக்கு எதிராக புனையப்பட்டிருந்த அடக்குமுறைகள் என அத்தனைக்கும் நெருப்பை வைத்து கொளுத்தியவர் பெரியார்.

அந்த சுயமரியாதைச் சுடர், தான் வாழும் காலம் வரைக்கும் எல்லோருக்கும் வழிகாட்டியாய் இருந்து, இன்றளவும் வெளிச்சமிட்டு, சுயமரியாதைக் கொண்ட மனிதர்களை உருவாக்கிக்கொண்டிருப்பது நிஜத்திலும் நிஜம்.

அண்ணா பெரியார் என அடுத்தடுத்து திராவிட இயக்கத்தின் வேர்கள் மடிவதை வெறுமையோடு பார்த்துக்கொண்டிருந்த கருணாநிதி, அவர்கள் விட்டுச் சென்ற பணியை தன் வாழ்நாள் முழுவதும் தொடர்ந்தார். அண்ணாவின் மறைவுக்குப் பிறகு அந்த பொறுப்பை திறம்பட செய்து முடித்த கலைஞர் கருணாநிதி, எம்.ஜி.ஆர் கட்சியை விட்டு சென்ற பின்னரும் தனது உடன்பிறப்புகளை உயிரென கட்டிக் காத்தார். இந்த நிலையில் தான் அந்த சோதனை வந்தது.

(இந்திராவுக்கு எதிரான தீர்ப்பு பத்திரிகை செய்தி புகைப்படம்)

நெருக்கடி நிலை பிரகடனம்

1975 ஜூன் 12-ம் தேதி அலகபாத் நீதிமன்றம் பிரதமர் இந்திராகாந்திக்கு எதிராக கொடுத்த தீர்ப்பு, இந்திய அரசியலில் மாபெறும் சூறாவளியை ஏற்படுத்தியது.

உத்திரபிரதேசம் ரேபரேலி தொகுதியில் இந்திராகாந்தி பெற்ற தேர்தல் வெற்றி செல்லாது என்று அறிவித்தது அலகாபாத் உயர்நீதிமன்றம்.

தொடர்ந்து இதற்குமேல் அவர் பதவியில் நீடிப்பது நியாயமல்ல என்று கூறி, உடனே அவர் பதவியை ராஜினாமா செய்யவேண்டும் என்ற கோரிக்கைகள் வலுத்தன.

இந்த போராட்டத்தை முன்னெடுத்த ஜெயபிரகாசர், மொரார்ஜி தேசாய் போன்ற முக்கிய தலைவர்கள் அதிரடியாக கைது செய்யப்பட்டனர்.

1975 ஜூன் 12-ம் தேதி தொடங்கிய இந்த போர்க்கொடி, ஜூன் 26-ம் தேதிவரை நாடும் முழுவதும் பெரும் நெருப்பாய் பற்றி எரிய ஆரம்பித்தது. போராட்டங்களை ஒடுக்குவதற்காக, 1975 ஜூன் 26 முதல், நாடு முழுவதும் நெருக்கடி நிலையை அமலுக்கு கொண்டுவந்தார் இந்திராகாந்தி.

ஒவ்வொரு மாநிலத்திலும் தனக்கு எதிரான அரசியல் தலைவர்களை இரும்புக் கரம் கொண்டு அடக்க முயற்சி செய்தார்.

நாட்டிலேயே முதன் முறையாக அந்த சர்வாதிகார போக்கை தீர்மானம் நிறை வேற்றி தட்டிக்கேட்டது திராவிட முன் னேற்றக் கழகம்.

நெருக்கடி நிலையை அறிவித்த மறு நாளே திமுகவின் செயற்குழு கூட்டப் பட்டது. இந்திராகாந்தி அறிவித்த நெருக்கடி நிலைக்கு எதிராக பல்வேறு தீர்மானங்களை நிறைவேற்றினார் கருணாநிதி.

சர்வாதிகாரத்திற்கான தொடக்க விழாவை நடத்தியிருக்கிறார் இந்திராகாந்தி, ஜனநாயகத்தை பாதுகாக்கிறோம் என்று சொல்லிவிட்டு, சர்வாதி கார தர்பார் ஆட்சி நாட்டுக்கு ஏற்றது தானா? கைது செய்யப் பட்டிருக்கும் தேசத்தலைவர்களை உடனடியாக விடுதலை செய்வதோடு, அவசர நிலை பிரகடனத்தை திரும்பப் பெற வேண்டும் என்று தீர் மானங்கள் முன்மொழியப் பட்டன.

விளக்கெண்ணெய் சூட்டைதணிக்கும்

காமராசர் காங்கிரசின் சொத்து அல்ல!

திமுக மட்டுமல்லாது காமராசரும் நெருக்கடி நிலைக்கு எதிராக இந்திராவின் சர்வாதிகார போக்கை கண்டித்து போராட்டம் நடத்தினார்.

பத்திரிகை சுதந்திரமும் கேள்விக் குறியாகி நிற்க, எல்லோரது கைகளும் கட்டடப்பபட்டது போலான மனநிலை நீடித்தது.

இந்த நிலையில் காமராசரை நேரில் சந்தித்த கருணாநிதி, இந்திரா அரசை எதிர்க்க நாங்கள் வேண்டுமானால் அனைவரும் ராஜினாமா செய்யட்டுமா என்று கேட்க, நாட்டிலேயே உமது ஆட்சி மட்டும்தான் ஜனநாயக முறைப்படி நடக்கிறது. வேறு மாநிலங்களில் அத்தகைய சுதந்திரக் காற்றை சுவாசிக்க முடியவில்லை ஆகவே அவசரப்பட வேண்டாம். எக்காரணத்தைக் கொண்டும் யாரும் ராஜினாமா செய்யக் கூடாது என்று கேட்டுக் கொண்டார்.

பத்திரிகைகள் தணிக்கை செய்யப்பட்டதால், இந்திரா அரசை கேலி செய்யும் விதத்தில் வெண்டைக்காய் உடலுக்கு நல்லது, விளக்கெண்ணை சூட்டை தணிக்கும் என்ற தலைப்புகளில் முரசொலியை வெளியிட்டார் கருணாநிதி.

நாடு முழுவதும் பல்வேறு கைது நடவடிக்கைகளை அதிரடியாக மேற்கொண்ட இந்திரா காந்தி அரசு, காமராஜர், கருணாநிதி உள்ளிட்டோரை மட்டும் கைது செய்யவில்லை.

இப்படியான பதற்றமான சூழலில் பெருந்தலைவர் காமராஜரின் உடல்நிலையில் பாதிப்பு ஏற்பட்டது. காய்ச்சலோடு போராடிவந்த காமராசருக்கு வீட்டிலேயே மருத்துவம் பார்த்தனர். காமராசர் உடல்நிலை பாதிக்கப்பட்டிருப்பதை அறிந்த முதலமைச்சர்கருணாநிதியும் நெடுஞ்செழியனும் நேரில் சென்று நலம் விசாரித்தனர்.

எழுந்து நடமாட அவர் உடல் ஒத்துழைப்பு கொடுக்கவில்லை.காமராஜர் உடல்நலம் பாதிக்கப்பட்டதை அறிந்து, இந்திராவும் நலம் விசாரித்து, கடிதம் ஒன்றை எழுதியிருந்தார்.

எமர்ஜென்ஸிக்கு எதிராக போராட்டம் அடக்குமுறை என நாடே பல இன்னல்களை சந்தித்து நிற்க, காமராசரின் உடல்நலம் நாளுக்குநாள் வேதனையளித்தது.

கர்மவீரர் காமராசர் மறைந்தார்

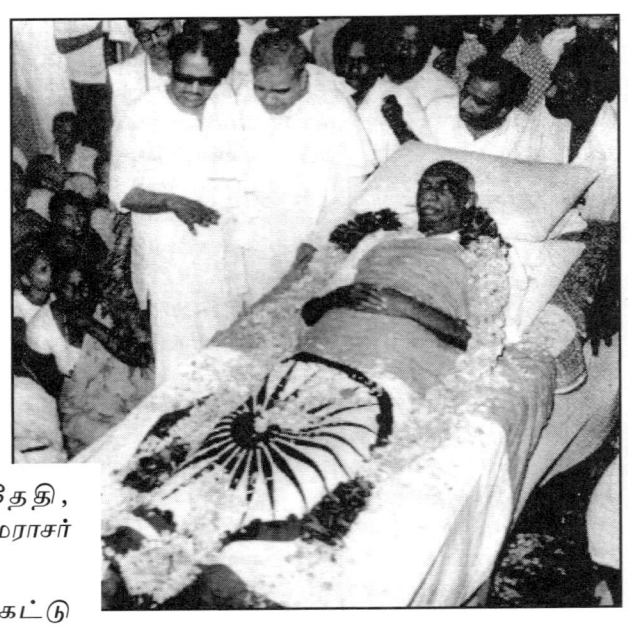

காமராசர் உடலுக்கு கருணாநிதி அஞ்சலி.

1975 அக்டோபர் 2-ம் தேதி, கல்விக்கண் கொடுத்த கர்மவீரர் காமராசர் மறைந்தார்.

காமராசரின் மரணச்செய்தி கேட்டு நாடே அழுதது. இந்திராகாந்தியும் அதிர்ச்சியடைந்தார்.

செய்தி கிடைத்த சில நிமிடங்களில் முதலமைச்சர் கருணாநிதி காமராசரின் உடலை நேரில் பார்த்து கண்ணீர்விட்டு அழுதார்.

காமராசரும் திமுகவும் எதிரும் புதிருமாக இருந்த நிலையிலும் பேரறிஞர் அண்ணாவும் கருணாநிதியும் காமராசர் மீது மிகப்பெரிய மரியாதை வைத்திருந்தனர்.

குலக்கொழுந்தே குணாளா என்றெல்லாம் வர்ணித்தார் அண்ணா. தந்தை பெரியாரும் காமராசர் பச்சை தமிழர் என்று புகழாரம் சூட்டி, காமராசருக்கு கடைசி வரை துணையாய் இருந்தார்.

அப்படிப்பட்ட பெருந்தலைவரை நாடு இழந்ததால், பெரும் சோகம் கட்டுண்டு கிடந்தது.

காமராசர் உடல் சென்னை தேனாம் பேட்டையில் உள்ள காங்கிரஸ் மைதானத்தில் பொதுமக்களின் அஞ்சலிக்காக வைக்கப்பட்டு, அதன் பிறகு அங்கேயே அவரது உடலை தகனம் செய்யலாம் என்று முடிவு எடுத்திருந்தனர் காங்கிரசார்.

கருணாநிதியோ அப்படிவிடவில்லை. காமராசர் காங்கிரசின் சொத்து அல்ல, அவர் நாட்டின் சொத்து என்பதால் அவருக்கு அரசு மரியாதை கொடுக்க உத்தர விட்டார். மேலும் அங்கிருந்து காமராசரின் உடலை ராஜாஜி அரங்கிற்கு எடுத்துச் சென்று பொதுமக்களின் பார்வைக்கு வைக்கவும் ஏற்பாடு செய்தார்.

காங்கிரஸ் கட்சிக்கு மட்டுமே காமராசர் சொந்தமல்ல என்று கருணாநிதி எடுத்த முன்னெடுப்பை, காங்கிரசாரே வியந்து பாராட்டி நெகிழ்ந்தனர்.

காமராசர் இறந்த செய்தி அதற்குள் காட்டுத் தீ போல நாடெங்கும் பரவ, சென்னையை நோக்கி கடலென மக்கள் திரள ஆரம்பித்தனர்.

காமராசரின் மறைவைத் தொடர்ந்து அவருக்கு அஞ்சலி செலுத்தும் வகையில்

கொ.அன்புகுமார்

காமராசருடன் நெருக்கமாக இருந்த கருணாநிதி.

காமராசர் உடலுக்கு இந்திராகாந்தி அஞ்சலி.

ஒருவாரம் துக்கம் அனுசரிக்கப்படும் என்று அறிவித்தார் கருணாநிதி.

வேறு வேறு கருத்துகளை கொண்டிருந் தாலும், கடைசி காலத்தில் காமராசருக்கு நெருக்கமாகவே இருந்தார் கருணாநிதி.

கொட்டும் மழையில் சென்னை கிண்டியில் உள்ள காந்தி மண்டபம் அருகே 2 ஏக்கர் நிலம் ஒதுக்கியதோடு, அதை நேரில் சென்று பார்வையிட்டும் வந்தார் கருணாநிதி.

கிட்டதட்ட 15 லட்சம் மக்கள் காமராசரை கடைசியாக வழியனுப்ப வந்திருந்தனர்.

காமராசர் உடலுக்கு அஞ்சலி செலுத்த பிரதமர் இந்திராகாந்தியும் டெல்லியிலிருந்து நேரில் வந்தார்.

காமராசர் இல்லையென்றால், தான் பிரதமராக அமர்ந்திருக்க வாய்ப்பு இல்லை என்பதை உணர்ந்திருந்த இந்திராகாந்தி, நெருக்கடி காலக்கட்டத்தில் டெல்லியை விட்டு வேறு எங்குமே செல்லாத நிலையில், காமராசருக்கு அஞ்சலி செலுத்த கண்ணீரோடு வந்தார்.

1975 அக்டோபர் 3-ம் தேதி ராணுவ மரியாதையுடன், காமராசர் உடல் ஊர்வலமாக எடுத்துச் செல்லப்பட்டு, காந்தி மண்டபம் அருகே 36 குண்டுகள் முழங்க முழு அரசு மரியாதையோடு தகனம் செய்யப்பட்டது.

கருப்பு | சிவப்பு / கழகங்கள்

காமராசருக்கு மணிமண்டபம் கட்டும் அறிவிப்பை வெளியிட்ட கருணாநிதி, அவரது சொந்த வீட்டை அரசுடமையாக்கி அதை நினைவு இல்லமாக மாற்றவும் உத்தரவிட்டார்.

காமராசரையே தோற்கடித்தது திமுக என்று யாரெல்லாம் இடித்துரைத்து பேசினார்களோ அவர்களெல்லாம் கருணாநிதியின் பணியைப் பார்த்து நெகிழ்ந்தனர்.

ஆறாத வடு எமர்ஜென்சி...!

காமராசர் இறுதிச் சடங்கில் அருகருகே கருணாநிதியும் இந்திராகாந்தியும் நின்று பேசிக்கொண்டனர். ஆனாலும் இருவருக்குள்ளுமான கோபம் உள்ளுக்குள் புகையவே செய்தது.

எமர்ஜென்சி குறித்து எதிர்த்துக் கேள்விக் கேட்கவும் முடியவில்லை. கேட்டவர்களும் வெளியில் இல்லை.

எமர்ஜென்சியைக் கடுமையாக எதிர்த்த திமுகவினர் இந்திரா அரசால் வேதனைக்கு ஆளாவதைக் கண்டு நெருப்பாய் கனன்றது கலைஞரின் மனது.

எப்போது வேண்டுமானாலும் ஆட்சி கலைக்கப்படலாம் என்று எதிர்பார்த் திருந்தார் கருணாநிதி.

அவர் நினைத்ததுபோலவே, அந்த இருண்ட காலம் கலைஞரின் போர்க் குணத்தை பட்டை தீட்ட வந்து சேர்ந்தது.

கருணாநிதி தலைமையிலான திமுக அரசைக் கலைப்பதற்கு முந்தையநாள் சென்னை பள்ளி ஒன்றின் விழாவில் பேசிய கருணாநிதி, "அநேகமாக முதலமைச்சராக நான் பங்கேற்கும் கடைசி விழாவாகக்கூட இது இருக்கலாம்" என்று பேசினார்.

அந்த அளவுக்கு ஒன்றிய அரசு அடுத்து என்ன செய்யும் என்பதைத் தெரிந்து வைத்திருந்தார் கருணாநிதி.

இந்திராகாந்தி அரசு கொடுங்கோல் ஆட்சியைப் போல் இருண்டகாலத்தை நோக்கி நகர்கிறது என்று விமர்சித்தார் கருணாநிதி.

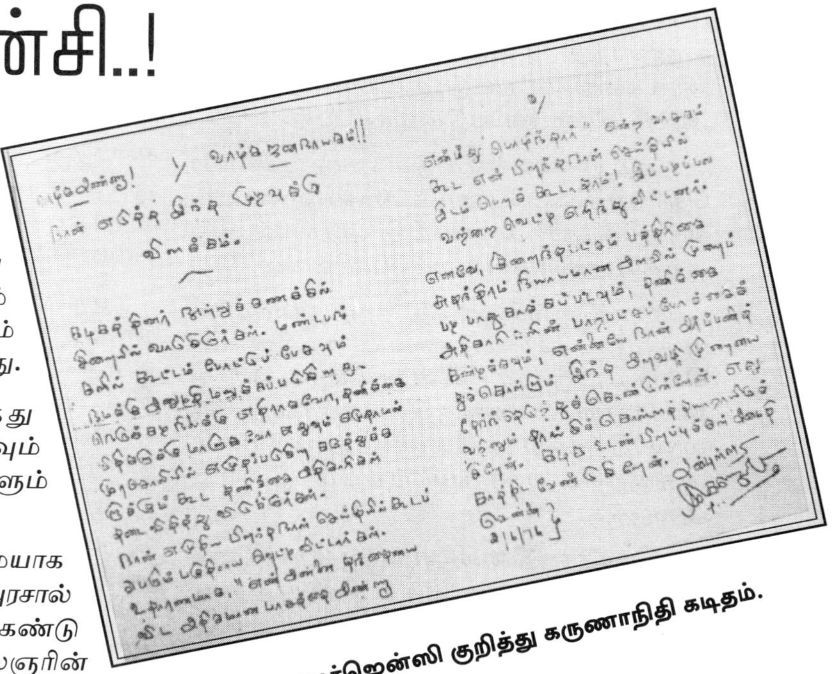

எமர்ஜென்சி குறித்து கருணாநிதி கடிதம்.

இந்த நிலையில் டெல்லியில் இருந்து இரண்டு சிறப்புப் பிரதிநிதிகள் கருணாநிதியைச் சந்தித்து, 'ஒன்றிய அரசுக்கு ஆதரவு கொடுக்கவில்லை என்றாலும் பரவாயில்லை, நெருக்கடி நிலை அமலில் இருப்பதைப் பற்றி எதுவும் பேசாதீர்கள்' என்று கேட்டுவிட்டுச் சென்றனர். அதற்கெல்லாம் கருணாநிதி பயம்கொள்ளவில்லை.

ஆட்சியே போனாலும் பரவாயில்லை என்று இந்திராகாந்தியை எதிர்த்து நின்றார்.

எமர்ஜென்சிக்கு எதிரான திமுகவின் போக்கை முடக்க, உடனடியாக திமுக ஆட்சியைக் கலைக்க உத்தரவிட்டார் இந்திராகாந்தி.

தி.மு.க. ஆட்சியைக் கலைத்த இந்திரா காந்தி.

இந்திய அரசியல் சட்டத்தின் 356-வது பிரிவின்படி 1976 ஜனவரி 31-ம் தேதி கருணாநிதி தலைமையிலான தமிழக அரசு கலைக்கப்பட்டு, குடியரசுத் தலைவர் ஆட்சி பிரகடனப்படுத்தப்பட்டது.

ஆட்சி கலைக்கப்படும் என்று முன்னரே தெரிந்துதான் போராட்டங்களை கையில் எடுத்திருந்தார் கருணாநிதி. அதனால் அது குறித்து அவர் கவலைப்படவில்லை.

எமர்ஜென்சியை எதிர்த்துத் தானாகவே முதலமைச்சர் பதவியை ராஜினாமா செய்யட்டுமா என்று ஏற்கனவே காமராசரிடம் அதுகுறித்து விரிவாகவே விவாதித்தவர் கலைஞர். ஆகையால், அதுகுறித்த எந்த ஏமாற்றமும் இல்லை அவருக்கு.

நெருக்கடிநிலை அமலில் இருந்ததால் உண்மையான செய்தியைக்கூட வெளியில் கொண்டுசெல்ல முடியாதபடி தணிக்கைக் குழு பத்திரிகை சுதந்திரத்தை நெருக்கியெடுத்தது.

தன்னைப் பற்றி எந்த செய்தியும் தவறாக வரக்கூடாது என்பதற்காகவே தணிக்கைக் குழுவை அமைத்திருந்தார் இந்திராகாந்தி. அவரது இளைய மகன் சஞ்சய் காந்தியின் உறுதுணையோடு அத்தனைக் கொடுமைகளையும் இரும்பு மனதோடு நடத்தி வந்தார்.

ஆட்சி கலைக்கப்பட்டதும் திராவிட முன்னேற்றக்கழகத்தினர் ஆங்காங்கே கைது செய்யப்பட்டு சிறையில் அடைக்கப் பட்டனர்.

சென்னை கோபாலபுரத்திற்கு விரைந்த காவல்துறை, 'உங்கள் மகன் ஸ்டாலின் எங்கே?' எனக் கேட்க, 'ஸ்டாலின் ஊரில் இல்லை நாளைதான் வருவார்' என்கிறார் கருணாநிதி. வீட்டை சோதனையிடலாமா என்கிறது காவல்துறை. தாராளமாக என்று கதவை திறந்தே வைத்திருந்தார் கருணாநிதி. வீடுமுழுக்க தேடியும் ஸ்டாலின் இல்லை.

திரும்பவும் கருணாநிதியிடம் வந்து 'ஸ்டாலின் வரும் வரை காத்திருக்கிறோம்' என்கிறது காவல்துறை. 'அதற்கு அவசியம் இல்லை அவர் வந்ததும், நானே தகவல் அனுப்புகிறேன் வாருங்கள்' என்றார் கருணாநிதி.

மறுநாள் மதுராந்தகத்தில் ஓர் பிரசார நாடகத்தை முடித்துவிட்டு வீடு திரும்பிய ஸ்டாலினிடம், 'சிறைக்குச் செல்ல பெட்டிப் படுக்கையோடு தயாராக இரு!' என்கிறார் கலைஞர். 'சரி தலைவரே. நான் தயார்' என்கிறார் ஸ்டாலின்.

காவல்துறை அதிகாரிக்கு கருணாநிதி போன் செய்து மகன் வீட்டிற்கு வந்துவிட்ட தகவலைச் சொல்கிறார். அடுத்த சில நிமிடங்களில் கோபாலபுரம் வீட்டிற்குச் செல்கிறது காவல் துறை.

திருமணமாகி வெறும் ஐந்து மாதங்களே ஆகியிருந்த ஸ்டாலின், தன் மனைவிக்கு ஆறுதல் சொல்லி விடைபெற்று, காவல் துறை வாகனத்தில் ஏறிக்கொள்கிறார்.

அவர் எப்போது விடுதலையாவார் என்று தெரியவில்லை. வீட்டுக்குத் திரும்புவாரா என்பதிலும் சந்தேகம்.

மு.க.ஸ்டாலின், முரசொலிமாறன், ஆற்காடு வீராசாமி என திமுகவின் முக்கிய மான தலைவர்கள் கைது செய்யப்பட்டு சிறைக்கொடுமைகளுக்கு ஆளானார்கள்.

''நீ தானே முதலமைச்சர் மகன்'' என்று ஸ்டாலினை சிறையில் காவல்துறையினர் வன்மம் தீர அடித்தே தீர்த்தனர். ஆற்காடு வீராசாமியைக் காவல்துறை கடுமையாகத்

சிறையில்
உயிர் நீத்த
சிட்டிபாபு.

தாக்கியதில் அவர் மயக்கம்போட்டே விழுந்துவிட்டார்.

சென்னையின் முன்னாள் மேயராக இருந்த சிட்டிபாபுவை காவல்துறையினர் கடுமையாக மிதித்துக் காயப்படுத்தியதில், அவருக்கு வயிற்றில் அறுவைசிகிச்சை செய்தாகவேண்டிய சூழல் ஏற்பட்டது. இதையடுத்து அவருக்கு அறுவை சிகிச்சை செய்தனர். ஆனாலும், உயிர் பிழைக்கவில்லை. சென்னை மத்திய சிறையில் வைக்கப்பட்டிருந்த சிட்டிபாபு, சிறை அதிகாரிகளின் கடுமையானத் தாக்கு தலுக்கு ஆட்பட்டு, 1977 ஜனவரி 5-ம் தேதி மரணமடைத்தார்.

யார் யாரெல்லாம் இந்திரா அரசுக்கு எதிராகக் குரல் எழுப்பினார்களோ அவர்களையெல்லாம் வன்முறையைக் கொண்டே வெறி தீர்த்தது காவல்துறை.

இந்த நிலையில் அண்ணாவின் நினைவு நாளான பிப்ரவரி 3-ம் தேதி, மவுன ஊர்வலம் சென்ற கருணாநிதி, அண்ணா நினைவிடத்தில் மலர் வளையம் வைத்தார்.

திமுகவின் தலைவர்கள் அடுத்தடுத்து கைது செய்யப்படுவதையும் யார் யார் சிறையில் இருக்கிறார்கள் என்பதே வெளியில் தெரியவில்லை என்பதால் அவற்றையெல்லாம் வெளிச்சமிட நினைத்தார் கருணாநிதி.

நெருக்கடி காலத்தில் கைது செய்யப் பட்டவர்கள் என்று குறிப்பிடவும் வழியில்லை. ஆகையால், அண்ணா சமாதிக்கு மலர் வளையம் வைக்க வராதோர் என்ற தலைப்பில், எமர்ஜென்சியில் கைதுசெய்யப்பட்ட அத்தனை பேரின் பெயரையும் பட்டியலிட்டு அதை முரசொலியில் வெளியிட்டார் கருணாநிதி.

முரசொலியைப் பார்த்துத்தான் ஸ்டாலின் உட்பட முக்கிய தலைவர்கள் பலர் கைது செய்யப்பட்டது குறித்து மக்களுக்குத் தெரியவந்தது. 11 மாதங்கள் சிறைவாசத்திற்குப் பின்பே வீடு திரும்பினார் ஸ்டாலின்.

மிசா கைது ஸ்டாலின் சித்ரவதை...

1977ல் மிசா கொடுமைக்குப் பிறகு விடுதலை செய்யப்பட்ட மு.க.ஸ்டாலின் கலைஞருடன்...

1977ம் ஆண்டு கருணாநிதி சிறையில் இருக்கும்போது ஸ்டாலினுக்கு நெகிழ்ச்சியான கடிதம் ஒன்றை உணர்ச்சி பூர்வமாக எழுதினார். ஸ்டாலினின் போராட்ட குணத்தையும் சகிப்புத் தன்மையையும் எழுத்தினூடாகவே அதில் கடத்தியிருப்பார் அவர்.

மிக மோசமான நெருக்கடி நிலையைச் சந்தித்தது திமுக.

திமுகவின் ஆட்சியைக் கலைத்த கையோடு அடுத்தடுத்து திமுக தலைவர்கள் கைது செய்யப்பட்டார்கள். கலைஞருக்கு எதிரான புகார்களையெல்லாம் தூசி தட்டியது இந்திரா அரசு.

திமுகவை விட்டு விலகிய எம்.ஜி.ஆர். அதன் தலைவர்கள் மீதும் கட்சியின் மீதும் பல அதிரடிக் குற்றச்சாட்டுகளை முன்வைத்ததோடு, திமுகவினரின் சொத்துக் கணக்கை ஆராய வேண்டும் என்பது உட்பட பல்வேறு குற்றச்சாட்டுகள் அடங்கிய பட்டியலை அப்போதைய குடியரசுத் தலைவர் விவி கிரியைச் சந்தித்து புகார் மனுவாகக் கொடுத்திருந்தார்.

அந்தப் புகார்களின் பேரில் இந்திரா காந்தியும் கருணாநிதியிடம் அது குறித்து விளக்கம் கேட்க, ஒவ்வொரு புகாருக்கும் விரிவாகவே பதில் அனுப்பியிருந்தார் கருணாநிதி. அப்போதைக்கு அது வெறும்

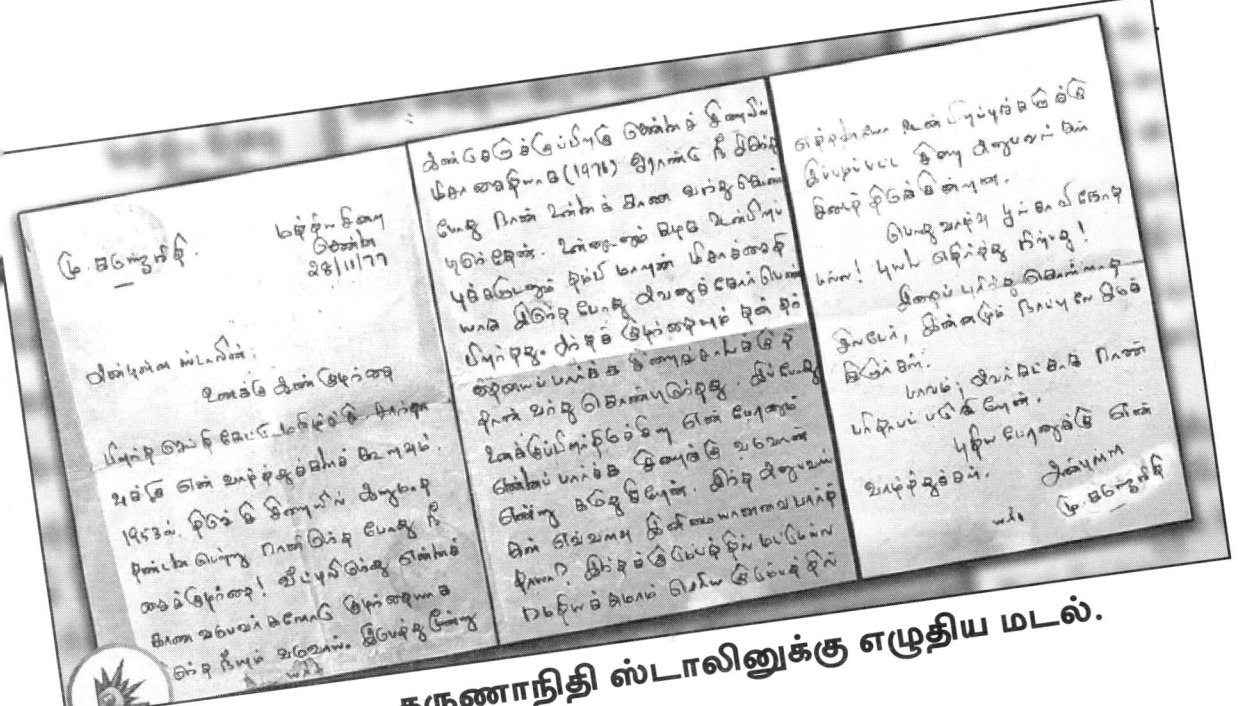

கருணாநிதி ஸ்டாலினுக்கு எழுதிய மடல்.

சம்பிரதாய சடங்காக கருதப் பட்டாலும், அதையே ஆயுதமாக்கி திமுகவுக்கு எதிரான பிரச்னைகளைக் கோர்க்கத் தொடங்கியது ஒன்றிய அரசு.

திமுக ஆட்சியைக் கவிழ்த்ததும் அந்தப் பிரச்னையை முதலில் எடுத்தது ஒன்றிய அரசு.

திமுக மீது எம்.ஜி.ஆர் சுமத்தியிருந்த 54 புகார்களின் அடிப்படையில் விசாரணையைத் தொடங்குவதற்கு, உச்ச நீதிமன்ற நீதிபதி சர்க்காரியா தலைமையில் விசாரணைக் கமிஷன் ஒன்றை அமைத்தார் இந்திராகாந்தி.

இதுபற்றிப் பேசிய கருணாநிதி, "நான்கு ஆண்டுகளுக்கு முன்பு கொடுத்தப் புகார்களே இப்போதும் கூறப்பட்டிருக்கிறது. அந்த புகார்களுக்கெல்லாம் விளக்கம் கொடுக்கப் பட்டு அதை அச்சிட்டு புத்தகமாகவே சட்டமன்றத்தில் வைத்திருக்கிறோம். மீண்டும் அதுபற்றி விசாரிக்க விசாரணைக் குழு அமைத்திருப்பதை வரவேற்கிறேன்" என்றார்.

இந்த நிலையில் நாடாளுமன்ற தேர்தலை நடத்தியாக வேண்டிய கட்டாயம் ஏற்பட்டது இந்திரா அரசுக்கு. ஆகவே 1977 ஜனவரி 18-ம் தேதி வானொலி வழியாகப் பேசிய இந்திராகாந்தி, 'நெருக்கடி நிலை படிப்படியாக தளர்த்தப் படும்' என்று அறிவித்துவிட்டு மார்ச் மாதம் நாடாளுமன்றத் தேர்தல் நடக்கும் என்று அறிவித்தார்.

இந்திராகாந்தியின் அறிவிப்பைத் தொடர்ந்து நாடுமுழுவதும் கைது செய்யப் பட்ட தேசத் தலைவர்கள், திமுகவினர் என அனைவரும் விடுதலை செய்யப்பட்டனர்.

இந்தியா முழுவதும் 1975-ல் அறிவிக்கப் பட்ட நெருக்கடிநிலை கிட்டத்தட்ட ஒன்றரை ஆண்டுகாலம் நடந்து முடிந்தது.

தேர்தலுக்காக இந்திராகாந்தி போடும் நாடகத்தை மக்கள் நம்பவில்லை.

அப்போது நடந்த நாடாளுமன்றத் தேர்தலில் இந்திரா காங்கிரஸ் படுதோல்வி யைச் சந்தித்தது.

மிசா கொடுமையில் இருந்து விடுவிக்கப்பட்ட முரசொலிமாறன், மு.க.ஸ்டாலின் உள்ளிட்ட திமுகவினர்.

புதிதாக அமைக்கப்பட்ட ஜனதா கட்சி ஆட்சியைப் பிடித்து, மொரார்ஜி தேசாய் பிரதமர் ஆனார்.

நாடாளுமன்றத் தேர்தலுக்குப் பின்னர் 'திமுகவின் தோல்விக்காக கட்சித் தலைவர் பதவியில் இருந்து விலகிக்கொள்கிறேன்' என்று அறிவித்துவிட்டார் கருணாநிதி. அதே காரணத்திற்காக நெடுஞ்செழியனும் பொதுச் செயலாளர் பதவியை துறக்க முடிவெடுத்தார். திமுகவில் பெரும் பதற்றம் பற்றிக்கொண்டது.

கருணாநிதி தலைவர் பதவியில் இருந்து விலகக்கூடாது என்று அவரது கோபால புரம் இல்லத்தின் முன்பு கூடிய திமுக தொண்டர்கள், தொடர்ந்து அவரே கட்சியின் தலைவராக நீடிக்க வேண்டுமென போராட்டத்தில் ஈடுபட்டனர்.

அன்பழகன் போன்ற கட்சியின் மூத்த தலைவர்கள் கேட்டுக்கொண்டதால் ராஜினாமாவைத் திரும்பப் பெற்றார் கருணாநிதி.

நாடாளுமன்ற தேர்தல் தோல்விக்குப் பிறகு கருணாநிதிக்கும் நெடுஞ்செழியனுக்கும் இடையே சில கருத்துவேறுபாடு நிலவ, திமுகவை விட்டே விலகும் முடிவை எடுத்தார் நெடுஞ்செழியன்.

''மக்கள் திமுக'' என்ற புதிய கட்சி ஒன்றைத் தொடங்கினார்.

இப்படி பல அரசியல் அதிரடிகளுக்கிடையே 1977 பொதுத் தேர்தலை நோக்கி நகர்ந்தது தமிழகம்.

மூன்று மாதத்திற்கு முன்பு அதாவது 1977 மார்ச் மாதத்தில் நடந்த நாடாளுமன்றத் தேர்தலில் இந்திரா காங்கிரசை எதிர்க்க, ஜனதா கட்சியும் - திமுகவும் கூட்டணி அமைத்தன. ஆனால், மூன்றே மாதத்தில் தனது கூட்டணி உறவை முறித்துக் கொண்டு சட்டமன்றத் தேர்தலில் தனித்துப் போட்டியிட முடிவு செய்திருப்பதாக அறிவித்தது ஜனதா கட்சி.

எப்படியும் இழந்த ஆட்சியைப் பிடித்து விடவேண்டும் என்று கருணாநிதி தீவிர பிரசாரத்தில் ஈடுபட, இன்னொரு பக்கம் திமுகவுக்கு எதிரான குரலை வலுவாகவே வைத்தார் எம்.ஜி.ஆர்.

திமுகவிலிருந்து தன்னை நீக்கியதற்கான காரணத்தைச் சொல்லி, கணக்குக் கேட்டதால்

நேர்மையாக இருந்த தன்னை கட்சியை விட்டு நீக்கியிருக்கிறார்களே தவிர மக்கள் என்னை ஏற்றுக்கொண்டிருக்கிறார்கள் என்று ஆதரவு திரட்டினார் எம்.ஜி.ஆர்.

அண்ணாவின் அமைச்சரவையில்கூட இடம்பெறாத எம்.ஜி.ஆர், கலைஞர் அரசை எதிர்த்து, அப்போதைய சபாநாயகர் மதியழகனுடன் சேர்ந்து திமுக அரசைக் கலைக்க முற்பட்டது நடக்காமல் போக, திண்டுக்கல் இடைத்தேர்தலின் மூலம் தனக்கு மக்கள் செல்வாக்கு இருக்கிறது என்பதை நிரூபித்ததன் மூலம் 1977 தேர்தலிலும் வெற்றிவாகை சூடலாம் என்று பிரசாரத்தைத் தொடர்ந்தார்.

கலைஞருக்கு ஆதரவான பலர் இப்போது எம்.ஜி.ஆர் கூடாரத்தில் இருந்தனர். பெரியாரும் உயிருடன் இல்லை. இந்த சூழலில்தான் 1977-ம் ஆண்டு சட்டமன்ற தேர்தலைச் சந்தித்தார் கருணாநிதி.

இம்முறை எம்.ஜி.ஆருக்கு வெற்றி. ஆம் அதிமுக அமோக வெற்றிபெற்று,

எம்.ஜி.ஆருக்கு வெற்றி!

முதலமைச்சர் நாற்காலியில் அமர்ந்தார் எம்.ஜி,ஆர்.

மொத்தமிருந்த 234 தொகுதிகளில் 130 இடங்களைப் பிடித்து ஆட்சியில் அமர்ந்தது அதிமுக. 48 இடங்களைப் பிடித்து எதிர்க்கட்சி வரிசையில் அமர்ந்தது திமுக.

திமுக தலைவர் கருணாநிதி சென்னை அண்ணாநகர் தொகுதியில் வெற்றி பெற்றிருந்தார்.

கட்சி தொடங்கிய ஐந்தேஆண்டுகளில் எம்.ஜி.ஆரை முதலமைச்சர் நாற்காலியில் அமர வைத்தனர் தமிழக மக்கள்.

1977 ஜூன் 30-ம் தேதி ஆளுநர் பட்வாரி பதவிப்பிரமாணம் செய்துவைக்க, எம்.ஜி.ஆர் தலைமையிலான 14 பேர் கொண்ட அமைச்சரவை பொறுப்பேற்று மக்கள்நலப் பணிகளைத் தொடர்ந்தது.

1977-ல் எம்.ஜி.ஆருக்கு ஆளுநர் பட்வாரி பதவிப் பிரமாணம் செய்துவைக்கும் நிகழ்வு.

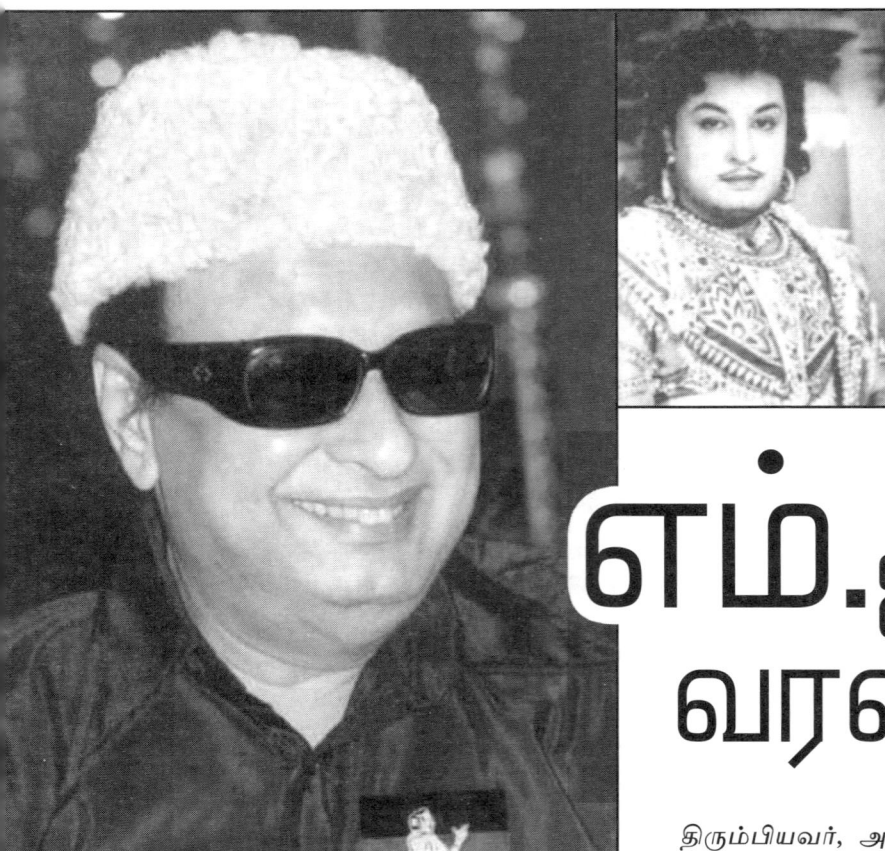

எம்.ஜி.ஆர். வரலாறு..!

திராவிட முன்னேற்றக்கழகத்தின் வேரில் வளர்ந்து கிளைவெடித்து இலைவிரித்த எம்.ஜி.ஆர். திரைத் துறை யில் புகழின் உச்சி க்குச் சென்றவர் அரசியல் உலகத்திலும் வெற்றிக்கொடி நாட்டியவர். எம்.ஜி.ஆர் என்றழைக்கப்பட்ட மருதூர் கோபால மேனன் ராமச்சந்திரன் 1917-ம் ஆண்டு ஜனவரி 17-ம் தேதி இலங்கையின் கண்டிக்கு அருகே இருக்கும் ஹந்தானா என்ற இடத் தில் பிறந்தார். தனது இரண்டு வயதிலேயே தந்தையை இழந்து, தாய் சத்தியபாமாவோடு பூர்வீக இடமான கேரளாவின் பாலகாட்டுக்கு திரும்பியவர், அதன் பிறகு கும்பகோணத் தில் இருந்த உறவினர் வேலு நாயர் என்பவரது வீட்டில் அடைக்கலம் ஆனார். இரண்டு அண்ணன்கள் மற்றும் இரண்டு சகோதரிகளுக்கு கடைசித் தம்பியாய் வந்து பிறந்த எ.ம்.ஜி.ஆரின் இளைமைக்காலம் வறுமையின் பிடியில் இருந்தது. 14 வயதில் திரைத்துறையில் அறிமுகமானவருக்கு பெரிய வாய்ப்புகள் கிடைக்கவில்லை. அவ்வப்போது சிறுசிறு வேடங்களில் நடித்துவந்தார். 1936-ம் ஆண்டு 'சதி லீலாவதி' படத்தில் சிறு வேடத்தில் வந்துபோனவர் அதன் பிறகு கருணாநிதியின் கதை வசனத்தில் ராஜகுமாரி, மந்திரிகுமாரி உள்ளிட்ட பல திரைப்படங்களில் கதாநாயகனாக நடித்து வெற்றிப்படங்களை தந்தார்.

என்ன செய்தார் எம்.ஜி.ஆர்..!

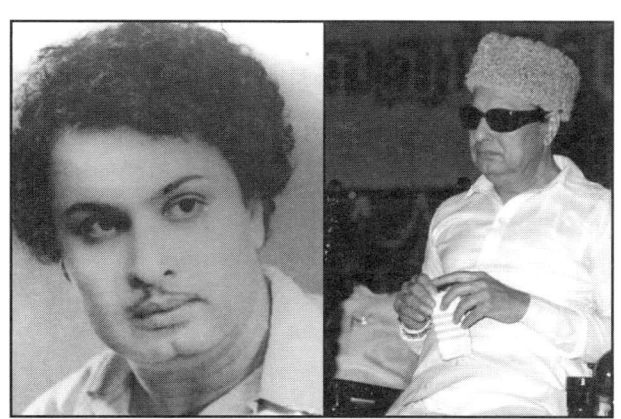

1952-ம் ஆண்டு திமுகவில் சேர்ந்த எம்.ஜி.ஆர், திரைப்படங்களின் வாயிலாக திமுகவின் கொள்கைகளைப் பரப்பி வந்தார். 1964-ல் 'காமராசர் என் தலைவர்; அண்ணா எனது வழிகாட்டி!' என்று சர்ச்சையைக் கிளப்பியதால் அண்ணாவின் நம்பிக்கையில் இருந்து சற்று விலகியே இருந்தார் எம்.ஜி.ஆர்.

திமுக முதன்முறையாக தமிழக சட்டமன்றத்தைக் கைப்பற்றிய 1967 தேர்தலில் பரங்கிமலை தொகுதியில் வெற்றிபெற்று சட்டமன்றத்திற்குள் நுழைந்தார். சிறு சேமிப்புத் துறை துணைத் தலைவரில் தொடங்கி, திமுகவின் பொருளாளர் வரை பல உயரங்களைத் தொட்டவர், அண்ணாவின் மறைவுக்குப் பிறகு திமுகவினர் சொத்துக்கணக்கைக் காட்ட வேண்டும் என்ற சர்ச்சைக்குரிய கருத்தைத் தெரிவித்ததால் திமுகவில் இருந்து நீக்கப்பட்டார். எம்.ஜி.ஆர் நடித்த பெரும்பாலான படங்களுக்கு கதை-வசனம் எழுதியவர் கருணாநிதி. சிறந்த நண்பர்களாகவும் இருந்து வந்தனர். ஆனால் கடைசிக்காலத்தில் மனமுறிவோடு அதிமுகவைத் தொடங்கினார் எம்.ஜி.ஆர்.

1977 ஜூன் 30-ம் தேதி, எம்.ஜி.ஆர். தலைமையிலான அமைச்சரவை பதவி ஏற்றுக்கொண்டபோது, கிடைத்த வாய்ப்பை சரியாகப் பயன்படுத்த வேண்டும் என்று களம் இறங்கினார் எம்.ஜி.ஆர்.

பொது வினியோகத் திட்டத்தின் மீது அதிக கவனம் செலுத்திய எம்.ஜி.ஆர், போதிய விளைச்சல் இல்லாத காரணத்தால் மாநில உற்பத்தியைக் கொண்டு மட்டுமே தேவையை நிறைவேற்ற முடியாத சூழலில், பக்கத்து மாநிலங்களிலிருந்தும் அரிசியை பெறுவதற்கு ஏற்பாடு செய்தார்.

பொது வினியோகத் திட்டத்தின் கீழ் உள்ள நியாயவிலைக்கடைகளை அதிகப் படுத்தினார்.

சாதிப்பெயரில் இருந்த ஊர் பெயர்களையும் தெருப்பெயர்களையும் ஒழித்ததில் எம்.ஜி.ஆருக்குப் பெரும்பங்கு உண்டு.

சைக்கிளில் டபுள்ஸ் போகக்கூடாது என்பது போன்ற கட்டுப்பாடுகளைத் தளர்த்த ஆணை பிறப்பித்தார்.

பெருந்தலைவர் காமராஜர் வசித்த வீட்டை நினைவு இல்லமாக மாற்ற எம்.ஜி.ஆரே 1978-ல் உத்தரவிட்டார்.

கருப்பு | சிவப்பு / கழகங்கள்

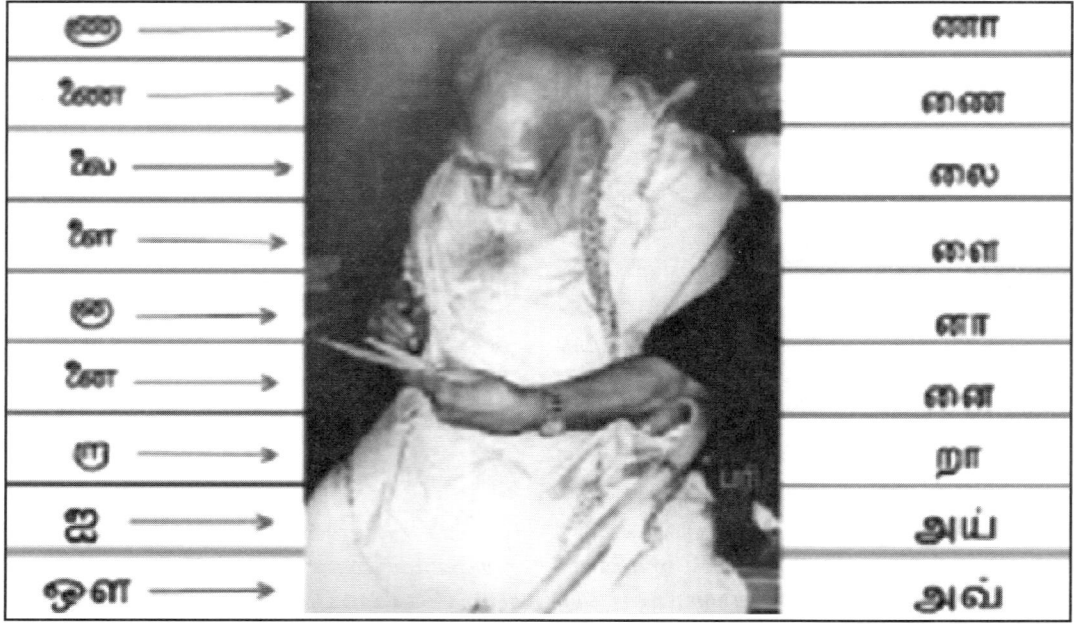

திராவிடர் கழகத் தலைவராக இருந்த பெரியாரின் சாதனைகளைப் போற்றி, அவரது நூற்றாண்டு விழாவை அரசு விழாவாகக் கொண்டாடியது எம்.ஜி.ஆர் அரசு. அப்போதுதான் பெரியாரின் எழுத்துச் சீர்திருத்தத்தை நடைமுறைப்படுத்தினார்.

தமிழில் பழைய காலத்து எழுத்துகள் சிலவற்றில் துணைக்கால் இல்லாமல் எழுதிவந்ததை மாற்றி, தனித்துவமாக எழுதி வந்தார் பெரியார். அதையே 1978 அக்டோபர் 19 தேதி நடைமுறைக்குக் கொண்டுவந்தார் எம்.ஜி.ஆர்.

இந்த நிலையில் எம்.ஜி.ஆர் அரசு சில சங்கடங்களைச் சந்திக்க வேண்டியிருந்தது.

1977 நாடாளுமன்றத் தேர்தலில் தோல்வி அடைந்திருந்த இந்திராகாந்தி, 1978 கர்நாடக மாநிலம் சிக்மகளூர் தொகுதியில் போட்டியிட்டு வெற்றி பெற்றார். ஆனால் அதை மத்தியில் இருந்த ஜனதா அரசு ஏற்கவில்லை. அவர் நாடாளுமன்ற உறுப்பினர் ஆனதை ஜனதா கட்சித் தலைமையிலான ஒன்றிய அரசு ரத்து செய்தது.

இதையடுத்து 1979-ல் தமிழகத்தில் தஞ்சை நாடாளுமன்ற உறுப்பினராக இருந்த எஸ்.டி சோமசுந்தரம் தமிழக அமைச்சரவையில் இடம்பெற்றதால், அந்தத் தொகுதிக்கான இடைத்தேர்தல் தேதி அறிவிக்கப்பட்டது.

இதை பயன்படுத்திக்கொள்ள திட்டமிட்ட காங்கிரஸ் கட்சியினர் இந்திராகாந்தியை அந்தத் தொகுதியின் வேட்பாளராகக் களம் இறக்கலாம் என்று முடிவு செய்தனர். தஞ்சை தொகுதியின் நிலவரம் இந்திராகாந்திக்குச் சரிவர தெரியாமல் போனாலும், எம்.ஜி.ஆரின் ஆதரவோடு அந்தத் தொகுதியில் வெற்றி பெற்றுவிடலாம் என்று முடிவுக்கு வந்தார். அதன்படி எம்.ஜி.ஆரிடம் ஆதரவையும் கோரினார்.

முதலில் அதை ஆதரித்த எம்.ஜி.ஆர், ஒன்றிய அரசில் பிரதமராக இருந்த

மொரார்ஜி தேசாய் தலையீட்டால் பின்வாங்கினார். பாதுகாப்பு போன்ற விஷயங்களுக்காக தஞ்சையில் இந்திராகாந்தி போட்டியிடுவது நல்லதல்ல என்று சொல்லிவிட்டார் எம்.ஜி.ஆர்.

இதனால் தஞ்சையில் போட்டியிடும் எண்ணத்தையே மாற்றிக்கொண்ட இந்திராகாந்தி, எம்.ஜி.ஆர் மீது கோபத்தில் இருந்தார்.

எம்.ஜி.ஆர் ஆரின் செயலால் அதிருப்தி அடைந்த இந்திராகாந்தி, கருணாநிதியை சந்திக்க விரும்பினார்.

இதை பொறுத்துக்கொள்ள முடியாத ஜனதாகட்சி, திமுகவையும் அதிமுகவையும் இணைத்துவிட்டால், இந்திரா காங்கிரஸ் தனித்துவிடப்படும் என்ற எண்ணத்தில், இரண்டு கட்சிகளையும் இணைப்பதற்கு தமது அரசின் அமைச்சர் பிஜுபட் நாயக்கை தமிழகம் அனுப்பி வைத்தது. கருணாநிதி யையும் எம்.ஜி.ஆரையும் நேரில் சந்தித்த

பிஜுபட் நாயக், இரண்டு கட்சிகளையும் ஒன்றாக்கிவிட்டால், தமிழகத்தில் அசைக்கமுடியாத பலத்துடன் நிரந்தமான ஆட்சி உருவாகும் என்று ஆலோசனை தெரிவித்தார்.

இந்த இணைப்பு முயற்சிக்கு எம்.ஜி.ஆரும் கருணாநிதியும் சம்மதித்தனர்.

தி.மு.க.- அ.தி.மு.க. இணைப்பு ஏன்? எதற்கு?

1979, செப்டம்பர் 13-ம் தேதி கருணாநிதியும் எம்.ஜி.ஆரும் நேருக்குநேர் சந்தித்துப் பேசுவது என முடிவானது.

முடிவு செய்யப்பட்டது போலவே சென்னை சேப்பாக்கம் அரசினர் விடுதியில் கருணாநிதியும் எம்.ஜி.ஆரும் சந்தித்துப் பேசினர்.

பேச்சுவார்த்தையின் போது ஒன்றிய அமைச்சர் பிஜுபட் நாயக்,

கருணாநிதி, பிஜு பட்நாயக், எம்.ஜி.ஆர்.

இந்திராகாந்தியுடன் கூட்டணி வைத்த கருணாநிதி.

நெடுஞ்செழியன், க.அன்பழகன், பண்ருட்டி ராமச்சந்திரன் உள்ளிட்டோர் வேறொரு அறையில் இருந்தனர்.

பழைய நண்பர்கள் இருவரும் சந்தித்துப் பேசிய போது உடன்பாடு எட்டப்பட்ட தாகவே கருதப்பட்டது. கட்சியின் செயற்குழு, பொதுக்குழு கூடி முடி வெடுத்த பின்னர் கூட்டுமுயற்சி குறித்து வெளியிடப்படும் என்று சொல்லி விட்டுக் கிளம்பிவிட்டனர் இருவரும்.

அன்று மாலையே வேலூரில் நடந்த பொதுக்கூட்டத்தில் பேசிய எம்.ஜி.ஆர் கட்சிகள் ஒன்றாக வாய்ப்பு இல்லை என்பதை சூசகமாகத் தெரிவித்துவிட்டார்.

இதையடுத்து கருணாநிதியைச் சந்திக்க விரும்பிய இந்திராகாந்தி, கூட்டணிக்கு அஸ்திவாரமிட்டார்.

1979 செபடம்பர் 15-ம் தேதி இருவரும் சந்தித்துப் பேசிக்கொண்டதில் உடன் பாடும் எட்டப்பட்டது.

திமுக ஆட்சியைக் கலைத்து எமர்ஜென்சி கொடுமைகளை ஏவிவிட்டு திமுகவை கூண்டோடு அழிக்க முயற்சித்த இந்திராகாந்தியோடு, கூட்டணி பேச சென்றிருந்தார் கருணாநிதி.

பழைய கசப்புகளை எல்லாம் விழுங்கி விட்டு, கட்சியின் வளர்ச்சிக்காகவும் ஆட்சியை பிடிக்கும் நோக்கத்திலும் நகர்ந்த கருணாநிதி, பேச்சுவார்த்தையை வெற்றிகர மாக முடித்துவிட்டு சென்னை திரும்பினார்.

எம்.ஜி.ஆர். ஆட்சி கலைப்பு

புதுச்சேரியைச் சேர்த்து காங்கிர சுக்கு 22 தொகுதிகளும் திமுகவிற்கு 17 தொகுதிகள் என பிரித்துக்கொண்டன திமுகவும் இந்திரா காங்கிரசும்.

இந்திரா காங்கிரசும் திமுகவும் கூட்டணி வைத்ததை யாருமே எதிர்பார்த் திருக்கவில்லை. ஒன்றிய அரசில் இருந்த ஜனதா கட்சிக்கும் எம்.ஜி.ஆருக்கும் அதிர்ச்சியாகவே இருந்தது அந்தக் கூட்டணி.

அப்போது தான் "நேருவின் மகளே வருக நிலையான ஆட்சி தருக" என்று பேசினார் கருணாநிதி.

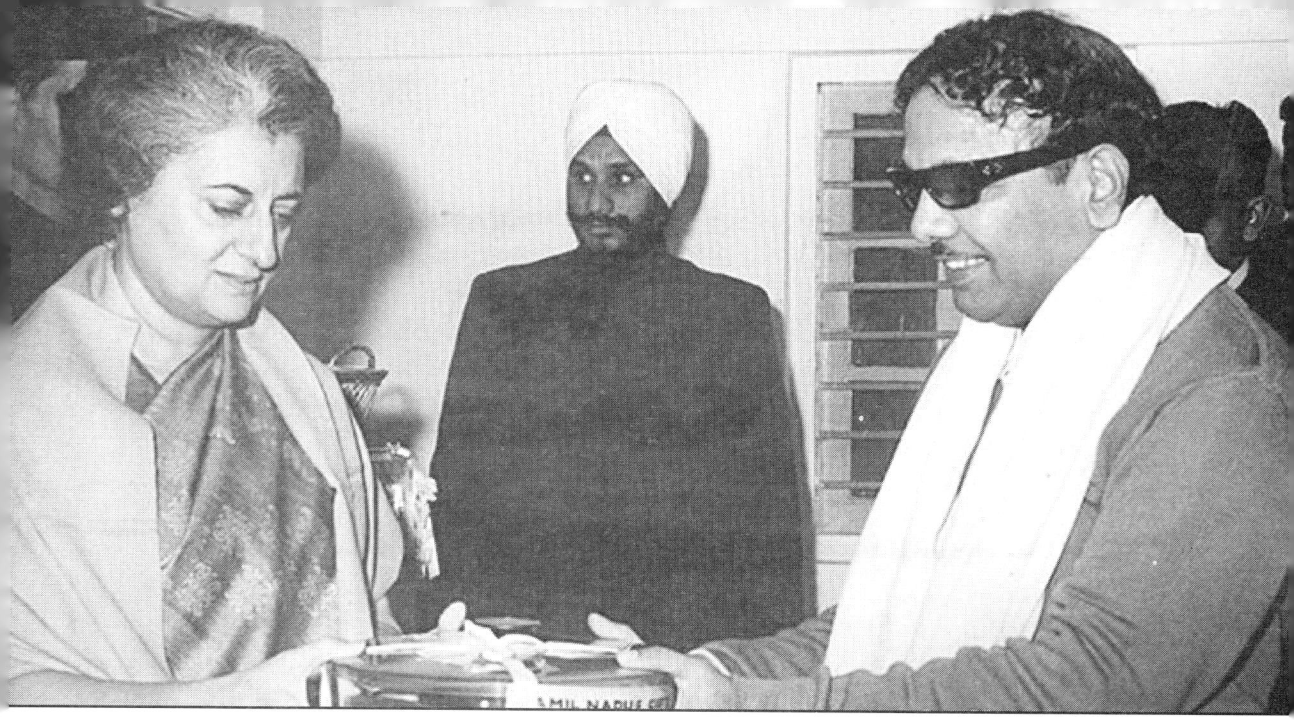

அதிமுக ஜனதா கட்சியோடு சேர்ந்து தேர்தலை சந்தித்தது.

அனல் பறந்த பிரசாரத்தில் இந்திரா காந்தியின் வெற்றி உறுதியானது.

1980-ம் ஆண்டு நடந்த நாடாளுமன்ற தேர்தலில், திமுக - இந்திரா காங்கிரஸ் கூட்டணி, அமோக வெற்றிபெற்று ஒன்றிய ஆட்சியைப் பிடித்தார் இந்திராகாந்தி.

எம்.ஜி.ஆர் தலைமையிலான அதிமுக 2 தொகுதியில் மட்டுமே வெற்றிபெற்று படுதோல்வியைச் சந்தித்தது.

1980 ஜனவரி 6-ம் தேதி தேர்தல் முடிவுகள் அறிவிக்கப்பட்டு பெரும் வெற்றியைப் பெற்ற இந்திராகாந்தி, ஜனவரி 14-ம் தேதி இந்தியப் பிரதமராகப் பதவியேற்றார்.

அதுவரை ஒன்றிய அரசை விமர்சனம் செய்தே ஆட்சியும் அரசியலும் செய்து வந்த கருணாநிதி மாநிலத்தில் சுயாட்சி, மத்தியில் கூட்டாட்சி என்ற தத்துவத்தை முன்மொழிந்து அதன் வழி நடந்தார்.

அகில இந்திய ரீதியில் 351 இடங்களைப் பெற்று இந்திரா காங்கிரஸ் தனிப்பெரும் வெற்றியைப் பெற்று ஆட்சியமைத்தது. இந்த பெரும் வெற்றிக்குத் துணையாய் இருந்த திராவிட முன்னேற்றக்கழகத்துக்குச் சாதகமாக, 1980 பிப்ரவரி 17-ம் தேதியன்று எம்.ஜி.ஆர் ஆட்சியைக் கலைத்து உத்தரவிட்டது ஒன்றிய அரசு.

தேர்தல் பிரசாரத்தில் கருணாநிதியும் இந்திராகாந்தியும்...

கருப்பு | சிவப்பு / கழகங்கள்

1977-ல் ஆட்சிக்கு வந்த எம்.ஜி.ஆர் அரசு மூன்றாண்டுக்குள்ளேயே முடிவுக்கு வந்தது.

நாடாளுமன்றத் தேர்தல் படுதோல்வி காரணமாக எம்.ஜி.ஆர் அரசு மட்டுமல்ல நாடு முழுவதும் 9 மாநிலங்களின் சட்டசபையும் அந்த அடிப்படையிலேயே கலைக்கப்பட்டன.

மீண்டும் தமிழகத்தில் சட்டமன்ற தேர்தல் பரபரப்புத் தொற்றிக்கொண்டது.

வலுவான அரசாக அமைந்துவிட்டதால் ஜூன் மாதம் தமிழக சட்டமன்ற தேர்தலை நடத்தத் திட்டமிட்ட ஒன்றிய அரசு, அதுவரை ஆளுநர் பட்வாரியிடம் ஆட்சிப் பொறுப்பை விட்டது.

தேர்தல் தேதி அறிவிக்கப்பட்டப் பின்னர், திமுகவும் அதிமுகவும் அனல் பறக்கும் பிரசாரத்தில் ஈடுபட்டன.

தனது ஆட்சி கலைக்கப்பட்டதற்கு நீதிக்கேட்டு பிரசாரம் செய்தார் எம்.ஜி.ஆர்.

நாடாளுமன்ற தேர்தலில் திமுக கூட்டணியை வெற்றிபெறச் செய்த மக்கள் சட்டமன்றத் தேர்தலிலும் தன்னை ஆதரிப்பார்கள் என்று நம்பியிருந்தார் கருணாநிதி.

திமுகவுடன் பிணக்கு ஏற்பட்டு பிரிந்து சென்று தனிக்கட்சி தொடங்கிய நெடுஞ்செழியன் தேர்தலுக்கு முன்பு எம்.ஜி.ஆரிடம் சேர்ந்துவிட்டார்.

திமுக, அதிமுக, ஜனதா கட்சி என மும்முனைப் போட்டி நிலவியதில், திமுக அதிமுக ஆகிய இரண்டு கட்சிகளில் எந்தக்கட்சி ஆட்சியைப் பிடிக்கும் என்று கணிக்க முடியவில்லை.

கொ.அன்புகுமார்

எம்.ஜி.ஆர் படைத்த சத்துணவுத் திட்டம்.

2-வது முறையாக எம்.ஜி.ஆர். பதவியேற்பு.

ஜூன் 1-ம் தேதி நடந்த வாக்கு எண்ணிக்கையில் தனிப்பெரும்பான்மை யுடன் மீண்டும் ஆட்சியைக் கைப்பற்றினார் எம்.ஜி.ஆர்.

128 இடங்களில் தனி மெஜாரிட்டியுடன் வெற்றிபெற்ற அதிமுக, கூட்டணியைச் சேர்த்து 162 இடங்களை பிடித்திருந்தது.

திமுக கூட்டணி 69 இடங்களைக் கைப்பற்றியிருந்தது.

மதுரை மேற்குத் தொகுதியில் போட்டி யிட்ட எம்.ஜி.ஆர் 21 ஆயிரம் ஓட்டுகள் வித்தியாசத்தில் வெற்றி பெற்றிருந்தார்.

அண்ணாநகர் தொகுதியில் வெற்றி பெற்றிருந்தார் கருணாநிதி.

1980 ஜூன் 9-ம் தேதி எம்.ஜி.ஆர் இரண்டாவது முறையாக தமிழகத்தின் முதலமைச்சராகப் பதவியேற்றார்.

நெடுஞ்செழியன், ஆர்.எம். வீரப்பன், பண்ருட்டி ராமச்சந்திரன், ஹண்டே உள்ளிட்ட 17 அமைச்சர்களுடன் எம்.ஜி.ஆர் அமைச்சரவை பதவியேற்றுக் கொண்டது.

மக்கள் அதிமுகவை ஆதரித் திருப்பதால் வாக்குறுதிகளை நிறைவேற்றும் வேலையில் இறங்கினார் எம்.ஜி.ஆர்.

எம்.ஜி.ஆர் ஆட்சியில் கொண்டுவரப்பட்ட மதிய உணவுத் திட்டம் எல்லா தரப்பினராலும் பாராட்டைப் பெற்றது.

ஏற்கெனவே, காமராசர் கொண்டுவந்திருந்த மதிய உணவுத் திட்டம் சரியாகச் செயல்படாமல் இருந்ததால், அந்தத் திட்டத்தின் நீட்சியாக 1982 ஜூலை 1-ம் தேதி முதல் சத்துணவுத் திட்டமாக அறிவித்தார் எம்.ஜி.ஆர்.

5 முதல் 14 வயதுக்கு உட்பட்ட குழந்தைகளுக்கு பள்ளிக்கூடங்களிலும், 2 முதல் 5 வயதுக்குட்பட்ட குழந்தைகளுக்கு, குழந்தைகள் நல்வாழ்வு மையங்களிலும் சத்துணவு வழங்கப்படும் என்றும் அறிவித்தார். பசியோடும் பட்டினியோடும் தவித்த ஏழை மாணவர்களுக்கு அவர் கொண்டுவந்த சத்துணவுத் திட்டத்தின் மூலம், ஊட்டச்சத்து குறைபாடு உள்ளிட்ட பிரச்னைகளில் இருந்து விடுதலை கிடைத்தது.

கிட்டத்தட்ட 60 லட்சம் ஏழை மாணவர்கள் பயன்பெறும் அந்த உன்னத மான திட்டத்துக்கு, ரூபாய் 100 கோடியை ஒதுக்கினார் எம்.ஜி.ஆர்.

2 முதல் 5 வயதுக்குட்பட்ட குழந்தை களுக்கு சத்துணவு வழங்க, தமிழகம் முழுவதும் சுமார் 17 ஆயிரம் சமூகநல மையங்கள் அமைக்கப்பட்டன.

அரிசி கேட்டு எம்.ஜி.ஆர் உண்ணாவிரதம்.

உண்ணாவிரதம் இருந்த எம்.ஜி.ஆர்..!

மத்தியத் தொகுப்பில் இருந்து தமிழகத்துக்குக் கொடுக்க வேண்டிய அரிசியை ஒன்றிய அரசு அனுப்பி வைக்காததற்கு எதிர்ப்புத் தெரிவித்து, எதிர்ப்பைப் பதிவுசெய்ய என்ன செய்யலாம் என்று யோசித்த எம்.ஜி.ஆர், அண்ணா சமாதியில் உண்ணாவிரதம் இருக்கலாம் என்று முடிவு செய்தார்.

1983-ம் ஆண்டு பிப்ரவரி 9-ம் தேதி காலை 10 மணியளவில் அண்ணா சமாதிக்கு வந்து அமர்ந்த எம்.ஜி.ஆர், அரிசிப் பிரச்னைக்காக உண்ணாவிரதம் இருப்பதாக அறிவித்தார்.

எம்.ஜி.ஆர். உண்ணாவிரதம் இருப்பதை அறிந்து அந்தப் பகுதியே பரபரப்பானது. சற்று நேரத்துக்கெல்லாம் அவரது தொண்டர்கள் அங்கே குவிய ஆரம்பித்துவிட்டார்கள்.

எம்.ஜி.ஆர். உண்ணாவிரதம் இருப்பதை அறிந்த மத்திய உணவுத் துறை அமைச்சர் ராவ் பீரேந்திர சிங், காலை 11 மணிக்கே தொலைபேசி வாயிலாக தொடர்புகொண்டு, அரிசி பிரச்னை குறித்து பேசித் தீர்த்துக்கொள்ள டெல்லிக்கு வருமாறு அழைப்பு விடுத்தார். ஆனால் எம்.ஜி.ஆர் உண்ணாவிரதத்தை தொடங்கி நடத்தி வருகிறோம் ஆகையால் மாலை 5 மணிக்கு முடித்துக்கொள்கிறோம் என்றார்.

கிட்டத்தட்ட 7 மணி நேரம் தொடர்ந்த அவரது உண்ணாவிரதப் போராட்டம் மாலை 5 மணியளவில் முடிவுக்கு வந்தது.

கொ.அன்புகுமார்

கருணாநிதி ராஜினாமா ஏன்?

இலங்கையில் அழிகிறது தமிழினம்!

சட்டமன்ற உறுப்பினர் பதவிகளை

கலைஞரும் பேராசிரியரும்

துறந்தனர்

இலங்கை பிரச்சனை – கருணாநிதி ராஜினாமா..!

ஈழம் கேட்டுப் போராடிவந்த விடுதலைப் புலிகள், 1983 ஜூலை 24-ம் தேதி யாழ்பாணத்தின் வடக்குப் பகுதியில் ராணுவத்தினர் மீது வெடிகுண்டு வீசியதில் 13 ராணுவ வீரர்கள் பலியாகினர். இதனால் கோபம் கொண்ட சிங்கள ராணுவம் தமிழர்கள் சென்ற பேருந்தை மறித்து, அதில் இருந்த 6 பேரை சுட்டுக்கொன்றது. மேலும் திரிகோணமலைப்பகுதியில் 12 தமிழர்களை கொன்று குவித்த ராணுவம் தொடர்ந்து தமிழர்களைக் குறிவைத்தபடி நகர்ந்தது.

இதையடுத்து தமிழர்கள் வசிக்கும் பகுதிகள் மீது தாக்குதல் நடத்திய சிங்கள வெறியர்கள், தமிழர்களின் கடைகளை சூறையாடுவது, வீட்டைப் பந்தாடுவது என 3000 குடும்பங்களின் வாழ்வாதாரத்தை முற்றிலுமாக அழித்துவிட்டனர்.

வன்முறை கட்டவிழ்த்துவிடப் பட்டதால் மயான பூமியாகக் கிடந்தன தமிழர் பகுதிகள்.

போராட்டம் தீவிரமானதால் கண்டதும் சுடுவதற்கு உத்தரவிட்ட அந்நாட்டு அரசு, நாடு முழுவதும் ஊரடங்கை அமல்படுத்தியது.

தமிழர்களுக்கும் சிங்களர்களுக்கு மான இனவெறியை அது இன்னும் தூண்டியது.

வன்முறையைத் தொடர்ந்து இலங்கை வெலிக்கடை சிறையில் இருந்த 37 தமிழர்களை அங்கிருந்தசிங்கள வெறியர்கள் வன்மம் கொண்டு அடித்துக்கொன்றனர். அவர்களில் பெரும்பாலானோர் விடுதலைப் புலிகள்.

1983 ஜூலை 26-ம் தேதி நடந்த நெஞ்சைப் பதைபதைக்க வைக்கும் அந்தத் தாக்குதலால் தமிழகமே அதிர்ச்சியில் உறைந்தது.

இந்தச் சம்பவங்களைத் தொடர்ந்து, தமிழகத்தில் ஏராளமான தமிழ் அமைப்புகள் சிங்கள அரசைக் கண்டித்து போராட்டங்களில் குதித்தன.

இலங்கையில் நடக்கும் வன்முறை சம்பவங்களை உடனே ஒன்றிய அரசு தலையிட்டு நிறுத்திட வலியுறுத்தி, தமிழக அரசு சார்பில் ஒருநாள் அடையாள வேலை நிறுத்த அறிவிப்பை வெளியிட்டார் எம்.ஜி.ஆர்.

இதைத் தொடர்ந்து இலங்கை அரசிற்கு இந்திராகாந்தி கண்டனம் தெரிவித்தார்.

ஆனாலும் வன்முறைகள் ஆங்காங்கு நடந்துகொண்டே இருந்தன.

இந்த நிலையில் இலங்கையில் நடந்த படுகொலைகளைக் கண்டித்து, தனது சட்டமன்ற உறுப்பினர் பதவியையே தூக்கியெறிந்துவிட்டார் கருணாநிதி.

1983 ஆகஸ்ட் 10-ம் தேதி கருணாநிதியும் க.அன்பழகனும் தங்களது பதவியை விட்டு விலகி எதிர்ப்பைப் பதிவு செய்தனர்.

ஜெயலலிதா அதிமுகவுக்கு வருகை.

ஜெயலலிதாவுக்கு உறுப்பினர் அட்டை...!

எம்.ஜி.ஆருடன் பல திரைப்படங்களில் நடித்து புகழ்பெற்ற ஜெயலலிதா 1982 ஜூன் 18-ம் தேதி அதிமுகவில் இணைந்தார்.

திரையுலகைவிட்டு தீவிர அரசியலுக்கு வந்த அவர், எம்.ஜி.ஆரின் அரசியல் பயணத்தில் இருந்தார்.

1983 ஜனவரி 28-ம் தேதி அதிமுகவின் கொள்கைப் பரப்புச் செயலாளராக நியமிக்கப்பட்ட ஜெயலலிதா, அதன் பிறகு எம்.ஜி.ஆர் கொண்டுவந்த சத்துணவு திட்டத்தின் உயர்மட்டக்குழு உறுப்பினர் ஆனார்.

டெல்லி மேல்சபைக்கு நடைபெற்ற தேர்தலில் அதிமுக சார்பில் வேட்பாளராக அறிவிக்கப்பட்ட ஜெயலலிதா, அதில் வெற்றி பெற்று, 1984 ஏப்ரல் 23-ம் தேதி டெல்லியில் எம்.பி-யாக பதவி ஏற்றார்.

தமிழக மேல் சபைக்கு கருணாநிதி..!

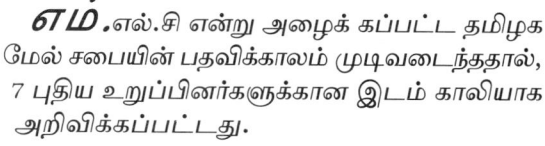

எம்.எல்.சி என்று அழைக்கப்பட்ட தமிழக மேல் சபையின் பதவிக்காலம் முடிவடைந்ததால், 7 புதிய உறுப்பினர்களுக்கான இடம் காலியாக அறிவிக்கப்பட்டது.

இந்த இடத்திற்கு யார் யார் போட்டியிடுவது என்ற கேள்வி எழுந்தபோது, திமுக சார்பில் கருணாநிதியின் பெயர் முன்மொழியப் பட்டது.

இலங்கையில் தமிழர்கள் சிங்கள ராணுவம் மற்றும் சிங்கள வெறியர்களால் கடுமையாகத் தாக்கப்பட்டு அப்பாவித் தமிழர்கள் 18 பேரை ராணுவமே சுட்டுக் கொன்ற நிலையில், சிறையில் இருந்த 37 தமிழர்களை சிறையில் வைத்தே சிங்கள வெறியர்கள் கொலை செய்தனர். இதைக் கண்டிக்காத இந்திரா அரசுக்கு எதிர்ப்புத் தெரிவித்து, தனது சட்டமன்ற உறுப்பினர் பதவியை ராஜினாமா செய்திருந்த கருணாநிதியை, சட்ட மேல்சபைக்குத் தேர்ந்தெடுக்க முடிவு செய்தது திமுக.

அதன்படி பல்வேறு கட்சிகளைச் சேர்ந்த 8 பேர் போட்டியிட்ட சட்ட மேல்சபை தேர்தலில் கூடுதல் வாக்குகள் பெற்று முதல் முறையாக எம்.எல்.சி. ஆனார் கருணாநிதி.

கருப்பு | சிவப்பு / கழகங்கள்

மருத்துவமனையில் எம்.ஜி.ஆர்.

1984-ம் ஆண்டு எம்.ஜி.ஆருக்கு திடீரென மூச்சுவிடுவதில் சிரமம் ஏற்பட்டது. அப்போது அவருக்கு வயது 67.

அக்டோபர் 5-ம் தேதியன்று, சென்னை அப்பல்லோ மருத்துவமனையில் சேர்க்கப்பட்ட எம்.ஜி.ஆருக்கு சளித்தொல்லை மற்றும் காய்ச்சல் இருப்பதாகக் கூறப்பட்டது.

ஒருவாரம் சிகிச்சைக்குப் பிறகும் எம்.ஜி.ஆர் வீடு திரும்பாததால் அவருக்கு என்ன ஆயிற்று என்பதை சட்டமன்றத்தில் விளக்கும்படி கேட்டன எதிர்க்கட்சிகள்.

எம்.ஜி.ஆருக்கு எதுவும் இல்லை, மூச்சு விடுவதில் சிரமம் இருக்கிறது. ஆகையால், அவர் ஓய்வில் இருக்கிறார். உற்சாகமாகவே இருக்கிறார். எம்.ஜி.ஆர் மருத்துவமனையில் இருப்பது சிகிச்சைக்காக அல்ல, ஓய்வுக்காக மட்டுமே என்று விளக்கம் கொடுத்தார் நெடுஞ்செழியன்.

ஆனால் மருத்துவமனைதரப்பு சொன்ன விளக்கமோ வேறு.

எம்.ஜி.ஆரின் நுரையீரலில் தேவை இல்லாத நீர் சுரந்ததால் அவற்றை அகற்றி விட்டு அவரது சிறுநீரகத்தில் இருந்த சிறிய கோளாறையும் சரிசெய்துவிட்டோம் விரைவில் நலமாகிவிடுவார் என்றது

புருக்ளீன் மருத்துவமனை சிகிச்சை...

மருத்துவமனை நிர்வாகம்.

எம்.ஜி.ஆர் குணமாகிவிடுவார் என்று எல்லாரும் எதிர்பார்த்திருந்த நிலையில், திடீரென அவரது உடலில் வலதுபக்கம் கை கால்கள் செயல்படுவதில் சிக்கல் இருப்பதாகச் சொன்னார்கள். இதையடுத்து ஆய்வுசெய்த மருத்துவர்கள், அவருக்கு மூளையில் சிறிய அளவில் ரத்தம் உறைதல் நடந்திருப்பதாகச் சொல்ல, அடுத்தடுத்து பதற்றம் பற்றிக்கிடந்தது அன்று.

டெல்லியில் இருந்து சிறப்பு மருத்துவர்கள் வரவழைக்கப்பட்டு எம்.ஜி.ஆரின் உடல் நிலையைப் பரிசோதித்தனர்.

இந்த நிலையில் ''எம்.ஜி.ஆருக்கு வெளிநாட்டில் சிகிச்சை தேவைப்பட்டால் அதற்கு இந்திய அரசு உதவும்'' என்றார் இந்திராகாந்தி.

கொ.அன்புகுமார்

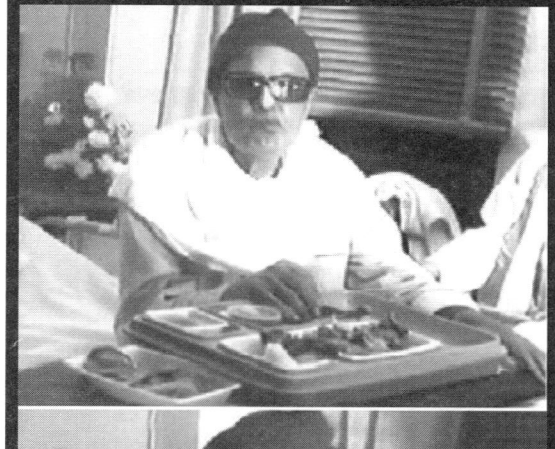

புருக்ளீன் மருத்துவமனை சிகிச்சை...

தொடர்ந்து எம்.ஜி.ஆர் உடல்நிலை குறித்து எதிர்க்கட்சிகளின் கேள்விகளுக்கும் மருத்துவமனை அறிக்கை வாயிலாக பதில் கொடுக்கப்பட்டது.

1984 அக்டோபர் 17-ம் தேதி அமெரிக்காவில் இருந்தே மருத்துவர்கள் சென்னைக்கு வரவழைக்கப்பட்டு எம்.ஜி.ஆரின் உடல் நலனைப் பரிசோதித்தனர்.

பரிசோதனைப் பிறகு வெளியில் வந்த மருத்துவக்குழு, எம்.ஜி.ஆருக்கு சர்க்கரை நோய் மற்றும் சிறுநீரகப் பிரச்னை இருப்பதாகத் தெரிவித்தனர். சிகிச்சைக்குப் பிறகு எம்.ஜி.ஆர் அபாய கட்டத்தைத் தாண்டிவிட்டார் என்றும் இனிமேல் கவலைப்பட வேண்டாம் என்றும் சொன்னார்கள்.

கருணாநிதி, அன்பழகன், துரைமுருகன் உள்ளிட்டோரும் அப்பல்லோ மருத்துவ மனைக்குச் சென்று எம்.ஜி.ஆரின் உடல்நலம் குறித்து அவரது மனைவி ஜானகியிடம் நலம் விசாரித்தனர்.

எம்.ஜி.ஆருக்குச் சிகிச்சை அளிக்கப் பட்டாலும் மேற்கொண்டு அவரது உடல் நிலையில் பெரிய அளவில் முன்னேற்றம் இல்லை. ஜப்பானில் இருந்து வந்த சிறப்பு மருத்துவர்களும் எம்.ஜி.ஆருக்கு சிகிச்சை அளித்தனர்.

தொடர்ந்து தமிழகமெங்கும் எம்.ஜி.ஆர் உடல் நலம் குறித்துப் பல்வேறு வதந்திகள் பரவியது. எம்.ஜி.ஆர் வகித்துவந்த பொறுப்புகளை நெடுஞ் செழியன் கவனிப்பார் என்று ஆளுநர் குரானா அறிவித்ததும், எம்.ஜி.ஆரின் உடல்நிலை குறித்து உண்மை நிலையை அறிய நாடே காத்திருந்தது.

10-க்கும் மேற்பட்ட எம்.ஜி.ஆர் ரசிகர்கள், அவர் மீதான பற்றாலும் அன்பாலும் தற்கொலை செய்துகொண்ட நிகழ்வும் நடந்தேறியது.

இந்தப் பரபரப்புக்கு இடையே டெல்லியில் இந்திராகாந்தி, தனது மெய்க்காவலர்களாலேயே சுட்டுக் கொல்லப்பட்டது பேரதிர்ச்சியை ஏற்படுத்த, சோகத்தில் மூழ்கிப்போனது இந்திய நாடு.

1984 அக்டோபர் 31-ம் தேதி, நடந்த அந்த பயங்கரம் நாடுமுழுவதும் பெரும் கொந்தளிப்பை உருவாக்கியது.

எம்.ஜி.ஆருக்கு அந்தத் தகவல் தெரிவிக்கப்படவில்லை.

இந்திரா சுட்டுக்கொலை...

இந்திராகாந்தி கொல்லப் பட்டதும் அவரது மகன் ராஜீவ் காந்தி பிரதமராக பதவியேற்றார்.

ஒன்றிய அரசில் அப்படியொரு பதற்றம் என்றால், தமிழக அரசியலில் எம்.ஜி.ஆருக்கு என்ன நேர்ந்தது என்பது தொடர்பாக தொடர்ந்து சட்டமன்றத்தில் எதிர்க்கட்சிகள் கேள்வி எழுப்பி வந்தன.

அதற்கும் பல காரணங்கள் இருந்தன. ஜப்பானில் இருந்து வந்த சிறப்பு நிபுணர்கள் எம்.ஜி.ஆருக்கு அளித்து வந்த சிகிச்சையில் சில குளறுபடிகள் இருந்தன. மூளையில் இருந்த ரத்தக் கட்டியை அகற்ற அறுவை சிகிச்சை வேண்டுமா வேண்டாமா என்பதிலேயே குழப்பம் நீடித்ததால், எம்.ஜி.ஆரை அமெரிக்காவுக்கே அழைத்துச் செல்ல முடிவு செய்யப்பட்டது.

தனி விமானம் வரவழைக்கப்பட்டு 1984 நவம்பர் 5-ம் தேதி எம்.ஜி.ஆரை அமெரிக்காவுக்கு அழைத்துச் சென்றனர்.

அமெரிக்காவின் ப்ரூக்ளின் மருத்துவ மனையில் சேர்க்கப்பட்ட எம்.ஜி.ஆருக்கு தொடர்ந்து சிறப்பான சிகிச்சை வழங்கப் பட்டு வந்தது.

எம்.ஜி.ஆரின் உடல் மெல்ல மெல்ல தேறிவருவதாகவும் தெரிவிக்கப்பட்டது.

இந்திராகாந்தி சுட்டுக்கொல்லப் பட்டதைத் தொடர்ந்து, பிரதமராக வந்த ராஜீவ்காந்தி, உடனடியாக நாடாளுமன்ற தேர்தலை நடத்தத் திட்டமிட்டார். பதவிக் காலம் முடிய ஓராண்டு மீதம் இருந்த நிலையில், ஆட்சியைக் கலைத்துவிட்டு, தேர்தலை சந்திக்க முடிவெடுத்தார் ராஜீவ்.

இந்த அரசியல் பரபரப்பு தமிழக அரசியல் களத்திலும் எதிரொலித்தது.

நாடாளுமன்றத் தேர்தலோடு தமிழக சட்டமன்ற தேர்தலையும் நடத்திவிடலாம், என்று முடிவுக்கு வந்த அதிமுக, ராஜீவ் காந்தியிடம் இதுகுறித்துப் பேசி, கூட்டணி வைத்துத் தேர்தலைச் சந்திக்க ஆயத்தமானது.

எம்.ஜி.ஆர். இடத்தில் நெடுஞ்செழியன்.

எம்.ஜி.ஆர் அமெரிக்காவில் சிகிச்சையில் இருந்ததால் அவரது பொறுப்புகளைக் கவனித்துவந்த நெடுஞ் செழியன், சட்டமன்றத்தைக் கலைத்துவிட்டு, தேர்தல் நடத்தும் தீர்மானத்தை ஆளுநரிடம் கொடுத்தார்.

இதற்கு எதிர்ப்பு தெரிவித்த கருணாநிதி, எம்.ஜி.ஆர் உடல் நலம் தேறிவந்த பிறகு அவரது ஆலோசனையின் பேரில், ஜூன் மாதத்தில் தேர்தலை நடத்துவதுதான் முறையாக இருக்கும், அதைவிடுத்து, முதலமைச்சர் சிகிச்சையில் இருக்கும் போது ஆளுநர் தன்னிச்சையாக தேர்தலை அறிவிப்பது முறையாகாது என்று கருத்து தெரிவித்தார்.

தேர்தல் நடத்தும் முடிவிலிருந்து ஆளுங்கட்சிப் பின்வாங்கவில்லை.

மொத்தமுள்ள 234 தொகுதியில் அதிமுக 162 தொகுதிகளும் 72 இடங்களில் காங்கிரசும் போட்டியிடுவதென முடிவானது.

அதேபோல 39 நாடாளுமன்றத் தொகுதிகளில், 13 இடங்களில் அதிமுகவும், 26 இடங்களில் காங்கிரசும் நிற்பதாக அறிவிக்கப்பட்டது.

இதைத்தொடர்ந்து சட்டமன்ற தேர்தல் அறிவிப்பு பற்றி அமெரிக்காவில் சிகிச்சையில் இருந்த எம்.ஜி.ஆரிடம் தகவல் தெரிவிக்கப்பட்டு சம்மதம் பெறப்பட்டு, மதுரை ஆண்டிப்பட்டியில் வேட்பாளராக அறிவிக்கப்பட்டார் எம்.ஜி.ஆர்.

அதிமுகவும் இந்திரா காங்கிரசும் அப்படியொரு உடன்படிக்கை செய்து கொண்ட நிலையில், திமுகவும் கூட்டணி வேலைகளில் இறங்கியது.

இந்திய கம்யூனிஸ்ட், முஸ்லிம்லீக், காமராஜர் காங்கிரஸ், உழவர் உழைப்பாளர் கட்சி, தமிழ்நாடு பார்வர்ட் கட்சி உள்ளிட்ட கட்சிகளுடன் கூட்டணியை பேசி முடித்தது திமுக.

எம்.ஜி.ஆர் அமெரிக்காவில் இருந்தபடியே தேர்தலில் போட்டியிடுவதை ஏற்க முடியாது என்ற எதிர்க்கட்சிகளுக்கு, 1951-ம் ஆண்டு பிரதிநிதித்துவ சட்டத்தின்படி போட்டியிடப்போகும் வேட்பாளர் நேரிலோ அல்லது தங்களுக்கு பிடித்த மானவரிடம் கொடுத்தோ வேட்பு மனு தாக்கல் செய்யலாம் என்று இருப்பதால், ஆண்டிப் பட்டியில் எம்.ஜி.ஆர் போட்டியிடுவதில் சிக்கல் இல்லை என்று தெரிவித்தது தேர்தல் ஆணையம்.

எம்.ஜி.ஆரின் உடல்நிலை மட்டுமே அப்போதைய பெரும் பேச்சாக இருந்ததால் அதுவே அனுதாப அலையாக மாறும் என்று கணிக்கப்பட்டது. அதற்காகவே சட்டமன்றத்தை முன்னரே கலைத்து விட்டு ராஜீவ்காந்தியுடன் கூட்டணி வைத்து தேர்தலை சந்திக்க முடிவு செய்தது அதிமுக.

எம்.ஜி.ஆர் இல்லாமலேயே நடக்கும் தேர்தல் என்பதால், எம்.ஜி.ஆர் பேசிய ஆடியோ பதிவையே பிரசாரமாக ஒலிக்க விட்டனர் அதிமுகவினர். அதையே பிரசார யுக்தியாகவும் பயன்படுத்தினர்.

தமிழகத்தில் சட்டசபைக்கும் நாடாளு மன்றத்திற்கும் 1984 டிசம்பர் 24-ம் தேதி ஒரே நாளில் வாக்குப்பதிவு நடந்தது.

டிசம்பர் 28-ம் தேதி தொடங்கிய வாக்கு எண்ணிக்கை முடிவின்படி, இம்முறையும் அதிமுக அமோக வெற்றிபெற்று ஆட்சியைப் பிடித்தது.

ஆண்டிப்பட்டி தொகுதியில் எம்.ஜி.ஆர் 30 ஆயிரம் வாக்குகள் வித்தியாசத்தில் வெற்றிபெற்றார்.

சிகிச்சை முடிந்து சென்னை திரும்பிய எம்.ஜி.ஆர்.

தொகுதிக்கு வராமலேயே மருத்துவ மனையில் இருந்தே வெற்றியை பெற்ற வரலாறு, எம்.ஜி.ஆரை மட்டுமே சேரும்.

153 தொகுதியில் களம்கண்ட அதிமுக 132 இடத்தில் வெற்றிவாகை சூடியிருந்தது.

அதிமுக கூட்டணியில் இருந்த காங்கிரசுக்கு 62 தொகுதிகள் கிடைத்தன. நாடாளுமன்ற தொகுதிகளும் அதிமுக வசமே வந்தன.

திமுக 33 தொகுதிகளில் மட்டுமே வென்றிருந்தது.

வெற்றி குறித்து எம்.ஜி.ஆருக்கு தகவல் தெரிவிக்கப்பட்டதும் மகிழ்ச்சியில் ஆழ்ந்தார்.

இந்த நிலையில் அமைச்சர் நெடுஞ் செழியனையும் தலைமைச் செயலாளர் சொக்கலிங்கத்தையும் அமெரிக்காவுக்கே அழைத்து ஆலோசனை நடத்திய எம்.ஜி.ஆர், பதவியேற்பு நாள் குறித்து, ஆளுநருக்கு தகவல் அனுப்பினார்.

அதிமுகவை ஆதரித்த ராஜீவ்காந்தி தலைமையிலான ஒன்றிய அரசும் பெருவாரியான இடங்களைக் கைப்பற்றி ஆட்சியைப் பிடித்தது.

நலமுடன் திரும்பினார் எம்.ஜி.ஆர்.

தேர்தல் முடிவு அறிவிக்கப்பட்டு எம்.ஜி.ஆர் பதவியேற்கும் நிகழ்வுக்காக காத்திருந்தனர் அதிமுகவினர்.

மூன்று மாதம் கழித்து 1985 பிப்ரவரி 4-ம் தேதி சிகிச்சையை முடித்துக்கொண்டு சென்னைக்குத் திரும்பினார் எம்.ஜி.ஆர்.

சென்னை மீனம்பாக்கம் விமான நிலையம் அருகே உள்ள பரங்கிமலைத் திடலில் இரவு முதலே எம்.ஜி.ஆரின் வருகைக்காகக் காத்திருந்த அவரது ரசிகர்களும் தொண்டர்களும், விடியும் வரை அங்கேயே தங்கியிருந்து எம்.ஜி.ஆரின் முகத்தைப் பார்க்கும் ஆவலில் காத்திருந்தனர்.

விடியற்காலையிலேயே கொடுக்கப் பட்ட அந்த பிரம்மாண்ட வரவேற்பில் மனம் நெகிழ்ந்தார் எம்.ஜி.ஆர்.

திமுக தலைவர் கருணாநிதி பதிவுத் தபால் மூலம் எம்.ஜி.ஆருக்கு உருக்கமான வாழ்த்துக் கடிதம் ஒன்றை அனுப்பி வைத்தார்.

எம்.ஜி.ஆர் பதவியேற்பு விழாவுக்கு தேதி குறிக்கப்பட்டு, ஏற்பாடுகள் தயாராகின.

1985 பிப்ரவரி 10-ம் தேதி, தமிழகத்தின் முதலமைச்சராக மூன்றாவது முறையாக பதவியேற்றார் எம்.ஜி.ஆர்.

எம்.ஜி.ஆர் உடல் நிலையைக் கருத்தில் கொண்டு அன்றைக்கு அவருக்கு மட்டுமே பதவிப்பிரமாணம் செய்யப்பட்டது. அதன் பிறகே எம்.ஜி.ஆர் தலைமையிலான அமைச்சரவைப் பட்டியல் பிப்ரவரி 14-ம் தேதியே ஆளுநர் ஒப்புதலுக்கு வழங்கப்பட்டது.

16 அமைச்சர்கள் கொண்ட அந்தப் பட்டியலில் நெடுஞ்செழியன், பண்ருட்டி ராமச்சந்திரன்,கே.ஏ கிருஷ்ணசாமி, ஆர்.எம். வீரப்பன், அரங்கநாயகம், காளிமுத்து பொன்னையன், ஹண்டே உள்ளிட்டோர் அடக்கம். இந்த நிலையில் ராஜீவ்காந்தியை பிரதமராக முதன்முறையாகச் சந்தித்தார் எம்.ஜி.ஆர்.

புதுச்சேரி சட்டமன்ற தேர்தல் பிரசாரத்துக்காக சென்னை விமான நிலையம் வந்திருந்த ராஜீவ்காந்திக்கு முதலமைச்சர் எம்.ஜி.ஆரும் ஆளுநரும் வரவேற்பு கொடுக்க, தமிழக அரசுக்கு ராஜீவ் அளித்து வந்த ஆதரவு குறித்து இருவரும் நீண்ட நேரம் பேசிக்கொண்டனர். இந்தச் சந்திப்பு 1984 பிப்ரவரி 28-ம் தேதி நடந்தது.

'மேல்சபை இல்லை' - எம்.ஜி.ஆர்.

ஆட்சிப்பொறுப்பை ஏற்ற எம்.ஜி.ஆர் தமிழக மேல்சபையை ஒழிக்க வேண்டும் என்பதில் குறியாக இருந்தார். அதன்படி 1986-ம் ஆண்டு மேல் சபையை ஒழிக்கும் தீர்மானத்தைக் கொண்டு வந்த எம்.ஜி.ஆர், மே 14-ம் தேதி அதை நிறைவேற்றினார்.மேல் சபையில் உறுப்பினர்கள் மீதான சில குற்றச்சாட்டுகளால் அது நடந்தேறியது என்று கூறப்பட்டாலும், கருணாநிதியும் அதில் உறுப்பினர் என்பதால், தனக்காக தான் மேல் சபை ஒழிக்கப்படுகிறது என்று கூறிய கருணாநிதி, மேல்சபை தொடரவேண்டுமானால், தனது பொறுப்பை ராஜினாமா செய்யவும் தயாராக இருப்பதாக அறிவித்தார். ஆனாலும் சட்டமன்றத்தில் கொண்டு வந்த தீர்மானத்தின்படி 1986 மே 14-ம் தேதி, மேல் சபை கலைக்கப்பட்டது.

டெல்லி மேல்சபையில் இருந்த ஜெயலலிதாவை கொள்கைப் பரப்புச் செயலாளராக மீண்டும் நியமித்தார் எம்.ஜி.ஆர்.

இதற்கிடையில் 1986 பிப்ரவரி 23-ம் தேதி தமிழ்நாட்டின் ஊராட்சி மன்றங்களுக்கான தேர்தல் நடந்தது. மொத்தம் இருந்த 97 நகர சபை தலைவர் பதவியில் 64 இடங்களைக் கைப்பற்றி மீண்டும் தனது பலத்தை நிரூபித்தது திமுக. திமுகவின் கூட்டணி கட்சிகளுக்கு 8 இடங்கள் கிடைத்தன.

இந்திரா காங்கிரசுக்கு 11 இடங்களும், அதிமுகவுக்கு 11 இடங்கள் என குறைவான எண்ணிக்கையிலேயே வெற்றிபெற்றிருந்தது ஆளுங்கட்சி.

1987-ம் ஆண்டு, சென்னை கிண்டி - கத்திப்பாரா சந்திப்பில் நேருசிலையை அமைத்து, அதை திறந்துவைக்க பிரதமர் ராஜீவ் காந்தியை தமிழகத்திற்கு அழைத்தார் எம்.ஜி.ஆர். அந்த நிகழ்ச்சிதான் எம்.ஜி.ஆர் கலந்துகொண்ட கடைசி நிகழ்ச்சி. ஆம், நேரு சிலை திறப்பு நடந்த இரண்டு நாட்களுக்குப் பிறகு, மரணத்தின் வாசலுக்குச் சென்று விட்டார் எம்.ஜி.ஆர்.

1987 டிசம்பர் 24 தேதி எம்.ஜி.ஆருக்கு நெஞ்சுவலி ஏற்றுபட்டு, மருத்துவர்களின் பலகட்ட முயற்சிக்குப் பிறகும், அவரைக் காப்பாற்ற முடியவில்லை.

டிசம்பர் 24-ம் தேதி, சூரியன் எட்டிப் பார்ப்பதற்குள் அதிகாலை 3 மணிக்கே பிரிந்துவிட்டது அவரது உயிர்.

எம்.ஜி.ஆர். மறைவு...

எம்.ஜி.ஆர் மறைவுச் செய்திக் கேட்டு, அதிர்ச்சியடைந்த திமுக தலைவர் கருணாநிதி தனது சுற்றுப்பயணத்தை ஒத்தி வைத்துவிட்டு, முதல் ஆளாக ராமவரம் தோட்டத்திற்கு வந்து, எம்.ஜி.ஆருக்கு அஞ்சலி செலுத்திவிட்டுச் சென்றார்.

சம்பவத்தைக் கேள்விப்பட்டு ஜெயலலிதாவும் ராமாவரம் தோட்டம் விரைந்தார். அமைச்சர்கள் ராமாவரம் தோட்டத்தில் குவியத்தொடங்கினர்.

எம்.ஜி.ஆரின் மரணச்செய்தி கேட்டு சுமார் 40 பேர் விஷம் அருந்தியும் தீக்குளித்தும் உயிர்விட்டனர்.

காலை 8.30 மணியளவில் எம்.ஜி.ஆர் உடல் ராஜாஜி அரங்கிற்குக் கொண்டு வரப்பட்டு, பொதுமக்களின் அஞ்சலிக்காக வைக்கப்பட்டது.

லட்சக்கணக்கான மக்கள் எம்.ஜி.ஆரின் முகத்தைக் கடைசியாக ஒருமுறை பார்க்க அலைமோதினர்.

எம்.ஜி.ஆரின் மறைவுக்கு கருணாநிதி விடுத்த இரங்கல் செய்தியில், தனது 40 ஆண்டுகால நட்பை விவரித்து எழுதியவர், எம்.ஜி.ஆரின் மறைவுக்காக திமுகழகம் ஒருவாரம் துக்கம் அனுசரிப்பதாகச் சொன்னார்.

தமிழகமே சோகத்தில் மூழ்கிக் கிடந்த அந்த நாளில் பிரதமர் ராஜீவ்காந்தி நேரில் வந்து எம்.ஜி.ஆரின் உடலுக்கு மலர் வளையம் வைத்து அஞ்சலி செலுத்தினார்.

எம்.ஜி.ஆரின் மறைவுச் செய்தியைக் கேட்ட அவரது ரசிகர்களும் தொண்டர்களும், ஆங்காங்கே திமுக வினருக்கு எதிராகக் கலவரத்தில் ஈடு பட்டனர்.

அண்ணா சாலையில் வைக்கப் பட்டிருந்த கருணாநிதியின் சிலையை உடைத்தனர். சென்னையின் பல பகுதி களில் வன்முறைகள் அரங்கேறின.

1987, டிசம்பர் 25-ம் தேதி பகல் 1.30 மணியளவில் ராணுவ வாகனத்தில் ஊர்வலமாகக் கொண்டு செல்லப்பட்ட எம்.ஜி.ஆரின் உடல், மெரினா கடற் கரையில் அண்ணா சமாதிக்கு அருகில் அரசு மரியாதையோடு அடக்கம் செய்யப் பட்டது.

எம்.ஜி.ஆர் மறைவுச் செய்தி கேட்டு அதிர்ச்சியடைந்த அவரது தொண்டர்கள் கருணாநிதியின் சிலையை உடைத்தனர். அதற்கு கருணாநிதி தந்த பதில்...

எம்.ஜி.ஆர் இறுதி ஊர்வலம்.

எம்.ஜி.ஆரின் இறுதி ஊர்வல வண்டியில் இருந்து ஜானகி ஆதரவாளர்கள் ஜெயலலிதாவை கீழே தள்ளிவிட்ட நிகழ்வு.

ஜானகி முதலமைச்சராக பதவியேற்கும்போது...

ஜானகி அமைச்சரவை?

எம்.ஜி.ஆர். மறைவுக்குப் பிறகு கட்சியை யார் வழி நடத்துவது? முதலமைச்சர் பொறுப்பு யாருக்கு? என்பது போன்ற பல்வேறு குழப்பங்கள் நீடித்து வந்த நிலையில், எம்.ஜி.ஆருக்கு அடுத்த கட்ட தலைவராக இருந்த நெடுஞ்செழியன் முதலமைச்சர் தேர்தலில் நிற்கப் போவதாக அறிவித்தார்.

அமைச்சர் ஆர்.எம்.வீரப்பன் போன்றவர்கள் எம்.ஜி.ஆரின் மனைவி ஜானகி அம்மாள்தான் அடுத்த முதலமைச்சர் ஆக வேண்டும், அவரையே பதவியேற்க ஆளுநர் அழைக்க வேண்டும் என்று ஆட்டத்தை வேறுபக்கமாகத் திருப்பி விட்டனர்.

மூன்று முறை பொறுப்பு முதலமைச்சராக இருந்த நெடுஞ்செழியனுக்கு இந்த முறையும் வாய்ப்புக் கிடைக்காமல் போனது.

"கட்சியின் பெரும்பான்மையானவர்கள் விருப்பத்தின்படி முதலமைச்சராக விரும்புகிறேன். அதை நாவலர் நெடுஞ்செழியன் உட்பட அனைவரும் ஆதரிக்க வேண்டும்" என்று கேட்டுக் கொண்டார் ஜானகி.

இதற்கிடையே நாவலர் நெடுஞ்செழியன், பண்ருட்டி ராமச்சந்திரன், திருநாவுக்கரசு, அரங்கநாயகம், கே.கே.எஸ்.எஸ்.ஆர். உள்ளிட்டோர் ஜெயலலிதாவை அதிமுக பொதுச்செயலாளராக அறிவித்து, அறிக்கை விட்டனர்.

அப்போதுதான் கட்சிக்குள்ளேயே கலகம் ஏற்பட்டது. ஜானகிக்கும் ஜெயலலிதாவுக்கும் நேரடிப் போட்டி ஆரம்பமானது.

கட்சியில் செல்வாக்கு உள்ள பலர் ஜெயலலிதாவின் பக்கம் இருந்தாலும், சட்டமன்ற உறுப்பினர்கள் 97 பேர் ஒரு மனதாக ஜானகியையே முதலமைச்சராக்க முடிவு செய்தனர். சட்டமன்ற உறுப்பினர்களின் ஆதரவைப் பெற்றதால் ஆளுநரும் அவருக்கே அழைப்பு விடுத்தார்.

கொ.அன்புகுமார்

ஜானகி ஆட்சி கலைப்பு.

1988 ஜனவரி 6-ம் தேதி, ஜானகி தலைமையிலான அமைச்சரவை பொறுப் பேற்றது.

ஆட்சியில் நீடிக்க ஜனவரி 28-ம் தேதிக்குள் ஜானகி அரசு தனது மெஜாரட்டியை சட்டமன்றத்தில் நிரூபிக்க வேண்டும் என்று அறிவிக்கப்பட்டது.

இதனால் ஜெயலலிதாவை ஆதரித்த 29 சட்டமன்ற உறுப்பினர்கள் கட்சி தாவிவிடக் கூடாது என்பதற்காக ரகசிய இடத்தில் வைத்துப் பாதுகாக்கப்பட்டனர்.

இதனிடையே ராஜீவ்காந்தியை நேரில் சந்தித்து தனக்கு ஆதரவு தரும்படி கேட்டுக் கொண்டார் ஜெயலலிதா. ஆனால், அது நடக்கவில்லை. ஒன்றுபட்ட அதிமுகவிற்கே ஆதரவு தரமுடியும் என்று சொன்னார்.

ஜெ. - ஜானகி அணி களேபரம்!

நம்பிக்கைத் தீர்மானத்தின் மீதான வாக்கெடுப்பு நாளும் வந்தது.

தமிழக சட்டமன்றத்தின் கருப்புநாள் அது... ஆம், அந்த அளவிற்கு வன்முறை சம்பவங்கள் சட்டமன்றத்திற்கு உள்ளேயே நடக்க ஆரம்பித்தன. ரத்தக் களேபரம்...

ஜானகி அணியினரும் ஜெயலலிதா அணியினரும் கடுமையாகத் தாக்கிக் கொண்டனர். சமூக விரோதிகள் சட்டமன்றத்திற்கு உள்ளேயே புகுந்து ஆளுங்கட்சி எம்.எல்.ஏ.க்களைக் கடுமையாகத் தாக்கினர்.

இந்தக் கலவரத்தையடுத்து சபாநாயகர் பி.எச்.பாண்டியன், ஜெயலிதாவுக்கு ஆதரவாக இருந்த சட்டமன்ற உறுப்பினர்கள் தான் அதற்கெல்லாம் காரணமென்று குற்றஞ்சாட்டி, 33 சட்டமன்ற உறுப்பினர் களையும் தகுதி நீக்கம் செய்திருப்பதாகவும் முதலமைச்சர் ஜானகி கொண்டுவந்த நம்பிக்கை தீர்மானம் வெற்றிபெற்றதாகவும் அறிவித்தார்.

சட்டமன்றத்தில் நடந்த அந்த கொடூரமான சம்பவம் நாடுமுழுவதும் அதிர்ச்சியை ஏற்படுத்த, ராஜீவ் காந்தி தலைமையிலான ஒன்றிய அரசு 1988 ஜனவரி 30-ம் தேதி ஜானகி அரசைக் கலைத்து குடியரசுத் தலைவர் ஆட்சியை அமல்படுத்தியது.

வெறும் 24 நாட்கள் மட்டுமே ஆட்சியில் இருந்த ஜானகி தலைமையிலான அணி, அதன் பிறகான அரசியல் களத்தில் வீறுநடை போடமுடியவில்லை.

தமிழகத்தில் கிட்டத்தட்ட ஒருவருடம் குடியரசுத் தலைவர் ஆட்சி அமலில் இருந்துவந்த நிலையில், 1989 ஜனவரி 21-ம் தேதியன்று, தமிழக சட்டமன்ற தேர்தல் நடத்தப்படும் என்று அறிவிப்பு வெளியானது. இந்தத் தேர்தலைப் பொறுத்தவரை திமுக, அதிமுக ஜெயலலிதா அணி, அதிமுக ஜானகி அணி, இந்திரா காங்கிரஸ் என நான்குமுனைப் போட்டி நிலவியது.

அதிமுகவுக்குப் பெரும் நெருக்கடி. இரட்டை இலை சின்னமும் முடங்கி விட்டது. ஜெயலலிதாவுக்கு சேவல் சின்னமும், ஜானகிக்கு புறா சின்னமும் ஒதுக்கப்பட்டன.

1989ல் கருணாநிதிக்கு ஆளுநர் அலெக்ஸாண்டர் பதவிப் பிரமாணம் செய்துவைத்தபோது.

13 வருட தவம் - முதலமைச்சர் கருணாநிதி..!

பெரும் எதிர்பார்ப்பை விதைத்திருந்த இந்த சட்டமன்றத்தேர்தலில் திமுக 151 இடங்களில் வெற்றிபெற்று, 13 வருடங்களுக்குப்பிறகு மீண்டும் முதலமைச்சர் ஆனார் கலைஞர் கருணாநிதி.

தன்னை எதிர்த்து நின்ற அனைவரையும் டெபாசிட் இழக்கச் செய்திருந்தார் கருணாநிதி.

1989 ஜனவரி 27-ம் தேதி, கருணாநிதியின் அமைச்சரவை பொறுப்பேற்றுக்கொண்டது.

அடுத்தடுத்து தோல்விகளைக் கண்டாலும் துவண்டுவிடாமல் காத்திருந்த கருணாநிதிக்குக் காலமே மிகப்பெரிய வெற்றியைக் காலடியில் போட்டுச் சென்றது.

முதலமைச்சர் ஆகும் ஆசையில் அரசியலுக்கு இழுக்கப்பட்ட ஜானகி, தோல்விக்குப் பிறகு அரசியலே வேண்டாம் என்று விலகிவிட்டார். அவர் விலகிய பிறகு, இரண்டு அணிகளும் ஒன்றாகின. ஒருங்கிணைந்த அதிமுக ஜெயலலிதாவின் கைக்குள் வந்தது.

இரட்டை இலை சின்னமும் அதிமுக விற்குக் கிடைத்தது.

திமுகவிற்குக் கிடைத்த இந்த மாபெரும் வெற்றியை பயன்படுத்திக்கொண்ட கருணாநிதி அரசு, தமிழக மக்களுக்கு பல்வேறு முக்கியமான நலத்திட்டங்களை கொண்டுவந்தது.

பெரியாரின் கனவான பெண்களுக்கு சொத்தில் சம உரிமை வழங்கும் தனிச் சட்டத்தை நிறைவேற்றி வரலாற்றுச் சாதனையைப் படைத்தார் கருணாநிதி. பெற்றோரின் சொத்துகளில் பெண்களுக்குச் சம உரிமை கொடுக்கப்பட்டதன் மூலம்,

திருமணமாகிச் செல்லும் பெண்களின் வாழ்க்கைக்கு அது ஏணியாக அமைந்தது.

வன்னியர்கள் சீர்மரபினர் உட்பட மிகவும் பிற்படுத்தப்பட்டோருக்கு 20 சதவிகிதம் தனி இடஒதுக்கீடு வழங்கியும், சாமானியர்கள் கல்வி வேலைவாய்ப்புகளில் தங்களை உயர்த்திக் கொள்ளவும் இட ஒதுக்கீட்டை 69 சதவிகிதமாக உயர்த்தி ஆணை பிறப்பித்தார் கருணாநிதி.

1989-ம் ஆண்டில்தான் தமிழகத்தில் முதன் முறையாக மகளிர் சுய உதவிக் குழுக்கள் ஆரம்பிக்கப்பட்டு, பெண்களின் சுயதொழில் முன்னேற்றத்திற்குப் பாலம் அமைத்துக் கொடுத்தார் கருணாநிதி.

அந்த ஆட்சியில்தான் சத்துணவில் முட்டை வழங்க உத்தரவிட்டார். ஏழை மாணவர்களுக்கு புரதச் சத்தை அதிகரிக்கவும், அவர்களின் ஆரோக்கியத்திற் காகவும் கொண்டு வரப்பட்ட அந்தத் திட்டம் பெரிய அளவில் வரவேற்பைப் பெற்றது.

ஈ.வெ.ரா. நாகம்மையார் நினைவு மகளிர் இலவச பட்டப் படிப்புத் திட்டமும் அப்போதுதான் கொண்டுவரப்பட்டது.

ஏழைப் பெண்களுக்குத் திருமண உதவித்தொகைத் திட்டத்தையும், மூவலூர் ராமாமிர்தம் அம்மையாரின் பெயரில் கொண்டுவந்து சாதித்தார் கருணாநிதி. அதன் மூலம் திருமணம் செய்யும் ஏழைப் பெண்களுக்கு 10 ஆயிரம் ரூபாய் உதவித் தொகை வழங்கப்பட்டது.

தலைமைச் செயலகத்தில் கருணாநிதி.

கருப்பு | சிவப்பு / கழகங்கள்

பெண்களுக்கு அரசுத் துறையில் 30 சதவிகித இட ஒதுக்கீட்டை வழங் கியதும் கலைஞர் தலைமையிலான திமுக அரசுதான்.

விவசாயிகளுக்கு இலவச மின்சாரம் வழங்கி, விவசாயம் தங்குதடையின்றி நடக்க பம்பு செட்டுகள் மூலமாக தண்ணீர் இரைத்து விவசாயம் செழிக்க வழிகோலினார் கருணாநிதி.

அந்த ஆட்சியில்தான் நேரடி கொள்முதல் நிலையங்கள் அமைக் கப்பட்டு, விவசாயப் பொருட்களுக்கு ஆதார விலையை வழங்கியது கருணாநிதி அரசு.

ஓராண்டுக்குள் இவ்வளவு சாதனை களைப் படைத்த கருணாநிதி அரசை மனசாட்சியே இல்லாமல் கலைத்தது ஒன்றிய அரசு.

சத்துணவில் முட்டை.

இலங்கைத் தமிழர்களுக்காக தொடர்ச்சியாகக் குரல் கொடுத்துவந்த கருணாநிதி...

திமுக அரசைக் கலைத்து விளையாடிய காங்கிரஸ்..?

எம். ஜி.ஆர் மறைவுக்குப் பிறகு ஜெ. அணி, ஜா. அணி என்று உடைந்ததால், அதிமுக பெரும் தோல்வியைச் சந்தித்ததை அடுத்து, ஜெயலலிதா தனது சட்டமன்ற உறுப்பினர் பதவியை ராஜினாமா செய்யப்போவதாக எழுதிய கடிதம் ஒன்று சசிகலாவின் கணவர் நடராஜன் வீட்டில் கிடைத்தது.

சசிகலா நடராசன் வீட்டில் நடந்த சோதனையின்போது கிடைத்த அந்தக் கடிதத்தை ஆளுநரிடம் கொடுக்காமல் பத்திரப்படுத்தி வைத்திருந்தார் நடராஜன். அந்தக் கடிதம் மறுநாள் எல்லா ஊடகங்களிலும் செய்தியானது.

ராஜினாமா கடிதம் வெளியானதற்கு கருணாநிதிதான் காரணம் என்று அவர் மீது கோபம் கொண்ட ஜெயலலிதா, கருணாநிதியை ஏதேனும் செய்தாக வேண்டும் என்று முடிவு செய்தார்.

திமுக தாக்கல் செய்யும் பட்ஜெட் உரையைப் படிக்கவிடாமல், பட்ஜெட் பேப்பரைக் கிழித்து எறிய வேண்டும் என்பதுதான் அதிமுக சட்டமன்ற உறுப்பினர்களுக்கு ஜெயலலிதா கொடுத்த உத்தரவு.

1989, மார்ச் 25-ம் தேதி அதை நடத்தியும் காட்டினர் ஜெயலலிதா. முதலமைச்சர் கருணாநிதி பட்ஜெட் உரையை படிக்கும் போது, அவரது கையில் இருந்த புத்தகத்தைக் கிழிக்க முற்பட்ட அதிமுகவைச் சேர்ந்த உறுப்பினர், அவரது முகத்தில் குத்து வதற்குப் பாய்ந்தார். கருணாநிதி சட்டென கீழே குணிந்துவிட்டார். அவரது மூக்குக் கண்ணாடி கீழே விழுந்து உடைந்து நொறுங்கியது. சட்ட மன்றத்திற்குள் அதிமுக உறுப்பினர்கள் ஆவேசம் கொண்டு பட்ஜெட் புத்தகத்தை கிழித்து எறிந்ததால் சட்டமன்றமே கடும் அமளியில் சிக்கிக் கிடந்தது.

இந்த அமளிக்கு இடையே வெளியில் வந்த ஜெயலலிதா சட்டமன்றத்திற்குள் தான் தாக்கப்பட்டதாகக் கூறி சட்டமன்றத் திற்குச் செல்லமாட்டேன் என்று மருத்துவ மனைக்குச் சென்றுவிட்டார்.

சட்டமன்றத்திற்குக் கிளம்புவதற்கு முன்பாகவே தனது சட்டமன்ற உறுப்பினர்களுக்கு ஜெயலலிதா கொடுத்த அசைன்மெண்ட் அதுவாகவே இருந்தது என்று பின்னாளில் அந்தச் சம்பவத்தோடு தொடர்புடைய காங்கிரசை சேர்ந்த திருநாவுக்கரசரே சொல்லியிருந்தார்.

ஜானகி அணிக்கும் ஜெ. அணிக்கும் சட்டமன்றத்திற்குள் நடந்த தாக்குதலால் ஜானகி அரசை எப்படி ஒன்றிய அரசு கலைத்ததோ, அதேபோல் அந்த முறையும் நடக்கும் என்று நினைத்திருந்தார் ஜெயலலிதா. அதற்குப் பின்னாலும் தெளிவான திட்டமிடல் இருந்தது.

1989, நவம்பர் 22 -ம் தேதி நடந்து முடிந்த நாடாளுமன்றத் தேர்தலில், தமிழ்நாட்டில் அதிமுகவும் ராஜீவ் தலைமையிலான இந்திரா காங்கிரசும் கூட்டணி அமைத்துப் போட்டியிட்டன.

திமுகவும் வி.பி.சிங் தலைமையிலான தேசிய முன்னணியும் கூட்டணி வைத்துத் தேர்தலைச் சந்தித்தது.

கருப்பு | சிவப்பு / கழகங்கள்

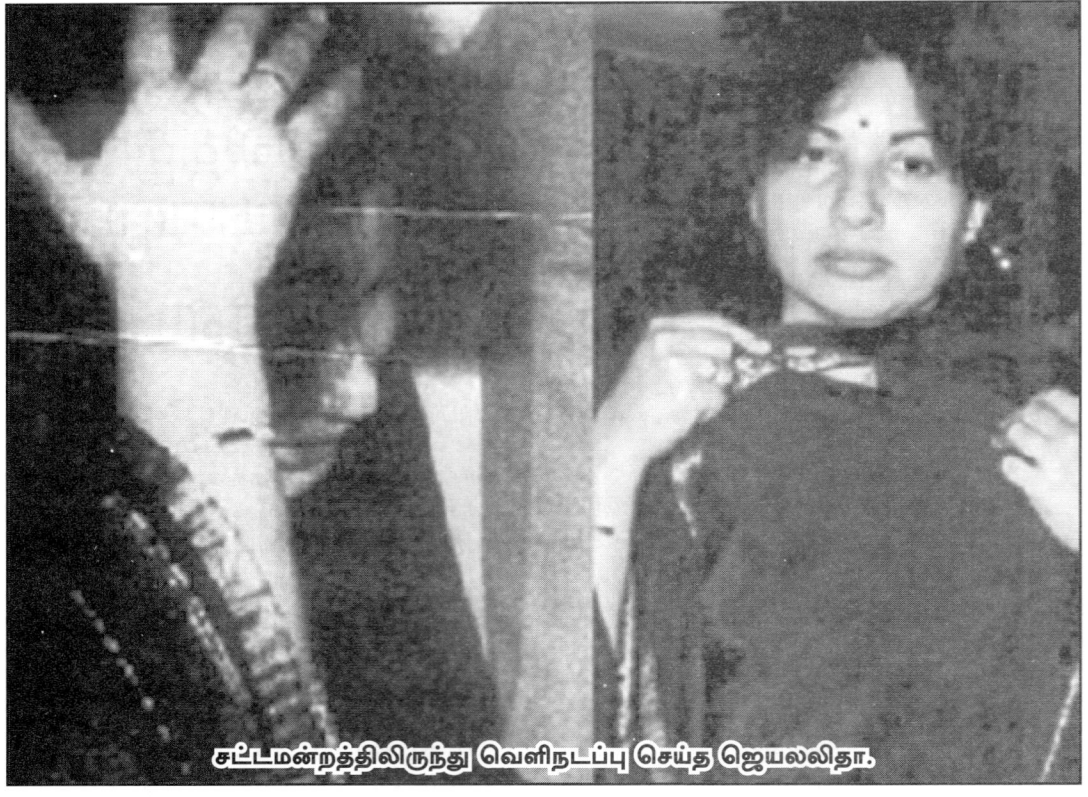

சட்டமன்றத்திலிருந்து வெளிநடப்பு செய்த ஜெயலலிதா.

இந்தத் தேர்தலில் தமிழகத்தைப் பொறுத்த வரை அதிமுக-காங்கிரஸ் கூட்டணி 38 இடங்களில் 37 தொகுதிகளைக் கைப்பற்றி வெற்றி பெற்றது.

இன்னொருபுறம், திமுகவும் தேசிய முன்னணி கூட்டணியும் கூட்டணி அமைத்துப் போட்டியிட்டதில் தமிழக நாடாளுமன்ற தொகுதிகளைக் கைப்பற்ற முடியவில்லை.

ஆனால், வடமாநிலங்களில் அதிக இடங்களைக் கைப்பற்றி கூட்டணி அமைத்து பிரதமர் ஆனார் வி.பி.சிங்.

இந்த நிலையில் வி.பி.சிங் அரசுக்கு நெருக்கடி கொடுக்கும் வகையில் 54 உறுப்பினர்களுடன் கூட்டணியில் இருந்து வெளியேறினார் சந்திரசேகர்.

இதையடுத்து சந்திரசேகர் பிரதமர் ஆவதற்கு இந்திரா காங்கிரஸ் ஆதரவு கரம் நீட்டுவதாகச் சொன்னது. பெரும்பான்மை இல்லாததால் வி.பி.சிங் ராஜினாமா செய்யும் நிலைக்குத் தள்ளப்பட்டார்.

ராஜீவ்காந்தி ஆதரவுடன் சந்திரசேகர் பிரதமர் ஆனார்.

இதைப் பயன்படுத்திக்கொண்ட ராஜீவ்காந்தி, எம்.ஜி.ஆர் காலத்திலிருந்து அதிமுகவுடன் இருந்த இணக்கமும் ஜெயலலிதாவுக்கும் அவருக்குமான நட்பின் அடிப்படையிலும் அவருக்கு ஆதரவான நிலைப்பட்டை எடுத்தார்.

சட்டமன்றத்தில் ஜெயலலிதா தாக்கப் பட்டதாகச் சொன்னதைக் கருத்தில் கொண்டு, திமுக அரசைக் கலைக்க

தினத்தந்தி
மத்திய அரசு அறிவிப்பு
தமிழக சட்டசபை கலைப்பு
தி.மு.க. அரசு டிஸ்மிஸ்
ஜனாதிபதி ஆட்சி பிரகடனம்
...துவம் விரைகிறது

திமுக ஆட்சி கலைப்பு பத்திரிகை செய்தி.

முயற்சி செய்த ராஜீவ்காந்தி, அதற்கு வலுவான காரணங்களைத் தேடினார்.

விடுதலைப்புலிகளை ஒடுக்க திமுக அரசு தவறிவிட்டது என்ற காரணத்தை கூறி, பிரதமர் சந்திரசேகரின் துணைக் கொண்டு கலைஞரின் தலைமையிலான ஆட்சியை இரண்டாவது முறையாகக் கலைத்தனர்.

1991, ஜனவரி 30-ம் தேதி திமுகவின் ஆட்சி கலைக்கப்பட்டது.

ஏற்கெனவே, 1976-ம் ஆண்டு ஜனவரி 31-ம் தேதி திமுக ஆட்சியை இந்திரா தலைமையில் இருந்த ஒன்றிய அரசு கலைத்தது. அதன் பிறகு பல்வேறு சோதனைக்கட்டங்களைக் கடந்துவந்த கருணாநிதி, இம்முறையும் அப்படி நடக்காது என்றே நம்பியிருந்தார். ஆனால், அவரது நம்பிக்கைப் பொய்யானது.

இரண்டே ஆண்டுகளில் பிரதமர் சந்திரசேகர் அரசால் திமுக ஆட்சி தூக்கியெறியப் பட்டது.

1991, ஜனவரி 30-ம் தேதி கருணாநிதியின் ஆட்சி 2-வது முறையாகக் கலைக்கப்பட்டதை அடுத்து, தமிழகத்தில் மே மாதம் சட்டமன்ற தேர்தல் நடத்தப்படும் என்று அறிவிக்கப்பட்டது.

தமிழகத்தில் தேர்தல் பரபரப்பு பற்றிக்கிடந்த நிலையில், ஒன்றிய அரசியலிலும் பல அதிரடிகள் நடந்தன.

சந்திரசேகர் அரசுக்கு அளித்து வந்த ஆதரவைத் திரும்பப்பெறுவதாக அறிவித்தார் ராஜீவ் காந்தி. இதனால் வெறும் 117 நாட்களிலேயே சந்திரசேகர் ஆட்சி முடிவுக்கு வந்தது.

இதையடுத்து சட்டமன்றத் தேர்தலையும் நாடாளுமன்றத் தேர்தலையும் ஒன்றாக நடத்தி முடிக்க முடிவுசெய்யப்பட்டது.

அந்தத் தேர்தலில் அதிமுகவோடு ராஜீவ் தலைமையிலான இந்திரா காங்கிரஸ் கூட்டணி வைப்பதென்று முடிவு செய்யப்பட்டு, ஏப்ரல் 18-ம் தேதி ஜெயலலிதாவும் ராஜீவ்காந்தியும் சென்னை கடற்கரை பிரசாரக் கூட்டத்தில், ஒரே மேடையில் நின்று வாக்கு கேட்டனர்.

தமிழக அரசியல் களம் சூடுபிடித்திருந்த, கோடைக்காலம் அது.

தமிழக தேர்தல் சுற்றுப்பயணத்தில் துரதிருஷ்டவசமாக நடக்கக்கூடாத ஒன்று நடந்தேறியது. ஆம், தமிழகத்துக்கு தேர்தல் பிரசாரத்துக்காக வந்த ராஜீவ்காந்தி

1991, ஜெயலலிதாவுக்கு ஆளுநர் பதவிப் பிரமாணம் செய்துவைக்கும்போது...

மிகக்கோரமாகக் படுகொலை செய்யப் பட்டார்.

மே 21-ம் தேதி ஸ்ரீபெரும்புதூர் தேர்தல் பொதுக்கூட்டத்தில் கலந்துகொண்ட ராஜீவ்காந்தி, மனித வெடிகுண்டு வைத்து கொல்லப்பட்டார்.

ராஜீவ்காந்தி கொல்லப்பட்டதை அடுத்து கொலையாளிகள் யாரென அடையாளம் காண்பதற்கு முன்பாகவே, அதற்கு திமுகவினர் தான் காரணம் என பல இடங்களில் திமுக கொடி கம்பங்கள் வெட்டி எறியப்பட்டன.

திமுகவினரின் வீடுகள் மீதும் தாக்கு தல்கள் நடந்தேறின.

4 மாதங்களுக்கு முன்புதான் விடுதலைப் புலிகளுக்கு திமுக ஆதரவாக இருப்பாத கூறி திமுக ஆட்சி கலைக்கப் பட்டது.

அதன் பின்னணியில் ராஜீவ்காந்தி இருந்தார் என்பதால், அந்த காரியத்தை திமுகவினர் தான் செய்திருக்கமுடியும் என்று நம்பினர் காங்கிரசார்.

தமிழகமே கலவரமாக கிடக்க, மே மாதம் நடக்க இருந்த தேர்தல், ஜூன் 15-ம் தேதிக்கு தள்ளி வைக்கப்பட்டது.

ஜெயலலிதா முதலமைச்சர் ஆனது எப்படி?

ராஜீவ் கொலையை அடுத்து அதிருப்தியில் இருந்த அனைவருமே அதிமுகவை ஆதரிக்க ஆரம்பித்தனர். அப்படி தான் ஜெயலலிதா முதன்முறையாக ஆட்சியை பிடித்த கதை ஆரம்பமானது.

ராஜீவ் படுகொலைக்கு திமுகவே காரணம் என்று பரப்பப்பட்ட பொய் பிரசாரத் தால், ஜெயலலிதாவுக்கே வாக்களித்தனர் மக்கள். அதிமுக - இந்திரா காங்கிரஸ் கூட்டணி மகத்தான வெற்றிபெற்றதையடுத்து, இந்திராகாங்கிரசின் மூத்த தலைவர்களில் ஒருவரான பி.வி. நரசிம்மராவ் பிரதமராகப் பதவியேற்றார். தேர்தல் நடந்த 232 தொகுதியில்163 இடங்களில் வெற்றி பெற்ற அதிமுக ஜெயலலிதாவை அரியணையில் ஏற்றியது.

தேர்தல் முடிவுகள் பெரிய அளவில் அதிர்ச்சியைத் தந்தது கருணாநிதிக்கு. ஆகையால் தனது எம்.எல்.ஏ. பதவியை ராஜினாமா செய்தார். 'பதவியில் இருந்தாலும் இல்லையென்றாலும் பொது வாழ்க்கைப் பயணம் தொடரும்' என்றார் கருணாநிதி.

முதல் முறையாக தமிழக முதலமைச் சராகப் பொறுப்பேற்ற ஜெயலலிதாவைச் சேர்த்து 18 பேர் கொண்ட அமைச்சரவை, ஜூன் 24-ம் தேதி பதவியேற்றுக்கொண்டது. தனக்கு மாதம் ஒரு ரூபாய் சம்பளம் மட்டும் போதும் என்று அறிவித்து பொது மக்களிடையே பெரும் வரவேற்பைப் பெற்றார் ஜெயலலிதா.

''மக்களுக்குச் சேவை செய்யத்தான் முதலமைச்சர் பொறுப்பே தவிர, பணம் சம்பாதிப்பதற்காக அல்ல!'' என்றார்.

ஜெயலலிதாவின் சிறுவயது புகைப்படம்...

ஜெயலலிதா வாழ்க்கை வரலாறு..!

தமிழ் சினிமாவில் நடிகையாக அறிமுமாகி, எம்.ஜி.ஆருடன் நெருங்கிப் பழகிய ஜெயலலிதா, அவர் தொடங்கிய அதிமுகவில் அங்கம் வகித்து, பிற்காலத்தில் அவரது இடத்தையே பிடித்ததுதான் ஜெயலலிதாவின் வரலாற்றுச் சுருக்கம்.

மைசூரில் 1948-ம் ஆண்டு, பிப்ரவரி 24-ம் தேதி ஜெயராமன்-சந்தியா தம்பதிக்கு 2-வது மகளாகப் பிறந்த ஜெயலலிதா, சிறுவயதில் இருந்து கலைப்பயணத்தைத் தொடங்கி, திரைப்படங்களில் நடிக்க ஆரம்பித்தார்.

தமிழ், ஆங்கிலம், கன்னடம், மலையாளம் என பல மொழிகளைக் கற்றுத் தேர்ந்த ஜெயலலிதா, பள்ளிப் படிப்பை பெங்களூரில் தொடர்ந்து சென்னை சர்ச் பார்க்கில் முடித்தார்.

ஆரம்பத்தில் கன்னடத் திரைப் படங்களில் நடித்துவந்த ஜெயலலிதா, 1965-ல் வெளிவந்த வெண்ணிற ஆடை

கருப்பு | சிவப்பு / கழகங்கள்

திரைப்படத்தின் மூலம் தமிழில் அறிமுகம் ஆனார். அதன் பின்னர் எம்.ஜி.ஆரின் ஆயிரத்தில் ஒருவன் திரைப்படத்தில் நடித்தார். அப்போதுதான் எம்.ஜி.ஆருடன் அவருக்குப் பழக்கம் ஏற்பட்டது.

சிறுவயதிலேயே தந்தையை இழந்து தாயின் அரவணைப்பில் வளர்ந்த ஜெயலலிதா, 1971-ம் ஆண்டு அவரது தாயாரையும் இழந்து நடிப்பதைக் குறைத்துக் கொண்ட அவர், 16 வருடங்களில் 112 படங்களில் நடித் திருந்தார்.

1980-ம் ஆண்டுக்குப் பிறகு நடிப்பதற்கு முழுக்குப் போட்ட ஜெயலலிதா, எம்.ஜி.

ஜெயலலிதா தனது தாயார் சந்தியா, அண்ணன் ஜெயக்குமாருடன்.

ஆருடனான பழக்கத்தின் மூலம் 1982-ம் ஆண்டு அதிமுகவில் இணைந்தார். அதே ஆண்டு கொள்கைப் பரப்புச் செயலாளராக நியமிக்கப்பட்ட ஜெயலலிதா, 1984-ம் ஆண்டு மாநிலங்களவை உறுப்பினர் ஆனார்.

எம்.ஜி.ஆர். மறைவுக்குப் பிறகு ஜெ.அணி, ஜா. அணி என்றாகி, அதன்பிறகு கட்சி ஒன்றான பிறகு, அதிமுகவை வழிநடத்திச் சென்றவர், 1991 தேர்தலில் வெற்றி பெற்று முதலமைச்சர் ஆனார்.

1991-ல் இருந்து 96 வரை ஆட்சியில் இருந்தவர் அதன்பின் ஆட்சியை இழந்தார். மீண்டும், 2001 முதல் 2006 வரை அவரது இரண்டாவது ஆட்சிக் காலம் தொடர்ந்தது. 2001, செப்டம்பர் மாதம் டான்சி நிலத்தைக் குறைந்த விலைக்கு விற்பனை செய்த வழக்கு மற்றும் கொடைக் கானல் பிளசன்ட் ஸ்டே ஓட்டல் வழக்கில் ஊழல் செய்திருப்பதான குற்றச்சாட்டில் ஆட்சியை ஓ.பன்னீர்செல்வத்திடம் ஒப்படைத்துவிட்டு ராஜினாமா செய்தார். அதன் பின்னர் அந்த வழக்கில் இருந்து விடுதலையாகி 2002-ம் ஆண்டு மார்ச் 2-ம் தேதி மீண்டும் முதலமைச்சர் ஆனார். அந்த ஆட்சி 2006 வரை நடந்தது. 2006-ல் இருந்து 2010 வரை திமுக ஆட்சியில் இருக்க, 2011-ம் ஆண்டு மே மாதம் 16-ம் தேதி மூன்றாவது முறையாக ஆட்சியில் அமர்ந்தார். 2014-ம் ஆண்டு சொத்துக் குவிப்பு வழக்கில் கைது செய்யப்பட்டு சிறைக்குச் சென்ற அவர், ஆட்சியை ஓ.பன்னீர்செல்வத்திடம் ஒப்படைத்து விட்டு, சிறைவாசம் அனுபவித்தார். அந்த வழக்கில் ஜாமீனில் வெளிவந்தவர், மீண்டும் முதல்வர் பொறுப்பேற்றார். நீர்ச் சத்துக் குறைபாடு காரணமாக மருத்துவ மனையில் அனுமதிக் கப்பட்டு 72 நாள் சிகிச்சைக்குப் பிறகு 2016, டிசம்பர் மாதம் 5-ம் தேதி மறைந்தார்.

1991-ல் ஜெயலலிதா பதவியேற்ற கையோடு அவர் போட்ட முதல் உத்தரவில் மதுக்கடைகள் அனைத்தும் மூடப்படும் என்றார். தேர்தல் வாக்குறுதியில் அது குறித்து தெரிவித்திருந்ததால், ஜூலை 16-ம் தேதியுடன் மதுக்கடைகள் மூடப்படும் என்று உத்தரவிட்டார்.

மலிவுவிலை மது திட்டம் அமலில் இருந்தவேளையில், அவர் அதுபோன்ற அறிவிப்பை வெளியிட்டது, பெண்கள்

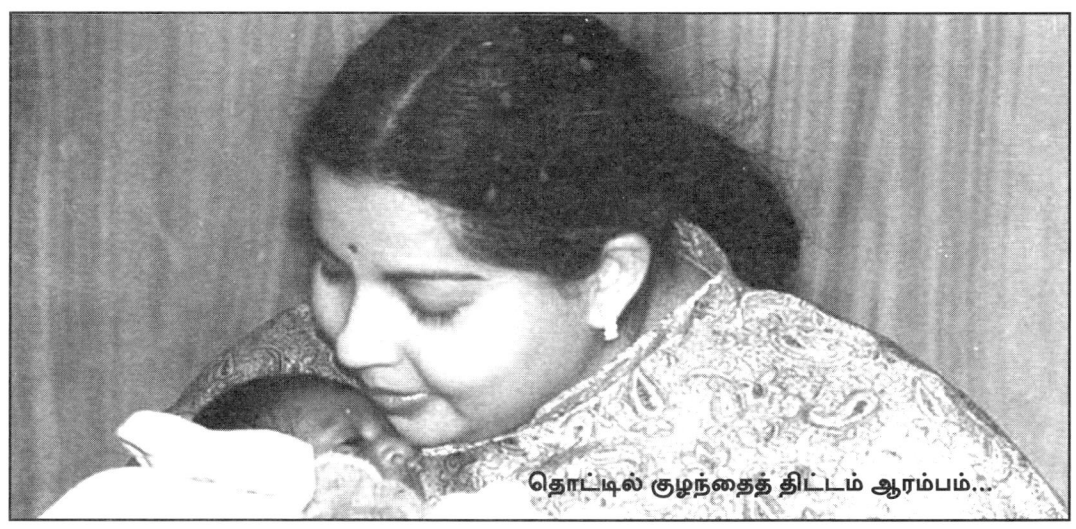

தொட்டில் குழந்தைத் திட்டம் ஆரம்பம்...

கருப்பு | சிவப்பு / கழகங்கள்

கும்பகோணம் மகாமகம் குளத்தில்
ஜெயலலிதா - சசிகலா புனித நீராடல்.

மத்தியில் பெரும் மனநிறைவையும் மகிழ்ச்சியையும் தந்தது.

அவர் கொண்டுவந்த தொட்டில் குழந்தைத் திட்டம் தமிழக மக்களிடையே பெரிய அளவில் வரவேற்பைப் பெற்றது.

குழந்தையை வளர்க்க முடியாதோர் கூட தொட்டில் குழந்தைத் திட்டத்தில் குழந்தைகளை கொடுத்துவிடலாம் என்ற வாய்ப்பை ஏற்படுத்தி தந்தார்.

1994-ல்தான் கட்டாய ஆரம்பக்கல்வி சட்டம் ஜெயலலிதாவால் கொண்டுவரப் பட்டது. இதன் மூலம் ஏழைக்குழந்தைகள் அனைவரும் கல்விகற்கும் வாய்ப்பு அமைந்தது.

1995-ல் அண்ணா எழுதிய நூல்களை நாட்டுடமையாக்கி, அவரது மனைவி ராணி அம்மாளிடம் ரூபாய் 75 லட்சத்தை வழங்கினார் ஜெயலலிதா.

நரசிம்மராவ் பிரதமராகப் பதவியேற்ற பிறகு, முன்னாள் பிரதமர் வி.பி.சிங்கால் அமைக்கப்பட்ட பிற்படுத்தப்பட்ட மக்களின் நலனுக்கான மண்டல் கமிஷனின் பரிந்துரைகளை அமல்படுத்துவதில் பல முட்டுக்கட்டைகள் போடப்பட்டன.

இடஒதுக்கீடு வட்டத்துக்குள் வராத முன்னேறிய வகுப்பினரை சாந்தப்படுத்த 1991-ல் செப்டம்பர் 25-ம் தேதி புதிய உத்தரவு ஒன்றை பிறப்பித்தது நீதிமன்றம். அதன்படி பிற்படுத்தப்பட்டோருக்கு 27 சதவிகித இடஒதுக்கீடு வழங்கியது. இது பலராலும் ஏற்றுக்கொள்ளவும் முடியாமலும் நிராகரிக்கவும் முடியாமலும் இருந்துவர இரு பிரதமர்களாலும் கொண்டுவரப்பட்ட மண்டல் கமிஷன் அறிக்கைப்படி இட ஒதுக்கீடுப் பிரச்னை பூதாகரமாக வெடித்தது. மொத்தத்தில் இடஒதுக்கீடு 50 சதவிகிதத் துக்கு மேல் செல்லக்கூடாது என்ற நிலையும் வந்தது. தமிழகத்தில் ஏற்கனவே இருந்துவந்த 69 சதவிகித இட ஒதுக் கீட்டுக்கு ஆபத்து வந்த நிலையில், ஜெயலலிதா அரசு அதை சாமார்த்தியமாக உறுதி செய்தது. இதைக் கொண்டாடும் வகையில் ஜெயலலிதாவுக்கு சமூக நீதி காத்த வீராங்கனை விருது கொடுத்து கௌரவித்தது திராவிடர் கழகம்.

இப்படியான அவரது ஆட்சியில் ஜெயலலிதாவுக்கு எதிராகக் கூறப்பட்ட குற்றச்சாட்டுகளும் அதிகம்.

1992-ம் ஆண்டு அதாவது ஜெயலலிதா ஆட்சிக்கு வந்தபிறகு கும்பகோணத்தில் 12 வருடங்களுக்கு ஒருமுறை நடைபெறும் மகாமகத்தில் ஜெயலலிதா கலந்துகொள்ளப்போவதாகவும், புனித நீராடலுக்குப் பிறகு அவரது சார்பில் பல லட்சம் பேருக்கு உணவு பொட்டலங்கள் வழங்கப்படுவதாகவும் கூறப்பட்டது. கோவிலில் பெருங்கூட்டம் கூட ஆரம்பித்தது.

குளத்தில் இறங்கிய ஜெயலலிதாவும் சசிகலாவும் ஒருவர் தலையில் ஒருவர் மாற்றி மாற்றி தண்ணீர் ஊற்றுவதைக் காண்பதற்காகவே திரண்ட லட்சக் கணக்கானோர், கூட்ட நெரிசலில் சிக்கியும் குளத்தில் விழுந்தும் இறந்து போயினர். சுற்றுச்சுவர் இடிந்து விழுந்ததில் சுமார் 60-பேர் உயிரிழந்தனர்.

நாட்டையே உலுக்கியெடுத்த அந்தச் சம்பவத்தால் ஜெயலலிதாவின் பெயருக்குக் கலங்கம் ஏற்பட்டது.

ராஜீவ்கொலை செய்யப்பட்ட அனுதாப அலையால்தான் அதிமுக வெற்றிபெற்று ஜெயலலிதா முதலமைச்சர் ஆனார் என்று பரவலாக

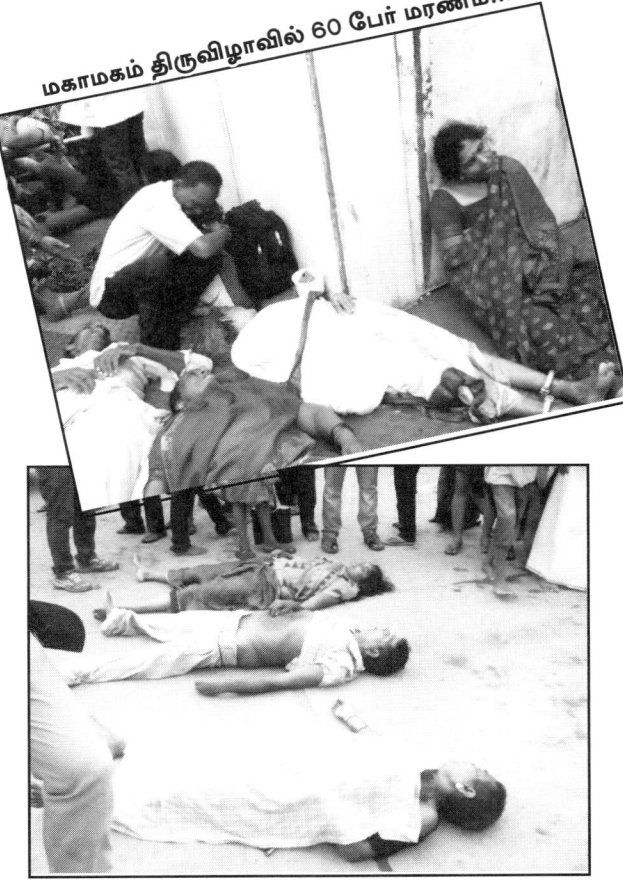

மகாமகம் திருவிழாவில் 60 பேர் மரணம்...

மகாமகம் 60 பேர் மரணம்...

வளர்ப்பு மகன் சுதாகரன் திருமணத்தின் போது.

அனுதாப அலையா..? அ.தி.மு.க. - காங்கிரஸ் மோதல்!

எல்லாருமே பேசத்தொடங்கினர். ஆனால், அவற்றை முற்றிலுமாக மறுத்தார் ஜெயலலிதா.

மதுரையில் நடந்த கூட்டமொன்றில் ஜெயலலிதாவே அதுப்பற்றிப் பேசினார். ஜெயலலிதாவின் அந்தப் பேச்சு காங்கிரசை எரிச்சலூட்டியது.

இதனால் காங்கிரசுக்கும் அதிமுகவுக்கும் இடையே விரிசல் வந்தது. தமிழ்நாடு காங்கிரஸ் கமிட்டியில் வாழப்பாடி ராமமூர்த்தி, ஜெயலலிதாவின் அந்தக் கருத்துக்கு எதிராகக் கடுமையான விமர் சனத்தை முன்வைத்தார்.

இதனால் கோபம் கொண்ட ஜெயலலிதா ஒன்றிய அரசுக்குக் கொடுத்துவந்த ஆதரவை விலக்கிக்கொண்டார்.

இந்தநேரத்தில் பல்வேறு பிரச்னைகள் ஜெயலலிதாவைச் சூழந்தன.

முந்தைய ஆட்சியில் கருணாநிதியால் கொண்டுவரப்பட்ட விவசாயிகளுக்கான இலவச மின்சாரத்தை ரத்து செய்ததால், விவசாயிகளின் கடும் கோபத்துக்கு ஆளான ஜெயலலிதா, எதிர்ப்புகள் அதிகமானதை அடுத்து அந்த அறிவிப்பைத் திரும்பப் பெற்றார்.

அரசுக்குச் சொந்தமான டான்சி நிலத்தை குறைந்த விலைக்கு வாங்கிய குற்றச் சாட்டு, ஸ்பிக் நிறுவனப் பங்குகளை விற்பதில் ஊழல், அரசுக்குச் சொந்தமான மது ஆலையை டெண்டர் விடாமல் தனியாருக்கு விற்றதில் ஊழல்... என பல்வேறு ஊழல் குற்றச்சாட்டுகளில் மாட்டிக்கொண்டார் ஜெயலலிதா.

ஜெயலலிதா தனது வளர்ப்பு மகன் திருமணத்தை ஆடம்பரமாக நடத்தியதை நாடே பேரதிர்ச்சியுடன் பார்த்தது.

ஜெயலலிதாவின் தோழியான சசிகலாவின் சகோதரி மகன் வி.என். சுதா கரனை வளர்ப்பு மகனாகத் தத்தெடுத்துக் கொண்ட ஜெயலலிதா, சுதாகரன் திருமணத்தை 1995-ம் ஆண்டு செப்டம்பர் 7-ம் தேதி சென்னையில் நடத்தினார்.

ஜெயலலிதா நடத்திய ஆடம்பரத் திருமணத்தில் பலகோடி ரூபாய் செலவழிக் கப்பட்டதாக எதிர்க்கட்சிகள் குற்றம் சாட்டின. வளர்ப்பு மகன் திருமணத் திற்காகச் செய்யப்பட்ட ஏற்பாடுகளும் ஆடம்பர செலவுகளையும் பார்த்து மிரண்டு போயினர் மக்கள்.

ஜெயலலிதா மீதும் சசிகலா மீதும் பல்வேறு வழக்குகள் பதியப்பட்டன. அதனால் ஜெயலலிதா அரசு மீது மக்கள் அதிருப்தியில் இருந்தனர்.

அதிமுகவின் நிலை இதுவென்றால் திமுகவில் இருந்து வைகோவை வெளியேற்ற வேண்டிய அரசியல் நெருக்கடி வந்தது.

வெளியேற்றப்பட்ட வைகோ

விடுதலைப்புலிகளுக்கு ஆதரவாக திமுக செயல்படுகிறது என்ற குற்றச் சாட்டுக்கு ஆளானதிமுகவிற்கு, அதை உறுதி படுத்தும் விதமாக வைகோ யாழ்ப்பாணத் திற்கு ரகசியமாக சென்று வந்தது பெரும் சர்ச்சையானது.

விடுதலைப்புலிகளால் கருணாநிதியின் உயிருக்கு ஆபத்து இருப்பதாக உளவுத் துறை முதலமைச்சர் ஜெயலலிதாவுக்கு எச்சரிக்கை அனுப்ப, அது தலைமைச் செயலாளர் மூலம் கருணாநிதியிடம் தெரிவிக்கப்பட்டது.

இதைக் கேட்ட கருணாநிதி, வைகோ மூலம் அந்த ஆபத்து வருமென்று கருதினார். ஆகையால், வைகோவுக்கு திமுகவில் முற்றுப்புள்ளி வைக்கும் காலம் வந்தது.

இதுகுறித்து திமுக தரப்பில் இருந்து வைகோவிடம் விளக்கம் கேட்கப் பட்டது. அப்போது வைகோ அளித்த பதில், ''என்னால் திமுக தலைவர் கலைஞருக்கோ, கட்சிக்கோ கடுகளவும் கேடுவராமல் தடுக்க என்னைப் பலிகொடுக்க வேண்டு மானாலும் நான் சித்தமாக இருக்கிறேன்'' என்று சொல்லிவிட்டார்.

திமுக தலைமை அவரது விளக்கத்தை ஏற்கவில்லை. 1993-ம் ஆண்டு நவம்பர் 11-ம் தேதி திமுகவில் இருந்து வைகோ வெளியேற்றப்பட்டார்.

வைகோ மட்டுமல்லாது அவருடன் நெருக்கமாக இருந்த 250 பேர் திமுக விலிருந்து அதிரடியாக நீக்கப்பட்டனர்.

திமுகவை உடைத்து போட்டி பொதுக் குழுவையே நடத்தினார் வைகோ.

இந்தப் போட்டியில் கருணாநிதியே வெற்றிபெற்றார். திமுகவைக் கைப்பற்ற நினைத்து அது முடியாமல் போனதால் மதிமுகவை உருவாக்கினார் வைகோ.

ஜெயலலிதாவின் ஆட்சி முடிவுறும் வேளை வந்தது.

ஏற்கனவே பல்வேறு ஊழல் புகார்கள், மகாமகம் விழாவில் 60 பேர் பலி, வளர்ப்பு மகன் சுதாகரன் ஆடம்பரத் திருமணம் என அவரது ஆட்சியின் மீது பல்வேறு அதிருப்திகள் இருந்துவந்த நிலையில்,

மதிமுகவை உருவாக்கிய வைகோ.

ரஜினியுடன் - ஆர்.எம்.வீரப்பன்.

ரஜினி மந்திரம்

ஜெயலலிதாவுக்கு ரஜினியும் எதிரியாக வந்தார்.

பாட்சா படத்தின் வெள்ளிவிழாவில் நடிகர் ரஜினிகாந்த் ஜெயலலிதா அரசின் சட்ட ஒழுங்கு மோசமாக இருக்கிறது என்று சொல்ல, இதை மேடையில் இருந்த படியே கேட்டுக்கொண்டிருந்த அமைச்சர் ஆர்.எம்.வீரப்பன் ரஜினியின் கருத்தை எதிர்க்கவில்லை. ஆகையால் அவரைக் கட்சியில் இருந்து நீக்கினார் ஜெயலலிதா. இதனால் கோபம் அடைந்த ரஜினி 1995-ம் ஆண்டு ஓர் அறிக்கை ஒன்றை வெளியிட்டார். அதில் ''இனிமேலும் ஆட்சியை ஜெயலலிதாவிடம் கொடுத்தால் தமிழ்நாட்டை ஆண்டவனால்கூட காப்பாற்ற முடியாது!'' என்றார் ரஜினி. ரஜினியின் அந்தக் கருத்து ஜெயலலிதாவுக்கு எதிராக மாறியது.

1996 மே மாதம் தமிழக சட்டமன்றத்திற்கு தேர்தல் அறிவிக்கப்பட்டது.

சட்டமன்றத்திற்கும் நாடாளுமன்றத்திற்கும் நடத்தப்படும்தேர்தலில் ராஜீவ் காந்தி வழிவந்த அகில இந்திய காங்கிரஸ் தலைவர் நரசிம்மராவ், அதிமுகவுடன் கூட்டணி வைக்க முடிவு செய்தார். ஆனால் தமிழக காங்கிரஸ் தலைவர் மூப்பனார் அதற்கு கடும் எதிர்ப்பு தெரிவித்தார்.

மூப்பனார் தலைமையில் காங்கிரஸ்

ஏற்கெனவே ஜெயலலிதாவின் மீது பல்வேறு ஊழல் குற்றச்சாட்டுகள் இருப்பதால் அதிமுகவுடன் கூட்டணி வைக்கக் கூடாது என்று தடுத்தார் மூப்பனார்.

மூப்பனாரின் கோரிக்கையை காங்கிரஸ் தலைமை ஏற்கவில்லை. இதையடுத்து இந்திரா காங்கிரசிலிருந்து விலகி, தமிழ் மாநில காங்கிரசைத் தோற்றுவித்தார் மூப்பனார்.

அதிமுக-இந்திரா காங்கிரஸ் ஓரணியாகவும், திமுக -தமிழ் மாநில காங்கிரஸ் ஓரணியாகவும் தேர்தலைச் சந்தித்தன.

அதிமுகவை எதிர்த்து ரஜினிகாந்த் பேசிய பேச்சும் திமுக - தமாகா அணிக்கு கூடுதல் பலம் சேர்த்தது.

திமுக கூட்டணி மக்கள் பேராதரவுடன் 220 இடங்களில் வெற்றி பெற்று ஆட்சியைப் பிடித்தது.

கொ.அன்புகுமார்

அந்த வெற்றியின் மூலம் 4 வது முறையாக முதலமைச்சர் ஆனார் கருணாநிதி.

1996 மே 13-ம் தேதி கருணாநிதி அமைச்சரவை பொறுப்பேற்றுக்கொண்டது.

1996 சட்டமன்ற தேர்தலில் திமுக தனிப்பெரும்பான்மையுடன் 173 தொகுதிகளில் வெற்றிவாகை சூடியது. கூட்டணியில் இருந்த மூப்பனாரின் தமிழ்மாநில காங்கிரசுக்கு 39 இடங்கள் கிடைத்தன. ஜெயலலிதா பர்கூர் தொகுதியில் தோற்கடிக்கப்பட்டிருந்த நிலையில், அதிமுகவுக்கு வெறும் 4 இடங்களே கிடைத்திருந்தன.

மக்களவை தொகுதிகளில் திமுகவுக்கு 17, தமாகா-வுக்கு 20, இந்திய கம்யூனிஸ்டுக்கு 2 தொகுதிகள் என 39 தொகுதிகளையும் திமுக கூட்டணியே கைப்பற்றியது.

தேசிய அளவிலான தேர்தல் முடிவுகள் தொங்கு நாடாளுமன்றத்தையே உருவாக்கி யிருக்க, காங்கிரஸ் உள்ளிட்ட எந்தக் கட்சியும் ஆட்சி அமைக்கும் அளவுக்கு பலம் வாய்ந்திருக்கவில்லை. ஆனால் பாரதிய ஜனதா கூட்டணி 186 இடங்களுடன் முதன் முறையாக பலம் வாய்ந்த கட்சியாக உருவெடுத்தது. நரசிம்மராவ் தலைமை யிலான இந்திரா காங்கிரசுக்கு 136 இடங்கள் கிடைத்திருந்தன. தேசிய முன்னணி 111 இடங்களில் வெற்றி பெற்றிருந்தது.

எனவே யாருக்கும் பெரும்பான்மை இல்லாத நிலையில் கூட்டணி கட்சி களோடு சேர்ந்து ஆட்சி அமைக்க காங்கிரஸ் விரும்பவில்லை என்று கூறிவிட்டது.

இந்தநிலையில் பாஜகவும் 111 தொகுதிகளை கைப்பற்றியிருந்த தேசிய முன்னணியும் கூட்டணி அமைத்து ஆட்சி அமைக்க முடிவுசெய்தன. அதிக இடங்களை கைப்பற்றிய பாரதிய ஜனதாவை ஆட்சி அமைக்க அழைப்பு விடுத்தார் குடியரசு தலைவர். அதன்படி 1996 மே 16-ம் தேதி பிரதமர் ஆக பதவியேற்றார் வாஜ்பாய்.

ஆனால் வாஜ்பாய் அந்த பதவியில் வெறும் 13 நாட்களே இருக்க முடிந்தது.

தேர்தல் பிரசாரத்தில் கருணாநிதி.

4வது முறையாக முதலமைச்சராக கருணாநிதி!

1996 மே 31-ம் தேதிக்குள் பெரும்பான்மையை நிரூபிக்க வேண்டுமென்று குடியரசு தலைவர் கெடு விதித்திருந்தார்.

வாஜ்பாய் தலைமையிலான பாரதிய ஜனதா அதற்கான அத்தனை முயற்சிகளையும் எடுத்தது, இந்த நிலையில் ஆட்சியமைக்கப்போகும் பாஜக அல்லாத எந்த கட்சிக்கும் காங்கிரஸ் ஆதரவு கொடுப்போம் என்று அறிவித்தது காங்கிரஸ்.

ஜனதாதளம் மற்றும் இடதுசாரிகள் திமுக தமாகா, சமாஜ்வாடி தெலுங்குதேசம் உள்ளிட்ட கட்சிகளை அரவணைத்து ஐக்கிய முன்னணி என்ற கூட்டணியை உருவாக்கினர்.

பெரும் சிக்கல்களுக்கு இடையே ஐக்கிய முன்னணியின் சார்பில் தேவேகவுடாவை பிரதமர் வேட்பாளராக தேர்ந்தெடுத்தனர்.

இந்த போட்டியில் 20 எம்.பிக்களை கொண்ட மூப்பனாரின் பெயரும் முன்மொழியப்பட்டது. ஆனால் ஐக்கிய முன்னணியின் நாடாளுமன்றக்குழு தலைவராக தேர்ந்தெடுக்கப்பட்ட தேவேகவுடாவே கடைசியில் பிரதமர் ஆனார்.

ஐக்கிய முன்னணியின் சார்பில் தேவேகவுடா பிரதமராக பதவியேற்றார்.

அவரது அமைச்சரவையில்தான் தமாகா, திமுகவை சேர்ந்த நாடாளுமன்ற உறுப்பினர்களுக்கு இடம் கிடைத்தது.

முரசொலிமாறன் வர்த்தகத் துறைக்கும், டி.ஆர்.பாலு பெட்ரோலியத்துறை இணையமைச்சராகவும், திமுகவை சேர்ந்த வி.என்.சோமு பாதுகாப்புத் துறை இணையமைச்சராகவும் நியமிக்கப்பட்டனர்.

தமாகாவை சேர்ந்த ப.சிதம்பரம் அருணாச்சலம் ஆகியோரும் அமைச்சர் ஆனார்கள்.

ஆட்சி தொடரும் என்று தொடக்கப்புள்ளி வைத்த சில நாட்களிலேயே பூதாகரமான பிரச்சனைகள் முளைவிட்டன.

தேவேகவுடாவின் அரசுக்கு கொடுத்து வந்த ஆதரவை திரும்பப் பெற்றது காங்கிரஸ். தேவேகவுடாவை தவிர்த்து யார்

பிரதமாராக வந்தாலும் அவர்களை ஆதரிக்க தயார் என்றது காங்கிரஸ். ஆகையால் தனது பிரதமர் பதவியை ராஜினாமா செய்தார் தேவேகவுடா.

தேவேகவுடா ராஜினாமா செய்ததற்கு பிறகு காங்கி ரசின் ஆதரவுடன் தொடர்ந்தது ஐக்கிய முன்னணி தலைமையிலான ஆட்சி. அந்த கட்சியின் சார்பில் ஐ.கே. குஜராலை பிரதமராக தேர்ந்தெடுத்தனர்.

அவரது பிரதமர் பதவியாவது தப்புமா என்று காத்திருந்த வேளையில் அவரது பதவிக்கும் உலைவைத்தது காங்கிரஸ்.

ஐ.கே.குரஜரால் 1997-ஏப்ரல் 21-ம் தேதி பிரதமராக பதவியேற்ற நிலையில், வெறும் 7 மாதங்களே ஆட்சியில் இருக்க முடிந்தது. அதற்கான காரணம் ஜெயின் கமிஷன்.

ராஜீவ் கொலை வழக்கு விசாரணைக்காக அமைக்கப்பட்ட ஜெயின்கமிஷன் அறிக்கை யில் திமுக மீது சில குற்றச் சாட்டுகளை முன்வைத்திருப்பதாகவும், அந்த அறிக்கை நாடாளுமன்றத்தில் தாக்கல் செய்யப்படும் என்று பிரபல ஆங்கில வார இதழ் செய்தி வெளியிட்டதை அடுத்து, ஐக்கிய முன்னணி கூட்டணியில் இருந்த திமுக அமைச் சர்களை நீக்க வேண்டும் என்று வலியுறுத் தியது காங்கிரஸ். திமுகவை அமைச்ச ரவையில் இருந்து வெளியேற்றா விட்டால், ஒன்றிய அரசுக்கு கொடுக்கப்படும் ஆதரவை விலக்கிக்கொள்வோம் என்று மிரட்டியது காங்கிரஸ்.

திமுகவை அமைச்சரவையில் இருந்து நீக்கிவிட்டு ஆட்சியைத் தொடர விரும்பாத ஐ.கே.குஜரால் குடியரசு தலைவரைச் சந்தித்து ராஜினாமா கடிதத்தைக் கொடுத்தார்.

வாஜ்பாயுடன் ஜெயலலிதா.

முன்னாள் பிரதமர் ஐ.கே.குஜ்ராலுடன் கருணாநிதி.

தொடர்ந்து ஆதரவு தருவதாகக் கூறுவதும் அதன் பிறகு கூட்டணியை வைத்து ஆளுங்கட்சிக்கு அழுத்தம் கொடுப்பதுமாகவே இருந்தது காங்கிரஸ். அதன் பிறகு கூட்டணி வைத்து ஆட்சி அமைக்க எந்தக்கட்சியும் முயற்சி மேற்கொள்ளாததால் நாடாளுமன்றம் கலைக்கப்பட்டது.

ஒருவழியாக 1996-ல் தொடங்கிய சர்ச்சை 1998-ல் முடிந்தது.

1998 நாடாளுமன்ற தேர்தல் திருப்பம்

1998, பிப்ரவரி மாதம் நடந்த நாடாளுமன்ற தேர்தலில், பாஜக, காங்கிரஸ், தேசிய முன்னணி என்று மும்முனைப் போட்டி நிலவியது.

தமிழகத்தில் இருந்த கட்சிகளும் கூட்டணி அமைப்பதில் மும்முரம் காட்டின.

ஆளுங்கட்சியாக இருந்த திமுக கூட்டணியில் தமிழ் மாநில காங்கிரஸ், கம்யூனிஸ்ட் ஓரணியாகவும், இந்திரா காங்கிரஸ், ஐக்கிய கம்யூனிஸ்ட்டு மற்றொரு அணியாகவும் களத்தில் இறங்கின.

அதிமுக கூட்டணியில் பாரதிய ஜனதா, மதிமுக, பாமக, ஜனதா கட்சி, ராஜீவ் காங்கிரஸ் உள்ளிட்ட கட்சிகள் இடம் பெற்றிருந்தன.

இந்தத் தேர்தலில் எந்தக் கட்சிக்கும் மெஜாரிட்டி கிடைக்கவில்லை. பாஜகவுக்கு 182 இடங்களும் கூட்டணி கட்சிகளுக்கு 98 இடங்களும் கிடைத்திருந்தன.

காங்கிரஸ் கூட்டணி 171 இடங்களில் வெற்றி பெற்றிருந்தது.

இதையடுத்து அதிக இடங்களை கைப்பற்றியிருந்த பாரதிய ஜனதாவை ஆட்சிமைக்க அழைப்பு விடுத்தார் குடியரசு தலைவர்.

அதிமுகவில் 18 நாடாளுமன்ற உறுப்பினர்கள் இருந்ததால், வாஜ்பாய் அரசுக்கு ஆதரவு கொடுப்பதில் தாமதம் செய்தது அதிமுக. தமிழகத்தில் இருக்கும் திமுக அரசைக் கலைக்க வேண்டும், தனது கட்சிக்கு முக்கியமான அமைச்சர் பதவிகள் வழங்கவேண்டும் என்பது போன்ற கோரிக்கைகளை அதிமுக தலைமை வலியுறுத்தி வந்தாகவும், அதுவே தாமதத் திற்கான காரணமாகவும் கூறப்பட்டது. ஆனாலும் நிபந்தனையற்ற ஆதரவு கொடுப்பதாக சொன்னது அதிமுக.

இந்த நிலையில் குடியரசுத் தலைவரை சந்தித்து ஆட்சி அமைக்க உரிமை கோரினார் வாஜ்பாய்.

அதிகாரபூர்வமாக பிரதமராக பதவி ஏற்றார் வாஜ்பாய்.

இரண்டு ஆண்டுகளில் மூன்று பிரதமர்கள் ஆட்சிக்கு வந்த குழப்படிகள் தேசிய அரசியலில் மட்டுமல்லாது மாநில அரசியலிலும் சிக்கலை விதைக்க, வாஜ்பாய் ஆட்சியாவது நீடித்ததா என்றால் அதற்கும் ஓராண்டில் முற்றுப்புள்ளி வைக்கப்பட்டது.

ஆம்,

வாஜ்பாய் தலைமையிலான பாரதிய ஜனதாவோடு கூட்டணியை முறித்துக் கொள்ள நினைத்தார் ஜெயலலிதா. அதற்காக அவர் சொன்ன காரணம், அதிமுகவினர் அல்லாமல், ஒன்றிய அரசு தன்னிச்சையாக சில முடிவுகளை எடுக்கிறது என்பதுதான்.

இந்தக் கோபத்தால் குடியரசுத் தலைவரை சந்தித்த ஜெயலலிதா, வாஜ்பாய் அரசுக்கு கொடுத்துவரும் ஆதரவை விலக்கிக்கொள்வதாக அறிவித்தார்.

இதையடுத்து நம்பிக்கைக் கோரும் வாக்கெடுப்புக்கு தள்ளப்பட்டது வாஜ்பாய் அரசு. இந்த வாக்கெடுப்பில் திமுகவின் ஆதரவையும் பெற்ற பாரதிய ஜனதா, ஜெயலலிதாவின் பிடிவாதத்தால் ஒரு ஓட்டில் ஆட்சியை இழந்தது.

ஆட்சியை இழந்தபோதும், தேர்தல் வரை காபந்து அரசாக நீடிக்க குடியரசு தலைவர் வாஜ்பாயை கேட்டுக்கொண்டார். அதற்கான காரணம் கார்கில் போர்.

பாகிஸ்தானில் அடைக்கலம் கொடுக்கப்பட்ட தீவிரவாதிகள் இந்தியாவிற்குள் நுழைந்தனர். அதற்கு பாகிஸ்தான் ராணுவமும் துணை நின்றதால், இந்திய ராணுவத்தைப் போருக்கு ஆயத்தம் ஆக்கியது ஒன்றிய அரசு.

1999, மே 6-ம் தேதி சுமார் 700-க்கும் அதிகமான தீவிரவாதிகள் இந்தியாவுக்குள் புகுந்து குடில் அமைத்திருப்பதை கண்டுபிடித்த ராணுவம் தாக்குதல் வேட்டை நடத்தியது. இதில் 150-க்கும் அதிகமான தீவிரவாதிகள் கொல்லப் பட்டனர்.

பாகிஸ்தானையும் தீவிர வாதிகளையும் மிகசாதுர்ய மாகக் கையாண்ட வாஜ்பாய் தலைமையிலான காபந்து அரசு மக்களின் பாராட்டைப் பெற்றது.

கார்கில் நாயகனுக்கு நாடே ஆதரவு தெரிவித்ததால் மீண்டும் நடந்த நாடாளுமன்ற தேர்தலில் பாஜக அமோக வெற்றிபெற்று மீண்டும் பிரதமர் ஆனார் வாஜ்பாய்.

தேசிய அரசியலில் இவ்வளவு களேபரம் நடந்துகொண்டிருந்த நிலையில் 4-வது முறையாக ஆட்சியமைத்த கருணாநிதி தலைமையிலான திராவிட முன்னேற்றக் கழகம் மக்கள் நலத்திட்டங் களை செயல் படுத்துவதில் தன்னிகரற்று செயலாற்றியது.

அதிரடிச் சட்டங்களும் கருணாநிதியும்

மாநில அதிகாரத்தைத் தங்கள்வசம் வைத்திருந்த திராவிட முன்னேற்றக்கழகம், 1996 -2001 வரையிலான ஆட்சி காலக் கட்டத்தில், பல்வேறு ஆக்கப்பூர்வமான திட்டங்களை நிறைவேற்றியது.

உயர்கல்வித்துறை உருவாக்கம், நெடுஞ்சாலைத்துறை உருவாக்கம், தகவல் தொழில்நுட்பத்துறை உருவாக்கம், சமூக சீர்திருத்தத்துறை அறிமுகம், இளைஞர் நலன் விளையாட்டுத்துறை அமைப்பு, சென்னையில் டைடல் பார்க் உருவாக்கம், பெரியார் நினைவு சமத்துவ புரங்கள், வருமுன் காப்போம் திட்டம், விவசாயம் மற்றும் தொழிலாளர் நலவாரியம், தாய்மொழி வளர்ச்சிக்கு தனி அமைச்சகம்

கலைஞர் ஆட்சியில் உழவர் சந்தை.

கலைஞர் ஆட்சியில் கொண்டுவரப்பட்ட சமத்துவபுரங்கள்.

ஆகியவை கொண்டு வரப்பட்டன. குமரியில் அய்யன் வள்ளுவனுக்கு 133 அடி உயர சிலை, கிராமப்புறங்களுக்கு சிமெண்ட் சாலைத் திட்டம், கிராமப்புறப் பெண்களுக்கு தொழிற்கல்வியில் 15 விழுக்காடு ஒதுக்கீடு, சேமிப்புடன் கூடிய சிறுவணிகக் கடன் திட்டம், மதுரையில் உயர்நீதிமன்ற கிளை உருவாக்கம், மாணவர்களுக்கு இலவசப் பேருந்து அட்டை, அண்ணா மறுமலர்ச்சித் திட்டம், 13 ஆயிரம் மக்கள் நலப் பணியாளர்கள் நியமனம், பள்ளிகளில் வாழ்வொளித் திட்டம், கால்நடை பாதுகாப்பு திட்டம், உள்ளாட்சி அமைப்புகளில் பெண்களுக்கு 33 சதவிகித ஒதுக்கீடு என அந்த ஐந்து ஆண்டுகள் முழுவதும் கருணாநிதி கொண்டுவந்த திட்டங்களால் தமிழகம் பெரிய அளவில் முன்னேற்றம் கண்டது.

யாருமே நினைத்துப் பார்க்காத வகையிலான திட்டங்களை வகுத்து அதைச் சட்டமாக்கினார் கருணாநிதி.

1996, கருணாநிதி ஆட்சிக் காலத்தில் அதுவரை இருந்த மெட்ராஸ் என்ற பெயரை மாற்றி சென்னை என்ற பெயரைப் புழக்கத்திற்குக் கொண்டுவந்தார்.

விவசாயிகள் அவர்கள் விளைவித்த பொருளைச் சந்தைப்படுத்தி அதிக லாபம் ஈட்ட உழவர் சந்தைகளைக் கொண்டுவந்தார். இதன் மூலம் அனைத்து பகுதியிலும் இருந்த உழவர்களுக்கும் பாதுகாப்பு அளிக்கப்பட்டு, அவர்களின் விளை பொருட்களுக்குத் தகுந்த விலை கிடைத்தது.

வெறும் பேச்சளவில் எல்லாரும் சமம் என்று சொல்லாமல், அனைத்துச்

கருப்பு | சிவப்பு / கழகங்கள்

சமூகத்தினரும் ஒரே இடத்தில் கூடி வாழ்வதற்கு ஏற்ற சமத்துவபுரங்களை அமைத்து, நாட்டிற்கே முன்னுதாரணமாக விளங்கினார் கருணாநிதி.

இதன் மூலம் சாதிய ரீதியில் பிரிந்து கிடந்த மக்களை ஒரே இடத்தில், ஒரே தெருவில் வசிக்க வைத்து பெரியாரின் கொள்கைகளை நிலை நாட்டினார்.

அந்த ஆட்சியில்தான் பெண்களுக்கு உள்ளாட்சி தேர்தலில் 33 சதவிகிதம் இடஒதுக்கீடு வழங்கப்பட்டு, பெயரளவில் மட்டுமே பெண்ணியம் பேசாமல் அவர்களை அதிகாரத்தின் பக்கம் இழுத்தார்.

பள்ளி மாணவர்கள் கல்விக் கூடங்களுக்குச் செல்ல இலவசப் பேருந்து அட்டையை அறுமுகப்படுத்தி, ஏழை எளிய மாணவர்களின் வாழ்க்கைக்கு வெளிச்சமிட்டார்.

இதன்மூலம் குக்கிராமங்களில் இருந்தும் நகர்புறங்களுக்கு எளிதில் பேருந்தில் இலவசமாகச் சென்று பயில முடிந்தது.

கிராமப்புற மக்கள் எளிதில் நகரத்திற்கு வந்துசெல்ல மினி பேருந்து வசதியை ஏற்படுத்தி, அவர்களின் தேடலுக்குத் தெளிந்த நீரோடை அமைத்துக்கொடுத்தார் கருணாநிதி.

காஞ்சிபுரம் மாவட்டத்தை அண்ணா மாவட்டம் என்றும், ஈரோடு மாவட்டத்தை பெரியார் மாவட்டம் என்றும், திருவள்ளூர் மாவட்டம் எம்.ஜி.ஆர் மாவட்டம் என்றும் மாவட்டங்களுக்கு தலைவர்களின் பெயர்கள் சூட்டப்பட்டிருக்க, 1997-ல் மாவட்டங்களின் பெயர்கள் தலைவர்களின் பெயரில் அழைக்கப் படுவதை நீக்கி உத்தரவிட்டார் கருணாநிதி.

சென்னை கோயம்பேடு பேருந்து நிலையம்.

ஆசியாவிலேயே மிகப் பெரிய பேருந்து நிலையம் அமைக்கத் திட்டமிட்டு சென்னை கோயம்பேடு பேருந்து நிலையத்திற்கு அடிக்கல் நாட்டினார்.

1996, மே மாதம் திமுக அரசு பதவி யேற்ற பின்னர் ஜெயலலிதா மீது கூறப்பட்ட அத்தனை வழக்குகளையும் தூசிதட்டினார் கருணாநிதி.

சிறையில் ஜெயலலிதா

ஜூன் மாதத்தில் ஜெயலலிதா மீதும் சசிகலா மீதும் பல்வேறு வழக்குகள்

கொ. அன்புகுமார்

தொடுக்கப்பட்டன. 1996 ஜூன் 20-ம் தேதி ஜெயலலிதாவின் தோழி சசிகலா அந்நிய செலாவணி வழக்கில் கைது செய்யப்பட்டு சிறையில் வைக்கப்பட்டார்.

அதே ஆண்டில், டிசம்பர் 7-ம் தேதி உள்ளாட்சி மன்றங்களுக்கு கலர் டி.வி வாங்கியதில் சுமார் எட்டரை கோடி ஊழல் நடந்திருப்பதாகக் கூறி, ஜெயலலிதாவை கைது செய்தது கருணாநிதி அரசு.

இந்த வழக்கில் கிட்டத்தட்ட 28 நாட்கள் சிறையில் இருந்த ஜெயலலிதா, 1997, ஜனவரி 3-ம் தேதி ஜாமீனில் வெளிவந்தார். ஜெயலலிதா சிறை வைக்கப்பட்டதில் இருந்து தொடங்குகிறது கருணாநிதிக்கும் அவருக்குமான அதிரடி அரசியல்.

கருணாநிதி ஆட்சிக்காலத்தில் மத்திய அரசின் தாராளமயமாக்கல் கொள்கையைத் தமிழகம் சிறப்பாகப் பயன்படுத்திக் கொண்டது.

தகவல் தொழில்நுட்பத்துறையில் புரட்சியை ஏற்படுத்தும் வகையில் டைடல் பார்க் சென்னையில் அமைக்கப்பட்டு, பல நிறுவனங்களை தமிழகத்திற்கு ஈர்த்தார்.

1999-ல், கருணாநிதி நடத்திய உலகத்தமிழ் மாநாடு இணைய உலகில் தமிழ் வீரியமாய் வளர்வதற்கு

ஜெயலலிதா கைது.

டைடல் பார்க்.

வித்திட்டது. தகவல் அறியும் உரிமைச் சட்டமும் அவரது ஆட்சிக்காலத்தில் தான் கொண்டுவரப்பட்டது.

1996- 2001 ஆட்சி காலக்கட்டத்தில் உள்ளாட்சியில் பெண்களுக்கு 33 சதவிகித இடம், தொழில் முனைவோருக்கு ஒற்றைச் சாளரமுறை, அருந்ததியினருக்கு 3 சதவிகித தனி உள்ஒதுக்கீடு, நெம்மேலி கடல்நீரை குடிநீராக்கும் திட்டம், ஒகேனக்கல் திட்டம், கலைஞர் காப்பீட்டுத் திட்டம் போன்ற பல திட்டங்கள் நிறைவேற்றப்பட்டன.

கன்னியாகுமரியில் 133 அடி உயர திருவள்ளுவர் சிலையை நிறுவி, நாட்டையே குமரிமுனையை நோக்கி திரும்பிப் பார்க்க வைத்தார் கருணாநிதி.

தமிழினத்தின் அடையாளத்தை குமரிமுனையில் நிலை நிறுத்தி, இந்தியாவின் கடைசியில் இல்லை தமிழ்நாடு, இது தான் தொடக்கம் என்பதை சூசமாகச் சொன்னார்.

133 அடி உயர வள்ளுவர் சிலை.

கலைஞரின் கனவு நூலகம் -
அண்ணா நூற்றாண்டு நூலகம்.

சென்னை கோட்டூர்புரத்தில் உலகத் தரத்தில் அண்ணா நூற்றாண்டு நூலகம் அமைத்து, லட்சக்கணக்கான மாணவர்களுக்கும் ஆய்வியல் அறிஞர்களுக்கும் வெளிச்சக் கீற்றாய் இருந்தார் கருணாநிதி.

அந்த ஆட்சியில்தான் ஓமந்தூர் அரசினர் தோட்டத்தில் நாடே அதிசயிக்கும் வகையில் புதிய தலைமைச் செயலகத்தை அமைத்து முன்னாள் பிரதமர் மன்மோகன் சிங் மற்றும் அகில இந்திய காங்கிரஸ் தலைவர் சோனியா காந்தியால் திறந்து வைக்கப்பட்டது.

100 கோடி செலவில் அடையாறு தொல்காப்பியர் பூங்கா, சென்னை அண்ணா மேம்பாலம் அருகே 8 கோடி செலவில் செம்மொழிப் பூங்கா, 14 ஆயிரத்து 600 கோடி செலவில் சென்னை மெட்ரோ ரயில் திட்டம், 630 கோடியில் ராமநாதபுரம் கூட்டுக் குடிநீர் திட்டம், 21 லட்சம் குடிசை வீடுகளை அகற்றி காங்கிரீட் வீடுகளாக மாற்ற கலைஞர் வீடு வழங்கும் திட்டம் என கருணாநிதியின் சாதனைகளைச் சொல்லி மாளாது.

அனைத்து சாதியினரும் அர்ச்சகர் ஆகலாம் என்ற சட்டம் நிறைவேற்றப்பட்டு, பல்வேறு சமூகத்தை சேர்ந்த 216 பேருக்கு அர்ச்சகர் பயிற்சி அளிக்கப்பட்டது.

ரூ.1929 கோடி மதிப்பில் ஒகேனக்கல் கூட்டுக்குடிநீர் திட்டம், மத சுதந்திரம் காப்பதற்காக கட்டாய மதமாற்ற தடைச் சட்டம் ரத்து என்பது போன்ற பல்வேறு திட்டங்களை செயல்படுத்தியது கலைஞர் அரசு.

இப்படியாக நகர்ந்த கருணாநிதி ஆட்சி 1996-ல் தொடங்கி 2001 வரை ஐந்து ஆண்டுகள் முழுமையாக நிறைவு செய்தது.

2001, மே 10-ம் தேதி தமிழக சட்ட மன்றத்துக்கான தேர்தல் நடத்தப்படும் என்ற அறிவிப்பு வந்தது.

திராவிட முன்னேற்றக்கழகம் முந்தைய ஆட்சிக்காலங்களில் செய்த நலத்திட்ட உதவிகளைவிட 1996-லிருந்து 2001 வரையிலான காலகட்டத்தில் பல நல்ல திட்டங்களைக் கொடுத்தது. எனவே மீண்டும் திமுகவே வெற்றிபெறும் என்று

அனைத்து சாதியினரும் அர்ச்சகர்.

கணிக்கப்பட்டது. ஆனால் தமிழகத்தின் தேர்தல் இலக்கணங்களை வெறும் கருத்துக் கணிப்புகளாலும் யூகத்தின் அடிப் படையிலும் சொல்லிவிட முடியாது.

ஆட்சியில் அமரப்போவது திமுகவா? அதிமுகவா? என்ற போட்டியில் கடும் பிரசாரம் நடந்தது.

முந்தைய தேர்தலில் சரியான கூட்டணி அமைக்காமல் தவறவிட்ட வெற்றியை, இம்முறை பெற்றே ஆகவேண்டும் என்பது ஜெயலலிதா வகுத்த சாசனம். அதன்படியே அன்றைய அரசியல் நிகழ்வுகளும் அதிமுகவிற்கு சாதகமான போக்கை ஏற்படுத்தின.

1996, தேர்தலில் திமுக கூட்டணியில் இருந்த மூப்பனாரின் தமிழ்மாநில காங்கிரஸ் இம்முறை அதிமுகவில் இருந்தது.

ஜெயலலிதாவுடன் கூட்டணி சேரக் கூடாது என்பதற்காக காங்கிரசில் இருந்து விலகி 1996-ல் தமிழ் மாநில காங்கிரசை தோற்றுவித்த மூப்பனார், 2001 தேர்தலில் அதிமுகவுடன் கூட்டணி வைத்தது அரசியலில் மாபெரும் திருப்புமுனை.

தாய்க் கட்சியான காங்கிரசும் அதிமுகவில் இருந்ததுதான் ஆச்சர்யத்தின் உச்சம்.

தங்களுக்கு திமுகதான் பொது எதிரியே தவிற மற்ற கட்சிகள் அல்ல என்று பேசினார் ஜெயலலிதா. இதையடுத்து பாட்டாளி மக்கள் கட்சி அதிமுக பக்கம் சென்றது.

தமிழ் மாநில காங்கிரஸ், காங்கிரஸ், பாமக, இடதுசாரி கட்சிகள், குடியரசுக் கட்சி, பார்வர்டு பிளாக், தேசிய லீக் உள்ளிட்ட பலமானக் கூட்டணியை உருவாக்கியது அதிமுக.

பாரதிய ஜனதா, விடுதலை சிறுத்தைகள், எம்.ஜி.ஆர் கழகம், காங்கிரஸ் ஜனநாயகப் பேரவை உள்ளிட்ட சிறு சிறு கட்சிகளை ஒன்றிணைத்திருந்தது திமுக.

பலமான கூட்டணி அமைத்தாலும் ஜெயலலிதா போட்டியிட முடியவில்லை. ஆண்டிப்பட்டி, கிருஷ்ணகிரி, புவனகிரி, புதுக்கோட்டை ஆகிய நான்கு தொகுதிகளில் ஜெயலலிதா வேட்பு மனுத் தாக்கல் செய்ததால், தேர்தல் ஆணையம் அவரது வேட்பு மனுவை நிராகரித்துவிட்டது.

அதிகபட்சம் இரண்டு தொகுதிகளில் மட்டுமே வேட்புமனு செய்ய முடியும் அவற்றை மீறி 4 தொகுதிகளில் வேட்பாளராக மனுத்தாக்கல் செய்ததால் அவரது எல்லா வேட்புமனுவையும் நிராகரித்தது தேர்தல் ஆணையம்.

இந்தநிலையில் அதிமுக தேர்தலில் வெற்றிபெற்றால் யார் முதலமைச்சர் என்ற கேள்வி பலமாக எழுந்தது. ஆனால் அந்தப் பிரச்னையையெல்லாம் ஓரங்கட்டிவிட்டு பிரசாரத்தைத் தொடர்ந்தார் ஜெயலலிதா.

ஜெ. முதலமைச்சர் சர்ச்சை?

எதிரும் புதிருமான தேர்தல்பிரசாரத்தில் அதிமுக வெற்றிபெற்று ஆட்சியைப் பிடித்தது.

மொத்தமுள்ள 234 தொகுதியில் அதிமுக கூட்டணிக்கு 196 இடங்கள் கிடைத்தன.

திமுக கூட்டணிக்கு 37 தொகுதிகளே கிடைத்தன.

தேர்தல் முடிவுகள் குறித்து கருணாநிதி கூறுகையில் ''எங்களின் அடுக்கடுக்கான சாதனைகளுக்கு தமிழ்நாட்டு மக்கள் தந்தப் பரிசாக இந்தத் தேர்தல் முடிவை எடுத்துக் கொள்கிறேன்'' என்றார்.

தேர்தல் முடிவு வந்த அடுத்த நாளே அவசரம் அவசரமாக அதிமுக சட்டமன்ற உறுப்பினர்களின் கூட்டத்தைக் கூட்டி, ஜெயலலிதா, சட்டமன்றக் குழுத் தலைவராகத் தேர்ந்தெடுக்கப்பட்டார். அன்று மாலையே ஆளுநர் ஃபாத்திமா பீவியைச் சந்தித்து சட்டமன்ற உறுப்பினர்களின் ஆதரவுக் கடிதத்தைக் கொடுத்து முதலமைச்சராகப் பதவியேற்றுக்கொண்டார் ஜெயலலிதா.

ஜெ.வுக்கு பதவிப் பிரமாணம் செய்து வைத்த பாத்திமா பீவி.

பாத்திமா பீவி, ஜெயலலிதா.

தேர்தல் ஆணையத்தால் வேட்பு மனு நிராகரிப்பட்ட ஒருவர் எப்படி முதலமைச்சர் ஆகலாம் என்று பரபரப்பு தொற்றிக் கொண்டது.

ஜெயலலிதாவுக்குப் பதவிப் பிரமாணம் செய்துவைத்த பாத்திமா பீவி மீது அதிருப்தி கிளம்பியது.

இதையடுத்து ஜெயலிதா முதலமைச் சராகப் பதவியேற்றது சட்டப்படி குற்றம் என்பதால், அதை எதிர்த்து உச்ச நீதிமன்றத் தில் வழக்கு தொடரப்பட்டது.

ஏற்கெனவே டான்சி நிலத்தை வாங்கியது தொடர்பான வழக்கில் ஜெயலலிதாவுக்கு 3 ஆண்டுகளும், கொடைக்கானல் பிள சன்ட்ஸ்டே ஓட்டல் வழக்கில் 2 ஆண்டுகள் சிறை தண்டனை விதிக்கப் பட்டிருந்த ஒருவருக்கு, முதலமைச்சர் பதவியா என்பதில் முக்கிய கருப்பொருளாக சேர்க்கப்பட்டு, வழக்கு விசாரணை நடந்து கொண்டிருந்தது.

இந்த நிலையில், தன்மீது பல்வேறு ஊழல் வழக்குகள் இருப்பதை சொல்லியே அரசியல் செய்யும், திமுகவையும் அதன் கட்சி தலைவர் கருணாநிதியையும் ஊழல் வழக்கொன்றில் சிக்க வைக்க முயன்றார் ஜெயலலிதா.

ஜெயலலிதா முதலமைச்சராகப் பதவி யேற்றது 2001, மே 13-ம் தேதி. அதற்கு அடுத்த மாதமே அதாவது 2001 ஜூன் 30-ம் தேதியே கருணாநிதியின் கைது படலத்தை அரங்கேற்றியது ஜெயலலிதா அரசு.

சென்னையில் பாலங்கள் கட்டியதில் ஊழல் நடந்திருப்பதாக சென்னை மாநகராட்சி எதிர்க்கட்சியினர் மூலமாக அன்றைய ஆளுநர் பாத்திமா பீவியிடமும் ஜெயலலிதாவிடமும் புகார் மனுவொன்றைக் கொடுக்கச் செய்து, உடனடியாக கருணாநிதியைக் கைது செய்து சிறையில் அடைக்க எத்தனித்தார் ஜெயலலிதா.

ஜூன் 30-ம் தேதி, நள்ளிரவு 12.30 மணிக்கு ஆலிவர் சாலையில் உள்ள இல்லத்திற்கு விரைந்த காவல்துறை, அவரைக்கைது செய்து அழைத்துச் செல்வதற்காக நடந்து கொண்டவிதம் நாட்டையே அலற வைத்தது.

கருணாநிதி நள்ளிரவு கைது...

நான்கு முறை முதலமைச் சராக இருந்த ஒருவரை அதுவும் வயோதிகம் கொண்ட கலைஞரை, ஆளுங்கட்சியின் அதிகாரத் திமிரோடு தூக்கிச் செல்ல, சில காவல்துறையினர் அதிகாரத்தைத் தவறாகப் பயன்படுத்தினர்.

கருணாநிதியை நள்ளிரவில் வீடு புகுந்து கைது செய்யும் தகவல் அறிந்து ஓடோடிவந்த முரசொலிமாறன், டி.ஆர் பாலு உள்ளிட்ட ஒன்றிய அமைச்சர்களும் அங்கு என்ன நடக்கிறது என்பதை அறிய முற்பட்டபோது, அவர்களும் காவல் துறையினரின் தாக்குதலுக்கு ஆளாகினர்.

மத்திய அமைச்சர் முரசொலிமாறனுக்கு ஏற்கெனவே இருதய அறுவைசிகிச்சை செய்திருப்பதையும் பொருட்படுத்தாத காவல்துறை, அவரைக் குண்டுக்கட்டாக தூக்கிச் சென்றதைப் பார்த்து பதைபதைத்து நின்றனர் திமுகவினர்.

சென்னையில் பாலங்கள் கட்டிய வழக்கில் கருணாநிதியை மட்டுமல்ல, அவரது மகனும் சென்னையின் மேயராக இருந்த முக.ஸ்டாலின், முன்னாள் அமைச்சர்கள் கோசி.மணி, பொன்முடி உள்ளிட்ட 14 பேர் மீது வழக்குப் பதிவு செய்திருந்தது காவல்துறை.

விடிய விடிய விசாரணை என்ற பெயரில் கருணாநிதியை அங்கும் இங்குமாய் அழைத்துச் சென்று மனரீதியில் துன்புறுத்தியது ஜெயலலிதா அரசு. காலை 5 மணிக்கு நீதிபதி அசோக்குமார் வீட்டிற்கு கருணாநிதியை அழைத்துச் சென்றனர் காவல்துறையினர். விசாரணைக்குப் பிறகு கருணாநிதியை, 10-ம் தேதிவரை நீதிமன்ற காவலில் வைக்க உத்தரவிட்டார் நீதிபதி.

இந்த நிலையில் சென்னை மத்திய சிறைக்கு அழைத்துச் செல்லப்பட்டார் கருணாநிதி.

கருணாநிதிக்கு மருத்துவப் பரிசோதனை செய்த பிறகே அவரை சிறைக்கு கொண்டு செல்லவேண்டும் என்று நீதிபதி தெளிவாகக் கூறியிருந்தார். ஆனால் அந்த உத்தரவை காவல்துறை மதிக்கவில்லை.

இந்த நிலையில் தன்னை மருத்துவப் பரிசோதனைக்கு உட்படுத்தாத காவல் துறையைக் கண்டித்து சிறை வாசலிலேயே தர்ணா போராட்டத்தில் இறங்கினார் கருணாநிதி.

கருணாநிதி கைது செய்யப்படும்போது அதைத் தடுத்ததாகக் கூறி மாநில அரசின் கட்டுப்பாட்டில் இருந்த காவல்துறை,

சென்னை மத்திய சிறை வாசலில் கருணாநிதியின் தர்ணா போராட்டத்தின்போது, உடன் மகள் கனிமொழி.

ஒன்றிய அமைச்சர்களாக இருந்த முரசொலிமாறன், டி.ஆர்.பாலு மீது வழக்குப் பதிந்தது.

இரவுக்குள் அத்தனை களேபரங்களும் நடந்ததால், விடியும் போது கருணாநிதியின் கைது சம்பவத்தைக் கேள்விப்பட்டு தமிழகமே கொந்தளிக்கத் தொடங்கியது. தர்ணா போராட்டத்தில் ஈடுபட்டிருந்த கருணாநிதியுடன் அவரது மகள் கனி மொழியும் அமர்ந்திருக்க, பரபரப்பின் உச்சத்துக்கே சென்றது தமிழ்நாடு.

கருணாநிதி கைது செய்யப்பட்ட விதமும், ஒன்றிய அமைச்சர்களாக இருந்த முரசொலிமாறன் மற்றும் டி.ஆர்.பாலு ஆகியோர் மீது காவல்துறை நடத்திய தாக்கு தலையும் பார்த்து அதிர்ந்துபோன ஒன்றிய அரசு, இதையெல்லாம் வேடிக்கைப் பார்த்துக்கொண்டிருந்த ஆளுநர் பாத்திமா பீ.வி-யைத் திரும்பப் பெற்றது ஒன்றிய அரசு.

நான்கு முறை முதலமைச்சர் அரியணையில் அமர்ந்த கருணாநிதியை நள்ளிரவில் கைது செய்ய வேண்டிய அவசியம் என்ன என்பது தான் அனைவரது கேள்வியாகவும் இருந்தது.

காவல்துறையின் அடாவடிக்கு ஆளான முரசொலிமாறன்.

கருணாநிதியை விசாரணைக்கு அழைத்துச் சென்றபோது, உடன் மகள் கனிமொழி.

கருணாநிதி கைது செய்யப்பட்ட விதம் அதிமுக கூட்டணியில் இருந்தவர்களையே அதிர்ச்சியடைய வைத்தது.

தமாகா தலைவர் மூப்பனார், கம்யூனிஸ்ட் தலைவர் சங்கரய்யா, நல்லக் கண்ணு, ஆகியோர் கூட்டாக முதலமைச்சர் ஜெயலலிதாவுக்கு அனுப்பிய கடிதத்தில், கருணாநிதியின் உடல் நிலையைக் கருத்தில் கொண்டு அவரை உடனடியாக விடுதலை செய்ய வேண்டும் என்று கோரிக்கை விடுத்தனர்.

ஒன்றிய அமைச்சர்கள் மீதும் மாநில அரசு வழக்குப் பதிந்திருந்ததால், சோனியாகாந்தி இந்த வழக்கில் தலை யிட்டார். இதனால் வேறு வழியில்லாமல் ஒன்றிய அமைச்சர்களான முரசொலிமாறன் மீதும், டி.ஆர்.பாலு மீதும் போடப்பட்ட வழக்கை ரத்து செய்தார் ஜெயலலிதா.

ஜூலை 4-ம் தேதி, கருணாநிதியும் சிறையில் இருந்து விடுவிக்கப்பட்டார்.

இந்தச் சம்பவங்கள் நடந்து சரியாக ஒருமாதம் கழித்து அதாவது செப்டம்பர் மாதம் ஜெயலலிதாவின் முதலமைச்சர் பதவியையே காலி செய்தது அந்த தீர்ப்பு.

சென்னை கிண்டியில் இருந்த டான்சி நிலம் விற்பனை செய்யப்பட்டதில் அரசுக்கு இழப்பு ஏற்படுத்தியது மற்றும் கொடைக்கானல் பிளசன்ட்ஸ்டே ஓட்டல் வழக்கில் (3+2) ஐந்து ஆண்டுகள் சிறை தண்டனை வழங்கப்பட்டது ஜெயலலிதாவுக்கு.

2000-வது ஆண்டில் வழங்கப்பட்ட அந்த தீர்ப்புக்கு எதிராக ஜெயலலிதா மேல்முறையீடு செய்திருந்தார். இந்த நிலையில், 2001-ம் ஆண்டு நடந்த தேர்தலில் 4 சட்டமன்ற தொகுதிகளில் வேட்புமனுத் தாக்கல் செய்த சர்ச்சையில் சிக்கிய ஜெயலலிதாவின் வேட்பு மனுக்கள் அனைத்தையுமே தள்ளுபடி செய்தது தேர்தல் ஆணையம்.

தேர்தல் ஆணையத்தால் வேட்பு மனு நிராகரிக்கப்பட்ட ஜெயலலிதா

சிறையில் இருந்து விடுதலையான கருணாநிதி.

தினத் தந்தி
DAILY
ஜெயலலிதா தலைமையில்
18 பேர் கொண்ட தமிழக அமைச்சரவை
பதவி ஏற்றது

ஜெயலலிதா ராஜினாமா... நடந்தது என்ன?

தினத் தந்தி
DAILY THANTHI
ஜெயலலிதா வழக்கில் சுப்ரீம் கோர்ட்டு பரபரப்பான தீர்ப்பு
முதல்-அமைச்சராக நியமித்தது செல்லாது
ஜெயலலிதா பதவி ரத்து
புதிய முதல்-அமைச்
ஓ.பன்னீர்செல்வம்

ஜெ. முதலமைச்சரானது செல்லாது

முதலமைச்சர் ஆனது செல்லாது என்ற தீர்ப்பை வழங்கியது உச்சநீதிமன்றம்.

2001 செப்டம்பர் 21-ம் தேதி உச்சநீதிமன்றம் வழங்கிய அந்தத் தீர்ப்பை அடுத்து உடனடியாக பதவியில் இருந்து ராஜினாமா செய்தார் ஜெயலலிதா.

இதைத் தொடர்ந்து பெரியகுளம் தொகுதியின் சட்டமன்ற உறுப்பினர் ஓ.பன்னீர் செல்வம் முதலமைச்சராகப் பொறுப் பேற்றார்.

சிறைக்குக் கொண்டுவரப்பட்ட ஜெயலலிதா.

முதலமைச்சர் பன்னீர்செல்வம்...

1991-ல் ஜெயலலிதா முதன் முறையாக ஆட்சிக்கு வந்த பிறகு, அரசுக்குச் சொந்தமான டான்சி நிறுவனத் துக்குச் சொந்தமான நிலத்தை ஜெயா பப்ளிகேஷனுக்கு குறைந்த விலைக்கு விற்றார் என்று ஜெய லலிதாவுக்கு 3 ஆண்டுகள் சிறை தண்டனை வழங்கப்பட்டது.

கொடைக்கானல் பிளசன்ட்ஸ்டே ஓட்டல் வழக்கிலும் 2 ஆண்டுகள் சிறை தண்டனையைப் பெற்றவர் ஜெயலலிதா. மேலும் ஊராட்சிக் கூடங்களுக்கு கலர் டிவி வாங்கியதில் ஊழல் என அடுத்தடுத்து பல்வேறு ஊழல் குற்றச்சாட்டுகளுக்கு ஆளானார்.

முதன் முறையாக அவர் முதலமைச் சராகப் பதவி ஏற்கும் போது வெறும் 1 ரூபாய் சம்பளம் போதும் என்றவருக்கு எங்கிருந்து இவ்வளவு சொத்துக்கள் வந்தன என்பதுதான் எதிர்க்கட்சிகளின் கேள்விக்கணைகளாக எழுந்தன.

இந்த வழக்குகள் ஒன்றன்பின் ஒன்றாக அவரைத் தொடர்ந்து வந்தாலும் 2001

அதிர்ஷ்டக் காற்று!

தேர்தலில் வலுவான கூட்டணி கட்சிகளின் ஆதரவால் அதிமுகவை வெற்றிப்பெற வைத்து, அவசரம் அவசரமாக முதலமைச் சராகப் பதவியேற்றார். அதிலும் வேட்பு மனு நிராகரிப்பட்டவர், சட்டமன்ற உறுப்பினராகக்கூட இல்லாதவர் எப்படி முதலமைச்சர் ஆகலாம் என்ற பிரச்னை எழுந்த போதுதான், நீதிமன்றமும் ஜெயலலிதாவுக்கு எதிரானத் தீர்ப்பை வழங்கியது.

இந்த நிலையில்தான் ஓ.பன்னீர் செல்வத்திற்கு அதிர்ஷ்டக்காற்று வீசியது.

தனது ஆட்சிதான் தமிழகத்தில் நடந் தாலும், தனக்கான அதிகாரம் இல்லை என்பது ஜெயலலிதாவின் விரக்தியாக இருந்தது.

ஜெயலலிதாவின் எதிர்கால அரசியலை நிர்ணயிக்கும் வழக்காக அது மாறிப்போக,

கொ. அன்புகுமார்

2002-ல் ஜெயலலிதா பதவியேற்பு.

இந்த வழக்கை துரிதமாக விசாரிக்கும்படி சென்னை உயர் நீதிமன்றத்தில் மேல்முறையீடு செய்தார் ஜெயலலிதா.

ஜெ. தண்டனை ரத்து!

இந்தப் பரபரப்பான வழக்கில் 2001 டிசம்பர் 4-ல் தீர்ப்பும் வந்தது. அதில் டான்சி நில வழக்கிலிருந்தும், கொடைக்கானல் ஓட்டல் வழக்கிலிருந்தும் ஜெயலலிதா விடுவிக்கப்படுவதாகவும், அவருக்கு விதிக்கப்பட்ட தண்டனை ரத்து செய்யப்படுவதாகவும் தீர்ப்பு வந்தது.

டான்சி நிலம் விற்கப்பட்டதில் யாரும் லாபம் அடையவோ, அரசுக்கு நஷ்டமோ இல்லை என்றும் சொன்ன நீதிபதி, பிளசன்ட்ஸ்டே ஓட்டல் வழக்கிலும் ஜெயலலிதாவுக்கு வழங்கப் பட்ட தண்டனையை ரத்து செய்து உத்தர விட்டார்.

இந்தத் தீர்ப்பு பல்வேறு சர்ச்சை களுக்கும் விமர்சனங்களுக்கும் ஆளானது ஒருபுறம் இருக்க, அதையெல்லாம் காதில் வாங்கிக்கொள்ளாத ஜெயலலிதா, எப்படியாவது முதலமைச்சர் ஆகிவிட வேண்டும் என்பதில் குறியாக இருந்தார்.

இதையடுத்து ஆண்டிப்பட்டி தொகுதியில் போட்டியிட்டு வெற்றிபெற்ற ஜெயலலிதா 2002 மார்ச் 2-ம் தேதி மீண்டும் முதலமைச்சராகப் பதவியேற்றார்.

சென்னைப் பல்கலைக்கழகத்தின் நூற்றாண்டுவிழா மண்டபத்தில் நடந்த பதவியேற்பு விழா முடிந்த பிறகு, கோட்டைக்குச் சென்ற ஜெயலலிதா 3 உத்தரவுகளில் கையெழுத்திட்டார்.

153 கோடி செலவில் சென்னை நீங்கலாக 29 மாவட்டங்களுக்கு குடிநீர் வழங்கும் திட்டம், ஊட்டச்சத்து குறைபாடு உள்ள குழந்தைகளுக்கும் ஊட்டச்சத்து அளிப்பது உள்ளிட்ட மூன்று உத்தரவுகள் பிறப்பிக்கப்பட்டன.

5-வது முறை ஆட்சி பீடத்தில் அஞ்சுகம் மகன்...!

ஐந்து முறை முதலமைச்சர் கருணாநிதி..!

2006 மே மாதம் தமிழக சட்ட மன்றத்திற்கு ஒரே கட்டமாகத் தேர்தல் நடத்தும் அறிவிப்பு வெளியானவுடன், தேர்தல் கூட்டணி வேலையும் தொடங்கியது.

திமுக கூட்டணியில் காங்கிரஸ், பா.ம.க. இந்திய கம்யூனிஸ்ட், மார்க்சிஸ்ட் கம்யூனிஸ்ட் ஆகிய கட்சிகள் இணைந் திருக்க, அதிமுக கூட்டணியில் மதிமுக, விடுதலைச் சிறுத்தைகள் ஆகிய கட்சிகள் இடம் பெற்றிருந்தன.

விஜயகாந்த் தலைமையிலான தேமுதிக தனியாகக் களம் கண்டது.

இந்த நிலையில் திமுக கூட்டணி வெற்றிபெற்று, ஆட்சியைக் கைப்பற்றி, 5-வது முறையாக முதலமைச்சராக பதவியேற்றார் கருணாநிதி.

ஐந்து முறை முதலமைச்சர் என்ற புகழ் மட்டுமல்ல தொடர்ந்து 13 முறை சட்டமன்ற உறுப்பினராக நின்று மக்கள் மனதை வென்று காட்டியிருந்தார் கருணாநிதி.

இரண்டுமுறை ஆட்சி கலைக்கப்பட்ட போதும், எம்.ஜி.ஆர், வைகோ, நெடுஞ்செழியன் என பலர் திமுகவை விட்டு வெளியேறியபோதும் திமுக உடன்பிறப்புகளை தன் நாவின் சொல்லுக்குள் கட்டிப்போட்டிருந்தார் கருணாநிதி.

1996-ம் ஆண்டில் இருந்து 2001 வரை திராவிட முன்னேற்றக்கழகம் பல்வேறு மக்கள் நலத்திட்டங்களை வகுத்து இந்தியாவுக்கே முன்னோடித் திட்டங்களைக் கொண்டுவந்தது. ஆனால், அன்றைய அரசியல் சூழலில், அதிமுக அமைத்த வலுவான கூட்டணியால் வெற்றி அதிமுகவின் பக்கம் சென்றது. ஆனால் இம்முறை கருணாநிதி

கொ.அன்புகுமார்

தலைமையிலான திமுக கூட்டணிக்கு 163 இடங்கள் கிடைத்திருந்தன. அதிமுக 69, மதிமுக 6, விடுதலை சிறுத்தைகள் 2 இடங்களில் வெற்றி பெற்றிருந்தன.

சென்னை நேரு விளையாட்டு அரங்கில் ஏற்பாடு செய்யப்பட்டிருந்த பதவியேற்பு விழாவில் ஆளுநர் சுர்ஜித் சிங் பர்னாலா பதவிப்பிரமாணம் செய்துவைக்க, 2006 மே 13-ம் தேதி ஐந்தாவது முறையாக முதலமைச்சராக பதவி ஏற்றுக்கொண்டார் கருணாநிதி.

ஆட்சிக்கு வரும்போதெல்லாம் திராவிட முன்னேற்றக்கழகம் பதவியேற்பு நாளிலேயே முக்கியமான அறிவிப்புகளிலும் திட்டங்களிலும் கையெழுத்திடுவது வழக்கம். அதேபோல் அன்றைக்கும் கலைஞர் என்ன அறிவிப்பு கொடுக்கப் போகிறார் என்று நாடே ஆவலுடன் காத்திருந்தது.

இலவச டிவி புரட்சி!

நியாயவிலைக்கடைகளில் 2 ரூபாய்க்கு ஒருகிலோ அரிசி, அனைத்து விவசாயி களுக்கும் வழங்கப்பட்ட கூட்டுறவு கடன் ரத்து, பள்ளிக் குழந்தைகளுக்கு கொடுக்கப் படும் சத்துணவில் வாரத்துக்கு இரண்டு நாள் முட்டை வழங்கப்படும் என்ற மூன்று முத்தான முக்கியமான கோப்புகளில் கையெழுத்திட்டார் கருணாநிதி.

பசி பட்டினி இல்லாமல் ஏழைகள் வயிறு நிறையவும், ஏழைக்குழந்தைகள் ஆரோக்கியமாக வளரவும் சத்துணவுடன் கூடிய இரண்டு முட்டைகள் வழங்கி, பெருமிதம் கொண்டார் கருணாநிதி.

கருணாநிதி பதவியேற்று ஆட்சி செலுத்திய அந்த ஐந்தாண்டுகளில் மிகப்பெரிய வளர்ச்சியை எட்டியது தமிழ்நாடு.

கலர் டி.வி. கனவை நனவாக்கிய கலைஞர்.

கருப்பு | சிவப்பு / கழகங்கள்

இரண்டு ரூபாய்க்கு அரிசி வழங்கும் திட்டம்.

22 லட்சத்து 40 ஆயிரத்து 739 விவசாயக் குடும்பங்களுக்கு 7000 கோடி கூட்டுறவுக் கடன்தள்ளுபடி, 3742 கோடியே 42 லட்சம் செலவில் ஒருகோடியே 72 லட்சத்து 80 ஆயிரம் பேருக்கு வண்ணத் தொலைக் காட்சிப் பெட்டி வழங்கும் திட்டம், 661 கோடி ரூபாய் செலவில் 29 லட்சம் குடும்பங்களுக்கு இலவச எரிவாயு இணைப்புடன் கேஸ் அடுப்பு வழங்கும் திட்டம், பள்ளி மாணவர்களுக்கு வாரத்தில் ஐந்துநாட்களும் முட்டை வழங்கும்திட்டம், 8 ஆயிரத்து 838 கோடியே 6 லட்சம் ரூபாய் பயிர்க்கடன் வழங்கல், புதுப்பொலிவுடன் புதிய உழவர் சந்தை அமைப்பு, ஆதி திராவிடர்களுக்கு தாட்கோ மூலம் வழங்கப்பட்ட கடன்தள்ளுபடி, 189 கோடி செலவில் காவிரி குண்டாறு இணைப்புத் திட்டம், 369 கோடியில் கருமேனியாறு நம்பியாறு இணைப்புத் திட்டம், விவசாய தொழிலாளர்களுக்கு மட்டுமல்லாது 35 அமைப்பு சாரா தொழிலாளர்களுக்கு நல வாரியங்கள், காமராசர் பிறந்தநாள் கல்வி வளர்ச்சி நாளாக அறிவிப்பு, பட்டப்படிப்பு பயிலும் மாணவர்களுக்கு கல்விக் கட்டணம் ரத்து, மாணவர்களுக்கு இலவச பேருந்து அட்டை, ஐந்து புதிய அண்ணா பல்கலைக் கழகங்கள் அறிவிப்பு, மாவட் டத்திற்கு ஒரு மருத்துவக்கல்லூரி என 6 புதிய மருத்துவக் கல்லூரிகள் திறப்பு, 10-ம் வகுப்பு வரை கட்டாய தமிழ்வழிக் கல்விச் சட்டம், கோவையில் உலகச் செம்மொழி மாநாடு, திருமண உதவித்தொகை உயர்வு,

கொ.அன்புகுமார்

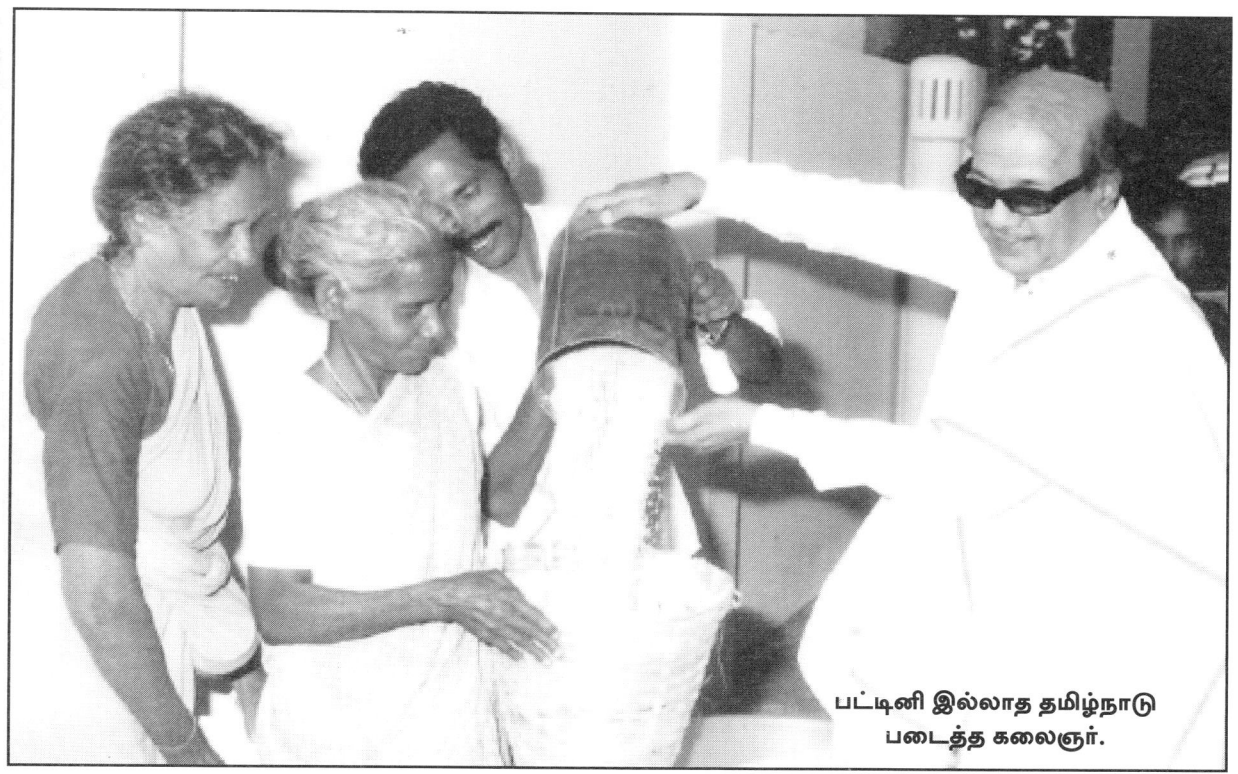

பட்டினி இல்லாத தமிழ்நாடு படைத்த கலைஞர்.

உயிர்க்காக்கும் உயர்சிகிச்சைக்கான கலைஞர் காப்பீட்டு திட்டம், படித்து வேலையில்லாத இளைஞர்களுக்கு உதவித் தொகை என பல அதிரடி திட்டங்கள் செயல்படுத்தப்பட்டன.

கருணாநிதி பதவியேற்றுக்கொண்டதும் தேர்தல் வாக்குறுதிப்படி ஒரு கிலோ அரிசி இரண்டு ரூபாய்க்கு விற்கப்படும் திட்டம், அதன் பிறகு, 2008-ம் ஆண்டு அண்ணா பிறந்தநாளுக்குப் பிறகு 1 ரூபாய் என்று ஆனது. நிலங்கள் அனைத்தும் வசதி படைத்தோரிடம் இருக்கலாம். ஆனால், அரிசி ஏழைகளிடம் இருக்கிறது என்பதை மறைமுகமாக சுட்டிக்காட்டியது அந்தத் திட்டம்.

நாட்டிலேயே மற்ற மாநிலங்களுக்கு முன்னுதாரணமாகத் திகழ்ந்த திராவிட முன்னேற்றக்கழகம் பெரும் புரட்சியை விதைத்தது.

மேலும் ரேஷன் அட்டை இருக்கும் அனைவருக்கும் இலவசகலர்டி.வி. வழங்க உத்தரவிட்டார். அதன் மூலம் அடுத்தவர் வீட்டுக்குச் சென்று தொலைக்காட்சி பார்க்கும் நிலை மாறியது.

டிவி இருப்போர் வீட்டில் வேலை செய்துகொடுத்துவிட்டு அவர்கள் வீட்டு நிலைப்படிக்கு வெளியில் அமர்ந்து, ஒலியும் ஒலியும் நிகழ்ச்சியை பார்த்தோர் நிறைந்து கிடந்த காலகட்டம் அது. பார்ப்பவர் கண்முன்பாகவே தொலைக்காட்சியின் ஒளிபரப்பை அணைத்துவிட்டு விரட்டிய வர்கள் நிறைந்த காலமும் அது. அத்தகைய அவல நிலையை அடியோடு போக்கி, சுய மரியாதை காத்தார் கலைஞர்.

மு.க.ஸ்டாலின் துணை முதலமைச்சர்!

2006-ல் ஆட்சிக்கு வந்த திமுக அரசு, பல்வேறு நலத்திட்டங்களைச் செய்துவந்த நிலையில், 2009-ம் ஆண்டு பிப்ரவரி மாதம் முதுகுத்தண்டு பிரச்னை காரணமாக கருணாநிதிக்கு அறுவை சிகிச்சை செய்யப்பட்டது.

இதைத் தொடர்ந்து தனது வேலை பளுவைக் குறைத்துக்கொள்ள முடிவெடுத்த கருணாநிதி, தன்னிடம் இருந்த துறைகளை உள்ளாட்சித் துறை அமைச்சராக இருந்த மு.க.ஸ்டாலினிடம் கொடுத்து, அவரை துணை முதலமைச்சராக்கினார்.

மு.க.ஸ்டாலின் துணை முதலமைச்சராக நியமிக்கப்பட்ட உத்தரவை ஆளுநர் பர்னாலா 2009 மே 29-ம் தேதி வழங்கினார்.

ஏற்கெனவே சென்னையில் மேயராக இரண்டு முறை இருந்து சாதித்தவருக்கு அந்தப் பொறுப்பு வழங்கப்பட்டிருந்ததை அனைவரும் ஏற்றுக்கொண்டனர்.

இந்த அரசியல் நகர்வுகளுக்கிடையே தமிழகச் சட்டமன்றத்திற்கு ஐந்து தொகுதிகளுக்கு இடைத்தேர்தல் நடத்த வேண்டியிருந்தது.

காலியாக இருந்த பர்கூர், தொண்டாமுத்தூர், கம்பம், இளையான்குடி, ஸ்ரீவைகுண்டம், திருச்செந்தூர் ஆகிய 6 சட்டமன்ற தொகுதிகளுக்கான தேர்தல் 2009 ஆகஸ்ட் 18-ம் தேதி நடக்க இருந்தது.

அந்தத் தேர்தலில் அதிமுக போட்டியிடப் போவதில்லை என்று அறிவித்துவிட்டது.

இதையடுத்து திமுகவும் காங்கிரசும் கூட்டணி அமைத்துப்போட்டியிட்டு அனைத்துத் தொகுதிகளையும் கைப்பற்றின.

திமுக ஆட்சியில் பல்வேறு மக்கள் நலத்திட்டங்கள் ஒன்றன்பின் ஒன்றாக வெளிவந்துகொண்டிருந்த வேளையில், அனைத்துத் துறைகளும் ஒரே இடத்தில் இருக்கும்படியான ஓர் புதிய சட்டமன்றத்தை வடிவமைத்து, நாட்டையே வியப்பில் ஆழ்த்தினார் கலைஞர்.

புதிய சட்டமன்ற பிரம்மாண்டம்

புதிய தலைமைச் செயலகம் - பழைய பகை?

2010, மார்ச் 13-ம் தேதி அப்போதைய பிரதமர் மன்மோகன் சிங் மற்றும் சோனியா காந்தியால் திறந்துவைக்கப்பட்ட அந்தப் புதிய சட்டமன்றம், நாட்டிலேயே பசுமை அந்தஸ்து பெற்ற கட்டிடமாகத் திகழ்ந்தது.

ஓமந்தூரார் அரசினர் தோட்டத்தில் 25 ஏக்கர் பரப்பளவில் பிரம்மாண்டமாக கட்டப்பட்ட அந்தச் சட்டமன்றத்தை இரவு பகல் பாராமல் பார்வையிட்டு, பார்த்துப் பார்த்துச் செதுக்கினார் கலைஞர்.

தலைமைச் செயலகம் அமைந்துள்ள ஜார்ஜ் கோட்டை, ஒன்றிய அரசின் கட்டுப் பாட்டில் இருக்கும் தொல்லியல் துறையின் இடம். அங்கே தமிழக அரசு குத்தகை அடிப்படையில்தான் தலைமைச் செயலக நடவடிக்கைகளை மேற்கொண்டு வருகிறது. தமிழகத்தின் தலையெழுத்தையே மாற்றி எழுதக்கூடிய தலைமைச் செயலகத்தை அதுவும் வாடகை இடத்தில் வைத்திருக்க கூடாது என்று கருதியே புதிய சட்டமன்ற கட்டிடத்தை வடிவமைத்தார் கருணாநிதி.

சென்னை ஓமந்தூரார் புதிய சட்டமன்றம்

இப்படி பல்வேறு திட்டங்களை வகுத்து தமிழகத்தை வளர்ச்சியின் பாதைக்கு எடுத்துச் சென்ற திமுகவுக்கு அடுத்து வந்த 10 ஆண்டுகள் பெரும் சோதனைக் காலமாக மாறியது.

2 ஜி ஸ்பெக்ட்ரம் வழக்கில் திமுகவின் ஒன்றிய அமைச்சர் ஆ.ராசா மீது வழக்கு பதிவு செய்யப்பட்டு, அவர் கைது செய்யப்பட்டார்.

அலைக்கற்றை விற்பனை செய்ததில் 1 லட்சத்து 76 ஆயிரம் கோடி அளவுக்கு

புதிய சட்டமன்றத்தை பிரதமர் மன்மோகன் சிங் மற்றும் சோனியாகாந்தி திறந்து வைத்தபோது

அரசுக்கு இழப்பு ஏற்படுத்தினார் என்பது தான் ஆ.ராசா மீதான குற்றச்சாட்டு.

எதிர்க்கட்சிகளின் குற்றச்சாட்டுகளுக்கு ஆளான ஆ.ராசாவை விசாரணை செய்து கூறப்படும் குற்றச் சாட்டு உண்மையா பொய்யா என்று உறுதிப்படுத்துவதற்கு முன்பாகவே திமுகமீது பல அவதூறுகளை அள்ளி வீசினர் எதிர்க் கட்சியினர்.

இந்த வழக்கில் திமுகவை சேர்ந்த மாநிலங்களவை உறுப்பினரும் கவிஞருமான கனிமொழியும் சேர்க்கப்பட்டு, வழக்கு விசாரணை நடந்து வந்தது. இறுதியில் வழக்கில் இருந்து இருவரும் விடுவிக்கப் பட்டனர்.

ஆ.ராசா மற்றும் கனிமொழி விடுதலை.

1 லட்சத்து 76 ஆயிரம் கோடி இழப்பு என்ற மாய பிம்பத்தை விதைத்து, அதையே தேர்தல் வெற்றியாக அறுவடை செய்தன எதிர்க்கட்சிகள். அப்படித்தான் திமுக ஆட்சி சாய்க்கப்பட்டது.

மூன்றாவது முறையாக ஜெ.!

2006-ல் இருந்து 2011 வரை ஏராளமான மக்கள் நலத்திட்டங்களைக் கொண்டுவந்த திமுகவை ஸ்பெக்ட்ரம் ஊழல் வழக்கைக் காட்டி பிரசாரம் செய்து ஆட்சிக்கு வந்தது அதிமுக.

மொத்தமுள்ள 234 தொகுதிகளில் அதிமுக கூட்டணிக்கு 203 தொகுதிகள் கிடைத்தன. திமுக கூட்டணி 31 இடங்களில் மட்டுமே வெற்றி பெற்றிருந்தது.

2011-ம் ஆண்டு 3வது முறையாக முதலமைச்சராகப் பொறுப்பேற்றார் ஜெயலலிதா.

ஆளுநர் சுர்ஜித் சிங் பர்னாலா பதவிப் பிரமாணம் செய்து வைத்தார்.

ஜெயலலிதா பதவியேற்றப் பின்னர் 7 முக்கியமான கோப்புகளில் கையெழுத் திட்டார்.

முந்தைய திமுக அரசு கொண்டுவந்த ஒரு ரூபாய்க்கு ஒருகிலோ அரிசி திட்டத் திற்கு மாற்றாக இலவச அரிசித் திட்டத்தை கொண்டுவந்தார் ஜெயலலிதா.

திருமணம் செய்யும் ஏழைப் பெண் களுக்கு தாலிக்குத் தங்கம் திட்டம் அப்போது தான் கொண்டுவரப்பட்டது. படித்த ஏழைப் பெண்களுக்கு 25 ஆயிரம் திருமண நிதியுடன் 4 கிராம் தங்கம் வழங்கப்படும் என்று அறிவித்தார் ஜெயலலிதா.

முதியோர் மற்றும் மாற்றுத்திறனாளிகள் பயன்பெறும் வகையில் அவர்களுக்கு வழங்கப்பட்டுவந்த உதவித்தொகையை ஆயிரம் ரூபாயாக உயர்த்தினார்.

மீன்பிடித் தடைக்காலங்களில் மீனவர் களுக்கு வழங்கிவந்த உதவித் தொகையான ஆயிரம் ரூபாயை இரண்டாயிரம் ரூபாயாக உயர்த்தினார். இப்படி பல நல்ல திட்டங் களை ஆட்சிக்கு வந்த உடனேயே செய்து,

கருப்பு | சிவப்பு / கழகங்கள்

மக்களின் பாராட்டைப் பெற்றார் ஜெயலலிதா.

2011-ம் ஆண்டு அக்டோபர் மாதம் உள்ளாட்சி அமைப்புகளுக்கு நடத்தப்பட்ட தேர்தலில் சென்னை மாநகராட்சியை, முதன் முறையாக கைப்பற்றியது அதிமுக.

10 மாநகராட்சிகளிலும் அதிமுகவே வென்றது. சென்னை மாநகராட்சித் தேர்தலில் மேயர் பதவிக்கு போட்டியிட்ட சைதை துரைசாமி பெருவாரியான வாக்குகள் பெற்று சென்னையின் மேயரானார். 2012 - சங்கரன்கோவில் இடைத் தேர்தலிலும் அதிமுகவே வெற்றிக்கனியைப் பறித்தது.

2012 மார்ச் 21-ம் தேதி நடந்த இடைத் தேர்தலில் ஆளுங்கட்சியான அதிமுக வேட்பாளர் முத்துச்செல்வி வெற்றி பெற்றார்.

அங்கன்வாடி குழந்தைகளுக்குக் கலவை சாதம் வழங்குதல், மடிக்கணினி வழங்குதல், விலையில்லாதசைக்கிள், ஆடுமாடுகள்

முன்னாள் மேயர் சைதை துரைசாமி

வழங்குதல் உள்ளிட்ட ஏராமான மக்கள் நலத்திட்டங்களால் வெகுவாக பாராட்டை பெற்றது ஜெயலலிதா அரசு.

புரட்டிப் போட்ட சொத்துக் குவிப்பு வழக்கு!

தினத்தந்தி

DAILY THANTHI

வெல்க தமிழ்

சொத்து குவிப்பு வழக்கில் தனிக்கோர்ட்டு பரபரப்பு தீர்ப்

ஜெயலலிதாவுக்கு

4 ஆண்டு ஜெயில்

ரூ.100 கோடி அபராதம்; 10 ஆண்டு தேர்தலில் போட்டியிட த

முதல்வர் பதவி இழந்தார்; பெங்களூர் சிறையில் அடை

அ.தி.மு.க. எம்.எல்.ஏ.க்கள் இன்று அவசர ஆலோசனை

தொடர்ந்து மலிவுவிலை உணவகங்கள், மலிவுவிலை மருந்தகங்கள், போன்றவையும் நடை முறைக்கு வந்தன.

இப்படியான சூழலில்தான் சொத்துக் குவிப்பு வழக்கின் தீர்ப்பு, பேரிடியாக வந்து ஜெயலலிதாவின் வாழ்க்கையையே அடியோடு புரட்டிப் போட்டது.

1991-96-காலகட்டத்தில் ஜெயலலிதா வருமானத்துக்கு அதிகமாக ரூபாய் 66 கோடி சொத்து சேர்த்த வழக்கு, 18 ஆண்டுகளாக நிலுவையில் இருந்துவந்த நிலையில், அந்த வழக்கின் தீர்ப்பு 2014 செப்டம்பர் 27-ம் தேதியன்று வெளிவந்தது.

கிட்டத்தட்ட 18 ஆண்டுகளாக நடந்து வந்த விசாரணையில் 2014 செப்டம்பர் 27-ம் தேதி தீர்ப்புக் கூறப்பட்டது. அதில் ஜெயலலிதா மற்றும் அவரது தோழி சசிகலா, சுதாகரன், இளவரசி ஆகியோருக்கு தலா 4 ஆண்டுகள் சிறை தண்டனை வழங்கப் பட்டதோடு, 100 கோடி ரூபாய் அபராதமும் விதிக்கப்பட்டது.

ஊழல் வழக்கில் தண்டனைப் பெற்றதால் 6 ஆண்டுகள் தேர்தலில் போட்டியிட முடியாது. ஜெயலிதாவுக்கும் அவரது சகாக்களுக்கும் வழங்கப்பட்ட 4 ஆண்டு சிறை தண்டனை மூலம் 10 ஆண்டுகள் வரை தடை நீடிக்கும் என்பதால் ஜெயலலிதாவின் எதிர்காலமே கேள்விக்குறியானது.

இந்தத் தீர்ப்பு தமிழகம் மட்டுமல்லாது நாடு முழுவதும் எதிரொலிக்க, அதிமுகவில் பெரும் சுனாமி.

அதிமுக தொண்டர்கள் அழுது தீர்த்தார்கள். பலர் தற்கொலை செய்து கொண்டு இறந்தார்கள். பல இடங்களில் ஜெயலலிதா கைது செய்யப்படுவதற்கு எதிர்ப்பு தெரிவித்து கலவரங்கள் அரங்கேறின.

ஜெயலலிதா மற்றும் அவரது தோழி சசிகலாவைக் கைது செய்து சிறையில் அடைக்கும் போது, பேரிருள் கவிழ்ந்து கிடந்தது சிறை வளாகத்தில். பறவைகளின் சப்தம் காதைப் பிளக்க, சிறை வளாகத்துக் குள்ளேயே கூடுகட்டிய பறவைகள் சுதந்திர மாக இருந்தபோதும், ஓர் இரும்புக் கதவை விலக்கிவிட்டு வெறுமையோடு சிறைக்குள் நுழைந்தார்கள் ஜெயலலிதாவும் அவரது தோழி சசிகலாவும்.

தமிழக அரசியல் களத்தில் அடுத்து என்ன என்ற கேள்வி பின்னிக்கிடக்க, மீண்டும் ஓ.பன்னீர்செல்வத்தையே முதலமைச்சராக தேர்வு செய்தனர்.

ஏற்கெனவே 2001-ல் டான்சி நிலத்தைக் குறைந்த விலைக்கு ஜெயா பப்ளிகேஷனுக்கு விற்பனை செய்த வழக்கு மற்றும் கொடைக் கானல் பிளசன்ட்ஸ்டே ஓட்டல் வழக்கில் ஜெயலலிதா தனது பதவியை இழந்தபோது, ஓ.பன்னீர்செல்வத்தைத்தான் முதலமைச்சர் இருக்கையில் அமரவைத்தார்.

பதவியை எப்படிப் பெற்றாரோ அப்படியே ஜெயலலிதாவின் கைகளில் திரும்பவும் ஒப்படைத்ததால், நிதியமைச் சராக இருந்த ஓ.பன்னீர்செல்வத்திற்கு மீண்டும் அப்படியொரு வாய்ப்பு கிடைத்தது.

சொத்துக்குவிப்பு வழக்கில் சிறையில் அடைக்கப்பட்ட தனக்கு ஜாமீன்கோரி 2014 அக்டோபர் 9-ம் தேதி மேல்முறையீடு செய்தார் ஜெயலலிதா. பெங்களூரு நீதிமன்றம் அதை தள்ளுபடி செய்து விட்டது.

இதைத்தொடர்ந்து உச்சநீதிமன்றத்தில் 2014 அக்டோபர் 9-ம் தேதி ஜெயலலிதா சார்பில் மேல்முறையீடு செய்யப்பட்டது. அதில் 66 வயதான தனக்கு பல்வேறு நோய் பாதிப்புகள் இருப்பதால், உடல் நலிவுற்று இருப்பதாகவும், உடல் நலத்தையும் வயதையும் கணக்கில்கொண்டு தனக்கு உடனடியாக ஜாமீன் வழங்கும்படி கேட்டிருந்தார் ஜெயலலிதா.

அவரது கோரிக்கை மனுமீதான விசாரணையில், ஜெயலலிதா, சசிகலா, சுதாகரன், இளவரசி ஆகிய நால்வருக்கும் நிபந்தனைகளின் அடிப்படையில் ஜாமீன் கிடைத்து விடுதலையானார்கள்.

உச்சநீதிமன்ற உத்தரவின்பேரில் மேல் முறையீட்டு மனுவை விசாரிக்க கர்நாடக உயர்நீதிமன்ற நீதிபதி குமாரசாமி நியமிக்கப்பட்டார். சம்பந்தப்பட்ட வழக்கில் 2015, மே 11-ம் தேதி அனைவருமே விடு தலை ஆனார்கள்.

விடுதலையானதும் சென்னை ஆர்.கே நகர் என்று அழைக்கப்படும் ராதாகிருஷ்ணன் தொகுதியில் நின்று வெற்றிபெற்ற ஜெயலலிதா, ஆட்சியில் தொடர்ந்தார்.

மீண்டும் 2016 சட்டமன்ற தேர்தல் பரபரப்புத் தொடர்ந்தது.

எப்போதும்போல அதிமுக 5 வருடம், திமுக 5 வருடம் என மாறி மாறி ஆட்சியமைத்து வந்தநிலை மாறி இம்முறை மீண்டும் அதிமுகவுக்கே வெற்றி வாய்ப்பை அள்ளிக்கொடுத்தனர் மக்கள்.

2016, மே மாதம் நடந்த தேர்தலில் அரவக்குறிச்சி, தஞ்சாவூர் நீங்கலாக 232 தொகுதிகளுக்கு நடந்த தேர்தலில் 134 தொகுதிகளை கைப்பற்றி 4 -வது முறையாக ஆட்சியில் அமர்ந்தார் ஜெயலலிதா.

திமுக கூட்டணிக்கு 98 இடங்கள் கிடைத்திருந்தன.

சொத்துக்குவிப்பு வழக்கில் சிறைக்குச் சென்றுவந்த ஜெயலலிதா முன்புபோல் உற்சாகமாக இல்லை. அவரது உடல் நலம் பாதிக்கப்பட்டு, செயல்பாடுகள் குன்றியிருந்தன.

முதலமைச்சர் ஜெயலலிதாவுக்கு உடல்ரீதியாக சோதனைகள் வந்தன.

ஜெயலலிதா மறைவு

நீர்ச்சத்துக் குறைவால் 2016 செப்டம்பர் 22ஆம் தேதி சென்னை அப்பல்லோ மருத்துவமனையில் சேர்க்கப்பட்ட ஜெயலலிதா, 70 நாட்கள்சிகிச்சைப்பெற்று வந்த நிலையில் 2016 டிசம்பர் 5-ம் தேதி, மாரடைப்பு ஏற்பட்டு இந்த உலகத்தை விட்டே மறைந்தார். அவரது இழப்பை அதிமுக தொண்டர்களால் தாங்கிக்கொள்ளவே முடியவில்லை.

ராஜாஜி அரங்கில் அவரது உடல் பொது மக்களின் அஞ்சலிக்காக வைக்கப்பட்டது.

ராஜாஜி அரங்கில் ஜெயலலிதாவின் பூத உடல்.

ஜெயலலிதா உடலுக்கு நரேந்திர மோடி அஞ்சலி

ஜெயலலிதாவின் உடலுக்கு பிரதமர் நரேந்திர மோடி, காங்கிரஸ் சார்பில் ராகுல்காந்தி உட்பட பல முக்கிய தலைவர்கள் அஞ்சலி செலுத்த வந்திருந்தனர்.

சென்னை மெரினா கடற்கரையில் உள்ள எம்.ஜி.ஆர் நினைவிடத்தில் ஜெயலலிதா உடல் அரசு மரியாதையோடு நல்லடக்கம் செய்யப்பட்டது.

ஜெ. மறைவைத் தொடர்ந்து இரவோடு இரவாக தமிழகத்தின் புதிய முதலமைச்சராகப் பதவியேற்றார் ஓ.பன்னீர் செல்வம்.

ஜெயலலிதா இறந்த பிறகு கட்சிக்குள்ளேயே பல குழப்பங்கள் நிலவி வந்தன. 2016 டிசம்பர் 29-ம் தேதி, ஜெயலலிதாவின் தோழி சசிகலாவை அதிமுகவின் பொதுச் செயலாளராக தேர்ந்தெடுத்தனர். அது மட்டுமல்லாமல் சட்டசபை அதிமுக கட்சித் தலைவராகவும் அவரை தேர்ந்தெடுத்தனர். இதற்கு எதிர்ப்புத் தெரிவித்து, ஜெயலலிதாவின் சமாதியில் திடீரென தர்மயுத்தம் நடத்தினார் ஓ.பன்னீர் செல்வம்.

தர்மயுத்தம் என்ற பெயரில் அவர் தொடர்ந்த தியானம் தமிழகத்தையே பரபரப்பில் ஆழ்த்தியது. ஜெயலலிதா உயிருடன் இருக்கும்போதே, ஜெ. தண்டனை பெற்று சிறைக்குச் செல்லும் போதெல்லாம் அதாவது 2 முறை தமிழக முதலமைச்சர் பொறுப்பில் இருந்தவர் ஓ.பன்னீர்செல்வம்.

அதுபோல ஜெயலலிதா மறைவைத் தொடர்ந்து உடனடியாக முதலமைச்சர் பதவியில் வேறு யாரை அமர்த்தினாலும் மக்கள் ஏற்றுக்கொள்ளமாட்டார்கள் என்பதற்காக ஓ.பன்னீர்செல்வத்தையே

ஜெயலலிதா சமாதியில்
ஓ.பி.எஸ். தர்மயுத்தம்

முதலமைச்சராகப் பொறுப்பேற்க அனுமதித்தனர். அதன்படி அன்று இரவே முதலமைச்சரானார் ஓ.பி.எஸ். ஆனால் நீண்ட நாள் அது நீடிக்கவில்லை. தற்காலிக ஏற்பாடாகவே இருந்தது.

ஜெயலலிதா மறைவுக்குப் பிறகு கட்சியில் மூத்த தலைவர்கள் பலர் இருந்த போதிலும் யாருக்கும் சசிகலாவை எதிர்க்கத் துணிவில்லை. சின்னம்மா என்று எல்லாருமே அவரிடம் சரணடைந்திருந்தனர். ஆகவே, சசிகலாவுக்கும் முதலமைச்சர் ஆசை வந்தது.

ஜெயலலிதா மறைவுக்குப் பிறகு, அவரைப்போலவே உடை அணிந்து கொண்டு, நடை உடை பாவனை எல்லாமே ஜெயலலிதாவைப் போலவே மாற்றிக்கொள்ள முயற்சித்தார் சசிகலா. ஆனால் ஜெயலலிதாவுக்கு நிகர் ஜெயலலிதாவே என்பதுதான் அதிமுக தொண்டர்களின் குரலாக இருந்தது.

ஓ.பி.எஸ். தர்மயுத்தம்

சசிகலாவை சட்டமன்ற கட்சித் தலைவராக தேர்ந்தெடுத்த பிறகு வேறு வழியில்லாமல் தனது பதவியை ராஜினாமா செய்துவிட்டார் ஓ.பன்னீர்செல்வம்.

முதலமைச்சர் கனவை பலிக்கச் செய்ய, அதிமுகவின் மூத்த தலைவர்கள் அத்தனைப் பேரிடமும் ஒப்புதல் பெற்று, அரியணையில்

ஜெயலலிதா போல தோற்றத்தை
மாற்றிக்கொண்ட சசிகலா...

அமர்வதற்கு சசிகலா தயாரான போதுதான், ஓ.பன்னீர்செல்வம் தர்மயுத்தம் நடத்தி அவரது கனவைக் கலைத்தார்.

2017 பிப்ரவரி 7-ம் தேதி ஜெயலலிதாவின் சமாதிக்கு வந்த பன்னீர்செல்வம் சிறிது நேர தியானத்திற்குப் பிறகு, செய்தியாளர்களிடம் பேசிய அவர், 'என்னை கட்டாயப்படுத்தி ராஜினாமா செய்யச் சொன்னார்கள்' என்றார். அதிமுகவில் நடந்த குளறுபடிகள் அனைத்தையும் வெளிப்படையாக பேசத் தொடங்கினார் ஓ.பி.எஸ்.

கூவத்தூரும் சசிகலா அணியும்

இதைத்தொடர்ந்து அதிமுகவில் பிளவு ஏற்பட்டு தொடர்ந்து அணி அமைக்கும் வேலையில் இறங்கினர்.

எம்.ஜி.ஆர் மறைவுக்குப் பிறகு ஜெ அணி ஜா அணி என்று பிரிந்தபோது, அவரவர் ஆதரவு எம்.எல்.ஏக்கள் பதுக்கப்பட்டனர். அதேபோல சசிகலா ஆதரவு எம்.எல்.ஏக்கள் சென்னை கிழக்குக் கடற்கரை சாலையில் இருந்த கூவத்தூர் சொகுசு விடுதியில் தங்க வைக்கப்பட்டிருந்தனர்.

எப்படியும் ஓ.பன்னீர்செல்வத்தைச் சமாளித்துவிட்டு முதலமைச்சர் ஆகிவிடலாம் என்று நினைத்திருந்த சசிகலாவுக்கு காலமும் கைகொடுக்கவில்லை. ஆம், சொத்துக் குவிப்பு வழக்கின் தீர்ப்பு அவர்கள் கூவத்தூர் விடுதியில் தங்கியிருக்கும்போதே வந்து, சசிகலா தரப்பை நிலைகுலையச் செய்தது.

2017, பிப்ரவரி 14-ம் தேதி வந்த தீர்ப்பில் ஏற்கனவே பெங்களூரு நீதிமன்றம் ஜெயலலிதா, சசிகலா, சுதாகரன் , இளவரசி ஆகியோருக்கு வழங்கியிருந்த 4 ஆண்டு சிறை தண்டனையை உறுதி செய்தது உச்ச நீதிமன்றம்.

இதைத்தொடர்ந்து அதிமுக எம்.எல். ஏக்களின் கூட்டத்தைக் கூட்டிய சசிகலா கட்சியிலிருந்து ஓ.பன்னீர்செல்வத்தை நீக்கியதோடு, எடப்பாடி பழனிசாமியை முதலமைச்சராகத் தேர்வு செய்தார்.

கூவத்தூருக்கு கடத்தப்பட்ட சசிகலா அணியினர்.

சட்டமன்ற உறுப்பினர்களின் ஆதரவுக் கடிதத்தை அப்போதைய பொறுப்பு ஆளுநராக இருந்த வித்யாசாகர்ராவிடம் கொடுத்து, 2017 பிப்ரவரி 16-ம் தேதி தமிழ்நாட்டின் முதலமைச்சராக பதவியேற்றார் எடப்பாடி பழனிசாமி.

எடப்பாடி தலைமையிலான அணி ''அதிமுக அம்மா'' அணி என்ற பெயரிலும் ஓ.பன்னீர்செல்வத்தின் தலைமையிலான அணி ''புரட்சித் தலைவி அம்மா'' என்ற பெயரிலும், இருதுருவங்களாக ஆனதால் கட்சி சின்னமான இரட்டை இலை முடக்கப்பட்டது.

சசிகலா சிறைக்குச் சென்ற பிறகு அதிமுகவின் துணைப்பொதுச் செயலாளராக டி.டி.வி தினகரனை நியமித்துவிட்டுச் சென்றார்.

டிடிவி தினகரன் தனக்கு ஆதரவான சட்டமன்ற உறுப்பினர்களைத் திரட்டி, கட்சியின் பொதுச் செயலாளர் ஆக விரும்பினார். இதையடுத்து தனக்கு எதிரான சதிவலை பின்னப்படுவதை அறிந்த எடப்பாடி பழனிசாமி, பொதுச் செயலாளர் பதவிக்கு சசிகலா நியமனத்தை ரத்து செய்து தீர்மானம் நிறைவேற்றினார்.

இணைந்த கைகள்

கட்சியின் சின்னமான இரட்டை இலை முடக்கப்பட்டிருந்ததால், இரண்டு அணி களையும் ஒன்று சேர்க்கும் வேலை ஆரம்பமானது.

அதிமுக இரண்டு அணிகளையும் இணைப்பதற்கு ஒன்றிய அரசில் ஆட்சிப் பொறுப்பில் இருந்த நரேந்திர மோடி தலைமையிலான பாரதிய ஜனதாவும் முயற்சி செய்து அவர்களைச் சேர்த்து வைத்தது.

அதற்குச் சாட்சி சொல்லும் விதமாகவே இரண்டு அணிகளையும் ஒன்று சேர்த்து வைத்து மகிழ்ந்தார் ஆளுநர் வித்யா சாகர் ராவ். 2017 ஆகஸ்ட் 21-ம் தேதி இரு அணிகளும் ஒன்றானது. இரட்டை சிலை சின்னம் மீண்டும் கிடைத்தது.

இரண்டு அணிகளும் ஒன்றானதை எதிர்த்து டிடிவிக்கு ஆதரவான எம்.எல். ஏக்கள் 18 பேர் போர்க்கொடி உயர்த்தினர். அதனால் சபாநாயகர் தனபால் அவர்கள் அனைவரையும் தகுதி நீக்கம் செய்தார். அந்த வழக்கில் தீர்ப்பு வரவில்லை.

ஜெயலலிதா மறைவுக்குப் பிறகு அதிமுகவில் எவ்வளவோ குழப்பங்கள்

கூவத்தூர் சொகுதி விடுதியில் பாதுகாக்கப்பட்ட
அதிமுக எம்.எல்.ஏ-க்கள்.

குளறுபடிகள் என அடுத்தடுத்து பிரேக்கிங் செய்திகளால் தமிழ்நாடே பதற்றத்துடன் கிடந்தது.

அதிமுக ஆட்சியில் இருந்த அந்த 10 வருட காலத்தில் ஜெயலலிதா மருத்துவ மனையில் இருந்த பரபரப்பு, அதிமுக இரண்டானது, இரு அணிகளும் மாற்றி மாற்றி குற்றச் சாட்டுகளை முன்வைத்தது, அதன்பிறகு இரண்டு அணிகளும் ஒன்றானது என அரசியல் பரபரப்புகளுக்கு குறைவே இல்லை.

இதோ கலையப்போகிறது ஆட்சி அதோ கலையப் போகிறது ஆட்சியென பல மாதங்களாக எடப்பாடி பழனிசாமியின் ஆட்சி கலைக்கப்படும் என்றே எதிர்பார்த் திருந்தனர் தமிழக மக்கள். ஆனால் அதிமுக விற்கு பாரதிய ஜனதா பக்கத் துணையாக இருந்தது.

ஓ.பி.எஸ்.-ஈ.பி.எஸ். ஐ இணைத்த ஆளுநர் வித்யாசாகர் ராவ்.

245

பிரதமர் மோடியுடன் ஓ.பன்னீர்செல்வம் மற்றும் எடப்பாடிபழனிசாமி.

'அந்த மோடியா? இந்த லேடியா?' என்று ஜெயலலிதா உரத்த குரலில் பேசியது எதிர்க் கட்சியின் காதுக்குள்ளும் ஒலித்துக் கொண்டிருந்தபோது, அதிமுக அமைச்சர் ராஜேந்திரபாலாஜி 'மோடி எங்கள் டாடி' என்றார். ஓ.பி.எஸ்., ஈ.பி.எஸ். பஞ்சாயத் தைப் பேசித் தீர்த்ததில் பாரதிய ஜனதா பெரும் பங்காற்றியது.

அந்த ஆட்சியின்போதுதான் ஜல்லிக் கட்டுப் போராட்டத்தால் சென்னையே ஸ்தம்பித்துக் கிடந்தது. பீட்டா என்ற அமைப்பு ஜல்லிக்கட்டு நடத்துவது மிருகவதை என்று தொடர்ந்த வழக்கில் போராடி வெற்றி கண்டனர்.

ஜல்லிக்கட்டுப் போராட்டத்தில் ஈடு பட்டோர் மீது அரசு நடத்திய தாக்கு தலும் அதிமுக அரசின் மீது பல்வேறு விமர்சனங்களை முன்வைத்தது.

நீட் எனும் கொடிய தேர்வின் மூலம் ஏழை மாணவர்களின் மருத்துவக் கனவு பாழாய்ப் போனது. 2013-ம் ஆண்டுதான் நீட் தேர்வு தமிழகம் உள்ளிட்ட மற்ற மாநிலங்களுக்குள் நுழைந்தது. மருத்துவம் படிக்க வேண்டும் என்றால் நீட் தேர்வில் வெற்றி பெற்றால் மட்டுமே மருத்துவக் கல்லூரிகளில் சேர்த்துக் கொள்ளப்படும் என்று ஒன்றிய அரசு கொண்டுவந்த அந்தத் திட்டத்தால், ஏழை மாணவர்கள் அதிக மதிப்பெண் எடுத்து தேர்ச்சி பெற்றிருந்தாலும் மருத்துவப் படிப்பிற்கு செல்ல முடியவில்லை என்ற குற்றச்சாட்டு பெரும் அதிர்வலையாக மாறிப்போனது.

நீட் தேர்வில் தமிழ்நாட்டைச் சேர்ந்த மாணவர்கள் புறக்கணிக்கப்படுவதாகவும், அந்தத் தேர்வு மாணவர்களுக்கு எதிரானது என்றும் போர்க்குரல் வலுத்தன. ஆனாலும் மோடி தலைமையிலான ஒன்றிய அரசு அதை கண்டுகொள்ளவில்லை. இதையடுத்து அதிக மதிப்பெண் எடுத்திருந்த போதிலும் நீட் தேர்வில் வெற்றி பெறமுடியவில்லை என்ற காரணத்திற்காக அரியலூர் மாவட்டத்தைச் சேர்ந்த அனிதா உள்ளிட்ட பலர் தற்கொலை செய்துகொண்டு மரணித்தனர்.

இன்றளவும் நீட் தேர்வு எழுத பயந்தே பலர் தற்கொலை செய்துகொள்வது நின்றபாடில்லை. நீட் தேர்வுக்கு எதிராக போராட்டங்கள் நடத்தப்பட்ட போதிலும் ஒன்றிய அரசு அதிலிருந்து பின்வாங்கவில்லை.

இது ஒருபுறம் இருக்க, தமிழக அரசியலின் பிதாமகனாக இருந்த கலைஞர் கருணாநிதியின் மறைவு தமிழகத்தையே உலுக்கியெடுத்தது.

கொ.அன்புகுமார்

விதைக்கப்பட்ட கருணாநிதி...

2018 ஜூலை 28 நள்ளிரவு 12.30 மணி. திடீரென பரபரப்பானது கோபாலபுரம். திமுக தலைவர் கருணாநிதியின் உடலில் ரத்த அழுத்தம் குறைந்து போனதால், அவரை சென்னை ஆழ்வார்பேட்டையில் உள்ள காவிரி மருத்துவமனையில் அனுமதித்தனர்.

ஏற்கனவே காய்ச்சல் மற்றும் சிறுநீர் பாதையில் தொற்று காரணமாக வீட்டிலேயே சிகிச்சையில் இருந்துவந்த கருணாநிதிக்கு, திடீரென ரத்த அழுத்தம் ஏற்பட்டதால், தீவிர சிகிச்சைப் பிரிவில் சேர்க்கப்பட்டார்.

சிகிச்சைக்குப் பிறகு இருபது நிமிடத்திலேயே அவரது ரத்த அழுத்தம் சீரானது. அப்போது பேசிய ஆ.ராசா 'யாரும் பயப்பட வேண்டாம் தலைவர் நலமுடன் இருக்கிறார்' என்றார்.

கருணாநிதியின் உடல்நிலைகுறித்து பரவிய செய்தியால் பல்லாயிரக்கணக்கான தொண்டர்கள் காவிரி மருத்துவமனை முன்பாகத் திரள ஆரம்பித்தனர்.

சிகிச்சையில் இருந்த கருணாநிதியின் உடல்நிலை குறித்து மு.க.ஸ்டாலின் மற்றும்

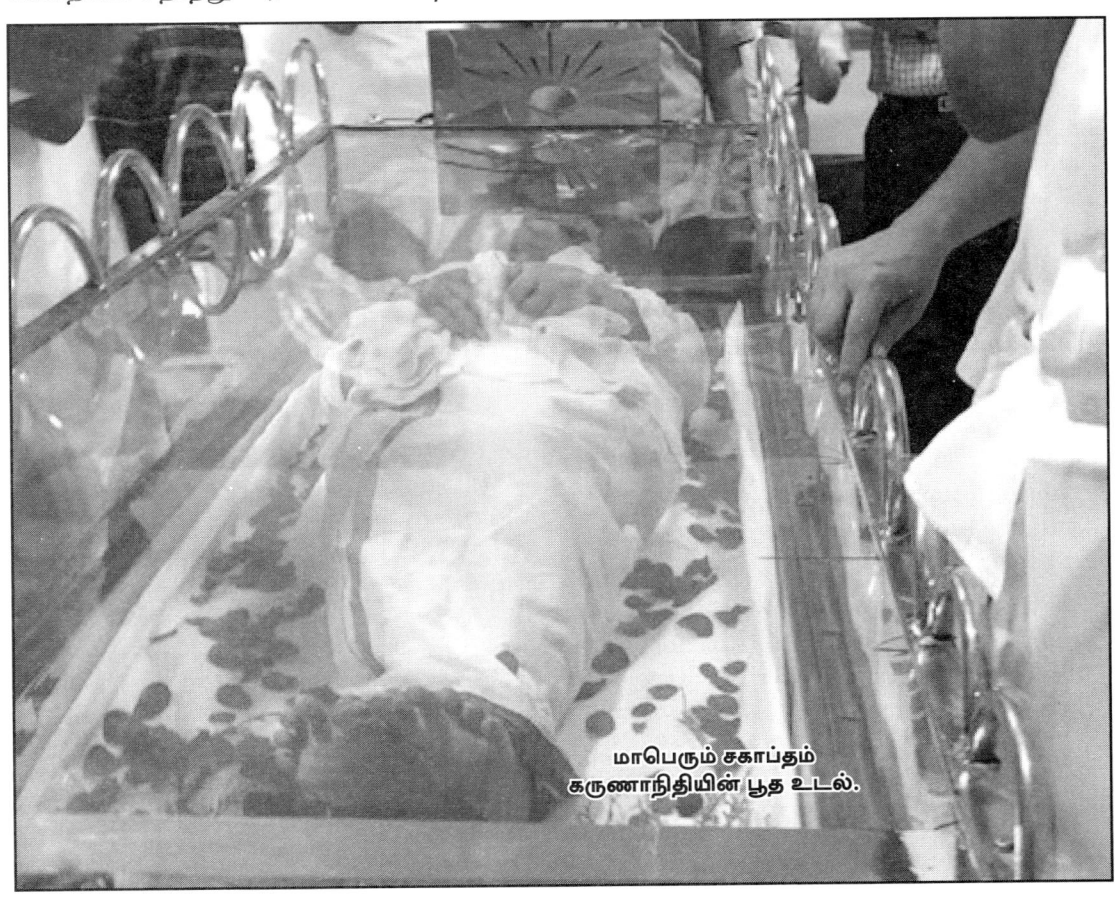

மாபெரும் சகாப்தம்
கருணாநிதியின் பூத உடல்.

கருப்பு | சிவப்பு / கழகங்கள்

காவிரி மருத்துவமனை முன்பு காத்திருந்த பல்லாயிரக்கணக்கான திமுக தொண்டர்கள்.

மாநிலங்களவை உறுப்பினர் கனிமொழி உள்ளிட்டோரிடம் பேசிவிட்டு வெளியில் வந்த விடுதலைச் சிறுத்தைகள் கட்சித் தலைவர் திருமாவளவன், 'கலைஞரின் உடல்நிலை நன்றாக இருக்கிறது யாரும் அச்சப்பட வேண்டாம்' என்று கேட்டுக்கொண்டார்.

வயதுமூப்பு மற்றும் உடல் நலக் குறைவால் இரண்டு வருடங்களாக எந்தவொரு பொது நிகழ்விலும் கலந்து கொள்ளாமல் வீட்டிலேயே சிகிச்சை பெற்று வந்தார் கருணாநிதி.

திமுக எனும் மாபெரும் அரசியல் இயக்கத்தின் தலைவராக பொறுப்பேற்று ஐம்பது ஆண்டு நிறைவு விழாவை சில நாட்களுக்கு முன்புதான் கண்டிருந்தார் கருணாநிதி.

கருணாநிதியை நலம் விசாரிக்கப் பல்வேறு அரசியல் கட்சி தலைவர்கள் மருத்துவ மனையில் குவிந்தனர். கூட்டம் அதிகரிக்க அதிகரிக்க, நிலைமை கட்டுக்குள் இல்லை.

தலைவர் நன்றாக இருக்கிறார் என்ற செய்தி வரும் என்றே தூங்காமல் விழித்திருந்தனர் திமுகவினர். அந்த பகுதி முழுக்க பதற்றம் அதிகரிக்க தொடங்கியதும் பாதுகாப்புப் படையினர் குவிக்கப்பட்டனர்.

தொடர் சிகிச்சை மற்றும் மருத்துவர்களின் தீவிர கண்காணிப்பில் இருந்த கருணாநிதியின் உடல்நிலையில் முன்னேற்றம் தெரிய ஆரம்பித்தது. ஆனாலும் ஜூலை 29-ம் தேதி காலையும் அதே பரபரப்போடு விடிந்தது.

தேசிய தலைவர்கள் முதல் பிறமாநில முதல்வர்கள் வரை கருணாநிதியின் உடல் நலம் குறித்து விசாரிக்க காவிரி மருத்துவ மனையை முற்றுகையிட்டனர். ஜூலை 29-ம் தேதி துணை குடியரசுத் தலைவர் வெங்கயநாயுடு மருத்துவ மனைக்கு நேரில் வந்து, கருணாநிதியின் உடல்நலன் குறித்து விசாரித்துச் சென்றார். ஆகஸ்ட் 5-ம் தேதி குடியரசுத் தலைவர் ராம்நாத் கோவிந்த் மருத்துவமனைக்கு வந்து கருணாநிதியின் உடல் நலன் குறித்துக் கேட்டறிந்தார். ஒன்றிய அமைச்சர்கள் பலரும் அடுத்தடுத்து மருத்துவமனைக்குத் திரண்டு வந்தனர்.

"எழுந்து வா எழுந்து வா ! தங்கத் தலைவரே எழுந்து வா!" என திமுக

உடன்பிறப்புகள் தொடர்ந்து முழக்கமிட்ட படி இருக்க, கலைஞரை நலமுடன் பார்க்கவே பல்லாயிரக் கணக்கான தொண்டர்கள் மருத்துவமனைக்கு வெளியில் காத்திருந்தனர்.

2018, ஆகஸ்ட் *6*-ம் தேதி *6.30* மணி. காவிரி மருத்துவமனையில் இருந்து அறிக்கை ஒன்று வெளிவந்தது. வயது மூப்பு காரணமாக கருணாநிதியின் உடல்நிலை பின்னடைவைச் சந்தித்திருக்கிறது 24 மணி நேரத்திற்குப் பிறகே எதுவும் கூறமுடியும் என்று வாசித்தது அந்த அறிக்கை.

அறிக்கை வெளியானதும் அலறி துடித்தபடி தமிழகத்தின் பல்வேறு பகுதியில் இருந்தும் திமுக தொண்டர்கள் சென்னையை நோக்கி வந்தனர்.

கேட்கலையா கேட்கலையா எங்கள் குரல் கேட்கலையா, எழுந்து வா எழுந்து வா தலைவரே எழுந்து வா என தலைவரை பெருங்குரலெடுத்து அழைத்தனர் தொண்டர்கள்.

பொதுமக்களும் தொண்டர்களும் கலைஞரின் உடல் நிலைகுறித்து கேள்விப்பட்டு கண்ணீரும் கம்பலையுமாக நின்றார்கள்.

2018 ஆகஸ்ட் *7*-ம் தேதி மாலை *6.10* மணி... மருத்துவமனையின் அறிக்கைக்காக காத்திருந்த பொதுமக்களின் அத்தனை பேரின் தலையிலும் பேரிடியாக வந்து விழுந்தது அந்த செய்தி. ஆம்

2018 ஆகஸ்ட் *7*-ம் தேதி மாலை *6.10* மணியளவில் கலைஞர் உயிர் பிரிந்து விட்டதாக வாசித்தது அந்த அறிக்கை.

வரலாற்று சகாப்தம் கருணாநிதி

இந்தியாவின் மூத்த அரசியல் ஜாம்பவானை தொலைத்துவிட்டு கண்ணீரில் மூழ்கியது தமிழ்நாடு.

தந்தையை இழந்த வலியோடு மருத்துவ மனையில் இருந்து வெளியில் வந்தார் முக.ஸ்டாலின்.

தந்தைக்கு தந்தையாகவும் தலைவருக்கு தலைவராகவும் இருந்தவரை காப்பாற்ற முடியவில்லை என்ற விரக்தி ஆக்கிரமித் திருந்தது ஸ்டாலினை.

கலைஞரின் அன்பு மகள் கனிமொழியின் கண்ணீர், பார்ப்போரையெல்லாம் கலங்கடித்தது. முன்னாள் ஒன்றிய அமைச்சர் மு.க.அழகிரியும் ஆழ்ந்த துயரத்தில் இருக்க, அது கலைஞரின் குடும்பத்திற்கு மட்டுமான இழப்பு என்றில்லாமல் நாடே அவரை இழந்து கதறியது.

திமுகழகத்தின் மூத்தத் தலைவரான துரைமுருகன் அழுதுகொண்டே நெஞ்சில் கைவைத்தபடி தாங்க முடியாத வலியோடு மருத்துவமனையில் இருந்து வெளியில் வந்தார்.

மிகப்பெரிய சகாப்தம் சாய்ந்து விட்டதாக அழுது புலம்பினார்கள். தமிழை கலைஞர் அளவில் வாழவைத்தவர்கள் இருக்க முடியாது. இந்திய அரசியலுக்கே முன்னோடியாக விளங்கியவர் கருணாநிதி. கலைஞரிடம் அரசியல் கற்று பின்னாளில் அவரையே எதிர்த்தவர்கள்கூட கலைஞரின் மரணத்தைக் கண்டு வெதும்பி நின்றார்கள்.

அமெரிக்காவில் சிகிச்சைக்காகச் சென்றிருந்த விஜயகாந்த் கலைஞரின் இறப்புச் செய்தி கேட்டு கண்ணீர் விட்டதைப் பார்த்து நாடே அழுதது.

கரகரத்தக்குரலில் 'என் அன்பு உடன்பிறப்புகளே..!' என்று கூப்பிட கருணாநிதி இனியில்லை என்று ஆனதும் கண்ணீரில் தத்தளித்தனர் தொண்டர்கள்.

கலைஞரின் உடல் கடைசியாக ஒருமுறை கோபாலபுரம் இல்லத்திற்கு எடுத்துச்செல்லப்பட்டு, அஞ்சலிக்காக வைக்கப்பட்டது.

கருணாநிதியின் மறைவுச் செய்தி கேட்ட அடுத்த ஒருமணி நேரத்தில் மேற்கு வங்க முதலமைச்சர் மம்தா பேனர்ஜி கோபாலபுரம் இல்லத்திற்கு வந்து அஞ்சலி செலுத்தினார்.

கோபாலபுரம் வீட்டில் இருந்து அவரது உடல் ஆலிவர் வீட்டிற்குக் கொண்டுச் செல்லப்பட்டு அங்கேயும் சிறிது நேரம் வைக்கப்பட்டு, பிறகு ராஜாஜி அரங்கில் பொதுமக்களின் அஞ்சலிக்காக வைக்கப் பட்டது.

தந்தையைப் பற்றி மகன் முக.ஸ்டாலின் கண்ணீரால் வடித்த கடிதம் ஒன்று வெளியிட திமுக தொண்டர்கள் கதறித் துடித்தனர்.

கருணாநிதியின் மறைவுச் செய்தி கேட்டு சுமார் 36 பேர் தற்கொலை செய்து கொண்டும் அதிர்ச்சி தாங்காமலும் இறந்து போயினர்.

ஆகஸ்ட் 8-ம் தேதி அதிகாலை ராஜாஜி மண்டபத்திற்குக் கொண்டுவரப்பட்ட கருணாநிதியின் உடலுக்குத் தேசியக் கொடி போர்த்தப்பட்டு, பொதுமக்களின் அஞ்சலிக்காக வைக்கப்பட்டது.

ஸ்டாலின் எழுதிய இரங்கல் கடிதம்.

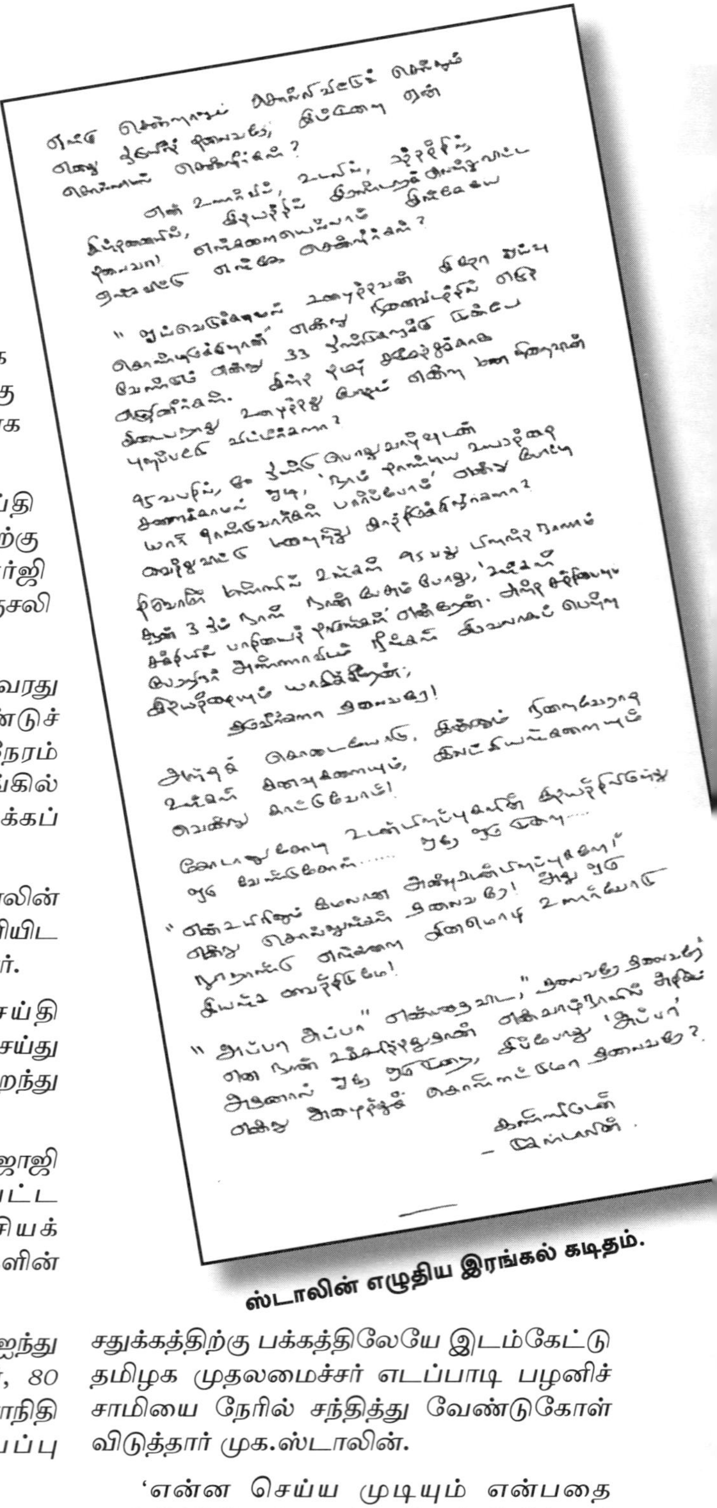

13 முறை சட்டமன்ற உறுப்பினர், ஐந்து முறை தமிழ்நாட்டின் முதலமைச்சர், 80 ஆண்டு பொதுவாழ்க்கை என கருணாநிதி பற்றி பேசுவதற்கு நிறைய வியப்பு செய்திகள் இருக்கின்றன.

கருணாநிதியின் உடலை அடக்கம் செய்வதற்கு மெரினாவில் உள்ள அண்ணா சதுக்கத்திற்கு பக்கத்திலேயே இடம்கேட்டு தமிழக முதலமைச்சர் எடப்பாடி பழனிச் சாமியை நேரில் சந்தித்து வேண்டுகோள் விடுத்தார் முக.ஸ்டாலின்.

'என்ன செய்ய முடியும் என்பதை அறிவிக்கிறோம்!' என்று சொல்லிவிட்டார் எடப்பாடி பழனிச்சாமி.

சிறிது நேரத்தில் தமிழக அரசு சார்பில் வெளியிடப்பட்ட அறிக்கையில் காந்தி மண்டபம் அருகே 2 ஏக்கர் நிலம் ஒதுக்கித் தருவதாகவும், மெரினாவில் அடக்கம் செய்ய இடம் இல்லை என்றும் கூறி விட்டது எடப்பாடி பழனிசாமி தலைமையில் இருந்த அரசு.

இந்தச் செய்தி முக.ஸ்டாலினை மட்டுமல்லாது திமுக தொண்டர்களையும் கொந்தளிப்பில் ஆழ்த்தியது.

அண்ணா நினைவிடம் அமைந்துள்ள மெரினாவில் கலைஞரின் உடலையும் அடக்கம் செய்வதே ஐந்து முறை முதலமைச்சராக இருந்த கருணாநிதிக்கு திமுக தொண்டனாகவும், அவரது மகனாகவும் தான் செய்யும் மிகப்பெரிய கடமை என்பதை உணர்ந்திருந்த ஸ்டாலின் உடனடியாக நீதிமன்றத்தில் வழக்குத் தொடரதிமுக வழக்கறிஞர்களுக்கு உத்தரவிட்டார்.

அன்று இரவே அவசர வழக்காகக் கருதி உயர்நீதிமன்றத்தில் வழக்கு விசாரணை நடக்க, நள்ளிரவு வரை விசாரணை நீண்டது. காலையில் வந்த உத்தரவில் கருணாநிதியின் உடலை மெரினாவில் அடக்கம் செய்ய தமிழக அரசுக்கு உத்தர விட்டது உயர்நீதிமன்றம். அந்த உத்தரவு வந்த பிறகே உயிர்வந்தது ஸ்டாலினுக்கு. ஆம்,

கலைஞரின் விருப்பத்தை நிறைவேற்ற முடியாமல் போய்விடுமோ என்று நெருப்பில் நின்றபடி தகித்த மனதோடு இருந்தவர், தீர்ப்பைக் கேட்டு வெடித்து அழுதார்.

நாடே துக்கம் அனுசரித்தது. நாடாளுமன்றத்தின் இரு அவைகளுமே ஒத்திவைக்கப்பட்டன.

பிரதமர் நரேந்திர மோடி நேரில் வந்து கருணாநிதியின் உடலுக்கு அஞ்சலி செலுத்திவிட்டுச் சென்றார்.

வங்கக் கடல்போல் குவிந்த மக்கள் - கலைஞர் இறுதி ஊர்வலம்.

தேசியத் தலைவர்களும் மாநில முதலமைச்சர்களும் நேரில் வந்து அஞ்சலி செலுத்தினர்.

பல லட்சம் மக்கள் சென்னையில் குவிந்ததால் திக்குமுக்காடியது தலைநகரம். 15 லட்சம் மக்கள் கலைஞரின் இறுதி ஊர்வலத்தில் கலந்து கொண்டனர். ராணுவ வண்டியில் வைத்து மெரினா கடற்கரைக்கு கொண்டு செல்லப்பட்டது கருணாநிதியின் உடல்.

ராகுல் காந்தி கடைசியாக அடக்கம் செய்யும் வரை மெரினாவில் இருந்தார்.

முதன் முறையாக கிழக்கில் ஒரு சூரியன் அஸ்தமம் ஆனது அன்றுதான். கருணாநிதியின் உடல், அரசு மரியாதையோடு அண்ணாவின் நினைவிடத்தின் அருகே விதைக்கப்பட்டது.

தனது உடலை அடக்க செய்யவும் போராட்டம் செய்துதான் மெரினாவில் விதைக்கப்பட்டார் கலைஞர்.

கலைஞருக்கு பிரதமர் மோடி அஞ்சலி.

மக்கள் வெள்ளத்தில் கலைஞரின் உடல்.

கருணாநிதியின் மறைவுக்குப் பிறகு திமுக தலைவராக பொறுப்பேற்றுக் கொண்ட முக.ஸ்டாலின் திமுகவை ஆட்சியில் அமர்த்தும்வரை ஓய்வறியாத சூரியனாய்ச் சுழன்றார்.

2021 தேர்தல் வெற்றிக்கு முன்பே, திமுக பேராசிரியர் க.அன்பழகனை இழந்தது.

திமுக பொதுச்செயலாளராகவும் திராவிட இயக்கத்தின் மூத்த தலைவராகவும் இருந்த அன்பழகன் தனது 98 வயதில் 2020 மார்ச் 7-ம் தேதி மறைந்தார்.

சந்தனப் பெட்டியில் கலைஞர்.

கருப்பு | சிவப்பு / கழகங்கள்

வந்தார்... சென்றார்... எடப்பாடி!

ஜெயலலிதா மறைவுக்குப் பிறகு அதிமுக, கேப்டன் இல்லாத கப்பலைப் போல பயணித்துக்கொண்டிருந்தது. பாதி வருடங்கள் பஞ்சாயத்துக்கே நேரம் போக, ஆட்சி முடியும்போதுதான் எடப்பாடி அரசு சில நல்ல திட்டங்களை அறிவித்தது. அப்போதுதான் கொரோனா எனும் கொடிய நோய் வந்து தமிழகத்தை மட்டுமல்லாது உலகையே ஆட்டிப்படைத்தது.

இப்படியான சூழலில்தான் 2019-ம் ஆண்டு மக்களவைத் தேர்தல் அறிவிப்பு வந்தது.

1998, 2004, 2009 ஆகிய மூன்று நாடாளுமன்ற தேர்தல்கள் தமிழகத்தில் மிக முக்கியமான ஒன்றாகப் பார்க்கப்படுகிறது. ஏனென்றால் இந்த மூன்று தேர்தல்களிலும் ஒன்றிய அரசில் யார் பிரதமராக அமரவேண்டும் என்பதை தமிழ்நாடே தீர்மானித்தது.

அந்தத் தேர்தலின்போது, கலைஞர் கருணாநிதியும் ஜெயலலிதாவும் தேர்தல் களத்தில் இருந்து வாக்குவேட்டையில் ஈடுபட்டனர். ஆனால் 2019 நாடாளுமன்றத் தேர்தல் அப்படியல்ல. அந்த இரு ஆளுமைகளும் உயிருடன் இல்லாத போது நடக்கும் முதல் தேர்தல் என்பதால், யாருக்கு மக்கள் ஆதரவு என்பதை எளிதில் சொல்லிவிட முடியவில்லை.

89 சட்டமன்ற உறுப்பினர்களுடன் வலுவான எதிர்க்கட்சித் தலைவராக ஸ்டாலின் இருந்தாலும், ஆளுங்கட்சியின் அதிகாரத்தில் இருக்கும் எடப்பாடி அரசின் சில மாயைகளை அவர் வென்றாக வேண்டிய என்ற நிலை ஏற்பட்டது.

கொ.அன்புகுமார்

ஆரம்பத்தில் எடப்பாடி ஆட்சி கவிழ்ந்துவிடும் என்ற சொன்னவர்கள் கூட, பரவாயில்லையே என்று சொல்லும் நிலையிருந்தது. அதற்கான காரணமாக சொல்லப்பட்ட முக்கிய காரணி, அதிமுக சட்டமன்ற உறுப்பினர்களை அவர் கட்டுக் கோப்பாக வைத்திருந்தார் என்பதுதான்.

தொடர்ந்து 10 ஆண்டுகாலம் ஆட்சியில் இருப்பவர்கள் அது சட்ட மன்ற உறுப்பினர் களாக இருந்தாலும் தொண்டர்களாக இருந்தாலும் அவர்களை கட்டுக்கோப்பாக வைத்திருப்பதில் ஆச்சர்யம் இல்லை. ஆனால், ஆட்சியில் இல்லாத போதும் கட்சித்தாவலுக்கு இடம் கொடுக்காமல் மு.க.ஸ்டாலின் தலைமையை ஏற்று கடமை கண்ணியம் கட்டுப்பாடு என்று காத்திருந்தனர் திமுக உடன்பிறப்புகள்.

அப்படியானவர்களின் செல்வாக்கு எப்படி இருக்கிறது என்பதை எடைபோடும் தேர்தலாகவே வந்தது 2019 நாடாளுமன்ற தேர்தல்.

கருணாநிதி இல்லாமல் நடக்கும் முதல் தேர்தல் என்பதால் ஸ்டாலினை மக்கள் ஏற்றுக்கொண்டார்களா இல்லையா என்பதற்கான பதிலையும் தேர்தல் முடிவே தந்தது. ஆம், தமிழ்நாடு மற்றும் புதுச்சேரி ஆகிய 40 நாடாளுமன்ற தொகுதிகளில் 39 இடங்களில் வெற்றிபெற்று தனது வெற்றிக்கணக்கைத் தொடங்கினார் ஸ்டாலின்.

அதிமுகவிற்கு எதிரான கசப்பும், ஸ்டாலினின் தொடர் உழைப்புக்கும் கிடைத்த வெற்றியாகவும் அது மாறியது. அந்த வெற்றியே அடுத்துவந்த தேர்தலிலும் திமுகவை ஆட்சி பீடத்தில் ஏற்றியது.

தேர்தல் களத்தில் ஸ்டாலின்.

முத்துவேல் கருணாநிதி ஸ்டாலின் எனும் நான்..!

2021 பொதுத் தேர்தலுக்கு முன்பாகவே ஆளுங்கட்சி மற்றும் எதிர்க்கட்சியின் பலம் என்ன என்பதை நாடாளுமன்றத் தேர்தலில் திமுக பெற்ற மாபெரும் வெற்றியின் மூலம் அறிய முடிந்தது.

மொத்தமுள்ள 40 தொகுதிகளில் 39 இடங்களைக் கைப்பற்றி, அதிமுகவை நடுங்க வைத்தது திமுக. எத்தனையோ புதுக்கட்சிகள் முளை விட்டிருந்த போதிலும், கலைஞர் இல்லாத முதல் தேர்தலில் ஆளுங்கட்சியை எதிர்த்து போர் செய்தார் முக.ஸ்டாலின்.

நாடாளுமன்ற தேர்தல் வெற்றியின் மூலம் பொதுத்தேர்தலிலும் திமுகவிற்கு மக்கள் ஆதரவாக இருப்பார்கள் என்பதை உறுதியாக சொல்லமுடியாது. ஏனென்றால் கடந்தகால தேர்தல் வரலாறுகள் பலமுறை மாற்றி எழுதப்பட்டிருக்கின்றன. ஆனால் நாடாளுமன்ற தேர்தலையும் பொதுத் தேர்தலையும் வென்று காட்டினார் மு.க.ஸ்டாலின்.

1976-ல் கருணாநிதி தலைமையிலான திமுக ஆட்சி கலைக்கப்பட்ட பிறகு, கிட்டத்தட்ட 13 ஆண்டுகாலத்திற்குப் பிறகு 1989-ல் தான் ஆட்சியைப் பிடித்தார் கருணாநிதி.

தொண்டர்களை அரவணைத்து, ஒன்றிணைத்து, வெற்றி வரும்வரை காத்திருந்து வரலாற்றில் தவிர்க்க முடியாத ஆளுமையாக முத்திரை பதித்தார் கருணாநிதி. அதே போன்ற சூழல்தான் ஸ்டாலினுக்கும் வந்தது.

தனது முதுகுத் தண்டு அறுவை சிகிச்சை காரணமாக ஸ்டாலினிடம் 2009ல் துணை முதலமைச்சர் பதவியைக் கொடுத்து நிம்மதிப் பெருமூச்சுவிட்டார் கருணாநிதி. அதன் பிறகு 2 ஜி அலைக்கற்றை வழக்கு, மின்வெட்டு போன்ற பிரச்னைகளால்

ஆட்சியை இழந்தது திமுக. அலைக்கற்றை விவகாரத்தைப் பூதாகரமாகக் காட்டியே திசை திருப்பின எதிர்க்கட்சிகள்.

ஒரு லட்சத்து 76 ஆயிரம் கோடி இழப்புக்கு திமுகவின் ஆ.ராசா தான் காரணம் என்று மிகப்பெரிய அணுகுண்டை தூக்கிப்போட்டனர் எதிர்க் கட்சியினர். ஆனால் அந்த வழக்கைத் தவிடுபொடியாக்கி, விடுதலை ஆனார்கள் ஆ.ராசாவும், மாநிலங்களவை உறுப்பினர் கனிமொழியும்.

'திமுக ஆட்சி வராது' என்று ஆருடம் சொன்னார்கள். 'திமுக ஆட்சிக்கு வரவே கூடாது' என்று பல்வேறு சக்திகள் கூட்டாகவே அணி சேர்ந்துகொண்டன.

தொடர்ந்து பத்து ஆண்டுகளாக ஆட்சியில் இருந்த அதிமுக பாரதிய ஜனதாவுடன் கூட்டணி வைத்துக்கொண்டு, ஆட்சியைத் தக்க வைப்பதிலேயே குறியாக இருந்தது.

ஜெயலலிதா மரணமே மர்மமாக இருப்பதாகக் கூறின எதிர்க்கட்சிகள். நீர்ச்சத்து குறைபாட்டால் சென்னை அப்பல்லோ மருத்துவமனையில் அனுமதிக்கப்பட்ட ஜெயலலிதாவுக்கு தொடர்ந்து 75 நாட்கள் சிகிச்சை அளித்த பின்னும் அவர் உயிர் பிழைக்கவில்லை.

அந்த 75 நாட்களும் உள்ளே என்ன நடக்கிறது என்பதைக்கூட தெரிவிக்கவில்லை. அவ்வப்போது வெளிவரும் மருத்துவமனை அறிக்கைகளே அவருக்கு என்னென்ன சிகிச்சைகள் அளிக்கப்பட்டு வருகிறது என்பதைத் தெரியப்படுத்தியது. திடீரென ஜெயலலிதா மறைந்ததும் அதிமுக உறுப்பினர்களுக்கே அவருக்கு என்ன நடந்தது என்பது தெரியவில்லை என்றார்கள். அதிமுகவில் இருந்து பிரிந்துவந்த ஓ.பன்னீர் செல்வம் கூட அந்த மரணத்தில் மர்மம் இருப் பதாகவும் அதற்கு நீதிவிசாரணையும் கேட்டார். அப்படிப்பட்ட சூழலிலும் ஆட்சியைக் கலையாமல், பார்த்துக் கொண்டதில் பாரதிய ஜனதாவுக்கு பெரும் பங்கு இருக்கிறது.

இவ்வளவுப் போராட்டங்களுக்குப் பிறகும் திமுகவை உயிர்ப்போடு கொண்டு சென்றவர் ஸ்டாலின்.

என்னதான் கலைஞரின் மகனாக இருந்தாலும், தனது சிறுவயதில் இருந்தே திமுகவிற்காக உழைத்து, மிசா கொடுமைகளை அனுபவித்த ஸ்டாலினுக்கு அதிர்ஷ்டக் காற்று வீசவே இல்லை.

2009-ம் ஆண்டு முக.ஸ்டாலினிடம் துணை முதலமைச்சர் பதவியை ஒப்படைக்கும்போது கூட அவரது உழைப்பு கொடுக்கப்பட்ட அங்கீகாரமாகவே கருதப்பட்டது.

திமுகவின் இளைஞர் அணி செயலாளர் தொடங்கி, கட்சியின் பொருளாளர், செயல்தலைவர் என திமுகவின் பல படிநிலைகளைக் கடந்து பல்வேறு தேர்வுகளை வைத்தபிறகே பொறுப்புகளை வழங்கினார் கருணாநிதி.

ஜெயலலிதா சிறைக்குச் சென்றபோது 2 முறையும், அவர் மறைவுக்குப் பிறகு ஒருமுறையும் முதலமைச்சர் பொறுப்பில் அமர்ந்த ஓ.பன்னீர்செல்வம், எடப்பாடி பழனிசாமி போன்றோர் எல்லாம் முதலமைச்சர் பதவியை நினைத்துக்கூட பார்த்திருக்கவில்லை.

ஆனால் அவர்களுக்கெல்லாம் அந்த வாய்ப்பு மிக எளிதாகக் கிட்டியது. ஆனால், ஸ்டாலின் முதலமைச்சராக அரியணையில் அமர்வதற்கு அவர் பட்ட அவமானங்களும், தோல்விகளும், அதிகம். தொடர் உழைப்பினால் தமிழகத்தின் மூலை முடுக்கெல்லாம் பயணித்து மக்களின் மனம் கவர்ந்தார் ஸ்டாலின்.

முதலமைச்சர் அரியணையில் மு.க.ஸ்டாலின்.

2009-ம் ஆண்டு துணை முதலமைச்சராக அவர் உயர்ந்தபோதும் முதலமைச்சராக முடியவில்லை என்பதை எவ்வளவோ ஏளனம் செய்தனர். 'ஜோதிடப்படி ஸ்டாலின் ஜாதகக் கட்டத்தை எல்லாம் ஆராய்ச்சி செய்துவிட்டோம். அவரால் முதலமைச்சராக வரவே முடியாது' என்றெல்லாம் கேலி செய்தது பாரதிய ஜனதா.

ஆனால் அத்தனை கட்டத்தையும் தாண்டி ஜோதிடத்தையும் பொய்யாக்கி ஆட்சிக்கு வந்தார் மு.க. ஸ்டாலின்.

2021 சட்டமன்றத் தேர்தலில் திமுக கூட்டணி 159 இடங்களில் மாபெரும் வெற்றி பெற்று முதலமைச்சராக அரியணையில் ஏறினார் மு.க.ஸ்டாலின்.

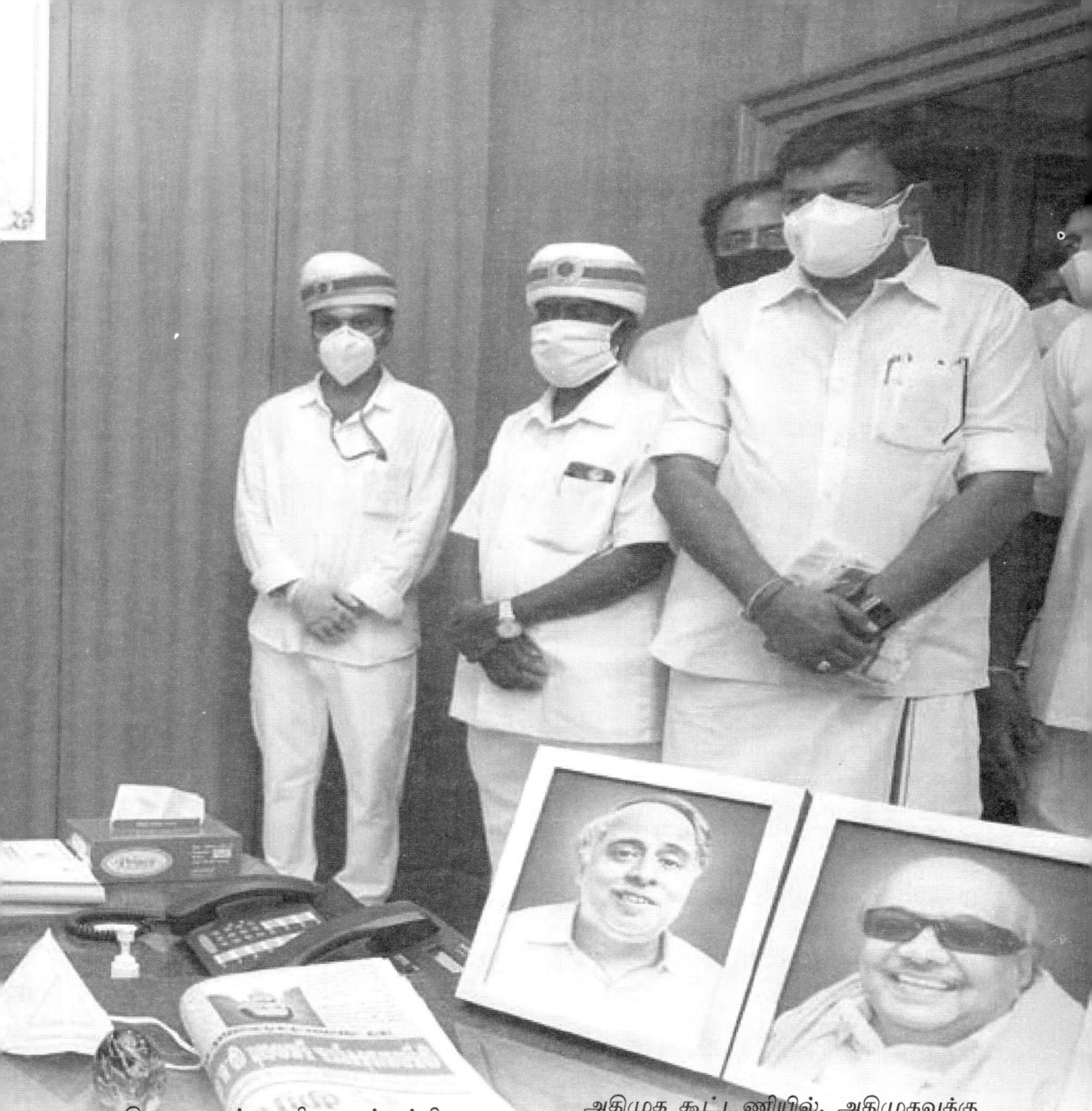

திமுக கூட்டணி கைப்பற்றிய 159 இடங்களில் திமுகவின் உதயசூரியன் சின்னத்தின் வெற்றி மட்டுமே 133. காங்கிரசுக்கு 18 இடங்களும், இடது சாரிகளுக்கு தலா 2 இடங்களும், மதிமுக, விடுதலை சிறுத்தைகள் கட்சிக்கு தலா 4 இடங்கள், கொங்கு மக்கள் தேசியக் கட்சி மற்றும் மனித நேய மக்கள் கட்சி உள்ளிட்ட கட்சிகள் 4 இடங்களையும் கைப்பற்றின.

அதிமுக கூட்டணியில், அதிமுகவுக்கு 65, பாட்டாளி மக்கள் கட்சிக்கு 4, பாஜக-வுக்கு 4, இதர கட்சிகள் 1 என அந்த கூட்டணி பெற்ற மொத்த இடங்கள் 75.

திமுக மிக பிரம்மாண்ட வெற்றியைப் பெற்றபோதிலும் கொரோனா பரவல் காரணமாக 2021 மே 7-ம் தேதி கிண்டியில் உள்ள ஆளுநர் மாளிகையில் மிக எளிமையாக நடந்தது பதவியேற்பு விழா.

மக்களின் மனம் கவர்ந்த உதயநிதி.

ஆளுநர் பன்வாரிலால் புரோகித் மு.க.ஸ்டாலின் அமைச்சரவைக்குப் பதவிப் பிரமாணம் செய்து வைத்தார்.

''முத்துவேல் கருணாநிதி ஸ்டாலின் எனும் நான்!'' என்று அழுத்தமாக ஆர்பரித்த சொல், அரங்கத்தில் இருந்தவர்களை மட்டுமல்லாது பார்த்த அனைவரையுமே நெகிழ்ச்சி மழையில் நனைய வைத்தது.

ஸ்டாலின் அப்படி சொன்னதுமே அவரது மனைவி துர்கா ஸ்டாலினும், மகன் உதயநிதியும் ஆனந்தக் கண்ணீரில் நனைந்தனர். ஸ்டாலின் பட்ட வலியையும் வேதனையையும் நேரில் பார்த்தவர்கள் என்பதால், அதற்காகவே இத்தனை ஆண்டுகள் காத்திருந்தனர்.

பிரசாரத்தில் திராவிட முன்னேற்றக்கழகம் சார்பில் போட்டியிட்ட வேட்பாளர்களுக்கு ஆதரவாக மு.க.ஸ்டாலினின் மகனும் நடிகருமான உதயநிதி ஸ்டாலின், சூறாவளி சுற்றுப் பயணம் மேற்கொண்டார். அவரது எளிமையான தமிழும் அவரது தாத்தா கருணாநிதியைப் போன்று பேச்சிலேயே எல்லோரையும் கவர்ந்திழுக்கும் ஆற்றல் கொண்ட உதயநிதி, பிரசார பயணங்களின் வழியாக மக்கள் மனதைத் தொட்டார்.

ஸ்டாலினைத் தொடர்ந்து திமுகவின் மூத்த தலைவர்களான துரைமுருகன் உள்ளிட்ட 33 அமைச்சர்கள் பதவியேற்றுக் கொண்டனர்.

தமிழ்நாடு தலைமைச் செயலாளராக எழுத்தாளரும் மூத்த ஐ.ஏ.எஸ் அதிகாரியாகவும் மக்கள் மனதில் நீங்காத இடம் பிடித்த இறையன்புவுக்கு அந்தப் பதவி வழங்கப்பட்டது.

மு.க.ஸ்டாலின் தலைமையிலான அமைச்சரவையில் திமுகவின் மூத்த தலைவரான துரைமுருகனுக்கு நீர்வளம், கனிமங்கள் மற்றும் சுரங்கங்கள் துறை ஒதுக்கப்பட்டது. கே.என்.நேருவுக்கு நகர்ப்புற வளர்ச்சித்துறையும், எ.வ.வேலு பொதுப்பணித்துறை அமைச்சராகவும், பதவியேற்றனர். நிதி மற்றும் மனிதவள

மு.க.ஸ்டாலின் அமைச்சரவை.

ஸ்டாலின் தலைமையிலான அரசின் தலைமைச் செயலாளர் இறையன்பு.

மேலாண்மைத்துறை அமைச்சராக பி.டி.ஆர். பழனிவேல் தியாகராஜன் பதவியேற்றார்.

மருத்துவம் மற்றும் மக்கள் நல்வாழ்வு துறை அமைச்சராக மா.சுப்பிரமணியமும், பள்ளிக்கல்வித்துறை அமைச்சராக அன்பில் மகேஷ் பொய்யாமொழியும், பொன்முடிக்கு உயர்க்கல்வி துறையும், பெரம்பலூர் மாவட்டம் குன்னம் தொகுதியில் மகுடம் சூடிய எஸ்.எஸ்.சிவசங்கருக்கு பிற்படுத்தப் பட்டோர் நலத்துறையும் ஒதுக்கப் பட்டது. மொத்தம் 33 அமைச்சர்கள் ஸ்டாலின் அமைச்சரவையில் இடம்பெற்றனர்.

வெற்றிக்குப் பிறகு முக.ஸ்டாலின் வெளியிட்ட அறிக்கையில், ''மக்கள் தீர்ப்பே மகேசன் தீர்ப்பு என்றார் நம்மை யெல்லாம் உருவாக்கிய பேரறிஞர் அண்ணா. ஜனநாயகத்தில் ஜனங்களே எஜமானர்கள் என்றார் நமக்கெல்லாம் உணர்ச்சியை ஊட்டிய முத்தமிழ் அறிஞர் கலைஞர். தமிழ் மொழிக்கும், தமிழ் இனத்துக்கும் நாட்டுக்கும் காவல் அரணாக உருவாக்கப்பட்ட திமு கழகத்து க்கு, ஆறாவது முறை ஆட்சி செலுத்த கட்டளையிட்டுள்ள தமிழ்நாட்டு மக்களின் ஒவ்வொருவரின் இதயங்களுக்கும் எனது நெஞ்சார்ந்த நன்றி என்றார்.''

''கழகத்திடம் தமிழகத்தை ஒப்படைத் தால் நாடும் நாட்டு மக்களும் நலமாக இருப்பார்கள் என்பதை உணர்ந்து மக்கள் தங்களது மகத்தான ஆதரவை கழகக் கூட்டணிக்கு வழங்கியிருக்கிறார்கள்.''

''தமிழகத்தில் ஐந்து முறை ஆட்சி செலுத்திய முத்தமிழ் அறிஞர் கலைஞர் அவர்கள் வாழ்ந்த காலத்திலேயே கழக ஆட்சி மலர வைக்க வேண்டும் என்று நினைத்தோம். ஆனால், காலம் முந்திக் கொண்டுவிட்டது. அந்தக் கனவை நிறைவேற்றியாக வேண்டும் என்ற துடிப்புடன் ஒவ்வொரு நாளும் செயல்பட்டோம். அந்த உழைப்புக்கு கிடைத்த அங்கீகாரம் தான் மக்கள் தந்துள்ள இந்த மாபெரும் வெற்றி.''

''ஐம்பது ஆண்டுகளுக்கும் மேலாக தமிழ் நாட்டில் இயக்க ரீதியாகவும் ஆட்சி ரீதியாவும் உழைத்த நமது உழைப் புக்குக் கிடைத்த பாராட்டுப் பத்திரமாக நினைத்து இதனைப் பாதுகாப்பேன்.''

''எத்தனைச் சோதனைகள், எத்தனை வேதனைகள், எத்தனைப் பழிச்சொற்கள், எத்தனை அவதூறுகள் என கழகத்தின் மீது வீசப்பட்ட அனைத்தையும் தங்களது வாக்குகளால் ஓரங்கட்டிய தமிழ்நாட்டு மக்களுக்கு நன்றி... நன்றி... நன்றி!''

''உங்களுக்கு உண்மையாக இருப்பேன்! இனி தமிழகம் வெல்லும். அதை நாளைய தமிழகம் சொல்லும்'' என்று அந்த அறிக்கை அவரின் உள்ளார்ந்த உணர்வை சொல்லியது.

2015-ல் தமிழ்நாடு முழுவதும் 'நமக்கு நாமே' என்ற பெயரில் நடைப்பயணம் மேற்கொண்ட ஸ்டாலினுக்கு மக்கள் பெரிய அளவில் வரவேற்பு கொடுத்தனர். கட்சியை பலப்படுத்த வீதி வீதியாக நடந்தார். 2021 ஜனவரி 14-ம் தேதி 'உங்கள் தொகுதியில் ஸ்டாலின்' செயல்திட்டத்தைத் தொடங்கி மக்கள் மனதுக்கு மிக நெருக்கமானார்.

12 ஆயிரம் கிராம சபைக் கூட்டங்கள் நடத்தி, சாதனை படைத்தார் ஸ்டாலின்.

'ஒன்றிணைவோம் வா' என்ற பெயரில் திமுக ஆற்றிய மக்கள் நலப் பணிகள் அதிகம். இப்படியாக இடைவிடாமல் மக்களை சந்தித்துக்கொண்டே இருந்த மு.க.ஸ்டாலின் ஓய்வெடுக்காமல் உழைத்தார்.

அந்த உழைப்பின் பலனாகவே 16-வது சட்டமன்றத்தின் தன்னிகரற்ற முதலமைச்ச ராக அரியணையில் அமர்ந்தார்.

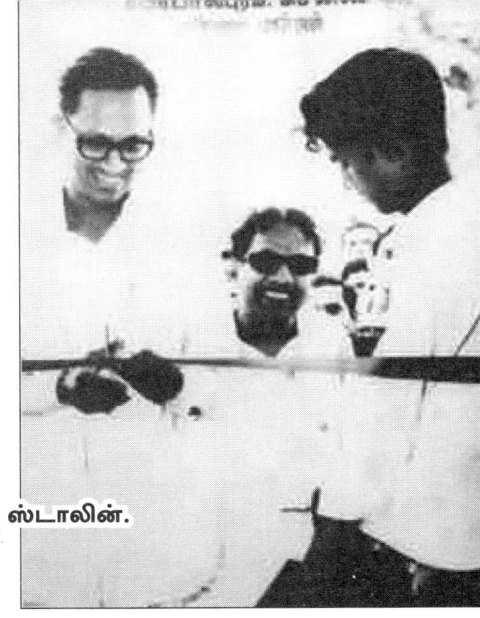

ஆளுமை நிறைந்த ஸ்டாலின்.

மு.க.ஸ்டாலின் வெற்றி வரலாறு..!

திராவிட முன்னேற்றக்கழகத்தை கலைஞரின் கடைசிக் காலத் திலும், அவருக்குப் பிறகும் தொய்வின்றி வழிநடத்திச் சென்றவர் மு.க.ஸ்டாலின்.

1953-ம் ஆண்டு மார்ச் 1-ம் தேதி, கருணாநிதி தயாளு அம்மாளுக்கு மூன்றாவது மகனாகப் பிறந்த ஸ்டாலின் தனது தந்தையின் அரசியல் பயணங்களில் ஈர்ப்பு ஏற்பட்டு, சிறுவயதில் இருந்தே தன்னையும் திராவிட முன்னேற்றக்கழகத்தின் தொண்டனாக இணைத்துக் கொண்டார். ரஷ்ய அதிபராக இருந்த ஸ்டாலினின் நினைவாக சூட்டப்பட்ட மு.க.ஸ்டாலின் என்ற அந்த பெயரும் தற்போது வரலாற்றுத் தூண்களில் அழுத்தம் திருத்தமாய் பொறிக்கப் பட்டிருக்கிறது.

புரட்சியாளரின் பெயரை சூட்டியிருந்ததால் சென்னை சர்ச் பார்க் பள்ளியில் அவருக்கு படிக்க இடம் கிடைக்கவில்லை. இதை யடுத்து சென்னை சேத்துப் பட்டில் இருந்த கிறிஸ்தவக் கல்லூரியில் பள்ளிப் படிப்பை முடித்துவிட்டு, மாநிலக் கல்லூரியில் பட்டப் படிப்பை நிறைவு செய்தார்.

1967-1968 அண்ணா ஆட்சிக் காலத் தின் போதே, சென்னை கோபாலபுரத்தில் இருந்த இளைஞர்களை ஒன்றிணைத்து ''கோபாலபுரம் இளைஞர் திமுக'' என்ற அமைப்பை உருவாக்கி, வீடு வீடாக சைக்கிளில் சென்று தனது நண்பர்களுடன் உதயசூரியனுக்காக வாக்கு சேகரித்தார்.

சென்னை மேயராக ஸ்டாலின்.

1973-ம் ஆண்டு திமுகவின் பொதுக்குழு உறுப்பினராகவும், அதன் பின்னர், 1976-ம் ஆண்டு மிசா சட்டத்தில் கைது செய்யப்பட்டு சிறைக் கொடுமைகளுக்கும் ஆளானார். 1980-ம் ஆண்டு திமுக இளைஞரணி அமைப்பாளராக திறம்பட செயலாற்றிய ஸ்டாலின், 1983-ம் ஆண்டு திமுக மாநில இளைஞர் அணியின் செயலாளராக பொறுப்பேற்றார்.

சென்னையின் மேயராக தேர்ந்தெடுக் கப்பட்ட ஸ்டாலின், சிறப்பான திட்டங்களைச் செயல்படுத்தி சிங்காரச் சென்னையாக மிளிரவைத்தார். 2006-ம் ஆண்டில் உள்ளாட்சித்துறை அமைச்சராக பொறுப்பேற்று உள்ளாட்சி அமைப்புகளுக்கு வலுசேர்த்தார். 2009-ம் ஆண்டு தமிழ் நாட்டின் துணை முதலமைச்சராக பதவியேற்ற ஸ்டாலின், 2016-ம் ஆண்டு 89 சட்டமன்ற உறுப்பினர்களுடன் சட்டமன்ற எதிர்க்கட்சி தலைவரானார். 2017-ம் ஆண்டு திமுகவின் செயல் தலைவராக ஒரு மனதாகத் தேர்ந்தெடுக்கப்பட்ட ஸ்டாலின், கருணாநிதியின் மறைவுக்குப் பிறகு திமுகவின் தலைவர் ஆனார். கட்சியின் ஒவ்வொரு படிநிலைகளையும் கடந்து தனது கடும் உழைப்பால் தமிழக முதலமைச்சராக வீற்றிருக்கும் ஸ்டாலினுக்கு முதலமைச்சர் பதவி அவ்வளவு எளிதாகக் கிடைத்துவிட வில்லை. அத்தனையும் அவர் உழைப்பால் கிடைத்தவை.

கொ.அன்புகுமார்

கொரோனா ஊரடங்கால் வேலை மற்றும் வாழ்வாதாரத்தை இழந்து தவித்த மக்களுக்கு அரசு நிவாரண நிதியாக 4000 ரூபாயை வழங்கினார் ஸ்டாலின்.

மக்களின் அன்றாட சுமைகளில் ஒன்றான பால் விலையில் இருந்து 3 ரூபாய் குறைத்தார். பெட்ரோல் விலை உயர்வு காரணமாக மக்களின் நெருக்கடி நிலையை உணர்ந்த திமுக அரசு பெட்ரோல் விலையை 3 ரூபாய் குறைத்தது.

ஊரடங்கு உத்தரவின்போது 14 வகையான மளிகைப் பொருட்கள் அடங்கிய பையை இலவசமாக வழங்க உத்தரவிட்டார். தனியார் நிறுவனங்களிடம் இருந்து ஆக்சிஜன் செறிவூட்டியை போர்க்கால அடிப்படையில்பெற்று ஆக்ஸிஜன் தட்டுப்பாட்டைச் சரிசெய்தார்.

உலக வர்த்தக மையம் உள்ளிட்ட பல்வேறு அரசு கட்டிடங்கள் தற்காலிக மருத்துவமனையாக மாற்றப்பட்டன.

கலைஞரைப் போலவே கலைப் பயணத்திலும் ஆர்வம் கொண்ட ஸ்டாலின் இளம் வயதிலேயே திராவிட இயக்கத்தின் கொள்கைகளை விளக்கும் வகையிலான ''முரசே முழங்கு, திண்டுக்கல் தீர்ப்பு, நீதிதேவன் மயங்குகிறான்'' உள்ளிட்ட பல நாடகங்களில் நடித்துள்ளார்.

ஒரே ரத்தம், மக்கள் ஆணையிட்டால், உள்ளிட்ட திரைப்படங்களிலும் நடித்திருக்கிறார். பல்வேறு பரிமாணங்களில் ஜொலித்த ஸ்டாலின், முத்துவேல் கருணாநிதி ஸ்டாலின் எனும் ஆளுமையாக முதலமைச்சர் நாற்காலியில் அமர்ந்திருக்கிறார்.

100 நாள் ஆட்சியே ஸ்டாலினைப் பேசும்

மு.க.ஸ்டாலின் ஆட்சியின் முதல் நூறு நாட்களில் அறிவிக்கப்பட்டதிட்டங்களே அவரது ஆற்றலைச் சொல்லும். கொரோனா இரண்டாம் அலையின் போது தான் ஸ்டாலின் பதவி யேற்றார். அந்த வெற்றியைக்கூட அவரால் கொண்டாட முடியவில்லை. மக்கள் நலனில் அக்கறை கொண்ட அரசாக இருக்கும் என்று ஸ்டாலின் வெறும் வாய் வார்த்தைகளால் மட்டும் சொல்லி விடவில்லை அதை செயல்படுத்திக் காட்டினார்.

இளம் வயதில் மனைவி துர்காவுடன் ஸ்டாலின்

மனைவி துர்கா மற்றும் மகன் உதயநிதியுடன் ஸ்டாலின்.

'மருத்துவமனைகளைத் தேடி மக்கள் வரவேண்டாம், மக்களைத் தேடி மருத்துவம் வரும்' என்ற திட்டத்தை செயல்படுத்தினார்.

வேலைபளு மற்றும் விரக்தியில் இருந்த செவிலியர்களுக்கு பணி நியமன ஆணையும், 15 ஆயிரத்திலிருந்து ஊதிய உயர்வும் வழங்க உத்தரவிட்டது தமிழக அரசு.

தனியார் மருத்துவமனைகளில் கொரோனா தொற்றுக்காக சிகிச்சை பெறுபவர் களின் சிகிச்சை கட்டணத்தையும் அரசே ஏற்கும் என்று அறிவிப்பு கொடுத்தார்.

அயராது உழைக்கும் ஊடகவிய லாளர்கள் மற்றும் பத்திரிகையாளர்களை முன்களப் பணியாளர்களாக அறிவித்தார். கொரோனா பணியில் உயிரை இழந்த மருத்துவர்களுக்கு 25 லட்சம் இழப்பீட்டு நிதியாக அறிவித்தார். கொரோனா மருத்துவ சேவைகளை ஒருங்கிணைக்க ''வார் ரூம்'' திறந்தார்.

அரசு பள்ளியில் மாணவர் சேர்க்கையை அதிகரிக்க 58 ஆயிரம் அரசுப் பள்ளிகள் நவீனமயமாக்கப்படும் என்று அறிவித்தார். பொறியியல் வேளாண்மைப் படிப்புகளில் அரசு பள்ளி மாணவர்களுக்கு 7.5 சதவிகித இட ஒதுக்கீட்டை வழங்கினார்.

வேலைக்குச் செல்லும் பெண்களின் மனச்சுமை மற்றும் பொருளாதார சூழலைக் கணக்கில்கொண்டு பெண்கள் அனைவரும் இலவசமாக பேருந்தில் சென்றுவர இலவச பயணத்திட்டத்தை அறிவித்தார். பெண்களுக்கு மட்டுமல்லாமல் மாற்றுத் திறனாளிகள் மற்றும் திருநங்கைகளுக் கும் அதே சலுகை வழங்கப்பட்டன. முதலமைச்சர் பயணங்களின்போது சாலைகளில்கால் கடுக்க நிற்கும் பெண் காவலர்களுக்கு அதிலிருந்து விலக்கு அளித்தார்.

அரசுப் பேருந்துகளில் மீண்டும் திருக்குறள் இடம் பெற வழிவகை செய்தார்.

ஆண்டுதோறும் எழுத்தாளர்களுக்கு இலக்கிய மாமணி விருதும், அவர்களுக்கு வீடு வழங்கும் திட்டத்தையும் அறிவித்தார். பெண்ணுரிமை போராளியான டாக்டர் முத்து லட்சுமி அமையாருக்கு மணிமண்டபம் கட்டப் படும் என்று அறிவித்தார்.

வேலைக்குச் செல்லும் பெண்கள் தங்குவதற்கு விடுதி அமைத்தார். மகளிர் சுய உதவிக்குழுக்களுக்கு வழங்கிய கடனை தள்ளுபடி செய்து உத்தரவிட்டார்.

படைப்பாளர்களைப் போற்றும் வகையில் கி.ராஜநாரயணன், இளங்குமரன் மறைந்தபோது அவர்களுக்கு அரசு மரியாதை கொடுக்க உத்தரவிட்டார்.

சால்வைக்குப் பதிலாக அனைவருக்கும் புத்தகங்கள் வழங்க கேட்டுக்கொண்டார். பாடப் புத்தகங்களில் தலைவர்களுக்கு பின்னால் இருந்த சாதிப்பெயர்களை அகற்ற உத்தரவு பாய்ந்தது.

இந்து அறநிலையத்துறைக்குச் சொந்தமான இடங்களில் கல்லூரிகள் கட்டுவதற்கான முடிவு, கோயில் சொத்துகள் அனைத்தையும் இணையத்தில் பதிவேற்றியது, உங்கள் தொகுதியில் ஸ்டாலின் திட்டத்திற்காக தனித்துறையை உருவாக்கி, அதை தனது நேரடி கட்டுப்பாட்டின் கீழ் இயங்கும் என்று உத்தரவிட்டார். உங்கள் தொகுதியில் ஸ்டாலின் திட்டத்தின் மூலம் பெறப்பட்ட கோரிக்கை மனுமீது சுமார் 1 லட்சம் புகார்களுக்கு மேல் தீர்த்துவைக்கப்பட்டிருக்கின்றன.

கூட்டுறவு சங்கங்களில் ஐந்து சவரன் வரை வழங்கப்பட்ட நகைக்கடன் அனைத்தையும் தள்ளுபடி செய்தார். கடந்த 10 ஆண்டுகால அதிமுக ஆட்சியின் தவறுகளை 120 பக்க வெள்ளை நிதி நிலை அறிக்கையாக தாக்கல் செய்தார்.

தூத்துக்குடி ஸ்டெர்லைட் ஆலைக்கு எதிராகப் போராடியவர்கள் மீதான முந்தைய அதிமுக ஆட்சியில் தொடரப்பட்ட வழக்கு மற்றும் பத்திரிகையாளர்கள் மீது போடப்பட்டிருந்த வழக்குகளை வாபஸ் பெற்றது திமுக அரசு.

ஆக்ஸிஜன் உற்பத்திக்காக திறக்கப்பட்ட ஸ்டெர்லைட் ஆலையை நிரந்தரமாக மூடிவிட உத்தரவிட்டார் ஸ்டாலின். மத்திய அரசு என்ற சொல்லை நீக்கிவிட்டு ஒன்றிய அரசு என்ற பதத்தை பயன்பாட்டுக்கு கொண்டுவந்தார்.

நீட் தேர்வின் அவலம் தீர்க்க நீதிபதி ஏ.கே.ராஜன் தலைமையில் குழு ஒன்றை அமைத்தார். தமிழகத்தின் பொருளாதாரத்தை உயர்த்துவதற்கு ஐந்து அறிஞர்களைக் கொண்ட புதிய ஆலோசனைக் குழுவை ஏற்படுத்தினார்.

சி.ஏ.ஏ. மற்றும் வேளாண் சட்டங்களுக்கு எதிராக சட்டமன்றத்தில் தீர்மானம் நிறைவேற்றப்பட்டது. விருதுக்கு புகழ் சேர்க்கும் வகையில் தமிழ் அறிஞர்களுக்கு ''தகைசால் தமிழர் விருது'' என்ற புதிய விருதை தோற்றுவித்தார்.

முதலீட்டாளர்களின் முதல் முகவரி தமிழ்நாடு என்ற பெயரில் முதலீட்டாளர்கள் மாநாடு நடத்தி 28,508 கோடி முதலீடுகளை ஈர்த்தார். விவசாயத்துக்கு தனி பெட்ஜெட், தூத்துக்குடி வேலூர் விழுப்புரம் உள்ளிட்ட நகரங்களில் டைடல் பார்க் அமைத்து அடுத்தக் கட்ட வளர்ச்சிக்கு உத்தரவிட்டார்.

இப்படி பல்வேறு திட்டங்கள் ஸ்டாலினின் நூறுநாள் ஆட்சியின் சாதனைகளாக இருக்கின்றன. ஆட்சிக்கு வந்த 100 நாளில் அடுக்கடுக்கான திட்டங்களைக் கொண்டுவந்து மக்களின் மனங்களைக் கவர்ந்தார்.

திமுக வளர்ச்சிக்குப் பாடுபட்டவர்களையும் திறமையான அதிகாரிகளையும் தேடித்தேடி அவர்களுக்குரிய பதவியை வழங்கி கௌரவித்தார் ஸ்டாலின்.

மாநில வளர்ச்சிக்கு கொள்கைக்குழு என்ற ஒன்றை ஏற்படுத்தி, பொருளாதார அறிஞர் ஜெயரஞ்சன் தலைமையில், மன்னார்குடி சட்டமன்ற உறுப்பினர் டி.ஆர்.பி ராஜா, நர்த்தகி நடராஜன் உள்ளிட்ட 10 பேர் கொண்ட குழுவை உருவாக்கி, மாநில வளர்ச்சிக்கான திட்டமிடல்களை தொடங்கி வைத்தார்.

பல ஆண்டுகாலமாக இயக்கத்திற்காக உழைத்துவந்த, திமுக தகவல் தொழில்நுட்ப அணியின் மாநில துணைச் செயலாளராக பொறுப்பு வகித்த புதுக்கோட்டை

முதலமைச்சருடன்
தமிழச்சி தங்கபாண்டியன்.

எம்.எம்.அப்துல்லாவை, வெளிநாடு வாழ் தமிழர் அணி மாநில இணைச் செயலராக நியமித்த ஸ்டாலின், அவரை மாநிலங்களவை உறுப்பினர் ஆக்கியும் அழகு பார்த்தார்.

தென்சென்னை நாடாளுமன்ற உறுப்பினராக இருக்கும் தமிழச்சி தங்க பாண்டியன் போன்ற ஆளுமை மிக்க எழுத்தாளர்களுக்கும் திமுகவில் தகுதியான இடம் கிடைத்தது.

திராவிட முன்னேற்றக்கழகத்தில் குடும்ப ஆட்சி நடக்கிறது என்று பலர் சொல்லக் கேட்டிருக்கலாம். ஆனால், குடும்பம் குடும்பமாகத்தான் கட்சியை ஆதரித்தும் வழிநடத்தியும் சென்றிருக் கின்றனர். ஆரம்பக் காலத்தில் மகளிர் மன்றங்களின் மூலம் பெண்களைக் கட்சி க்குள் கொண்டுவர பெரிதும் முயற்சி மேற்கொண்ட அண்ணா, அந்த மன்றத்தில் ஊரார்களை இணைப்பதற்கு முன்பாகவே கட்சி தலைவர்களின் இணையர்களை அதில் உறுப்பினராக்கினார்.

1956 ஆகஸ்ட் 21-ம் தேதி திமுகவின் ஐம்பெரும் தலைவர்களில் ஒருவரான என்.வி நடராசன் வீட்டில் நடந்த அமைப்புக் கூட்டத் தில், ஒடுக்கப்பட்ட மக்களின் வெளிச்சமாக இருந்த சத்தியவாணிமுத்துவை மகளிர் மன்றத்தின் தலைவராக நியமித்து, செயலராக ராணி அண்ணாதுரை, தயாளு கருணாநிதி, அருண்மொழி செல்வம், வெற்றிச் செல்வி அன்பழகன், புவனேஸ்வரி நடராசன், உள்ளிட்ட பலர் செயற்குழு உறுப்பினர்களாக நியமிக்கப்பட்டார்கள்.

முதல்வருடன் எம்.எம்.அப்துல்லா.

சென்னை மேயராக அரியணையில் அமர்ந்தார் ஆர்.பிரியா

தலைவர்களின் இணையர்களே உறுப்பின ரானதால் கட்சித் தொண்டர் களும், அவரவர் மனைவியை கட்சியில் உறுப்பினராக்கி கழகப் பணிகளை மேற்கொள்ளச் செய்தனர்.

அப்படி வழி வழியாக குடும்பத்தோடு கட்சி மீது பற்றுக் கொண்டிருப்பதால்தான் அசைக்க முடியாத தனிப்பெரும் கட்சியாக இருக்கிறது திமுக.

கலைஞர் மரணித்தபோது ஸ்டாலின் எழுதிய கடிதத்தில், 'தலைவரை நான் அப்பா என்று அழைத்ததை விட தலைவரே என்று அழைத்ததுதான் அதிகம். கடைசியாக ஒருமுறை அப்பா என்று அழைக்கட்டுமா தலைவரே!' என்று குறிப்பிட்டிருப்பார். அப்படித்தான் கலைஞரின் குடும்ப வாரிசு களும் அரசியலில் அடியெடுத்து வைத்து அதற்காகக் கடுமையாக உழைத்தனர்.

திராவிட மாடல் என்ற தத்துவத்தை உருவாக்கி அதில் முத்தெடுத்திருக்கிறார் முதலமைச்சர் மு.க.ஸ்டாலின். அவர் முதலமைச்சராக பதவியேற்ற 9 மாத கால ஆட்சிக்கு, மக்கள் சூட்டிய மற்றுமொரு மணிமகுடம் நகர்ப்புற உள்ளாட்சித் தேர்தல் வெற்றி.

நகர்ப்புற உள்ளாட்சித் தேர்தலில் திமுக அமோக வெற்றி பெற்று மொத்தமுள்ள 21 மாநகராட்சிகளைக் கைப்பற்றியது டன், பெரும்பாலான நகராட்சி மற்றும் பேரூராட்சிகளைப் பிடித்து தனி முத்திரை பதித்தது.

167 இடங்களில் களம்கண்ட திமுக 153 இடங்களில் வெற்றிபெற்று தனிப் பெரும்பான்மையுடன் மாநகராட்சிகளை தன்வசம் கொண்டுவந்தது. சென்னை மட்டு மல்லாது அதிமுகவின் கோட்டையாக கூறப்பட்ட கோவையையும் கைப்பற்றி, மிக பிரம்மாண்டமான வெற்றியை சுவைத்தது திமுக.

கருப்பு | சிவப்பு / கழகங்கள்

சென்னை மேயர் மற்றும் துணைமேயர் மு.மகேஷ்குமார் முதலமைச்சரிடம் வாழ்த்துபெறும்போது

சென்னை மாநகராட்சி மேயர் பதவிக்கு பட்டியல் இனப் பெண் தேர்வு செய்யப் படுவார் என்று முன்பே ஸ்டாலின் உறுதியளித்திருந்தார். அதன்படி சென்னை மாநகராட்சி வரலாற்றில் முதன்முறையாக பட்டியல் இனத்தைச் சேர்ந்த ஆர்.பிரியா வை மேயர் பதவியில் அமர்த்தி, பெரியார் கண்ட கனவையும் கலைஞரின் மகிழ்ச்சி யையும் ஒருங்கே நிறைவேற்றிக்காட்டினார் முத்துவேல் கருணாநிதி ஸ்டாலின்.

சென்னையின் துணை மேயர் சைதை மகேஷ்குமார்

சென்னை திருவிக நகர் 74-வது வார்டில் வெற்றிப்பெற்ற ஆர்.பிரியா சென்னை மாநகராட்சியின் 49-வது மேயராக பதவியேற்றுக்கொண்டார். ஏற்கனவே இரண்டு பெண் மேயர்கள் சென்னை மேயர் பதவியை அலங்கரித்திருந்தபோதிலும், முதன் முறையாக ஓர் ஒடுக்கப்பட்ட வகுப்பைச் சேர்ந்தவர், அதிகாரத்தின் உச்சியில் அதுவும் தலைநகரில் அமர்ந்தது தமிழகத்தையே திரும்பிப் பார்க்க வைத்தது.

இந்த பெருமையெல்லாம் திராவிட மண்ணுக்கே உரிய தனிச் சிறப்பு. கலைஞர் வழிவந்த ஸ்டாலின் ஆட்சியில் அது நடக்கவில்லை என்றிருந்தால்தான் ஆச்சர்யம்.

சென்னை மாநகராட்சி துணை மேயராக திராவிட முன்னேற்றக் கழகத் தின் வேர்களில் ஒருவரான சைதை மு.மகேஷ்குமார் தேர்ந்தெடுக்கப்

கொ.அன்புகுமார்

போக்குவரத்துத்துறை அமைச்சர் எஸ்.எஸ். சிவசங்கர் முதலமைச்சரிடம் வாழ்த்து

பட்டார். திமுகவின் தலைமை செயற் குழு உறுப்பினராகவும், கருப்பு சிவப்பு கொடியை உயிர்வரை யாசிக்கும் திமுக குடும்பத்தைச் சேர்ந்தவருமான அவருக்கு தகுதியான அந்தப் பதவியை வழங்கி பெருமைப்படுத்தியது ஸ்டாலின் அரசு.

தேர்ந்த தகுந்த நபர்கள் பதவியை தேடிப்போக வேண்டாம், பதவி தானாக தேடிவரும் என்பதை மீண்டும் ஒருமுறை நிரூபித்துக்காட்டினார் ஸ்டாலின். ஆற்றல் மிகு வீரர்களை களமிறக்கி அழகு பார்த்த ஸ்டாலின், கட்சி உறுப்பினர்களுக்கு அவ்வப்போது கூறிவரும் அறிவுரைகள், எதிர்க்கட்சியினரையும் பாராட்ட வைத்தது.

ஸ்டாலின் அமைச்சரவையில் பிற்படுத்தப்பட்டோர் நலத்துறை அமைச்சராக இருந்த அரியலூர் மாவட்டத்தின் கழக போர்வாள் எஸ்.எஸ். சிவசங்கரின் நேர்மையையும் அவரது ஆளுமை திறமையையும் கண்ட முதலமைச்சர், அவரை உடனடியாக போக்குவரத்து துறை அமைச்சராக நியமித்தார். முதலமைச்சரின் இந்த அதிரடி மற்ற அமைச்சர்களையும் மக்கள் பணிகளில் தீவிரம் காட்ட செய்தது.

போக்குவரத்து துறை அமைச்சர் சிவசங்கர் அமைச்சர் என்பதையும்

கருப்பு | சிவப்பு / கழகங்கள்

திமு கழகத்தை கிராமங்கள்தோறும் ஆழமாக வேரூன்றும் களப்போராளி அமைச்சர் எஸ்.எஸ். சிவசங்கர்.

தாண்டி சாமானிய மக்களின் அன்பை அதிகம் பெற்றிருக்கிறார். திமுகவின் கொள்கைகளையும் கோட்பாடுகளையும் பட்டிதொட்டியெல்லாம் பரப்பும் நோக்கத்தில் கிராமங்கள் தோறும் கழகக்கொடியை ஏற்றி உரையாற்றி வருகிறார். சிற்றூர்களுக்கெல்லாம் பயணித்து கட்சிக்காக கடுமையாக களப்பணியாற்றி வரும் அவருக்கு போக்குவரத்து துறை ஒதுக்கப்பட்டிருப்பதை திமுகவின் மூத்த நிர்வாகிகள் மட்டுமல்லாது அனைவருமே நெகிழ்ந்து பாராட்டினர்.

வெறும் பேச்சளவில் இல்லாமல் சமத்துவத்தையும் சமூகநீதியையும் நிலைநாட்டிவரும் ஸ்டாலின் அரசு, அன்றாடம் ஒரு திட்டம் என்ற வகையில் பல புதிய அறிவிப்புகளை கொடுத்துவருகிறது.

தனக்குக் கிடைத்த அதிகாரத்தை சாமானியர்களுக்கான திட்டங்களாக வடித்த ஸ்டாலின், ''ஐ பிளாங்ஸ் டு தி திராவிடியன் ஸ்டாக்'' என்று சொல்லிக்கொள்வதில் பெருமிதம் கொண்டார்.

திராவிட மாடல் என்ற முழக்கத்தோடு, சமூக நீதி, சமநீதி, சுயமரியாதை, கூட்டாட்சி, மொழி பாதுகாப்பு ஆகியவற்றை உள்ளடக்கிய முக்கியமான பிரச்சனைகளுக் கெல்லாம் தனது தந்தையைப் போலவே அரணாக நின்றார்.

ஸ்டாலின் தலைமையிலான திமுக அரசு கொண்டுவந்த திட்டங்கள் இந்திய மாநிலங்களை தென்னகத்தை நோக்கி திரும்பிப் பார்க்க வைத்தது.

பதவியேற்ற ஓராண்டுக்குள் ஆளுநர் உரையில் அறிவிக்கப்பட்ட 66 அறிவிப்புகளில் 49 அறிவிப்புகளுக்கு அரசாணை வெளியிடப்பட்டிருக்கிறது. மேலும் நிதிநிலை அறிக்கை, வேளாண் நிதிநிலை அறிக்கை, 110-வது விதி உள்ளிட்ட பல்வேறு தலைப்புகளில் 1641 அறிவிப்புகள் வெளியிடப் பட்டிருக்கின்றன. அதில் 1237 அறிவிப்புகளுக்கு அரசாணை வழங்கப்பட்டிருக்கிறது. கொடுக்கப்பட்ட வாக்குறுதிகளில் 75% வாக்குறுதிகள் நிறைவேற்றப் பட்டிருக்கின்றன. பதவிக்கு வந்த நாள்முதல் 2683 கோப்புகளைப் பார்வையிட்டு 2619 கோப்புகளுக்கு நடவடிக்கை எடுத்திருக் கிறார் ஸ்டாலின்.

தந்தை கருணாநிதி - தயாளு அம்மாளுடன் மு.க.அழகிரி, குடும்பத்தினர்.

ஒன்றிய அரசி(ய)ல் அழகிரி

கருணாநிதி-தயாளு அம்மாளின் மூத்த மகனான மு.க.அழகிரி திமுகவின் தென்மண்டல அமைப்புச் செயலாளராக இருந்து திராவிட முன்னேற்றக்கழகத்தை தென்மாவட்டங்களில் வளர்த்தெடுத்தார். 2009 நாடாளுமன்ற தேர்தலில் மதுரை நாடாளுமன்றத் தொகுதியில் போட்டியிட்ட அழகிரி தன்னை எதிர்த்து நின்ற மார்க்சிஸ்ட் வேட்பாளர் மோகனைவிட 140985 வாக்கு அதிகம் பெற்று, மன்மோகன் சிங் அமைச்சரவையில் ரசாயனம் மற்றும் உரத்துறை அமைச்சராக பதவி வகித்தார்.

1950, ஜனவரி 30 தேதி திருவாரூர் அருகே உள்ள திருக்குவளை கிராமத்தில் பிறந்தவர். சென்னை மாநிலக்கல்லூரியில் பி.ஏ. பட்டம் பெற்றார். அதன் பிறகு 1980-ம் ஆண்டு முரசொலி பத்திரிகையை கவனித்துக்கொள்வதற்காக மதுரை சென்றவர், அங்கேயே வசிக்கத்தொடங்கி விட்டார். அவரது மனைவியின் பெயர் காந்தி. இவர்களுக்கு துரை தயாநிதி என்ற மகனும், கயல்விழி, அஞ்சுகச் செல்வி என்ற மகள்களும் இருக்கின்றனர்.

கனிமொழி கருணாநிதி

கவிஞர், பத்திரிகையாளர், பேச்சாளர், சிறந்த நாடாளுமன்ற வாதி என பன்முகம் கொண்ட கனிமொழி கருணாநிதி, திராவிட முன்னேற்றக்கழகத்தில் தனக்கென தனிமுத்திரை பதித்தவர். 1968-ம் ஆண்டு ஜனவரி 5-ம் தேதி கருணாநிதி - ராஜாத்தி அம்மாளுக்கு மகளாகப் பிறந்து வளர்ந்து, சர்ச் பார்க் மற்றும் பிரெசண்டேஷனில் பள்ளிப்படிப்பை நிறைவு செய்து, சென்னை எத்திராஜ் கல்லூரியில் வணிகவியல் முதுகலைப் பட்டம் பெற்றார்.

2001 ஜூன் 30-ம் தேதியன்று நள்ளிரவில் கருணாநிதி தங்கியிருந்த ஆலிவர் சாலை வீட்டிற்குள் புகுந்த ஜெயலலிதா அரசின் காவல்துறை, சென்னையில் பாலம் கட்டியதில் ஊழல் நடந்திருப்பதாக கூறி, கருணாநிதியைப் பலவந்தமாகக் கைது செய்து அழைத்துச் சென்றது. விடியற் காலைவரை அங்கும் இங்குமாய் விசாரணை என்ற பெயரில் கலைஞரை மன உளைச் சலுக்கு ஆளாக்கினர். அதிகாலை 5.30 மணியளவில் நீதியரசர் அசோக் குமார் முன்பாக கருணாநிதியை ஆஜர் படுத்தியது ஜெயலலிதா அரசின் காவல் துறை. விசாரணை முடிந்ததும், கருணாநிதி யின் உடல் நலனை மருத்துவ பரிசோதனை செய்த பிறகு, அவரை நீதிமன்ற காவலில் வைக்க உத்தரவிட்டார் நீதிபதி.

நீதிபதியின் உத்தரவை மதிக்காத ஜெயலலிதா அரசின் காவல்துறையினர், கருணாநிதிக்கு மருத்துவப் பரிசோ தனை செய்யாமலேயே அவரை மத்திய சிறைக்குக் கொண்டுசென்றனர். அப்போது சிறைவாசலிலேயே தர்ணா போராட்டத்தில் ஈடுபட்ட கருணாநிதிக்கு, கனிமொழியே ஆறுதலாக அருகில் அமர்ந்திருந்தார். காவல்துறையினரின் அதிரடிகளுக்கு அஞ்சாமல் தன் தந்தைக்குப் பாதுகாப்பு அரணாக அமர்ந்திருந்த கனிமொழி அன்றைக்குத்தான் எல்லார் மத்தியிலும் அதிக கவனம் பெற்றார்.

கலைஞரின் செல்ல மகளாகவும் அவரின் இலக்கிய வாரிசாகவும் அறியப்பட்ட கனிமொழி தி இந்து

நாளிதழ் மற்றும் குங்குமம் உள்ளிட்ட பத்திரிகைகளில் பணியாற்றி, பின்னாளில் திராவிட முன்னேற்றக் கழக பிரசாரக் களத்தில் தவிர்க்க முடியாத ஆளுமையாக இருக்கிறார்.

2007-ம் ஆண்டு திமுக சார்பில் மாநிலங்களவைக்கு தேர்ந்தெடுக்கப்பட்டு, சிறந்த நாடாளுமன்றவாதியாகப் புகழப் பட்டார்.

2009-ம் ஆண்டு சுகாதாரம் மற்றும் குடும்ப நலத்துறைக்கான நாடாளுமன்ற குழுவின் உறுப்பினராக பணியாற்றினார்.

2009-ம் ஆண்டு வெளியுறவு அமைச் சகத்தின் ஆலோசனைக் குழு உறுப்பினர் மற்றும் நாடாளுமன்ற வளாக உணவு மேலாண்மை கூட்டு உறுப்பினராகவும் இருந்தார்.

செயல்பட்டவர், தொடர்ந்து தனக்குக் கொடுக்கப்பட்ட வாய்ப்புகளையெல்லாம் வெற்றியாகக் கோர்த்தார்.

தவிர்க்க முடியாத ஆளுமை கனிமொழி

கனிமொழியின் அறிவுபூர்வமான பேச்சிற்கு அப்போதைய பிரதமர் மன்மோகன் சிங் மட்டுமல்லாது தேசிய தலைவர்கள் பலரது பாராட்டுகளையும் பெற்றிருக்கிறார்.

ஈழத்தமிழர்களுக்காக முதல் ஆளாக ராஜினாமா செய்த கனிமொழி, 2-ஜி அலைக் கற்றை வழக்கில் சுமார் 6 மாதகாலம் சிறையில் இருந்து, அந்த வழக்கை சட்ட ரீதியாகச் சந்தித்து வெற்றி கண்டார்.

2010-ம் ஆண்டு கிராமப்புற மேம்பாடு தொடர்பான நாடாளுமன்ற குழுவில் இடம்பெற்ற கனிமொழி, 2012-ம் ஆண்டு கலாசார உறவுகளுக்கான இந்திய கவுன்சிலின் பொதுச்சபை உறுப்பினராக தேர்ந்தெடுக்கப்பட்டார்.

அதே ஆண்டில் கட்டாயக் கல்வி சட்டத்தின் செயலாக்கக்குழு உறுப்பினராக

தனது அரசியல் பயணத்தை எப்போதுமே சுருக்கிக்கொண்டதில்லை கனிமொழி. திமுகவின் தேர்தல் களங்களில் பிரசார பீரங்கியாய்ச் செயல்பட்டார்.

2019-ம் ஆண்டு, முதன் முறையாக தூத்துக்குடி மக்களவைத் தேர்தலில் போட்டியிட்டு, மக்களால் தேர்ந்தெடுக்கப் பட்ட உறுப்பினராக நாடாளுமன்றத்

சிறந்த நாடாளுமன்றவாதிக்கான விருதுடன் ஸ்டாலினிடம் ஆசிபெற்ற கனிமொழி.

திற்குள் காலடி எடுத்து வைத்தார். தன்னை எதிர்த்து நின்ற தமிழக பாரதிய ஜனதா கட்சியைச் சேர்ந்த தமிழிசை சௌந்தரராஜனைவிட 3 லட்சத்து 47 ஆயிரம் வாக்குகள் அதிகம் பெற்று தூத்துக்குடியை தன்வசம் கொண்டுவந்த வரலாறு கனிமொழியுடையது.

இரண்டு முறை மாநிலங்களை உறுப்பினராக சட்டமன்ற உறுப்பினர்களால் தேர்ந்தெடுக்கப்பட்டு அனுப்பி வைக்கப்பட்டவர், 2019 நாடாளுமன்ற தேர்தலில் மக்கள்

செம்மொழியுடன் கனிமொழி.

கொ. அன்புகுமார்

மன்றத்தில் மக்களவை உறுப்பினராக தேர்ந்தெடுக்கப் பட்டிருக்கிறார்.

மு.க.ஸ்டாலின் திமுகவின் தலைவராக தேர்ந்தெடுக்கப்பட்ட போது தனது அண்ணனின் வெற்றியைக்கண்டு அகம் நெகிழ்ந்தவர் கனிமொழி. அவரது பாசப்பிணைப்பிற்கு சான்றுதான் அன்றைய நாள் ஸ்டாலினின் கன்னத்தில் கனிமொழி கொடுத்த பிரியமிகு முத்தம். பார்த்தவர்களையெல்லாம் நெகிழவைத்தது அந்த புகைப்படம்.

கிராமிய கலைகளை மீட்டெடுக்க சென்னையில் கிராமிய கலைஞர்களைக் கொண்டு சென்னைச் சங்கமம் என்ற நிகழ்ச்சியை நடத்தி அறியப்படாத கலைகளையும் அறிமுகம் செய்தார் கனிமொழி. நாடாளுமன்றத்தில் தமிழ்நாட்டின் உரிமைக்காகக் குரல் கொடுத்துக்கொண்டிருக்கிறார்.

கனிமொழியின் உழைப்புக்குக் கிடைத்த வெகுமதியாக, தி.மு.க.வின் துணைப் பொதுச்செயலாளர் என்கிற பெருமைமிகு அங்கீகாரத்தைப் பெற்றார்.

அன்பின் மிகுதியால் அண்ணன் ஸ்டாலினுக்கு கனிமொழி கொடுத்த அன்பு முத்தம்.

விழித்துக்கொண்ட தமிழ்நாடு..!

இப்படி பல அரசியல் நகர்வுகளோடு கடந்த 50 ஆண்டுகளுக்கும் மேலாக திமுகவும், அதிமுகவும் மாறி மாறி தமிழகத்தில் பல அரசியல் காய்நகர்த்தல்களைச் செய்திருக் கின்றன.

அண்ணா சொன்னதுபோல, ''திமுக என்பது வெறும் அரசியல் கட்சியல்ல, அது மாபெரும் மக்கள் இயக்கம்.''

ஆம், உண்மைதான்.

சாதியக் கூறுகளை வேரறுக்கவும், சமத்து வத்தை நிலைநாட்டவும், எளிய மக்களின் வாழ்வாதாரத்தைக் காக்கவும், மாநில உரிமைகளைப் போராடிப் பெறுவதற்கும் திராவிட முன்னேற்றக்கழகம் என்றுமே தயங்கியது இல்லை.

போட்டி போட்டுக்கொண்டேனும் மக்கள் நலத்திட்டங்கள் அறிவித்து, அவற்றைச் செயல்படுத்தியிருக்கின்றன திராவிடக் கட்சிகள்.

மற்ற மாநிலங்களுக்கெல்லாம் முன்னோடி சட்ட திட்டங்களை வகுத்து அதைச் சட்டமாக்கியிருக்கிறது திமுக.

இந்த அரசியல் களம் மற்ற மாநிலங் களில் இருந்து முற்றிலும் வேறானது.

50 ஆண்டுகளில் தமிழகம் முன்னோக்கி வளர்ந்திருக்கிறதா வீழ்ந்திருக்கிறதா? துறை வாரியான வளர்ச்சிப்படிகள் எப்படி இருக்கிறது? என்பதை அலசிப்பார்க்கும் போது எண்ணிலடங்காதத் திட்டங்கள் செயல்படுத்தப்பட்டிருக்கின்றன.

லஞ்சம், ஊழல், அதிகாரத் துஷ் பிரயோகம், அரசு இயந்திரத்தை தவறாகப் பயன்படுத்தி வளர்ந்தவர்கள், தந்திரம் செய்து மக்கள் நலப்பணிகளில் லாபம் ஈட்டியவர்கள் என அரசியல் களத்தில் பல தவறானவர்களும் இருக்கவே செய்கின்றனர். ஆனாலும் சமூகநீதி, பண்பாடு, கலாசாரம் ரீதியாகவும், கல்வி, வேளாண்மை, சுகாதாரம், தொழில் துறை என துறை ரீதியிலாகவும் திமுகவும் அதிமுகவும் பல முன்னெடுப்புகளை செய்திருக்கின்றன.

பள்ளிக்கல்வியை முடித்து உயர்க் கல்வியில் சேர்பவர்கள் இந்தியாவிலேயே தமிழகத்தில்தான் அதிகம் என சில புள்ளி விபரங்கள் தெரிவிக்கின்றன.

தேசிய அளவில் தமிழகம் 38.2 சதவிகிதமும், குஜராத் 17.6 சதவிகிதமும் மத்தியப் பிரதேசம் உத்திரபிரதேசம், ராஜஸ்தான் போன்ற மாநிலங்களில் 20 சதவிகிதத்துக்கும் குறைவாகவே இருப்பதாக, அந்தப் புள்ளி விபரங்கள் தெரிவிக்கின்றன.

மாணவர்களுக்கு இலவச பாடநூல் கொடுத்தவர் கருணாநிதி, காமராஜரின் மதிய உணவுத் திட்டத்தை விரிவுபடுத்தி, அதிக மாணவர்களுக்கு சத்துணவு கொடுத்து

ஈர்த்தார் எம்.ஜி.ஆர். அதனால் பள்ளி செல்லாத குழந்தைகள்கூட பள்ளிக்கூடம் சென்றனர். அதிகமான ஆரம்பப் பள்ளிகளையும் தரம் உயர்த்தப்பட்ட நடுநிலைப் பள்ளிகளையும், உயர்நிலைப் பள்ளிகளையும் ஊருக்கு ஊர் திறந்தார்கள்.

அடுத்து ஆட்சிக்கு வந்த கருணாநிதி அரசு, வாரத்திற்கு 5 முட்டைகள் கொடுத்து சத்துணவுத் திட்டத்தை மேம்படுத்தி சத்தான உணவு கிடைக்கவழிவகை செய்தது. அதையே வாரம் முழுவதும் கலவைசாதம், பால் சாதம், வாழைப்பழம் என வழங்கி, மாணவர்களின் ஊட்டச் சத்து குறித்து சிந்தித்தார் ஜெயலலிதா.

அவர்களுக்கு சீருடைகள் மட்டு மல்லாமல் இலவச காலணிகளும் வழங்கப் பட்டன.

மாணவர்கள் சிரமம் இன்றி பள்ளிக்குச் சென்றுவர இலவச பஸ்பாஸ் கொடுத்தார் கருணாநிதி. முறையே அந்த மாணவர் களுக்கு இலவச சைக்கிள் கொடுத்து ஊக்கப்படுத்தினார் ஜெயலலிதா.

இதனால் பெண் குழந்தைகள் படிக்க முடியாமல் முடங்கிக்கிடந்த நிலைமாறி பள்ளிக்குச் செல்லும் வாய்ப்பு அதிகம் ஏற்பட்டது. அவர்களின் அறிவுத்திறனை வளர்க்க விலையில்லா லேப்டாப் வழங்கினார் ஜெயலலிதா.

உயர்கல்வி வரை இலவசம் என்ப தையும், பெண்குழந்தைகளுக்கு பட்ட மேற்படிப்பு வரை இலவசக்கல்வி என்ப தையும் சட்டமாக்கினார் கருணாநிதி. இப்படி பல சட்ட திட்டங்களின் மூலம் அவர்களின் ஆரம்பக்கல்வி முதல் பட்ட மேற்படிப்பு வரை, கல்விக்கான அத்தனை செலவுகளையும் அரசே ஏற்பதுபோலான நிலையை திமுக அரசு தந்தது.

இந்தியாவில் தலைசிறந்த 100 கல்வி நிறுவனங்களின் பட்டியலை மத்திய அரசின் மனிதவள மேம்பாட்டுத் துறை வெளியிட்டது. இந்திய அளவில் சிறந்த கல்வி நிறுவனங்களாகத் தேர்ந்தெடுக் கப்பட்ட நூறு கல்லூரிகளில் 37 கல்லூரிகள் தமிழகத்தில் இருக்கின்றன. வளர்ச்சியடைந்த மாநிலங்கள் என்று சொல்லக்கூடிய குஜராத்தில் வெறும் 3 கல்லூரிகள் என்ற அடிப்படையிலேயே இருக்கிறது.

இந்தியாவின் தலைசிறந்த 100 பல்கலைக்கழங்களில் எண்ணிக்கையில் தமிழகத்தில் 28 பல்கலைக்கழகங்கள் இருக்கின்றன. குஜராத்தில் 2, உத்திரப் பிரதேசத்தில் 7, ராஜஸ்தானில் 4 என்ற அளவில்தான் இருக்கின்றன.

கருணாநிதி பொறுப்பேற்ற பிறகு கல்வி வேலைவாய்ப்பில் அதுவரை இருந்த 31 சதவித இட ஒதுக்கீடு 69 சதவிகிதமாக உயர்ந்தது. அடுத்தடுத்து வந்த ஜெயலலிதா ஆட்சியில் 69 சதவிகித இட ஒதுக்கீட்டுக்கு ஆபத்துவந்தபோது அவற்றை உறுதி செய்தார்.

மாவட்டத்துக்கு ஒரு மருத்துவக் கல்லூரி வீதம் மாவட்டங்கள்தோறும் மருத்துவக் கல்லூரிகளைத் திறந்தார் கருணாநிதி. மருத்துவக் கல்லூரிகளோடு மருத்துவமனைகள் இயங்கிவருவதால் எந்தநேரமும் மருத்துவர்கள் மற்றும் மருத்துவக்கல்லூரி மாணவர்கள் பணியில் இருந்து அதிக நோயாளிகளைப் பார்க்கும் வசதியும் தமிழ் நாட்டில் மட்டும்தான் தங்கு தடையின்றி நடக்கிறது.

கருப்பு | சிவப்பு / கழகங்கள்

சுகாதாரத்துறையின் வளர்ச்சிக் குறியீடாக பார்க்கப்படும் சிசு மரண விகிதம் மற்ற மாநிலங்களை ஒப்பிடும் போது தமிழ்நாட்டில் மிகமிகக் குறைவு.

1000 சிசுக்களில் மரண எண்ணிக்கை விகிதம் தமிழ்நாட்டில் 21 சதவிகிதமும், குஜராத்தில் 31 சதவிகிதமும், மத்திய பிரதேசத்தில் 54, ராஜஸ்தான் 47, தேசிய சராசரி 40 என மாநிலங்களின் புள்ளி விபரத்தை ஒப்பிடுகையில் தமிழகம் பரவாயில்லை என்றே சொல்ல முடியும்.

சிசு மரணம் இல்லாமல் பார்த்துக் கொள்ளும் மருத்துவச் செவிலியர்களுக்கு ஒரு சவரன்தங்கம் பரிசாகத்தரப்படும் என்று அறிவித்து, செவிலியர்களை ஊக்கப்படுத்தின திராவிடக்கட்சிகள். சரியாகவும் முறையாகவும் சிசுக்கொலையைத் தடுக்கும் மருத்துவத் துறையினருக்கு சூழற்கேடயங்களும் பாராட்டுப் பத்திரங்களும் வழங்கியது தமிழக அரசு.

ஊட்டச்சத்துக் குறைபாடு, மனிதவளக் குறியீடு, தடுப்பூசி அளிக்கப்படும் குழந்தைகள் பற்றின குறிப்புகள் யாவிலும் திராவிட ஆட்சிகளின் காலத்தில் தமிழகத்தில் நல்ல முன்னேற்றம் இருக்கிறது.

1970-களில் கிட்டத்தட்ட 300ஆக இருந்த ஆரம்பச் சுகாதார நிலையங்களின் எண்ணிக்கை 1400-ஐத் தாண்டிவிட்டது. அதேபோல 8000-க்கும் அதிகமான துணை ஆரம்பச் சுகாதார நிலையங்கள் இருக்கின்றன. இந்தியாவிலேயே சிறந்த மருத்துவக்கல்லூரி மருத்துவமனைகளும் உயர்ந்த தொழில்நுட்பமும் தமிழ்நாட்டில் தான் இருக்கின்றன.

ஏழைகளும் மருத்துவமனையில் உயர் சிகிச்சை பெறும் வகையில் கலைஞர் காப்பீட்டுத் திட்டம் மூலம் மக்கள் பெரிதும் பலன் அடைந்தார்கள்.

பொருளாதார ரீதியில் தமிழகம் எப்படியிருக்கிறது என்ற ஆய்வும் மிக முக்கியாமான ஒன்று.

இந்தியாவில் உள்ள 29 மாநிலங்களில் 20 மாநிலங்களின் ஒட்டுமொத்த உள்நாட்டு உற்பத்தி மதிப்புக்கு இணையானதை தமிழகமும் கர்நாடகமும் மகாராஸ்டிரமும் கொடுக்கின்றன. இரண்டாவது இடத்தில் தமிழகம் இருக்கிறது.

ஆண்டுக்கு தனிநபர் வருமானம் தமிழ்நாட்டில் ஒரு லட்சத்து 28 ஆயிரத்து 366ஆக இருக்க, குஜராத்தில் ஒரு லட்சத்து ஆறாயிரத்து 831 ஆக இருக்கிறது. அதுவே உத்தரபிரதேசத்தில் 40 ஆயிரத்து முன்னூற்று எழுபத்தி மூன்று ரூபாயாகவும், ராஜஸ்தானில் 65ஆயிரமாகவும் இருக்கிறது. தேசிய சராசரி 93 ஆயிரத்து இருநூற்று தொன்னுத்தி மூன்றாக உள்ளது.

இப்படிப் பல புள்ளி விவரங்கள் தமிழகத்துக்குச் சாதகமான ஒன்றையே காட்டுகின்றன.

இந்தியாவில் விவசாயிகளுக்கு சார்பு மற்றும் மாற்றுப் பொருளாதாரங்களில் ஒன்று கால்நடைவளர்ப்பு. இதுவரை மற்ற மாநிலங்கள் இதை அணுகியது இல்லை. ஆனால் கருணாநிதி ஆட்சியில் கூட்டுறவுச் சங்கங்களின் வழியாக கறவை மாடுகள் வழங்கும் திட்டத்தை அறிமுகப் படுத்தினார் கருணாநிதி. அதுவே 2011-ல் இலவச ஆடுகள் வழங்கும் திட்டத்தைக் கொண்டுவந்து மக்களின் பொருளாதார வளர்ச்சிக்கு வித்திட்டார் ஜெயலலிதா.

அண்ணா ஆட்சியில் இருந்த காலகட்டத்தில்தான் நாகை மாவட்டம் கீழவெண்மணியில் அரைப்படி நெல் கூலி அதிகம் கேட்டார்கள் என்ற காரணத்துக்காக விவசாயிகள் 44 பேர் குடிசையில் வைத்து, பண்ணையார்களால் எரிக்கப்பட்ட கொடூரம் நடந்தது. அந்த அளவுக்கு ஏற்றத்தாழ்வுகளோடு கிடந்த மக்களுக்கு நில உச்சவரம்புச் சட்டத்தை கருணாநிதி கொண்டுவந்ததன் மூலம் கிட்டத்தட்ட 98 சதவிகிதம் பேர் சிறுகுறு விவசாயிகள் ஆனார்கள். 1989-ல் இலவச மின்சாரம் வழங்கப்படும் என்ற அறிவிப்பையும் தந்தார் கருணாநிதி. 2006-ல் நிலமற்ற விவசாயிகளுக்கு இரண்டு ஏக்கர் நிலமும் வழங்கினார்.

கருணாநிதி ஆட்சி, ஏழை விவசாயக் கடன்கள் முழுவதையும் ரத்து செய்தது. விவசாயிகள் விளைவித்த பொருட்களை தாங்களே விலை நிர்ணயித்து சந்தைப் படுத்தும் உழவர் சந்தை, போன்றவற்றைக் கொடுத்து ஊக்கப்படுத்தியது.

திமுக ஆட்சிக்காலத்தில் பல நீர்ப் பாசனத் திட்டங்கள் செயல்படுத்தப் பட்டன.

1968-ல் அண்ணா ஆட்சிக் காலத்தில் கொண்டுவரப்பட்ட தாலிகட்டாத திருமணத்திற்குச் சட்ட உரிமை, 1971-ல் கொண்டுவரப்பட்ட அனைத்து சாதியினரும் அர்ச்சகராகலாம் என்ற சட்டம், 1978-ல் அரிஜன நலத்திட்டங்களுக்காக நிலம் கையப்படுத்தும் சட்டம், 1989-ல் பெண் வாரிசுரிமை சட்டதிருத்தம், தொழிலாளர் உரிமைகளைப் பாதுகாக்கும் சட்டம், நில உச்சவரம்புச் சட்டம், 2002-ல் கட்டாய ஆரம்பக்கல்விச் சட்டம் என படிப்படியாக பல சட்டங்களை கொண்டுவந்திருக்கிறது திமுக அரசு.

அண்ணா தலைமையில் திமுக ஆட்சிக்கு வந்த பிறகு மொழிக்கு பெருமை சேர்க்கும் வகையில் ஏராளமான தமிழ் அறிஞர்கள் வெளிநாட்டு ஆய்வாளர்களை திரட்டி பிரம்மாண்டமான உலகத்தமிழ் மாநாடு நடந்தது. அதேபோல கருணாநிதி ஆட்சியில் கோவையில் 2010-ம் ஆண்டு கோவை கொடிசியா வளாகத்தில் உலகத் தமிழ் செம்மொழி மாநாட்டை உலகமே உற்று நோக்கும் வகையில் நடத்திக் காட்டினார் கருணாநிதி. கருணாநிதி மட்டுமல்ல ஸ்டாலின் தலைமையிலான அரசு 2021-ம் ஆண்டு ஆட்சிப் பொறுப்பிற்கு வந்த பிறகு, தமிழ்நாடு அரசு பணியாளர் தேர்வாணையம் மூலம் நடத்தப்படும் தேர்வில், தமிழில் குறைந்தது 45 மதிப்பெண் எடுத்து தேர்ச்சி பெற்றால் மட்டுமே பிற தாள்களை மதிப்பீடு செய்யப்படும் என்று அறிவித்திருக்கிறார். மேலும் அனைத்து போட்டி தேர்வுகளுக்கும் தமிழ் மொழி கட்டாயமாக்கப்படும் என்று அறிவிக்கப் பட்டிருக்கிறது. இப்படி தமிழுக்காகவும் தமிழ் மொழியின் வளர்ச்சிக்காகவும் திராவிட முன்னேற்றக் கழகம் பல்வேறு திட்டங்களை செயல்படுத்தியிருக்கிறது.

அரசியல் அதிர்வுகள்

முதுகுளத்தூர் கலவரம்

1957-ம் ஆண்டு ராமநாதபுரம் மாவட்டம் முதுகுளத்தூரில் நடந்த சாதிய கலவரம் வரலாற்றில் ஒரு கரும் புள்ளி.

கிட்டத்தட்ட 3 மாதங்கள் அங்கே நடந்த கலவரங்களால் தமிழகமே அல்லோலப் பட்டுக் கிடந்தது.

வீடுகள் எரிக்கப்பட்டும் பலர் அடித்துக் கொலை செய்யப்பட்டனர். இருபிரிவின ரிடையே ஏற்பட்ட மோதலால் பெரும் அசம்பாவிதங்கள் நடந்தேறியபடியிருக்க ஒவ்வொரு நாளும் பயங்கரத்தின் நெடியேறிய பொழுதுகளாய் விடிந்தன.

ஜூலை மாதம் தொடங்கிய பிரச்னை செப்டம்பர் வரை தொடர்ந்து வர அதற்கு முற்றுப்புள்ளி வைக்கும் நோக்கத்தில், இரு தரப்பினரும் பேச்சுவார்த்தைக்கு அழைக்கப்பட்டனர்.

அனைத்துக்கட்சி தலைவர்களும் கலந்து கொண்ட அந்தப் பேச்சுவார்த்தையில் தேவர் சமூகத்திற்காக பசும்பொன் முத்து ராமலிங்கத் தேவரும், ஆதிதிராவிடர் சார்பாக இமானுவேல் சேகரனும் கலந்து கொண்டனர். பேச்சுவார்த்தையில் கடும் வாக்குவாதம் ஏற்பட்டதால் சுமூக முடிவு எட்டப்படவில்லை.

இருதரப்புக்குமான பேச்சுவார்த்தை பாதியிலேயே முறிந்தது.

சமாதானக் கூட்டத்திற்கு ஏற்பாடு செய்யப்பட்ட மறுநாள் அதாவது 1957 செப்டம்பர் 11-ம் தேதி இரவு 8 மணியளவில் ராமநாதபுரம் மாவட்டம் பரமக்குடியில் நிகழ்ச்சியொன்றில் பேசி விட்டு வீடு திரும்பும்போது இமானுவேல் சேகரன் வெட்டிப் படுகொலை செய்யப்பட்டார்.

இந்தடு கொடூரக்கொலையை அடுத்து மீண்டும் கலவரம் கொழுந்துவிட்டு எரியத்தொடங்கியது. விசாரணை நடத்தச் சென்ற காவல்துறை அதிகாரிகளும் அடித்துக்கொல்லப்பட்டனர்.

கோபமடைந்த காவல்துறையினர் சம்பந்தப்பட்ட கிராமத்திற்குச் சென்று அங்கிருந்த ஐந்து பேரை சுட்டுக்கொன்ற தாகவும் சொன்னார்கள். அது கலவரத்தின் போது ஏற்பட்டதா அல்லது காவல்துறை வேண்டுமென்றே செய்ததா என்பதுதான் பெரும் பிரச்னையாக உருவெடுத்தது.

இந்த பிரச்னையால் காமராசர் அரசுக்கு பெரும் குடைச்சல் உருவானது. கம்யூனிஸ்ட் சார்பில் காமராசர் அரசு மீது நம்பிக்கையில்லா தீர்மானமும் கொண்டுவரப்பட்டது. ஆனால் தீர்மானம் தோற்றது.

நீதிவிசாரணைக் கேட்டு வெளிநடப்பு செய்துவிட்டதால், நம்பிக்கையில்லா தீர்மானத்தில் கலந்துகொள்ளவில்லை திமுக.

இப்படியாக மாறி மாறி மோதல் வலுத்து ஒருவழியாக அடங்கியது.

எம்.ஜி.ஆர். எம்.ஆர்.ராதா துப்பாக்கிச்சூடு

1967 பொதுத்தேர்தல் பரபரப்பு பற்றிக் கிடந்த வேளையில் எம்.ஜி.ஆர் சுடப்பட்டார் என்ற செய்தி காட்டுத் தீயைப் போல பரவியது.

சென்னை பரங்கிமலை தொகுதியில் திமுக வேட்பாளராக அறிவிக்கப்பட்டிருந்த எம்.ஜி.ஆரும், நடிகர் எம்.ஆர் ராதாவும் 1967 ஜனவரி 12-ம் தேதி குண்டடிப்பட்ட நிலையில், ரத்த வெள்ளத்தோடு ராயப்பேட்டை மருத்துவமனைக்கு தூக்கிவரப் பட்டனர்

என்ன நடந்ததெனத் தெரியவில்லை. ஏன் நடந்ததெனவும் புரியவில்லை.

எம்.ஜி.ஆரை, எம்.ஆர்.ராதா சுட்டு விட்டு தன்னைத்தானே அவர் சுட்டுக் கொண்டார் என்றே பரவியது செய்தி. அதன் பிறகே ஒருவரையொருவர் மாற்றி மாற்றிச் சுட்டுக்கொண்டார்கள் என்பது தெரிந்தது.

எம்.ஆர்.ராதாவின் நெற்றிப் பகுதியில் துப்பாக்கி குண்டு துளைத்திருந்ததால் ஆபத்தான நிலையில் சேர்க்கப் பட்டிருந்தார். இருவருக்கும் உடனடியாக அறுவை சிகிச்சைக்கு ஏற்பாடு செய்தது மருத்துவ மனை.

ராயப்பேட்டை அரசு மருத்துவ மனையில் தனித்தனி அறைகளில் சிகிச்சை யளிக்கப்பட்டு, அவர்கள் இருவரும் உயிருடன் இருப்பது தெரியவந்த போதுதான், எல்லாருக்குமே நிம்மதிப் பெருமூச்சு.

துப்பாக்கிச்சூடு சம்பவத்தைக் கேள்விப் பட்ட எம்.ஜி.ஆர் ரசிகர்கள் ஆங்காங்கே வன்முறையில் இறங்கினர்.

மருத்துவமனை வளாகத்தில் பெரும் கூட்டம் கூட ஆரம்பித்தது.

எம்.ஜி.ஆரும், எம்.ஆர்.ராதாவும் நடிப்பில் உச்சத்தில் இருந்தநேரம் அது. அரசியலில் முன்னணித்தலைவர்களாகவும் பயணித்துகொண்டிருந்தனர்.

கொள்கையில் பெரியாரையே இருவரும் யாசித்த போதிலும், பல விடயங்களில் முரண்பட்டே நின்றனர் இருவரும்.

எம்.ஜி.ஆரின் ராமவரம் வீட்டில்தான் துப்பாக்கிச்சூடு நடந்தது.

துப்பாக்கிச் சூடு சம்பவம் நடந்தபோது அங்கிருந்த ஒரே சாட்சி, தயாரிப்பாளர் வாசு.

கருப்பு | சிவப்பு / கழகங்கள்

தனது அடுத்த படத்தில் எம்.ஜி.ஆரை நடிக்க வைப்பதற்காக ராமவரம் தோட்டத்திற்கு வாசு வந்தபோதுதான், எதிர்பாராத விதமாக எம்.ஜி.ஆரும் எம்.ஆர்.ராதாவும் சுட்டுக்கொண்டனர்.

மரணத்தின் விளிம்புக்கே சென்றாலும், நம் உயிரின் ஓசை சிறிதுகாலம் வாழ்ந்தே ஆகவேண்டும் என்றிருந்தால், அதை மாற்ற முடியாது. விதியை நொந்து கொள்பவர்களுக்கு எம்.ஜி.ஆர் - எம்.ஆர்.ராதா துப்பாக்கிச்சூடு சம்பவம் சரியான உதாரணம்.

1967 தேர்தல் நடப்பதற்கு சில தினங்களுக்குமுன்புநடந்த அந்தத்துப்பாக்கிச்சூடு சம்பவத்தில் அதிர்ஷடவசமாக இருவரும் தப்பிவிட்டனர். கழுத்தில் குண்டடிபட்டதால் எம்.ஜி.ஆரால் வேட்புமனு தாக்கல் செய்ய போகமுடியவில்லை. மருத்துவமனையிலேயே அதிகாரிகள் வந்து வேட்புமனுவில் அவரிடம் கையெழுத்து வாங்கிச் சென்றனர்.

அரசியலில் பெரும் அதிர்வலைகளை ஏற்படுத்திய எம்.ஜி.ஆர்., எம்.ஆர்.ராதா துப்பாக்கிச்சூடு வழக்கில், இன்றளவும் சில மர்ம முடிச்சுகள், அவிழ்க்கப்படாமலேயே இருக்கின்றன.

துப்பாக்கியுடன்ராமவரம் தோட்டத்தில் நுழைந்த எம்.ஆர்.ராதாவுக்கும் எம்.ஜி.ஆருக்கும் இருந்த முன் பகையே, துப்பாக்கி சப்தமாய் வெடித்தாக

சொல்லப்பட்டது. ஆனால், எம்.ஆர். ராதாவை எம்.ஜி.ஆர்.தான் முதலில் சுட்டதாகவும், அதையடுத்து திருப்பிச் சுட்டபோது, எம்.ஜி.ஆரின் கழுத்திலும் காதிலும் குண்டுகள் பாய்ந்தாகச் சொன்னது எம்.ஆர் ராதா தரப்பு.

எம்.ஆர்.ராதா பயன்படுத்திய துப்பாக் கியில் கைப்பற்றப்பட்ட குண்டுகள் தான் இருவரையுமே தட்டிச்சாய்த்திருப் பதாகச் சொன்னது தடயவியல் ரிப்போர்ட்.

இதில் கொடுமை என்னவென்றால், இருவர் வைத்திருந்த துப்பாக்கியும் ஒரே கடையில் ஒரேநேரத்தில் ஒன்றாக வாங்கியதுதான். இருவரும் நட்பாகவே சென்று ஆளுக்கொரு துப்பாக்கியை வாங்கி வைத்திருந்திருக்கின்றனர்.

எதிர்காலத்தில் அதுவே அவர்களுக்கு வினையாக முடிந்தது.

ராமவரம் தோட்டத்தில் நடந்த அந்த துப்பாக்கிச்சூடு தொழில் போட்டியால் நடந்தாகக் கூறுப்படுவது ஒருபுறம் இருக்க, கொடுக்கல் வாங்கலில் ஏற்பட்டப் பிரச்னையே மூலகாரணம் என்று சொன்னார்கள்.

எம்.ஆர்.ராதா தரப்பு வழக்கறிஞர் என்.டி.வானவாமலை இந்த வழக்குத் தொடர்பாக ஆஜராகினார்.

தான்தான் சுட்டதாக எம்.ஆர்.ராதா ஒப்புக்கொண்டாலும், அந்தத் துப்பாக்கிச் சூடு சம்பவத்திற்கு, பல்வேறு காரணங்கள் இருப்பதாகக் கூறப்படுகிறது. எம்.ஜி.ஆர் தனது கட்சியின் சின்னத்தைப் படங்களில் உபயோகப்படுத்தியதால் அதைத் தட்டிக் கேட்டபோது தான் இருவருக்குள்ளும் முட்டல்மோதல் வந்துபோனதாகவும் சொன்னார்கள்.

எம்.ஜி.ஆரைச் சுட்டதாகக் கூறி கைது செய்து சிறைவைக்கப்பட்ட எம்.ஆர். ராதாவுக்கு, ஏழு வருடங்கள் கடுங்காவல் தண்டனை அறிவிக்கப்பட்டு, பின்னர் அது உச்சநீதிமன்றத்தில் 4 ஆண்டு களாகக் குறைக்கப்பட்டு, நன்னடத்தை காரணமாக அவர் மூன்றரை ஆண்டுகளில் விடுவிக்கப்பட்டார்.

மூன்றரை ஆண்டுகள் சிறைவாசத் திற்குப் பிறகு விடுதலையான எம்.ஆர். ராதா ரத்தக்கண்ணீர், லட்சுமிகாந்தன், துக்குமேடை உள்ளிட்ட தனது நாடகங் களின் தொகுப்பாக 'கதம்பம்' என்ற பெயரில் நாடகங்களை அரங்கேற்றி, மக்கள் செல்வாக்கைப் பெற்றார்.

எம்.ஆர்.ராதா மீது குற்றச்சாட்டுகள் பதிவு செய்யப்பட்டு தண்டனை வழங்கப் பட்ட போதிலும், அந்த வழக்கில் பல்வேறு சந்தேகங்கள் எழுந்தவண்ணமே இருந்தன.

1967-க்கு முன்பு எம்.ஜி.ஆரின் குரல்வளத்தில் ஒரு வசீகரம் இருக்கும். துப்பாக்கிச்சூடு சம்பவத்திற்குப் பிறகு அது சற்றுக் குறைந்து பேச்சு தெளிவில்லாமல் போனது.

அவசர நிலை பிரகடனம்

காற்றுக்கூட சுடுவதாகதான் தெரிந்தது அந்த இருண்டகாலத்தில். 1975 ஜூன் 26-ம் தேதி வரலாற்றில் ஓர் கருப்பு நாள்.

அதுவரை கேள்விப்படாத பெயர். நடக்காத சம்பவங்கள் அத்தனைக்கு காரணம் அன்றைய பிரதமர் இந்திராகாந்தி.

கருப்பு வெள்ளை காலத்தில், நெருப்பாகவே பற்றி எரிந்தது எமெர்ஜென்சி.

1975 ஜூன் 12-ம் தேதி, இந்திராகாந்தி வெற்றிபெற்றது செல்லாது என்று அதிரடித் தீர்ப்பு கொடுத்து அலகாபாத் உயர் நீதிமன்றம். மக்களவை உறுப்பினர் பதவியிலிருந்து நீக்க வேண்டும், ஆறு ஆண்டுகளுக்கு எந்தத் தேர்தலிலும் போட்டியிடக்கூடாது என்பது போன்ற பல்வேறு அதிரடி உத்தரவுகளை பிறப்பித்தது நீதிமன்றம்.

இந்த உத்தரவை அடுத்து எதிர்க் கட்சிகள் ஒன்றுகூடி, இந்திராகாந்தி உடனடியாக அவர் பதவி விலகவேண்டும் என்று போராட்டத்தில் ஈடுபட்டன.

நீதிமன்றத்தின் உத்தரவு மற்றும் எதிர்க் கட்சிகளின் அதிரடியால் நிலை குலைந்து போன இந்திராகாந்தி, வானொலி மூலம் அவசரநிலை பிரகடனத்தை அறிவித்தார்.

சுதந்திர போராட்ட தியாகி ஜெயபிரகாஷ் நாராயணன், மொரார்ஜி தேசாய், உள்ளிட்ட தன்னை எதிர்த்த அத்தனை தேசிய தலைவர்களையும் அதிரடியாக கைதுசெய்து சிறையில் அடைத்தார்.

இந்திராகாந்தியின் அந்த சர்வாதிகார போக்கிற்கு அவரது மகன் சஞ்சய் காந்தியே துணையாக இருந்தார்.

இந்திராகாந்தி விதித்த கட்டுப் பாடுகளை உடைக்க முற்பட்ட மக்கள் போராட்டக்களத்தில் குதிக்க, நாடே போர்க்களமானது.

இதில் பலமாக பாதிக்கப்பட்ட கட்சி களில் திமுகவுக்கே பிரதான இடம்.

இந்திராகாந்தி அறிவுறுத்தலின் பேரில் அப்போதைய குடியரசு தலைவராக இருந்த பக்ருதின் அலி, பிரகடனப்படுத்திய நெருக்கடி நிலைக்கு, தமிழகத்தில் அதிமுகவும், இந்திய கம்யூனிஸ்டும் ஆதரவு தெரிவித்த நிலையில், இதை எதிர்த்து சட்ட சபையில் தீர்மானம்

நிறைவேற்றிய திமுக அரசு 1976 - ஜனவரி 31-ம் தேதி கலைக்கப் பட்டது.

எமர்ஜென்சியை அறிவித்தவுடன் நாட்டிலேயே முதன் முறையாக அந்த கடுமையான சட்டத்தை எதிர்த்து தீர்மானம் நிறைவேற்றிய கட்சி திமுக. 1975 ஜூன் 27-ம் தேதி திமுகவின் சார்பில் மாபெரும் கண்டன அறிக்கை வெளியானது. அதில் இந்திராகாந்தி அரசின் நல்ல திட்டங்களை வரவேற்ற திமுக, இந்திராகாந்தியின் சர்வாதிகாரத்திற்கான தொடக்கவிழாவை கடுமையாக விமர்சனம் செய்திருந்தது. ஜனநாயகத்தை காக்கிறோம் என்று ஆட்சிக்குவந்த அரசு, சர்வாதிகாரக் கொற்றக் கொடையின் கீழ் தர்பார் நடத்திட எடுக்கப் படும் முயற்சி நாட்டுக்கு ஏற்றது தானா என்றெல்லாம் கேள்வி எழுப்பியது திமுக.

தொடர்ந்து பத்திரிகை சுதந்திரமும் கேள்விக்குறியாகி நிற்க, எல்லோரது கைகளும் கட்டப்பட்டது போலான மனநிலை நீடித்தது.

இந்தநிலையில் காமராசரை நேரில் சந்தித்த கருணாநிதி, இந்திரா அரசை எதிர்க்க நாங்கள் வேண்டுமானால் அனைவரும் ராஜினாமா செய்யட்டுமா என்று கேட்க, கருணாநிதியின் கைகளை பற்றிக்கொண்ட காமராசர், நாட்டிலேயே உமது ஆட்சி மட்டும்தான் ஜனநாயக முறைப்படி நடக்கிறது. வேறு மாநிலங் களில் அத்தகைய சுந்திரக்காற்றை சுவாசிக்க முடியவில்லை ஆகவே அவசரப்பட வேண்டாம். எக் காரணத்தைக்கொண்டும் யாரும் ராஜினாமா செய்யக்கூடாது என்று கேட்டுக் கொண்டார் காமராசர்.

நாடு முழுவதும் பல்வேறு கைது நட வடிக்கைகளை அதிரடியாக மேற்கொண்ட இந்திராகாந்தி அரசு, காமராஜர், கருணாநிதி உள்ளிட்டோரை மட்டும் கைது செய்ய வில்லை.

இப்படியான பதற்றமான சூழலில் தான் பெருந்தலைவர் காமராஜரின் உடல் நிலையில் பாதிப்பு ஏற்பட்டு, 1975 அக்டோபர் 2-ம் தேதி, இந்த உலகத்தைவிட்டே மறைந்தார் காமராசர்.

காமராசரின் மரணச்செய்தி கேட்டு நாடே அழுதது. இந்திராகாந்தியும் அதிர்ச்சியடைந்தார். காமராசர் உடலுக்கு அஞ்சலி செலுத்த பிரதமர் இந்திரகாந்தியும் டெல்லியிலிருந்து புறப்பட்டு தமிழகம் வந்தார்.

காமராசர் இல்லையென்றால், தான் பிரதமராக அமர்ந்திருக்க வாய்ப்பு இல்லை என்பதை உணர்ந்திருந்த இந்திராகாந்தி, நெருக்கடி காலக்கட்டத்தில் டெல்லியை விட்டு வேறு எங்குமே செல்லாத நிலையில், காமராசருக்கு அஞ்சலி செலுத்த கண்ணீரோடு வந்தார். காமராசர் இறுதிச் சடங்கில் அருகருகே கருணாநிதியும் இந்திராகாந்தியும் நின்று பேசிக் கொண்டனர். ஆனாலும் இருவருக்குள்ளு மான கோபம் உள்ளுக்குள் புகையவே செய்தது.

எமெர்ஜென்சி குறித்து எதிர்த்துக் கேள்வி கேட்கவும் முடியவில்லை. கேட்ட வர்களும் வெளியில் இல்லை. சிறையில் இருக்கும் நிலை நீடித்தது.

எமர்ஜென்சியை கடுமையாக எதிர்த்த திமுகவினர் இந்திரா அரசால் வேதனைக்கு ஆளாவதைக்கண்டு நெருப்பாய் கனன்றது கலைஞரின் மனது.

எப்போது வேண்டுமானாலும் ஆட்சி கலைக்கப்படலாம் என்று எதிர்பார்த் திருந்தார் கருணாநிதி. அவர் நினைத்தது போலவே அந்த இருண்ட காலம் கலைஞரின் போர்குணத்தை பட்டை தீட்ட பல்வேறு சவால்களை சந்திக்க நேர்ந்தது.

அரசை கலைப்பதற்கு முந்தைய நாள் சென்னை பள்ளி ஒன்றின் விழாவில் பேசிய கருணாநிதி, அநேகமாக முதலமைச்சராக நான் பங்கேற்கும் கடைசி விழாவாக கூட இது இருக்கலாம் என்று பேசினார்.

அந்த அளவுக்கு ஒன்றிய அரசு அடுத்து என்ன செய்யும் என்பதை தெரிந்து வைத்தி ருந்தார். இந்திராகாந்தி அரசு கொடுங்கோல் ஆட்சியை போல் இருண்டகாலத்தை நோக்கி நகர்கிறது என்று விமர் சித்தார் கருணாநிதி.

இந்த நிலையில் டெல்லியில் இருந்து இரண்டு சிறப்பு பிரதிநிதிகள் கருணாநிதியை சந்தித்து, ஒன்றிய அரசுக்கு ஆதரவு கொடுக்கவில்லை என்றாலும் பரவாயில்லை, நெருக்கடி நிலை அமலில் இருப்பதை பற்றி எதுவும் பேசாதீர்கள் என்று கேட்டுவிட்டு சென்றனர். ஆனால் அதற்கெல்லாம் கருணாநிதி பயம் கொள்ளவில்லை.

ஆட்சியே போனாலும் பரவாயில்லை என்று இந்திராகாந்தியை எதிர்த்து நின்றார்.

ஒன்றிய அரசை கடுமையாக எதிர்த்து வந்த திமுக ஆட்சியை, உடனடியாக கலைப்பதற்கு உத்தரவிட்டது இந்திராகாந்தி அரசு. இந்திய அரசியல் சட்டத்தின் 356-வது பிரிவின்படி 1976 ஜனவரி 31-ம் தேதி கருணாநிதி தலைமையிலான தமிழக அரசு கலைக்கப்பட்டு, குடியரசு தலைவர் ஆட்சி பிரகடனப்படுத்தப்பட்டது.

ஆட்சி கலைக்கப்படும் என்று முன்னரே தெரிந்து தான் போராட்டங்களை கையில் எடுத்திருந்தார் கருணாநிதி. அதனால் அது குறித்து அவர் கவலைப்படவில்லை.

எமர்ஜென்சியை எதிர்த்து தானாகவே முதலமைச்சர் பதவியை ராஜினாமா செய்யட்டுமா என்று ஏற்கனவே காமராசரிடம் அதுகுறித்து விரிவாகவே விவாதித்தவர் கலைஞர். ஆகையால் அதுகுறித்த எந்த ஏமாற்றமும் இல்லை அவருக்கு. நெருக்கடிநிலை அமலில் இருந்ததால் உண்மையான செய்தியை கூட வெளியில் கொண்டு செல்ல முடியாதபடி தணிக்கை குழு பத்திரிகை சுதந்திரத்தை நெருக்கியெடுத்தது.

தன்னைப்பற்றி எந்த செய்தியும் தவறாக வரக்கூடாது என்பதற்காகவே தணிக்கைக் குழுவை அமைத்திருந்தார் இந்திராகாந்தி. அவரது இளைய மகன் சஞ்சய் காந்தியின் உறுதுணையோடு அத்தனை கொடுமை களையும் இரும்பு மனதோடு நடத்தி வந்தார்.

ஆட்சிக் கலைக்கப்பட்டதும் திராவிட முன்னேற்றக்கழகத்தினர் ஆங்காங்கே கைது செய்யப்பட்டு சிறையில் அடைக்கப் பட்டனர்.

சென்னை கோபாலபுரத்திற்கு விரைந்த காவல்துறை உங்கள் மகன் ஸ்டாலின் எங்கே எனக்கேட்கிறார்கள். ஸ்டாலின் ஊரில் இல்லை நாளை தான் வருவார் என்கிறார் கருணாநிதி. வீட்டை சோதனை யிடலாமா என்கிறது காவல்துறை. தாராளமான என்று கதவை திறந்தே வைத்திருந்தார் கருணாநிதி. வீடுமுழுக்க தேடியும் ஸ்டாலின் இல்லை.

திரும்பவும் கருணாநிதியிடம் வந்து ஸ்டாலின் வரும் வரை காத்திருக்கிறோம் என்கிறது காவல்துறை. அதற்கு அவசியம் இல்லை அவர் வந்ததும், நானே தகவல் அனுப்புகிறேன் வாருங்கள் என்றார் கருணாநிதி.

மறுநாள் மதுராந்தகத்தில் ஓர் பிரசார நாடகத்தை முடித்துவிட்டு வீடு திரும்பிய ஸ்டாலினிடம், சிறைக்கு செல்ல பெட்டிப் படுக்கையோடு தயாராக இரு என்கிறார் கலைஞர். சரி தலைவரே என்கிறார் ஸ்டாலின். மகன் வீட்டிற்கு வந்துவிட்ட தகவலை காவல்துறை அதிகாரிக்கு கருணாநிதியே சொல்கிறார். அடுத்த சில நிமிடங்களில் கோபாலபுரம் வீட்டிற்கு செல்கிறது காவல்துறை.

திருமணமாகி வெறும் ஐந்து மாதங்களே ஆகியிருந்த ஸ்டாலின், தன் மனைவியை விட்டுவிட்டு, காவல்துறை வாகனத்தில் ஏறிக்கொள்கிறார். அவர் எப்போது மீண்டும் வருவார் என்று தெரியவில்லை. வீட்டுக்கு திரும்புவாரா என்பதிலும் சந்தேகம்.

மு.க.ஸ்டாலின், முரசொலிமாறன், ஆற்காடு வீராசாமி என திமுகவின் முக்கியமான தலைவர்கள் கைது செய்யப் பட்டு சிறை கொடுமைகளுக்கு ஆளானார்கள். சிறையில் ''நீ தானே முதலமைச்சர் மகன்'' என்று ஸ்டாலினை காவல்துறையினர் வன்மம் தீர அடித்தே தீர்த்தனர். ஆற்காடு வீராசாமியை காவல் துறை கடுமையாக தாக்கியதில் அவர் மயக்கம் போட்டே விழுந்துவிட்டார்.

சென்னையின் முன்னாள் மேயராக இருந்த சிட்டிபாபுவை காவல்துறையினர் கடுமையாக மிதித்து காயப்படுத் தியதில், அவருக்கு வயிற்றில் அறுவை சிகிச்சை செய்தாகவேண்டிய சூழல் ஏற்பட்டது. இதையடுத்து அவருக்கு அறுவைசிகிச்சை செய்தனர் ஆனாலும் உயிர் பிழைக்கவில்லை. சென்னை மத்திய சிறையில் வைக்கப்பட்டிருந்த சிட்டிபாபு, சிறை அதிகாரிகளின் கடுமையாக

தாக்குதலுக்கு உட்பட்டு, 1977 ஜனவரி 5-ம் தேதி மரணமடைத்தார்.

யார் யாரெல்லாம் இந்திரா அரசுக்கு எதிராக குரல் எழுப்பினார்களோ அவர் களையெல்லாம் வன்முறையைக் கொண்டே வெறி தீர்த்தது காவல்துறை.

இந்த நிலையில் அண்ணாவின் நினைவு நாளான பிப்ரவரி 3 -ம் தேதி, மவுன ஊர்வலம் சென்ற கருணாநிதி, அண்ணா நினைவிடத்தில் மலர் வளையம் வைத்தார்.

திமுகவின் தலைவர்கள் அடுத்தடுத்து கைது செய்யப்படுவதையும் யார் சிறையில் இருக்கிறார்கள் என்பதே வெளியில் தெரியவில்லை என்பதால் அவற்றை யெல்லாம் வெளிச்சமிட நினைத்தார் கருணாநிதி. நெருக்கடி காலத்தில் கைது செய்யப்பட்டவர்கள் என்று குறிப்பிடவும் வழியில்லை. ஆகையால் அண்ணா சமாதிக்கு மலர் வளையம் வைக்க வராதோர் என்ற தலைப்பில், எமர்ஜென்சியில் கைதுசெய்யப்பட்ட அத்தனை பேரின் பெயரையும் பட்டியலிட்டு அதை முரசொலியில் வெளியிட்டார் கருணாநிதி.

முரசொலியை பார்த்து தான் ஸ்டாலின் உட்பட முக்கிய தலைவர்கள் பலர் கைது செய்யப்பட்டது குறித்து மக்களுக்கு தெரியவந்தது. 11 மாதங்கள் சிறை வாசத்திற்கு பின்பே வீடு திரும்பினார் ஸ்டாலின்.

அந்த அளவுக்கு மிக மோசமான நெருக்கடி நிலையை சந்தித்தது திமுக.

திமுகவின் ஆட்சியை கலைத்த கையோடு அடுத்தடுத்து திமுக தலைவர்கள் கைது செய்யப்பட, கலைஞருக்கு எதிரான புகார்களையெல்லாம் தூசித் தட்டியது இந்திரா அரசு.

திமுகவை விட்டு விலகி அதன் தலைவர்கள் மீதும் கட்சியின் மீதும் பல அதிரடி குற்றச்சாட்டுகளை முன்வைத்த எம்.ஜி.ஆர். திமுகவினரின் சொத்துக் கணக்கை ஆராய வேண்டும் என்பது உட்பட பல்வேறு குற்றச்சாட்டுகள் அடங்கிய பட்டியலை அப்போதைய குடியரசு தலைவர் விவி கிரியை சந்தித்து புகார் மனுவாக கொடுத்து வந்திருந்தார்.

அந்த புகார்களின் பேரில் இந்திரா காந்தியும் கருணாநிதியிடம் அது குறித்து விளக்கம் அளிக்கும்படி கேட்டுக் கொண்டார். ஒவ்வொரு புகாருக்கும் விரிவாகவே கருணாநிதி பதில் அனுப்பினார். அப்போதைக்கு அது வெறும் சம்பிரதாய சடங்காக கருதப்பட்டாலும், அதையே ஆயுதமாக்கி திமுகவுக்கு எதிரான பிரச்சனைகளை கோர்க்க தொடங்கியது ஒன்றிய அரசு.

திமுக ஆட்சியை கவிழ்த்ததும் அந்த பிரச்சனையைதான் முதலில் எடுத்தது ஒன்றிய அரசு.

திமுக மீது எம்.ஜி.ஆர் சுமத்தியிருந்த 54 புகார்களின் அடிப்படையில் விசாரணையை தொடங்குவதற்கு, உச்ச நீதிமன்ற நீதிபதி சர்க்காரியா தலைமையில் விசாரணை கமிஷன் ஒன்றை அமைத்தார் இந்திராகாந்தி.

இதுப்பற்றி பேசிய கருணாநிதி, 4 ஆண்டுகளுக்கு முன்பு கொடுத்த புகார்களே இப்போதும் கூறப்பட்டிருக்கிறது. அந்த புகார்களுக்கெல்லாம் விளக்கம் கொடுக் கப் பட்டு அதை அச்சிட்டு புத்தகமாகவே சட்ட

கொ.அன்புகுமார்

மன்றத்தில் வைத்திருக்கிறோம். மீண்டும் அதுபற்றி விசாரிக்க விசாரணைக் குழு அமைத்திருப்பதை வரவேற்கிறேன் என்றார்.

இந்த நிலையில்தான் நாடாளுமன்ற தேர்தலை நடத்தியாக வேண்டிய கட்டாயம் ஏற்பட்டது இந்திரா அரசுக்கு. ஆகவே 1977 ஜனவரி 18-ம் தேதி வானொலி வழியாக பேசிய இந்திராகாந்தி, நெருக்கடி நிலை படிப்படியாக தளர்த்தப் படும் என்று அறிவித்துவிட்டு மார்ச் மாதம் நாடாளுமன்ற தேர்தல் நடக்கும் என்றார்.

இந்திராகாந்தியின் அறிவிப்பை தொடர்ந்து நாடுமுழுவதும் கைது செய்யப்பட்ட தேச தலைவர்கள், திமுகவினர் என அனைவரும் விடுதலை செய்யப்பட்டனர்.

இந்தியா முழுவதும் 1975-ல் அறிவிக்கப் பட்ட நெருக்கடிநிலை கிட்டத்தட்ட ஒன்றரை ஆண்டுகாலம் நடந்து முடிந்தது.

"குடும்பங்களுக்கு தகவல் கொடுக் காமல் காவலர்களால் மக்கள் கைது செய்யப்பட்டனர். கைதிகள் மற்றும் அரசியல் வாதிகள் சித்ரவதைக்கு உட்படுத்தப்பட்டனர். தூர்தர்ஷன் போன்ற பொது மற்றும் தனியார் ஊடக நிறுவனங்களின் தேசிய தொலைக்காட்சி வலையமைப்புகளை அரசு பிரசாரத்துக்காக பயன்படுத்தியது. நாட்டின் அனைத்து பத்திரிகைகளும் செய்தி ஊடகங்களும் தணிக்கைக்கு உட்படுத்தப்பட்டு மத்திய அரசுக்கு எதிரான செய்திகள் நீக்கப்பட்டு வெளியிடப்பட்டது.

இத்தகைய கொடுமைகள் முடிவுக்கு வந்தது மார்ச் 21, 1977. நெருக்கடிநிலை அதிகாரப்பூர்வமாக முடிவுற்றது.

எம்.ஜி.ஆர். வெளியேற்றம்

"**எம்**.ஜி.ஆர். என்றால் திமுக, திமுக என்றால் எம்.ஜி.ஆர் என்றேன், அப்படியென்றால் நான் திமுக இல்லையா என்றார் ஒருவர், ஏன் நீயும் திமுக என்று சொல்லிக் கொள்ளேன். அதற்கு எல்லோருக்குமே உரிமை இருக்கிறது'' இப்படி தான் எம்.ஜி.ஆர் பிரச்சனைக்கான ஆணிவேரை பேச ஆரம்பித்தார் திருக்கழுக் குன்றம் கூட்டத்தில்.

1972 அக்டோபர் 8-ம் தேதி நடந்த கூட்டத்தில் எம்.ஜி.ஆர் பேச பேச அவரது ரசிகர்கள் ஆரவாரம் எழுப்பி கைத்தட்டினர்.

காமராசரை என் தலைவர் என்றேன். அண்ணா எனது வழிகாட்டி என்றேன் இதில் என்ன தவறு இருக்கிறது என தொடர்ந்தார் எம்.ஜி.ஆர். திமுகவின் அமைச்சர்கள் நாடாளுமன்ற உறுப்பினர்கள் என எல்லோருமே சொத்துக் கணக்கை காட்ட வேண்டும். ஏன் அவர்கள் உண்மையை சொல்லக்கூடாது? வட்டச்செயலாளர்கள் உட்பட பதவியில் இருப்பவர்கள் அனைவருமே தங்களது உறவினர்கள் பெயர்களில் வாங்கியிருக்கும் சொத்துகள் குறித்து வெளியிட்டு ''தங்களது கை சுத்தமானது தானா'' என்பதை நிரூபிக்க வேண்டும் என்று கட்சிக்குள் பேசவேண்டியதையெல்லாம் பொது வெளியில் பேசினார் எம்.ஜி.ஆர்.

அந்த கூட்டத்தோடு நிறுத்தவில்லை சென்னை ஆயிரம் விளக்கு பகுதியில் நடந்த கூட்டத்திலும் எம்.ஜி.ஆர் பேசியது, கட்சி தலைமையை எரிச்சலூட்டியது.

திமுகவின் மூத்த உறுப்பினர்கள் எம்.ஜி.ஆரின் பேச்சை கண்டு அதிர்ந்தனர்.

கட்சியின் செயற்குழுக் கூட்டம் கூட்டப் பட்டு, எம்.ஜி.ஆர் மீது நடவடிக்கை எடுக்க வேண்டும் என்று வலியுறுத்தினர் கட்சியின் மூத்த தலைவர்கள்.

எம்.ஜி.ஆரிடம் அதுகுறித்து விளக்கம் கேட்டு, கட்சியின் பொதுச் செயலாளராக இருந்த நாவலர் நெடுஞ்செழியனிடம் இருந்து உடனடியாக எம்.ஜி.ஆருக்கு ஒரு கடிதம் பறந்தது.

கழக பொருளாளர் பதவியில் இருக்கும் தாங்களே கட்சியில் பிளவை ஏற்படுத்தும் கருத்துகளை தெரிவிக்கலாமா, கழக கட்டுப்பாட்டை மீறும் வகையில் ஏன் அப்படி பேசினீர்கள்? செயற்குழு பொதுக் குழுவில் கூடி விவாதிக்க வேண்டியவற்றை வெளியில் பேசியது தவறு, கட்சிக்கு வெளியில் ஆதரவு தேடுவேன் என்றெல்லாம் இயக்கத்தின் தோழராக இருந்துகொண்டு தாங்கள் பேசியது கட்சி கட்டுப்பாட்டை மீறிய செயல். அடிக்கடி தங்களால் கழக நன்மைகளுக்கு எதிராக பேசப்பட்டுவரும் கருத்துகள் கழகத்தைப் பற்றி பொதுமக்கள்

தவறாக நினைக்க வழிவகை செய்து விடும். அதனால் திமுகவின் அடிப்படை உறுப்பினர் பொறுப்பிலிருந்தும் அனைத்து பொறுப்புகளில் இருந்தும் தற்காலிக நீக்கம் செய்யப்படுகிறீர்கள். இந்த கடிதம் கிடைத்த 15 தினங்களுக்குள் உரிய விளக்கத்தை கொடுத்தால் மீண்டும் கட்சியில் சேர்த்துக் கொள்ளப்படும் என்று கடிதம் அனுப்பப்பட்டது எம்.ஜி.ஆருக்கு.

கட்சிக்கு குந்தகம் விளைவிக்கும் செயல்களில் ஈடுபட்டார் என்பது தான் எம்.ஜி.ஆர் மீதான குற்றச்சாட்டு. அதற்கு எம்.ஜி.ஆர் வருத்தம் தெரிவிக்கும் பட்சத்தில், மீண்டும் அவரை கட்சியில் இணைத்துக்கொள்வது பற்றி முடிவெடுக் கப்படும் என்று அறிவித்தது திராவிட முன்னேற்றக்கழகம். ஆனால் அதன் பிறகு நடந்த சம்பவங்களோ வேறு.

திமுக விளக்கம் கேட்டு அனுப்பிய கடிதத்திற்கு எந்த பதிலும் அனுப்பவில்லை எம்.ஜி.ஆர். மாறாக புதிய கட்சியொன்றை தொடங்குவதற்கான ஆலோசனையில் ஈடுபட் டார்.

திமுக செயற்குழு மற்றும் பொதுக்குழு உறுப்பினர்கள் பெரும்பாலானோரின் ஒப்புதலோடு திமுகவில் இருந்து எம்.ஜி.ஆர் வெளியேற்றப்பட்டதால், எம்.ஜி.ஆருக்கு சிலர் மட்டுமே ஆதரவு தெரிவித்து அவருடன் இணைந்தனர்.

மன்னிப்புக் கேட்டால் கட்சியில் இணைந்துகொள்ள முடியும் என்ற திமுகவின் அறிவிப்புக்கு, நான் ஏன் மன்னிப்பு கேட்கவேண்டும் தவறு செய்தவர்கள் தான் மன்னிப்பு கேட்க வேண்டும் என்று மறுத்துவிட்டார் எம்.ஜி.ஆர். கட்சியில் நடந்த குளறுபடிகள் மட்டுமல்ல, திரைத்து றையில் எம்.ஜி.ஆருக்கும் கருணாநிதிக்குமான தகராறுதான் அதற்கெல்லாம் காரணம் என்றார்கள்.

மகன் மு.க.முத்துவை எம்.ஜி.ஆருக்கு போட்டியாக திரைத்துறையில் இறக்கிவிட்டு நடிக்க வைத்தார் என்றும், எம்.ஜி.ஆர் மன்றங்களைப்போலவே மு.க.முத்துவுக்கும் மன்றங்கள் அமைக்கப்பட்டன என்பதும் கருணாநிதி மீதான விமர்சனம்.

திமுகவில் இருந்து நீக்கப்பட்ட எம்.ஜி.ஆரை பெரியார் நேரில் அழைத்து திமுகவில் இருந்து விலக வேண்டாம் என்று கேட்டுக்கொண்டார். ஆனாலும் எம்.ஜி.ஆர் அதை கேட்கவில்லை.

திமுக பொதுக்குழு 1972 அக்டோபர் 14-ம் தேதி கூடியது. அதில் எம்.ஜி.ஆரிடம் இனிமேல் யாரும் சமரசம் பேசவேண்டாம். அந்த கட்டத்தையெல்லாம் தாண்டி வந்து விட்டோம். அவர் நிரந்தமாக கட்சியை விட்டு நீக்கப்படுகிறார் என்ற அறிவிப்பை வெளியிட் டது திமுக.

18 ஆயிரம் கிளைக்கழக செயலாளர்களும் தொண்டர்களும் தூய்மை அற்றவர்கள் போலவும், எம்.ஜி.ஆர் மட்டுமே சுத்தமானவர் போலவும் எம்.ஜி.ஆர் காட்டிக் கொள்வது நகைப்புக்குரியது என்றார் கருணாநிதி.

இதையடுத்து எம்.ஜி.ஆர் திமுகவிற்கு திரும்பப் போவதில்லை என்று முடிவானது. 1972 அக்டோபர் 18-ம் தேதி அண்ணா திராவிட முன்னேற்றக்கழகத்தை பொது மக்களுக்கு அறிமுகம் செய்துவைத்தார் எம்.ஜி.ஆர். திண்டுக்கல் இடைத்தேர்தல் கொடுத்த அங்கிகாரம், அதிமுகவை பொதுத்தேர்தலிலும் அடையாளப்படுத்தி ஆட்சிக்கு கொண்டுவந்தது.

1972 அக்டோபர் 18-ம் தேதி அண்ணா திராவிட முன்னேற்றக்கழகம் அரும்பத்தொடங்கி திமுகவிற்கு மாற்றாக உருவெடுக்கும் என்று யாருமே எதிர்பார்த் திருக்கவில்லை.

எம்.ஜி.ஆர் மீதான அன்பையே வாக்கு களாக மாற்றி, முதலமைச்சராக்கி மகிழ்ந்தனர் ரசிகர்கள்.

அதிமுக திமுக இணைப்பு- நடந்தது என்ன?

திமுகவையும் அதிமுகவை இணைக்க முயற்சி செய்தார்களா? திமுகவில் இருந்து பிரிந்து சென்ற பிறகு கருணாநிதியும் எம்.ஜி.ஆரும் சமாதானம் பேசினார்களா? அப்படியொரு அவசியம் ஏன் வந்தது? இயக்கம் ஒன்றாக இருக்க வேண்டுமென ஏன் நினைத்தனர். அவர்களின் தனிப்பட்ட சுயகௌரவத்தையெல்லாம் ஒரங்கட்டி விட்டு, 1979-ம் ஆண்டு ஏன் அந்த சந்திப்பை நிகழ்த்தினர். அந்நிய சக்திகளுக்கு ஏன் இடம்கொடுக்கக் கூடாது என்று யோசித்தனர் என்பதையெல்லாம் ஆராயும் போது, ஆச்சர்யமே வந்து போகிறது.

ஒருவேளை திமுகவும் அதிமுகவை ஒன்றாக இணைந்திருந்தால், தமிழக அரசியல் களம் எப்படி இருந்திருக்கும்..? இந்த கேள்விக்கணையை அலசி ஆராயும் போது, அப்படியொரு நிலைமையை தொண்டர்களே பெரிதும் விரும்பியிருக்க மாட்டார்கள்.

1979 செப்டம்பர் 13 தமிழக அரசியலில் அப்படியொரு பரபரப்பு பற்றிக் கொள்ளு மென யாருமே எதிர்பார்த்திருக்க வில்லை. திமுகவையும் அதிமுகவையும் ஒன்றாக இணைக்கப் போவதான பேச்சு.

கூடுவிட்டு கூடுபிரிந்த பறவைகள் ஒன்றாக சேரும் நேரம் பார்த்து காத்திருந்த போதுதான், காலம் கனிந்துகொடுத்தது.

எமர்ஜென்சிக்கு பிறகு திமுக ஆட்சி கலைக்கப்பட்டு 1977-ம் ஆண்டு எம்.ஜி.ஆர் தமிழ்நாட்டின் முதலமைச்சராக இருக்கிறார். முதலமைச்சரான பிறகு 2 வருடங்கள் கழித்து அதாவது 1979-ம் ஆண்டுதான் கருணாநிதியும் எம்.ஜி.ஆரும் அந்த ரகசிய சந்திப்புக்கு ஒத்துக்கொள்கிறார்கள். ஆனாலும் அவர்கள் சந்திப்பு பற்றிய செய்தி கசிந்துவிட்டது.

ஒடிசா மாநில முதலமைச்சராகவும் அப்போதைய ஒன்றிய அமைச்சராகவும் இருந்த பிஜூ பட்நாயக்தான் அவர்கள் இருவரையும் சந்திக்க ஏற்பாடு செய்திருந்தார். கருணாநிதியும் எம்.ஜி.ஆரும் சந்தித்து பேசிக்கொண்ட இடம், சென்னை சேப்பாக்கம் அரசினர் விருந்தினர் மாளிகை.

பிஜூ பட் நாயக், கருணாநிதி, எம்.ஜி.ஆர், பண்ருட்டி ராமச்சந்திரன் உள்ளிட்டோர் கலந்துகொண்ட அந்த சந்திப்பில், என்ன நடந்தது என்பதுதான் நாடே ஆவலாக எதிர்பார்த்திருந்த செய்தி.

அங்கே இரு தரப்பை சேர்ந்தவர்களும் இருந்தபோதிலும் கருணாநிதியும் எம்.ஜி.ஆரும் மட்டுமே தனியறையில் பேசிக் கொண்டனர்.

ரகசிய சந்திப்புதான் என்றாலும் பத்திரிகையாளர்களும் வந்துவிட்டனர்.

பரபரப்பு பாய்போட்டு படுத்திருந்தது சேப்பாக்கத்தில்.

திராவிடக்கட்சிகளை ஒன்றாக இணைப் பதற்கு நடந்த முயற்சிகள், முழுக்க முழுக்க காங்கிரசை எதிர்ப்பதற்கான காய்நகர்த்தல் களாகவே பார்க்கப்பட்டது.

கருணாநிதியும் எம்.ஜி.ஆரும் ஒன்றாக இணைவதற்கு சில நிபந்தனைகளும் முன்வைக்கப்பட்டிருந்தன.

பேச்சு வார்த்தை முடிந்து இரண்டு திராவிட கட்சிகளையும் ஒன்றாக இணைப் பதற்கு முடிவு எடுக்கப்பட்டு விட்ட போதிலும், கட்சியின் பொதுக்குழு செயற்குழுவை கூட்டி, அதில் முடிவு அறிவிக்கப்படும் என்று சொல்லிவிட்டு இருவரும் அங்கிருந்து கிளம்பிவிட்டனர்.

பேச்சுவார்த்தை சுமூகமாகவே நடந்தேறியது. திமுகவோடு அதிமுகவை இணைப்பதற்கான இசைவையும் எம்.ஜி.ஆர் தந்ததாகவே சொன்னார்கள், ஆனால் அவர் சேப்பாக்கத்திருந்து தி.நகர் வருவதற்குள்ளாகவே அந்த முடிவில் இருந்து பின்வாங்கினார் எம்.ஜி.ஆர். அவருடன் காரில் பயணித்த பண்ருட்டி ராமச்சந்திரன் உள்ளிட்டோர் எம்.ஜி.ஆரின் முடிவையே மாற்றியிருந்தனர்.

இரு கட்சிகளும் இணைந்து தி.மு.க. என்ற பெயரில்தான் இயங்க வேண்டும். அண்ணா படம் பொறித்த கொடி இருப்பதில் எந்த மறுப்பும் இல்லை. எம்.ஜி.ஆரே முதலமைச்சராக நீடிக்கட்டும். சமூக நீதிக்குப் புறம்பான பொருளாதார அடிப்படை யிலான இடஒதுக்கீட்டை திரும்பப் பெறப்பட வேண்டும் என்பது போன்ற கோரிக்கைகளுக்கு எம்.ஜி.ஆர் செவி சாய்க்க வேண்டும் என்பது உள்ளிட்ட பல்வேறு கோரிக்கைகளுக்குப் பிறகே, இரண்டு கட்சிகளும் சமரசத்துக்கு வந்ததாக தெரிவிக்கப்பட்டது.

எமர்ஜென்சிக்குப் பிறகு இந்திரா காந்திக்கு எதிரான எதிர்ப்பு அலையை அதிகரிக்கவும் இருபெரும் திராவிடக் கட்சிகள் ஒன்றாக இருந்தால் ஜனதா கட்சி தலைமையிலான கூட்டணி பலமாகும் என்பதாலேயே, இந்த பேச்சுவார்த்தைக்கு வித்திட்டிருக்கிறார் பிஜூ பட்நாயக். ஆனால் அவரின் கனவு பலிதம் ஆகவில்லை.

1979, செப்டம்பர் 6 -ம் தேதி, எம்.ஜி.ஆர். டெல்லியில் இந்திராகாந்தியை சந்திக்க காத்திருந்த வேளையில், முன்னதாக அவர், பிரதமர் சரண்சிங்கைச் சந்தித்தபோது அ.தி.மு.க. இந்திரா காங்கிரசு டன் கூட்டணி வைத்துக் கொள்வதாக இருந்தால், காபந்து சர்க்காரில் இருந்து இரண்டு அ.தி.மு.க. அமைச்சர்களும் பதவிவிலகிவிடுவதுதான் நியாயம்'' என்று எம்.ஜி.ஆரிடம் அவர் கூறிவிட்டதாகவும், எனவே தான் எம்.ஜி.ஆர்., இந்திரா காந்தியை சந்திக்காமலே சென்னை திரும்பி விட்டதாவும் கூறப்பட்டது.

கருப்பு | சிவப்பு / கழகங்கள்

அதே நாளில்தான் டெல்லியிலிருந்து மத்திய அமைச்சர் பிஜு பட்நாயக், தொலைபேசி வாயிலாக திமுக தலைவர் கருணாநிதியையும், எம்.ஜி. ஆரையும் தொடர்புகொண்டு ஒரு முக்கியமான அரசியல் விஷயம் குறித்து பேசப் போவதாகவும், அதற்காகதான் சென்னை வருவதாகவும் தெரிவித்திருக்கிறார். அதன்படிதான் கூட்டத்துக்கும் ஏற்பாடு நடந்திருக்கிறது.

அறிஞர் அண்ணாவின் மறைவுக்குப் பிறகு ஏற்பட்ட மனக்கசப்பால் திமுகவில் இருந்து விலகிய எம்.ஜி. ஆர், அதிமுகவை உருவாக்கி, பின்பு அதை தனது தாய் கழகத்தோடு இணைக்க நினைத்தபோது தான், என்னென்னவோ நடந்தேறிவிட்டது.

இரண்டும் ஒன்றாகி, ஒன்றும் ரெண்டாகி ஒன்றுமில்லாமல் போவதை விட தனித்தனியாகவே இருந்துவிட்டு போகட்டு மென பின்னொரு நாளில் கருணாநிதி பேசியிருக்கிறார்.

தலைமைகள் ஒன்றாக இருக்க நினைத்தாலும் அடிமட்ட தொண்டர் களிடையே இந்த இணைப்பு அச்சத்தையும் அசம்பாவிதத்தையும் ஏற்படுத்தும் என்ற நோக்கத்தில் தான் இணைப்பு முயற்சி முறிய டிக்கப்பட்டதாக கூறப்பட்டது.

அரசியல் வரலாற்றில் மிக முக்கிய நிகழ்வாக கருதப்பட்ட இந்த சம்பவம், இன்னும் பலரது நினைவுகளில் நிழலாடிக் கொண்டிருக்கிறது.

ஜெ-ஜா அணி களேபரம்

எம்.ஜி. ஆர் மறைவுக்குப் பிறகு யாரை முதலமைச்சர் ஆக்கலாம் என்ற கேள்வி எழுந்தபோது நாவலர் பெயர்தான் முன்மொழியப்பட்டது. எம்.ஜி. ஆரின் உடலை ராஜாஜி அரங்கில் கிடத்தி இருக்கும்போதே, தற்காலிக முதலமைச் சராக நியமிக்கப்பட்டார் நெடுஞ்செழியன். நிதி அமைச்சராகவும் கட்சியின் மூத்த உறுப்பினராகவும் இருந்த அவருக்கே அந்த வாய்ப்பு வழங்கப்பட்டது.

அமெரிக்க மருத்துவமனையில் சிகிச்சைக்காக எம்.ஜி. ஆர் அனுமதிக்கப் பட்ட போது நாவலர் நெடுஞ்செழியனுக்கே அந்த பொறுப்பை தந்தார் எம்.ஜி. ஆர். அந்த அடிப்படையில் அவரது மறைவுக்குப் பிறகு நெடுஞ்செழியனை தற்காலிக முதலமைச் சராக்க அதிமுகவினர் யாரும் எதிர்ப்பு தெரிவிக்கவில்லை.

இடைக்கால முதலமைச்சராக நியமிக் கப்பட்ட நெடுஞ்செழியனே நிரந்தர மாகிவிடுவார் என்று அவரே நினைத் திருந்தார். ஆனால் நிலைமை வேறானது.

ராஜாஜி அரங்கில் எம்.ஜி.ஆர் உடல் பொதுமக்களின் அஞ்சலிக்காக வைக்கப் பட்டிருந்த அந்த நாளில், கட்சி தலைவர்கள் நெடுஞ்செழியனுக்கு பதிலாக யாரை தலைவராக்கலாம் என்ற ஆலோசனையில் மூழ்கினர்.

ஆர்.எம்.வீரப்பன் போன்றோர் எம்.ஜி.ஆரின் மனைவி ஜானகியை முதலமைச்சராக்கிவிட வேண்டும் என்று எண்ணத்துடன் அவருக்கு ஆதரவான எம்.எல்.ஏக்களிடம் பேசினர்.

ஜெயலலிதாவை முதலமைச்சர் ஆக்கிவிட வேண்டும் என்பதற்கான பேச்சு வார்த்தையில் ஈடுபட்டது மற்றொரு குழு.

எம்.ஜி.ஆர் உடல் ராஜாஜி அரங்கில் பொதுமக்களின் அஞ்சலிக்காக வைக்கப் பட்டபோது, ஜானகியே அருகில் இருந்தார். அங்கே ஜெயலலிதாவும் நின்று கொண்டி ருந்தது ஜானகிக்கு பிடிக்கவில்லை.

எம்.ஜி.ஆர் இறுதி ஊர்வலத்தின் போது ஜெயலலிதாவை அந்த ராணுவ ஊர்தியில் இருந்து தள்ளிவிட்டது ஜானகி தரப்பு.

ஏற்கனவே எம்.ஜி.ஆருடன் ஜெயலலிதா நெருக்கமாக இருக்கிறார் என்ற கோபம் ஜானகிக்கும் அவரது குடும்பத்திருக்கும் இருந்தது. கட்சியில் மூத்த உறுப்பினர்கள் பலர் இருக்கும்போது தன்னையே ஜெயலலிதா முன்னிலைப்படுத்தி கொள் கிறார் என்ற கொதித்த சில அதிமுக தலைவர்கள் ஜானகிக்கு முதலமைச்சர் ஆசையை விதைத்தனர்.

அதுவரை அரசியலை எட்டிப்பார்க்காத ஜானகி ராமச்சந்திரன், எம்.ஜி ஆருக்கு பிறகு அதிமுகவை வழி நடத்த முனைந்தபோது தான், அந்த களேபரம் நடந்தேறியது.

எம்.ஜி.ஆர் மறைவுக்குப்பிறகு, அதிமுகவில் இருந்த சட்டமன்ற உறுப்பினர் களில் பெரும்பாலனோர், ஆர்.எம்.வீரப்பன் தலைமையில் ஜானகி அணியோடு அணி திரண்டனர். நெடுஞ்செழியன், பண்ருட்டி ராமச்சந்திரன் உள்ளிட்ட 29 பேர் மட்டுமே ஜெயலலிதாவுக்கு ஆதரவு தெரிவித்தனர்.

இந்த நிலையில் பெரும்பான்மையை பெற்ற அதிமுகவாக இருந்த ஜானகி அணியை ஆட்சியமைக்க அழைப்பு விடுத்தார் ஆளுநர். அதன்படி ஜானகி ராமச்சந்திரன், 1988 ஜனவரி 6-ம் தேதி, முதலமைச்சராக பதவியேற்றார்.

முதலமைச்சராக பதவியேற்றாலும் சட்டமன்றத்தில் 1998 ஜனவரி 28-ம் தேதிக்குள் அவர் பெரும்பான்மையை நிரூபிக்க வேண்டும் என்று அறிவிக்கப் பட்டது.

பெரும்பான்மையை நிரூபிப்பது என்ற போட்டியில் ஜெயலலிதாவும் ஜானகியும் ஆளாளுக்கு தங்கள் அணிக்கு ஆதரவு திரட்டும் வேலையில் ஈடுபட்டனர்.

திமுக தலைவர் கருணாநிதியின் வீட்டுக்கே சென்று தன்னை ஆதரிக்கும்படி கேட்டுக்கொண்டார் ஜானகி ராமச்சந்திரன்.

ஜெ. அணியிலிருந்த சட்டமன்ற உறுப்பினர்களும் ஜானகி அணியின் பக்கம் சாய்ந்துவிடுவார்கள் என்பதால் ஜெ. அணியின் 29 சட்டமன்ற உறுப்பினர்களும் ஒருமாதகாலம் கடத்தப்பட்டு தலைமறைவாக வைக்கப்பட்டிருந்தனர். அதேபோல ஜானகி அணியில் இருந்தவர்களையும் தன்பக்கம் இழுக்க முயற்சி செய்தார் ஜெயலலிதா.

இதையடுத்து நம்பிக்கை ஓட்டெடுப்பு நடக்கும் தேதி வந்தது. தீர்மானத்தின் மீதான ஓட்டெடுப்பு நடக்கும்போது சட்டமன்றத்தில் பெரும் கலவரம்.

உள்ளே இருந்த மைக்குகள் அடித்து உடைக்கப்பட்டன. இரண்டு அணிகளும் மோதிக்கொண்டதால், சட்டமன்றமே பந்தாடப்பட்டது.

வரலாற்றில் ஓர் கருப்பு நாளாகவே அமைந்தது.

இந்த கலவரத்தை அடுத்து 1988- ஜனவரி 30-ம் தேதி ஜானகியின் தலைமையிலான ஆட்சியை கலைத்தது ஒன்றிய அரசு.

அதிமுக பிளவு பட்டதால், அதிமுக கொடியும் பறிபோனது. இந்த சம்பவத்திற்கு பிறகும் அதிமுகவில் பரபரப்பு ஓய்ந்து போகவில்லை.

நாவலர் நெடுஞ்செழியன் தலைமையில் திருநாவுக்கரசர், பண்ருட்டி ராமச்சந்திரன், அரங்கநாயகம் உள்ளிட்ட நான்கு பேர், ஜெயலலிதாவோடு கருத்துவேறுபாடு ஏற்பட்டு, நால்வர் அணியாக பிரிந்து சென்றனர்.

திமுக, காங்கிரஸ், நால்வர் அணி, ஜானகி அணி என நான்கு அணிகளையும் எதிர்கொள்ளவேண்டிய கட்டாயம் ஜெயலலிதாவுக்கு. அதிமுகவில் ஏற்பட்ட இந்த மோதலை தங்களுக்கு சாதகமாக பயன்படுத்திக்கொண்டு, கட்சியை வளர்த்தது காங்கிரஸ்.

தமிழ்நாடு காங்கிரஸ் கமிட்டியின் தலைவராக இருந்த பழனியாண்டியை மாற்றிவிட்டு, மூப்பனாரை தலைவராக நியமித்தார் ராஜீவ் காந்தி.

அதிமுக குறித்து பல்வேறு ஊழல் குற்றச்சாட்டுகளை முன்னெடுத்த காங்கிரஸ் கட்சி, ராஜீவ் காந்தியை அழைத்து மாநாடு நடத்தியதோடு, மீண்டும் ஆட்சியை பிடிக்கும் அத்தனை வேலைகளிலும் ஈடுபட்டது காங்கிரஸ்.

ஜானகி ஆட்சி கலைக்கப்பட்டதால், தமிழ்நாட்டில் பொதுத்தேர்தல் அறிவிப்பு வந்தது.

அதிமுகவின் சின்னமான இரட்டை இலை முடக்கப்பட்டதால், 1989 சட்டமன்ற தேர்தலில் ஜெயலலிதாவுக்கு சேவல் சின்னமும், ஜானகிக்கு இரட்டை புறாவும் சின்னமாக கிடைத்தது.

நான்கு முனைப்போட்டியில், திமுகவே வெற்றிபெற்று ஆட்சியை பிடித்தது. 13 ஆண்டுகளுக்குப் பிறகு முதலமைச்சரானார் திமுக தலைவர் கருணாநிதி.

கோவை குண்டுவெடிப்பு பயங்கரம்

1998 பிப்ரவரி 14-ம் தேதி குருதி நாற்றத்தில் குலைநடுங்கிக்கிடந்தது கோவை. ஆங்காங்கே சக்தி வாய்ந்த வெடிகுண்டுகள் வெடித்து சிதற, ஊரே ரத்த சகதி. நகரத்தின் வீதிகளிலெல்லாம் வெடிமருந்துகளின் வீச்சம்... கண்ணீரும் கம்பலையுமாக நின்றார்கள்...

தமிழ்நாடு மட்டுமல்ல இந்தியாவே அந்த கோரத்தைக்கண்டு பதறி நிற்க, எல்லோரது பார்வையையும் ஒருங்கே வாங்கிக்கொண்டது கோயம்புத்தூர்.

1998 நாடாளுமன்ற தேர்தல் பிரசாரத்தின் போதுதான் அந்த பயங்கரம் அரங்கேறியது.

பாரதிய ஜனதா கட்சியின் மூத்த தலைவர் எல்.கே அத்வானி கலந்துகொள்ள இருந்த பொதுக்கூட்ட மேடைக்கு அருகேயே நடந்தது அந்த வெடிவிபத்து.

அத்வானி கால தாமதமாக வந்ததால் அதிர்ஷ்டவசமாக உயிர்த் தப்பினார்.

கிட்டத்தட்ட 18 இடங்களில் சக்தி வாய்ந்த குண்டுகள் அடுத்தடுத்து வெடித்து சிதற, பெரும் பதற்றம் பின்னிக்கிடந்தது.

குத்துயிரும் குலைஉயிருமாய் கிடந்த வர்களை மருத்துவமனைக்கு கொண்டு சென்றனர்.

பாதிக்கப்பட்டவர்களை மருத்துவ மனைக்கு கொண்டு செல்ல அங்கேயும் குண்டு வெடிப்பு. நிலைமை மோசமடைந்ததை அடுத்து பல பகுதிகள் காலி செய்யப்பட்டு பொதுமக்கள் பாதுகாப்பான இடங்களுக்கு கொண்டு செல்லப்பட்டனர்.

ஆர்.எஸ். புரம். காந்திபுரம் உள்ளிட்ட பல இடங்களில் நடந்த வெடிவிபத்து மக்களை நிலைகுலைய வைக்க, பெரும் ஜவுளிக்கடைகள் குறிவைத்து தகர்க்கப் பட்டன.

இப்படி கோவை நகரையே உலுக்கி யெடுத்த இந்த சம்பவத்திற்கு காரணம் ஒரு காவலர் கொலை. ஆம் 1997 நவம்பர் 29-ம் தேதி நடந்த அந்த கொலை தான் அடுத்தடுத்து நடந்த களேபரத்துக்கு காரணி என்றார்கள்.

காவலர் செல்வராஜ் கொலை செய்யப் பட்டதில் தொடங்கிய அந்த கோபம், அடுத்தடுத்த சம்பவங்களிலும் எதிரொலிக்க, அதுவே அந்த அசம்பாவிதத்திற்கு அடிக்கல் நாட்டியது.

காவல்துறையினர் நடத்திய தாக்குதல் மற்றும் துப்பாக்கிச்சூட்டில் இஸ்லாமியர்கள் 17 பேர் கொல்லப்பட்டது இந்து இஸ்லாமியர் பிரச்சனையாக மாறியது. அதற்கான எதிர் தாக்குதல் தான் கோவை குண்டுவெடிப்பு என்பது அல் உம்மா இயக்கத்தின் பதிலடியாக கூறப்பட்டது.

அந்த தொடர் குண்டு வெடிப்பு கோவை நகரத்தையே சின்னா பின்னமாக்கிவிட, மீண்டும் அந்த நகரம் எழுந்து வரவே பல வருடங்கள் பிடித்தது.

கோவை குண்டு வெடிப்பு சம்பவத்திற்கு பல காரணங்கள் கூறப்படும் நிலையில், இந்த சம்பவத்தை யாராலும் ஏற்றுக்கொள்ள முடியவில்லை. இந்த தொடர் குண்டு வெடிப்பு சம்பவங்களில் தொடர்பிருப்பதாக கூறி, அல்லுமா இயக்கத்தின் தலைவராக இருந்த பாஷா உட்பட 19 பேர் சிறை சென்றனர்.

58 பேர் பரிதாபசாவு, 200-க்கும் மேற்பட்டவர்கள் படுகாயம், உடல் செயலிழப்பு போன்ற பல்வேறு இன்னல் களுக்கு ஆளாக்கிய இந்த கொடூரச்சம்பவம் வரலாற்றில் ஓர் கருப்புப் புள்ளி.

சட்டமன்றத்தில் தாக்கப்பட்டாரா ஜெயலலிதா?

13 ஆண்டுகளுக்குப் பிறகு ஆட்சியைக் கைப்பற்றிய திராவிட முன்னேற்றக்கழகம் சட்டமன்றத்தில் தனது முதல் பட்ஜெட்டைத் தாக்கல் செய்த வேளை.

1976-ம் ஆண்டு எமர்ஜென்சியின் போது கலைக்கப்பட்ட திமுக ஆட்சி, அதன்பிறகு எம்.ஜி.ஆரின் தொடர் வெற்றியால், திமுகவின் வெற்றி தள்ளிப்போடப்பட்டது. ஆனாலும் அந்தச் சோதனையை எல்லாம் சாதனையாக மாற்றி, மீண்டும் மக்கள் மனதை வென்று ஆட்சியில் அமர்ந்தார் கருணாநிதி.

பழைய கசப்புகளை மறந்து, மக்கள் நலத்திட்டங்களைச் செயல்படுத்தலாம் என்று அவர் பட்ஜெட்டில் பல அறிவிப்புகளை வெளியிடக் காத்திருந்த நேரத்தில், கருணாநிதியின் கையில் இருந்த பட்ஜெட் புத்தகத்தை அதிமுக பிரமுகர் ஒருவர் பிடித்து இழுத்து, அவரது முகத்தை நோக்கி குத்து வதற்காகப் பாய்ந்ததும், கீழே குனிந்த முதலமைச்சர் கருணாநிதியின் மூக்குக் கண்ணாடி கீழே விழுந்து நொறுங்கியது. இதைப் பார்த்துப் பதறிய திமுக உறுப்பினர்களுக்கும், பட்ஜெட் புத்தகத்தைக் கிழிப்பதற்காகவே சட்டமன்றத்திற்கு வந்த அதிமுகவினருக்கும் மோதல் ஏற்பட்டது.

1989 மார்ச் 25-ம் தேதி, சட்டமன்றத்தில் நடந்த அந்தக் களேபரத்தை, யாருமே எதிர்பார்த்திருக்கவில்லை. ஆனால் ஜெயலலிதா அதை எதிர்பார்த்தே வந்திருந்தார். காலையில் சட்டமன்றத்திற்குள் அவர் நுழைவதற்கு முன்பாகவே பட்ஜெட் உரையைக் கிழித்து ரகளை செய்ய வேண்டும் என்று அவரது சட்டமன்ற உறுப்பினர்களிடம் ஆலோசனை செய்ததாக, பேட்டி ஒன்றில் அவருடன் அந்தச் சம்பவத்தில் உடனிருந்த திருநாவுக்கரசு கூறியிருந்தார்.

தலைவிரி கோலத்தில் ஜெ.

தொடர் சலசலப்பு, அவசர அவசரமாக அதிமுக கூட்டணி உறுப்பினர்கள் வெளி நடப்பு என சட்டமன்றத்தில் பெரும் பதற்றம்.

திமுகவினர் தன்னைத் தாக்கியதாகக் கூறி, தலைவிரிக்கோலத்தில் சட்டமன்றத் திலிருந்து வெளியேறிய ஜெயலலிதா, இனி சபைக்கே வரப்போவதில்லை என்று அறிவித்துவிட்டு, மருத்துவமனைக்கு சென்றுவிட்டார்.

திமுக சட்டமன்ற உறுப்பினர்கள் ஜெயலலிதாவை தாக்கியதாக கூறி, அதற்கு உரிய நடவடிக்கை எடுக்க வலியுறுத்தி, ஆளுநரிடம்மனு கொடுத்தனர்அதிமுகவினர்.

1989 ஜனவரி மாதம் நடந்த சட்டமன்ற தேர்தலில் திராவிட முன்னேற்றக்கழகம் பெரும்பான்மை பெற்று ஆட்சியை பிடிக்க, பெரும் எதிர்பார்ப்புடன் மார்ச் 25-ம் தேதி கூடிய அவை, பட்ஜெட் தாக்கலுக்காக காத்திருந்த போது தான், அந்த அசம்பாவிதம் நடந்தேறியது.

சட்டமன்றத்தில் இந்த களேபரம் நடப்பதற்கு முதல் நாள் மூப்பனார் தலைமையிலான காங்கிரசிடமும் அதிமுக உதவியை நாடியதாக கூறியிருக்கிறார் திருநாவுக்கரசு.

திமுக அரசு பொறுப்பேற்றப்பிறகு சசிகலா நடராஜன் வீட்டில் நடத்தப்பட்ட சோதனையில், சபாநாயகருக்கு ஜெயலலிதா எழுதிய ராஜினாமா கடிதம் கிடைக்க, அது பட்ஜெட் தாக்கலாகும் சில தேதிகளுக்கு முன்னர் பத்திரிகைகளில் வெளிவந்தது. நடராஜன் ரகசியமாக வைத்திருந்த அந்த கடிதம் பத்திரிகைகளில் வெளியானதற்கு கருணாநிதியே காரணம் என்ற கோபத்தால் தான் சட்டமன்றத்தில் ஜெயலலிதா அப்படி நடந்துகொண்டதாக கூறப்பட்டது.

எம்,.ஜி.ஆர் மறைவுக்குப் பிறகு சட்டமன்றத்தில் ஜெ. அணியும் ஜானகி அணியும் மோதிக்கொண்டதையே சட்டமன்ற வரலாற்றில் பெரும் கரும் புள்ளியாக பார்க்கப்பட்டது. அதன்பிறகு நடந்த இந்த சம்பவமும் விரும்பத்தகாத வகையில் இருந்தது.

எம்.ஜி.ஆர் மறைவுக்குப் பிறகு சட்டமன்றத்தில் ஜா அணியும் ஜெ அணியும் யாருக்கு பலம் அதிகம் என்று மோதிக் கொண்டபோது நடந்த அசம்பாவிதங்களால், ஜானகியின் ஆட்சியே கலைக்கப்பட்டது. அதைப் போலவே கருணாநிதியின் ஆட்சி யையும் ஒன்றிய அரசு கலைத்துவிட்டால், மீண்டும் பொதுத்தேர்தல் நடந்தப்பட்டு அதில் வெற்றிபெறலாம் என்று நினைத் திருந்தார் ஜெயலலிதா.

அவர் நினைத்தது உடனடியாக நடக்க வில்லை என்றாலும் நடந்தது, ஆனால் அதற்காக கூறப்பட்ட காரணம் தான் வேறு. 1991-ம் ஆண்டு திமுக அரசு விடுதலைப் புலிகளை ஒடுக்க தவறிவிட்டது என்ற காரணத்தைக் காட்டி, ராஜிவ்காந்தியின் ஆதரவோடு வெறும் 117 நாட்களே பிரதமர் பதவியில் இருந்த சந்திரசேகர் தலைமை யிலான அரசு, திமுக ஆட்சியை 1991 ஜனவரி 30-ம் தேதி கலைத்தது.

அதற்கு 4 மாதத்திற்கு பிறகுதான் ராஜீவ் காந்தி தேர்தல் பிரசாரத்தின்போது கொல்லப்பட்டார். திமுக அரசை கலைக்க சொன்னார் என்பதற்காக திமுக தான் அந்த சதிவேலையை செய்திருக்ககூடும் என்று, திமுகவின் கொடி கம்பங்கள் வெட்டி சாய்க்கப்பட்டன. ஆனால் அதன் பிறகு நடத்திய விசாரணையில் தான் அந்த கொலையின் பின்னணியில் விடுதலைப் புலிகள் இருந்தார்கள் என்று வழக்கு பதியப்பட்டது.

ராஜீவ் கொலைக்கு திமுக தான் காரணம் என்று பரப்பப்பட்ட பொய் பிரசாரமும் பழிச்சொல்லும், ராஜீவ் மரணத்தால் எழுந்த அனுதாப அலையாலும் 1991-ம் ஆண்டு ஜெயலலிதாவை முதன் முறையாக முதலமைச்சர் ஆக்கியது.

கொ.அன்புகுமார்

விடுதலைப் புலிகளுடன் வைகோ.

மதிமுக உருவான கதை

விடுதலைப்புலிகள் இயக்கத் தலைவரை ரகசியமாகச் சந்தித்தார், ஸ்டாலின் வளர்ச் சிக்குத் தடையாக நின்றார், கருணாநிதியை கொலை செய்யத் திட்டமிட்டார்... என்பது போன்ற குற்றச்சாட்டுகள்தான், திமுக பாசறையில் இருந்து வைகோ வெளியேற்றப் பட்டதற்கான முக்கிய காரணிகள். 9 மாவட்டச் செயலாளர்களோடு திமுகவில் இருந்து

அவர் அதிரடியாக வெளியேறிய கதை, பல அதிர்ச்சிப் பின்னணிகளைக் கொண்டது.

பிரதமர் ராஜீவ்காந்தி கொலைக்கு, திமுகவினரே காரணமென சந்தேகத் தீ பரவிக்கிடந்த நாட்கள் அது. அந்தக் கோர மரணத்தின் பின்னணி தெரியாமல் மக்கள் குழப்பத்தில் ஆழ்ந்திருந்தபோதுதான், திமுக-வுக்கு எதிராக பல்வேறு குற்றச் சாட்டுகள் முளைவிடத்தொடங்கின.

கள்ளத்தோணி மூலம் ஈழத்திற்குச் சென்று, விடுதலைபுலிகளின் தலைவர் பிரபாகரனைச் சந்தித்த திமுகவை சேர்ந்த வைகோ, அவர்களுடன் 23 நாட்கள் தங்கி யிருந்தது, பெரும் சர்ச்சையாக உரு வெடுத்தது.

திமுகவின் மாநிலங்களவை உறுப் பினராக இருந்து வந்த வை.கோபால் சாமி, புலிகளை ரகசியமாகச் சந்திக்கச் சென்றது தேசியப் பிரச்னையாக மாறியது.

இந்தப் பிரச்சனையின் ஈரம் காய்வதற் குள் ஒன்றிய அரசின் உளவுப்பிரிவு கருணாநிதிக்குக் கொடுத்த அதிகாரப் பூர்வமற்ற எச்சரிக்கை தான், அத்தனை பிரச்னைகளுக்கும் காரணமானது.

அரசியல் ஆதாயத்திற்காக விடுதலைப் புலிகளைக்கொண்டு, திமுக தலைவர் கருணாநிதியை வைகோ கொலை செய்யத் திட்டமிட்டார் என்ற செய்திதான், திமுக கூடாரத்தையே அலறவைத்தது.

அப்போது ஆட்சியில் இருந்த ஜெயல லிதாவுக்கு கருணாநிதியின் உயிருக்கு விடுதலைப்புலிகளால் ஆபத்து இருப்பதாக ஒன்றிய அரசு கொடுத்த அதிகாரபூர்வமற்ற தகவலை அடுத்து, கருணாநிதிக்கு மாநில அரசு கூடுதல் பாதுகாப்பு வழங்க ஏற்பாடு செய்திருப் பதாக ஜெயலலிதா அரசின் தலைமைச் செயலாளரிடம் இருந்து கருணாநிதிக்கு கிடைத்த கடிதம்தான் பிரச்னையாக உருவெடுத்தது. 1993 அக்டோபர் 2 தேதியிட்ட அந்தக் கடி தத்தைக் கண்ட கருணாநிதி, வைகோவை கட்சியை விட்டு வெளியேற்றும் முடிவுக்கு வந்தார்.

திமுக சார்பில் 1993 நவம்பர் 11-ம் தேதி வைகோ மீது ஒழுங்கு நடவடிக்கை எடுக்கப்பட்டது.

வைகோவை வெளியேற்றும் தீர்மானத்தை கொண்டுவருவதற்காக 1993 டிசம்பர் 29-ம் தேதி பொதுக்குழு கூட்டத்தைக் கூட்ட அறிவிப்புக் கொடுத்தது திமுக. ஆனால், அதற்கு முன்பாகவே திருச்சியில் டிசம்பர் 26-ம் தேதியே 9 மாவட்ட செயலாளர்களுடன் போட்டிப் பொதுக்குழுவை நடத்தினர் வைகோவின் ஆதரவாளர்கள்.

அவர்கள் கூட்டிய பொதுக்குழுவில் கருணாநிதி, க.அன்பழகன், ஆற்காடு வீராசாமி உள்ளிட்ட பலர் கட்சியில் இருந்தே நீக்கப்படுவதாக தீர்மானம் கொண்டுவந்தனர்.

அண்ணா அறிவாலயத்தை உரிமை கொண்டாடியது, கட்சிக்கொடியைப் பயன் படுத்தக்கேட்டது என பல விஷயங்களில் மல்லுக்கட்டியது வைகோ தரப்பு.

கல்லூரி பருவத்திலிருந்தே திமுகவின் மாணவரணி உறுப்பினராகச் செயல்பட்டு வந்த வைகோ, 1970-ம் ஆண்டு வாக்கில் திமுகவின் மாணவர் இளைஞர் மன்ற அமைப்பாளராகவும், மாணவரணி துணை அமைப்பாளராகவும் இருந்து, கட்சியில் செல்வாக்குப் பெற்ற தலைவராக

வளர்ந்தார். இந்தநிலையில் திமுகவில் அவருக்கு எதிரான போர்க்கொடி உயர்ந்து கடைசியாகக் கட்சியில் இருந்தே நீக்கப் பட்டார்.

எல்.கணேசன், மு.கண்ணப்பன், பொன்.முத்துராமலிங்கம், ஈரோடு கணேசமூர்த்தி உள்ளிட்ட முன்னணி தலைவர்கள் திமுகவை விட்டு விலகினர்.

அப்படி முளைத்த கட்சிதான் மதிமுக. 1994 மே 6-ம் தேதி, கொடியும் பெயரும் இறுதி செய்யப்பட்டு, மறுமலர்ச்சி திராவிட முன்னேற்றக்கழகம் உருவானது.

வைகோவின் தலைமையை ஏற்றுப் போனவர்கள் வெகு காலம் அங்கே இல்லை. தாய்க் கழகமான திமுகவிற்குத் திரும்பிவிட்டனர்.

ராஜீவ் கொலையைத் தொடர்ந்து பல்வேறு அதிருப்திகளுக்கு ஆளான திமுக மீண்டும் எழுந்து வராது என்ற பயத்தால் தான் வைகோ மதிமுகவை உருவாக்கினார் என்றெல்லாம் பேசப்பட்டது.

திமுக சார்பில் மூன்று முறை மாநிலங் களவை உறுப்பினராகத் தேர்ந்தெடுக் கப்பட்ட வைகோ, தனியாகப் பிரிந்து சென்ற போதிலும் அதன் பிறகு மீண்டும் தனது அண்ணன் கருணாநிதியைக் கொண்டாடித் தீர்த்தார். பிறகு மு.க.ஸ்டாலினின் கரத்தையும் வலுப்படுத் தினார். காலம் அப்படித்தான் அவரது கதையை எழுதுகிறது.

கருப்பு | சிவப்பு / கழகங்கள்

ராஜீவ் கொலை.

ராஜீவ் கொலை - பயங்கரம்..!

தகித்துத் தணிந்து கிடந்த மே மாதத்தின் இரவு அது. சென்னைக்கு அருகில் இருக்கும் ஸ்ரீபெரும்புதூரில் ராஜீவ்காந்தி கொலை செய்யப்பட்டதாக நள்ளிரவே பரவியது செய்தி.

சம்பவத்தைக் கேள்விப்பட்ட தமிழ்நாடு காங்கிரஸ் கமிட்டியின் மூத்த தலைவர்கள் ஸ்ரீபெரும்புதூர் விரைந்தனர்.

1991 மே மாதம் 21-ம் தேதி, சரியாக இரவு 10.20 மணியிருக்கும், ஸ்ரீபெரும்பதூரில் காங்கிரசார் ஏற்பாடு செய்திருந்த பொதுக் கூட்டத்திற்கு வந்திருந்த முன்னாள் பிரதமர் ராஜீவ்காந்தி, அங்கிருந்த இந்திரா காந்தியின் சிலைக்கு மாலை அணிவிக்கச் சென்று திரும்பியபோது, கண்ணிமைக்கும் நேரத்தில் வெடித்துச்சிதறியது ஒரு குண்டு.

எங்கு பார்த்தாலும் மரண ஓலம். ராஜீவ் காந்தி உயிரோடு இருக்கிறாரா இல்லையா என்பதில் சந்தேகம்.

தகவலை சோனியாகாந்திக்கு தெரியப் படுத்துவதை தாமதப்படுத்தினர் தமிழ்நாடு காங்கிரசார். என்ன நடந்ததென்பதே

தெரியாமல் குழம்பி நின்ற பலரும், சிதறிக்கிடந்த சடலங்களுக்கிடையே ராஜீவ் காந்தியைத் தேடி அலைய, இறுதியில் பிணமாகவே கண்டெடுக்கப்பட்டார்.

முகம் சிதைந்த நிலையில், மிகக் கோரமாகக் கிடந்த அந்த உடல், ராஜீவ் காந்தியுடையதுதான் என அவர் அணிந்திருந்த லோட்டோ ஷூ மட்டுமே, அடையாளம் காட்டியது.

கூட்டத்திற்கு வந்திருந்த மூப்பனார், ஜெயந்திநடராஜன் வாழப்பாடி ராமமூர்த்தி உள்ளிட்ட காங்கிரஸ் தலைவர்கள் கதறித் துடித்தனர்.

சரியாக இரவு 10.20 மணிக்கு நடந்த அந்தக் கொடூரத்தாக்குதலில், ராஜீவ் காந்தி மட்டுமல்ல, 17 பேர் கொல்லப்பட்டனர்.

அடுத்தடுத்து காங்கிரஸ் தலைவர்கள் சம்பவ இடத்திற்கு வந்துசேர, அந்தப் பகுதியே ஓலத்தில் உறைந்துபோனது.

ராஜிவ் கொலையான செய்தியை உறுதிப்படுத்துவதற்கே அதிகநேரம் பிடித்ததால், நள்ளிரவு 12 மணிக்குப் பிறகு தான், அவர் கொல்லப்பட்ட செய்தியை சோனியாகாந்தியிடம் தெரிவித்தனர்.

சம்பவத்தைக் கேள்விப்பட்டு அதிர்ச்சி அடைந்த சோனியாவும், அவரது மகள் பிரியங்காவும் தனி விமானம் மூலம் சென்னைக்கு வர, இதற்கிடையே அமெரிக்காவில் படித்துக்கொண்டிருந்த ராகுல்காந்திக்கும் தகவல் தெரிவிக்கப் பட்டது.

நாட்டையே அதிர்வலையில் மாட்டி யிருந்த இந்தக் கொடூரத்தாக்குதல், பலரையும் தூங்கவிடவில்லை.

யார் கொலையாளிகள் என்பதில் பெரும் குழப்பம்.

ராஜீவ் கொலை செய்யப்படுவதற்கு 4 மாதத்திற்கு முன்புதான், அவரின் பரிந்து ரையால் திமுக அரசு கவிழ்க் கப்பட் டது. அதனால் அந்தக் கொலைக்கும் திமுகவிற்கும் சம்பந்தம் இருக்கும் என்று நினைத்த காங்கிரசார், ஆங்காங்கு திமுக வின் கொடிகளை வெட்டி எறிந்ததோடு, திமுகவினர் மீதும் தாக்குதல் நடத்தினர்.

பரபரப்போடு கொஞ்சம் கொஞ்சமாக அந்த கொலையிரவு வெளிறத்தொடங்கியது. விசாரணையை முடுக்கிவிட்டது காவல் துறை.

தடயவியல் நிபுணர்களும் சம்பவ இடத்திற்கு விரைந்து ஆய்வில் இறங்கினர்.

அங்கே கிடந்த ஒரு கேமிராவின் கண்கள் தான், கொலையாளிகளை வெகு சீக்கிரமே அடையாளம் காட்டியது.

ஹரிபாபு என்ற புகைப்படக்கலைஞர் எடுத்திருந்த அந்தப் புகைப்படங்கள் சந்தேகத்தை எழுப்ப, அதனடிப்படையில் நடந்த விசாரணையில்தான் விடுதலைப் புலிகளால் ஏற்பாடு செய்யப்பட்ட புகைப்பட கலைஞர் அவர் என்பது தெரிய வந்தது.

மே மாதம் 21-ம் தேதி, ஆந்திராவின் பல இடங்களில் ஏற்பாடு செய்திருந்த தேர்தல் பொதுக்கூட்டங்களில் கலந்து கொண்ட ராஜீவ் காந்தி, அன்று மாலை 6 மணிக்கு தனி விமானம் மூலம் சென்னை வருவதாக இருக்க, விமானத்தில் ஏற்பட்ட இயந்திரக் கோளாறால், அவர் வருவதற்குத் காலதாமதமானது.

இந்தநிலையில், சுமார் இரவு 8.20-மணிக்கு சென்னை விமானநிலையம் வந்தடைந்த ராஜீவ் காந்தி, அங்கிருந்து கார் மூலம் ஸ்ரீபெரும்புதூர் சென்றார். போரூர் பூந்தமல்லி உள்ளிட்ட பகுதிகளிலும் சில மணித்துளிகள் வாக்குச் சேகரித்தார்.

ஸ்ரீபெரும்புதூரில் ஏற்பாடு செய்யப் பட்டிருந்த மாநாட்டுப் பந்தலுக்கு இரவு 10.15-க்கு வந்து சேர்ந்த ராஜீவ்காந்தி, இந்திராவின் சிலைக்கு மாலை அணிவித்து விட்டு திரும்புகையில், அங்கிருந்த காங்கிரஸ் ஊழியரான அரக்கோணத்தை சேர்ந்த லதா கண்ணனும், அவரது வளர்ப்பு மகளான கோகிலாவும் அவரிடம் ஆசி பெற்றார்கள்.

கோகிலா எழுதி வந்த கவிதையொன்றை கேட்டு ரசித்த ராஜீவ் காந்தியை நோக்கி, சம்பந்தமே இல்லாத ஒரு பெண் சந்தன மாலையுடன் நெருங்கி வர, ராஜீவ் காந்தியின் கால்களை அந்தப் பெண் தொட்டு வணங்கும் போதுதான், குண்டு வெடித்து அவரது உடலின் முன்பகுதிகள் சிதைந்தன என்பதை அந்த வழக்கின் விசாரணை அதிகாரியாக இருந்த ரகோத்தமன் தெரியப்படுத்தினார்.

பனைமரக்காடுகளின் கரை அது. பொதுக் கூட்டம் நடத்த அனுமதி வாங்கிய இடம் வேறு. பொதுக்கூட்டம் ஏற்பாடு செய்யப் பட்ட இடம் வேறு. பல்வேறு குழப்படிகள் நடந்திருக்கின்றன.

அந்தக் கொலை நடக்கும்வரை மனித வெடிகுண்டு அபாயத்தை யாரும் உணர்ந் திருக்கவில்லை. கூட்டத்தோடு கூட்டம் நின்ற அந்தப் பெண்தான் மனித வெடிகுண்டாக இருக்கும் என்று முடிவுக்கு வந்தனர் தடயவியல் நிபுணர்கள்.

22 பேர் கொண்ட குழு ஆய்வு செய்ததில் அங்கு கிடந்த டெனிம் பெல்ட் கண்டு பிடிக்கப்பட்டது. அதைத்தான் சம்பந்தப்பட்ட பெண் உடலில் கட்டிக் கொண்டுவந்திருக்க முடியும் என்று முடிவுக்கு வந்தனர்.

மே 25-ம் தேதி நாகை மாவட்டம் வேதாரண்யத்தில் விடுதலைப் புலிகள் இயக்கத்தை சேர்ந்த சங்கர் என்பவர் காவல்துறையிடம் சிக்கினார். அவரிடம் இருந்து கைப்பற்றப்பட்ட டைரியில் நளினி முருகன் ஆகியோரது சென்னை முகவரியும் கைப்பேசியும் கிடைக்க, குறிப்பிட்ட அந்த முகவரிக்கு சென்று பார்த்தபோது அவர்கள் அங்கு இல்லை.

இந்த நிலையில் முருகனும் நளினியும் விழுப்புரத்தில் இருந்து சென்னைக்கு வருவதாக கிடைத்த தகவலை அடுத்து இருவரையும் மடக்கிப் பிடித்தது காவல் துறை.

6 மாத கர்பிணியாக இருந்த முருகனுக் கும் நளினிக்கும் திருப்பதியில் தான் திருமணம் நடந்திருக்கிறது.

இந்தக் கொலை வழக்கில் விழா மேடைக்கு அருகே நின்றுகொண்டிருந்த சிவராசன் என்பவர் குறித்து தகவல் தெரிவித்தால் அவர்களுக்கு 10 லட்சம் சன்மானம் வழங்கப்படும் என்று அறிவித்தது காவல்துறை.

1991 மே 6-ம் தேதி முருகனும் நளினியும் கள்ளத்தோணியின் மூலம் இலங்கையில் இருந்து சென்னை வந்து, போரூரில் தங்கியிருந்த சிவராசன், சுபா, தணு ஆகியோரைச் சந்தித்து, குண்டு வெடிப்பை நடத்தத் திட்டமிட்டிருந்த தாகச் சொன்னார்கள். ஒருவேளை குண்டு வெடிக்கவில்லை என்றால் சிவராசன் கை துப்பாக்கியால் ராஜீவ் காந்தியைக் கொலை செய்யவும் திட்டமிட்டிருக்கிறார் என்பது தெரியவந்தது.

ராஜீவ் காந்தியைக் கொலை செய்த அந்தக் கும்பல் ஒற்றைக்கண் சிவராச னும் சுபாவும் விடுதலைப் புலிகளின் உதவியுடன் டேங்கர் லாரியில் மறைந்து தப்பிச் சென்ற நாள் 1991 ஜூன் 29.

பெங்களூருக்குச் சென்ற அவர்கள் ஒன்றரை மாதம் தனிவீட்டில் தங்கியிருந்த போது, அங்கிருந்த பெண் ஒருவர் அவர்களின் நடவடிக்கைகளில் சந்தேகம் கொண்டு, காவல்துறைக்குத் தகவல் கொடுக்க, சுற்றிவளைத்தது காவல்துறை.

டெல்லியில் இருந்து வந்த கமாண்டோ படையினர் அவர்கள் தங்கியிருந்த வீட்டை நெருங்கும்போது, புலிகள் அமைப்பினர் வீட்டிற்குள்ளிருந்து துப்பாக்கிச் சூடு நடத்தினர்.

ஒருகட்டத்தில் அங்கிருந்து எந்த சப்தமும் வராததால் உள்ளே சென்று பார்த்தபோது, தான் வைத்திருந்த துப்பாக்கியால் தன்னையே சுட்டுக்கொண்டு இறந்து கிடந்தார் சிவராசன். சுபா உள்ளிட்ட 6 பேர் சையனைடு தின்று உயிர்விட்டிருந்தனர்.

பெங்களூர் கோணேகொண்டே பகுதியில் நடந்த அந்தத் தாக்குதலில் யாரையும் உயிரோடு பிடிக்க முடியவில்லை.

சையனைடு வைத்திருந்த கலாசாரத்தை விடுதலைப்புலிகள் மட்டுமே பயன்படுத்தி வந்ததால் அவர்களே கொலையாளிகள் என்று அதை நோக்கிய விசாரணை வளையம் இறுகியது.

ஏற்கெனவே பிரபாகரனை ராஜீவ்காந்தி இழிவுபடுத்தியதால்தான் அந்தக் கொலை நடந்தாகச் சொன்னது விடுதலைப்புலிகள் தரப்பு. அந்த அமைப்பின் தலைவராக இருந்த ஆண்டன் பாலசிங்கம் நீண்ட அறிக்கை ஒன்றையும் வெளியிட்டார். அதில் இனிமேல் அப்படியொரு தவறை செய்ய மாட்டோம் என்று இந்திய அரசிடம் சொல்லியிருந்தார்.

ராஜீவ்கொலை வழக்கில் கைது செய்யப் பட்ட 26 பேரில் 19 பேருக்கு அதில் தொடர்பு இல்லை என விடுதலை செய்யப்பட, அந்தச் சம்பவத்தில் நேரடி தொடர்புடையவர்கள் என்ற பட்டியலில் நளினி, முருகன், சாந்தன், பேறறிவாளன், ரவிச்சந்திரன் உள்ளிட்ட 7 பேர் சிறையில் இருந்த நிலையில், தற்போது அனைவரையும் விடுதலை செய்திருக்கிறது உச்ச நீதிமன்றம்.

கருணாநிதி நள்ளிரவு கைது

நள்ளிரவில் வீடு புகுந்து கருணாநிதியைக் கைது செய்து தூக்கிச்செல்லும் அந்தப் பரபரப்பு வீடியோ, விடிந்தும் விடியாததுமாய் ஊருக்குள் உலவ, கலைஞரின் அலறலில் தான் அன்றையப்பொழுது முளைக்கத் தொடங்கியது.

திமுகவினரை மட்டுமல்லாது காண் போரையெல்லாம் அதிர்ச்சியில் உறைய வைத்த காட்சிகள் அவை.

2001 ஜூன் 30-ம் தேதி இரவு சரியாக 2 மணியிருக்கும். கருணாநிதியைக் கைது செய்வதற்காக ரகசியமாகச் சென்ற காவல் துறை, அவரது வீட்டில் இருந்த தொலைபேசி தொடர்புகளை துண்டித்தது. கோபாலபுரம் வீட்டில்தான் அவர் உறங்கிக்கொண்டிருப்பார் என்று நினைத்த காவல்துறைக்கு பெரும் ஏமாற்றம். அவர்கள் நினைத்ததுபோல் கலைஞர் அங்கு இல்லை.

ஆலிவர் சாலையில் உள்ள வீட்டில் இருக்கிறார் என்று தெரிந்துகொண்ட காவல் துறை அந்தப் பகுதியைச் சுற்றி வளைத்தது.

அடர் இருள் அப்பிப்பெய்த வேளை.

ஆலிவர் சாலையில் உள்ள இல்லத்தைத் தங்களது கட்டுப்பாட்டின் கீழ் கொண்டு வந்த காவல்துறை அதிகாரிகள், கருணாநிதியைக் கைது செய்யும் முனைப்பில் ஈடுபட, அலறிக்கிடந்தது அந்த வீதி.

காவல்துறை வந்திருக்கும் செய்தி குறித்து, முரசொலி மாறன், டி.ஆர், பாலு உள்ளிட்ட திமுகவின் முன்னணி தலைவர்களுக்கு கருணாநிதி கைபேசி

கருணாநிதி தர்ணா.

வழியாகத் தகவல் கொடுத்துவிட, சற்று நேரத்துக்கெல்லாம் அவர்களும் வந்துவிட்டார்கள்.

வாரண்ட் கேட்டு வாக்கு வாதங்கள் தொடர, தகித்துக்கிடந்தது அந்த இரவு.

காவல்துறை அங்கிருந்து அனைத்து வழிகளின் இரும்பு கேட்டுகளையும் தங்கள் வசம் வைத்திருந்ததால், உள்ளே இருந்து யாரும் வெளியிலும் செல்ல முடியாது. வெளியில் இருந்து யாரும் உள்ளே செல்ல முடியாதபடி அடைத்துவிட்டனர்.

காவல்துறையிடம் கதவைத் திறக்கச் சொல்லி மல்லுக்கட்டிய மத்திய அமைச்சர் டி.ஆர்.பாலுவிடம், மறுப்புத் தெரிவித்த காவல் அதிகாரிகள், கடைசியில் அவரையும் கீழே தள்ளி கைது செய்ய எத்தனித்தனர்.

வீட்டுக்குள் இருந்த கருணாநிதியை காவல்துறையினர் பலவந்தமாக இழுத்துச் செல்ல, அதைத் தடுக்கச் சென்ற மற்றொரு மத்திய அமைச்சர் முரசொலிமாறனையும் குண்டுக்கட்டாகத் தூக்கிச் சென்றனர்.

இரவோடு இரவாக கருணாநிதியை கைது செய்து, அவரை ஓமந்தூரார் அரசினர் தோட்டத்தில் உள்ள சி.பி.சி.ஐ.டி அலுவலகத்துக்குக் கொண்டு சென்றனர்.

தமிழகத்தின் முன்னாள் முதலமைச்சர் கருணாநிதிக்கே இந்த நிலையா? என்பது தான் அனைவரது கேள்வியாகவும் எழுந்தது. ஜெயலலிதாவின் திட்டமிட்ட பழிவாங்கலாகவே இருந்தது அந்த கைது நடவடிக்கை.

கருணாநிதி கைது சம்பவம் அரசியல் வட்டாரத்தையே திடுக்கிட வைக்க, இரவு 2 மணிக்குத் தொடங்கிய பதற்றம் விடிந்த பிறகும் தொடர்ந்தது.

கீழ்பாக்கம் டவர் பிளாக் குடியிருப்பில் உள்ள நீதிபதி அசோக்குமார் வீட்டில் அன்று அதிகாலை 5.30 மணியளவில் கருணாநிதியை ஆஜர்படுத்தியது காவல் துறை. வழக்கை விசாரித்த நீதிபதி, ஜூலை 10-ம் தேதி வரை அவரை நீதிமன்ற காவலில் வைக்க உத்தரவிட்டார்.

கருணாநிதியின் வயதையும் அவரது அரசியல் அந்தஸ்தையும் புரிந்துகொண்டு, காவல்துறையினருக்கு சில நிபந்தனைகளும் முன்வைத்தார் நீதிபதி.

மருத்துவப் பரிசோதனை செய்த பிறகே அவரை மத்தியச்சிறைக்குக் கொண்டு செல்ல வேண்டும் என்பது நீதிபதி உத்தரவு. ஆனால் ஜெயலலிதா அரசின் காவல்துறை அந்த உத்தரவை மதிக்கவில்லை.

காவல்துறையினரின் அந்தப் போக்கைக் கண்டித்து சிறைவாயில் முன்பாகவே தர்ணா போராட்டத்தைத் தொடங்கினார் கருணாநிதி.

காலை 7 மணிக்கு சென்னை மத்திய சிறையில் பெரும் களேபரமே நடந்தேறியது.

கட்டிய கைலியுடன் சிறைச்சாலை வாயிற்பகுதியிலேயே அமர்ந்துகொண்ட கருணாநிதி, மகள் கனிமொழியுடன் தர்ணா செய்வதைப் பார்த்த பொதுமக்கள், ஜெயலலிதா அரசைத் திட்டித் தீர்த்தனர்.

கலைஞர் கைது செய்யப்பட்ட சம்பவத்தை எதிர்த்து தமிழ்நாடு முழுவதும் ஆங்காங்கே போராட்டங்களில் குதித்தனர் திமுகவினர். கடும் பதற்றம் நிலவியது. போராட்டத்தில் ஈடுபட்ட திமுகவின் முன்னணி தலைவர்கள் கைது செய்யப் பட்டார்கள்.

மேம்பாலம் கட்டியதில் சுமார் 12 கோடி அளவுக்கு ஊழல் நடைபெற்றிருப்பதாக அப்போதைய மாநகராட்சி ஆணையர் ஆச்சார்யா புகார் தெரிவிக்க, அதுதான் கருணாநிதி கைது செய்யப்பட்டதற்கான முக்கிய காரணமாகக் கூறப்பட்டது.

இந்த வழக்கில் அப்போது சென்னை மேயராக இருந்த மு.க ஸ்டாலின், முன்னாள் அமைச்சர் கோசி மணி, பொன்முடி உள்ளிட்டோரும் சேர்க்கப்பட்டிருந்தனர்.

இதே வழக்கில் முன்னாள் தலைமைச் செயலாளர் நம்பியாரும் கைது செய்யப்பட்டு நீதிபதி முன்பு ஆஜர்படுத்தப்பட்டிருந்தார்.

யாருமே எதிர்பார்க்காத வகையில் நள்ளிரவில் கருணாநிதி கைது செய்யப் பட்ட சம்பவம் அதிமுகவுக்கு எதிரான கோஷங்களை எழுப்பியது. பல அரசியல் தலைவர்களின் கண்டனத் துக்கும் ஆளானார் ஜெயலலிதா.

இந்தியாவின் மிக மூத்த அரசியல் வாதி என்கிற அடிப்படையில் கருணாநிதி கைது செய்யப்பட்ட விதத்திற்கு, பிரதமர் உள்ளிட்ட தேசிய தலைவர்கள் அதிருப்தி தெரிவித்தனர்.

கருணாநிதி கைது செய்யப்படும்போது அதை தடுத்ததாகக் கூறி மாநில அரசின் கட்டுப்பாட்டில் இருந்த காவல்துறை, ஒன்றிய அமைச்சர்களாக இருந்த முரசொலி மாறன், டி.ஆர்.பாலு மீது வழக்கு பதிந்தது.

கருணாநிதி கைது செய்யப்பட்ட விதமும், ஒன்றிய அமைச்சர்களாக இருந்த முரசொலிமாறன் மற்றும் டி.ஆர்.பாலு ஆகியோர் மீது காவல்துறை நடத்திய தாக்குதலையும் பார்த்து அதிர்ந்து போன ஒன்றிய அரசு, இதையெல்லாம் வேடிக்கைப் பார்த்துக்கொண்டிருந்த ஆளுநர் பாத்திமா பீ.வி-யைத் திரும்பப் பெற்றது.

நான்கு முறை முதலமைச்சர் அரியணையில் அமர்ந்த கருணாநிதியை நள்ளிரவில் கைது செய்ய வேண்டிய அவசியம் என்ன என்பதுதான் அனைவரது கேள்வியாகவும் இருந்தது.

தமாகா தலைவர் மூப்பனார், கம்யூனிஸ்ட் தலைவர் சங்கரய்யா, நல்லக் கண்ணு ஆகியோர் கூட்டாக முதலமைச்சர் ஜெயலலிதாவுக்கு அனுப்பிய கடிதத்தில், 'கருணாநிதியின் உடல்நிலையைக் கருத்தில் கொண்டு அவரை உடனடியாக விடுதலை செய்ய வேண்டும்' என்று கோரிக்கை விடுத்தனர்.

ஒன்றிய அமைச்சர்கள் மீதும் மாநில அரசு வழக்கு பதிந்திருந்ததால், சோனியாகாந்தியும் இந்த வழக்கில் தலையிட்டார். இதனால் வேறு வழியில்லாமல் முரசொலிமாறன் மீதும், டி.ஆர்.பாலு மீதும் போடப்பட்ட வழக்கை ரத்து செய்தார் ஜெயலலிதா.

ஜூலை 4-ம் தேதி கருணாநிதியும் சிறையில் இருந்து விடுவிக்கப்பட்டார்.

நூலின் ஆசிரியர் சந்தித்த ஆளுமைகளில் சிலர்...

முத்தமிழறிஞர் டாக்டர் கலைஞருடன்...

திமுக தலைவர் மாண்புமிகு முதலமைச்சர் திரு மு.க.ஸ்டாலினுடன்...

எழுத்தாளர் பன்முக ஆளுமை, தமிழக தலைமைச் செயலாளர் திரு வெ.இறையன்பு.

கலைஞரின் மனசாட்சி திரு சண்முகநாதன்.

திராவிட இயக்க வரலாற்று ஆய்வாளர் திரு க.திருநாவுக்கரசு.

பேராசிரியர் திரு அருணன் அவர்களுடன்

நூலின் ஆசிரியர் சந்தித்த ஆளுமைகளில் சிலர்...

பெரியாரின் மனசாட்சி,
திராவிடர் கழகத்தலைவர் கி.வீரமணி.

பன்முக ஆளுமை, மக்களவை உறுப்பினர்
கவிஞர் கனிமொழி கருணாநிதி.

திராவிட இயக்க வேர், திமுக பொதுச்
செயலாளர் அமைச்சர் திரு துரைமுருகன்.

திமுக துணைப் பொதுச் செயலாளர்
திரு ஆ.ராசா.

தமிழக காங்கிரசின் மூத்த தலைவர்
திரு பீட்டர் அல்ஃபோன்ஸ்.

திராவிட இயக்கத்தின் வேர், திராவிட
இயக்க தமிழர் பேரவைத் தலைவர்
திரு சுப வீரபாண்டியன்.

நூலின் ஆசிரியர் சந்தித்த ஆளுமைகளில் சிலர்...

திமுக செய்தித் தொடர்பாளர்
திரு டி.கே.எஸ்.இளங்கோவன்.

மூத்த பத்திரிகையாளர் திரு தராசு ஷ்யாம்.

மூத்த பத்திரிகையாளர், நக்கீரன்
பொறுப்பாசிரியர் திரு கோவி.லெனின்.

மூத்த பத்திரிகையாளர் திரு நக்கீரன் கோபால்

தமிழக காங்கிரஸ் மூத்த தலைவர்
திரு கே.வி. தங்கபாலு.

தமிழர் தேசிய முன்னணி தலைவர்
திரு பழ.நெடுமாறன்.

நூலின் ஆசிரியர் சந்தித்த ஆளுமைகளில் சிலர்...

அதிமுக முன்னாள் அமைச்சர்
திரு பொன்னையன்.

சென்னையின் முன்னாள் மேயர்
திரு சைதை துரைசாமி.

வேளாண் விஞ்ஞானி
திரு எம்.எஸ் சுவாமிநாதன்

தமிழக காங்கிரஸ் மூத்த தலைவர்
திரு திண்டிவனம் ராமமூர்த்தி.

பாஜக மூத்த தலைவர்
திரு சி.பி. ராதாகிருஷ்ணன்.

நாம் தமிழர் கட்சி ஒருங்கிணைப்பாளர்
திரு சீமான்.

மேற்கோள் நூல்களில் சில :-

- The Justice Movement -1917 – T.V.Varada Rajulu Naidu
- Justice Year Book – 1927 – T.V.Varada rajulu Naidu
- Politics And Social Conflict in South India – The Non Brahman Movement and Tamil Separatism, 1916 -1919 – Eugene F Irschick.
- The Justice Party – A Historical Perspective 1916 -37 1988, - P Raja Raman
- Minorities In Madras State - Group interests in Modern Politics 1974 – S.Saraswathy.
- Caste, Class and Politics - Manohar Book Service Delhi 1975 - Anil BHATT.
- The Politics of South india 1920 -1937 - BAKER – Christopher John. (Vikas Pulishing House 1976)
- South Indian Political Institutions and Political Change 1880 -1940 - BAKER .C.J., WhashBrook.D.A ((Macmillan Company of india 1975).
- Origin and Development of AIADMK – C.A . Perumal
- Hindi Against India – The Meaning of DMK – Mohan Ram Rachna Prakashn 1968.
- Nehru – The Making of India Viking 1988
- History of South india , Vol 1 & 2 Chand & Co.1979 – Chopra P.N. Ravindran T.K.Subramanian.
- The Politics of Cultural Nationalism in South India – Barnett, Marguesrite Ross. (Princeton University Press 1976)

- ஆரிய மாயை - அறிஞர் அண்ணா
- நெஞ்சுக்கு நீதி - இரண்டு பாகங்கள் -மு.கருணாநிதி
- நெஞ்சுக்கு நீதி (3, 4 பாகங்கள்) - மு.கருணாநிதி
- திராவிட இயக்கமும் பொதுவுடமையும் - க.திருநாவுக்கரசு
- திராவிடர் இயக்கச் சாதனைகள் - க.திருநாவுக்கரசு
- திராவிட இயக்க வரலாறு - தொகுதி 1 - முரசொலிமாறன்
- விடுதலைப் போரில் தமிழகம் - ம.பொ.சிவஞானம்
- விடுதலைப் போரும், திராவிட இயக்கமும் - கி.வீரமணி
- சுயாட்சி தமிழகம் - ம.பொ.சிவஞானம்
- வகுப்புரிமை வரலாறு - கி.வீரமணி
- திராவிட இயக்க இதழ்கள் - இரண்டு தொகுதிகள்
- அரசியல் இமயம் அண்ணா - முனைவர் ஆறுமுகம்
- பெரியார் - தமிழர்களின் தந்தை - தென்னவன்
- வரலாற்றுச் சுவடுகள் - தினத்தந்தி
- வகுப்புரிமைப் போராட்டம் - க.அன்பழகன்
- பெரியார் ஈ.வெ.ரா சிந்தனைகள் - வே.ஆனைமுத்து
- திராவிடர் கழகத்தின் அணுகுமுறை - கலி. பூங்குன்றன்
- அண்ணா ஆட்சியை பிடித்தது எப்படி? - அருணன்

கருப்பு | சிவப்பு / கழகங்கள்

- தமிழர் தலைவர் -பெரியார் சுயமரியாதை பிரசார நிறுவன வெளியீடு.
- சுயமரியாதை திருமணம் தத்துவமும் வரலாறும் - கி.வீரமணி
- திமுக வரலாறு - சி.சிட்டிபாபு
- திமுக வரலாறு - டி.எம்.பார்த்த சாரதி
- திராவிட இயக்க வரலாறு - இரண்டு பாகங்கள் - ஆர்.முத்துக்குமார்
- நான் அறிந்த ராஜாஜி - ம.பொ.சிவஞானம்
- காந்தி ராமசாமியும், பெரியார் ராமசாமியும் - ப.திருமாவேலன்
- காமராசர் ஒரு வழிகாட்டி - ஆலடி அருணா
- எனது நினைவுகள் - பக்தவச்சலம்
- தமிழகத்தில் சமூகச் சீர்திருத்தம் - அருணன்
- சிவகாமியின் செல்வன் - சாவி
- கல்வி வள்ளல் காமராசர் - சுந்தரவடிவேலு
- காலந்தோறும் பிராமணியம் - அருணன்
- மாநில சுயாட்சிக் கிளர்ச்சியின் வரலாறு - ம.பொ.சிவஞானம்
- முதுகுளத்தூர் பயங்கரம் - டி.எஸ்.சொக்கலிங்கம்
- ஏன் வேண்டும் இன்ப திராவிடம் - முரசொலிமாறன்
- திமுக பிறந்தது எப்படி? - அருணன்
- கழக வரலாற்றில் தளபதி மு.க.ஸ்டாலின் - செ.ச.மணிமாறன்
- மு.க. வெறும் வாழ்க்கை வரலாறல்ல - ஒரு ஸ்கேன் ரிப்போர்ட் - ஜெ.ராம்கி
- தெற்கிலிருந்து ஒரு சூரியன் - தி தமிழ் இந்து
- மாமனிதர் அண்ணா - க.அன்பழகன்
- பெரியாரின் எழுத்தும் பேச்சும் - பெரியார் திராவிடர் கழகம்
- உரிமைக்குக் குரல்கொடுப்போம் - கே.எஸ்.ராதாகிருஷ்ணன்.
- கருப்பு சிவப்பு கழகங்கள் - கொ.அன்புகுமார்
- எம்.ஜி.ஆருடன் எனக்கிருந்த தொடர்பு - ம.பொ.சிவஞானம்
- எம்.ஜி.ஆர் நிழலும் நிஜமும் - கே.மோகன்தாஸ்
- நான் ஏன் பிறந்தேன்? - எம்.ஜி.ஆர்.
- எம்.ஜி.ஆர். கதை - எஸ்.விஜயன்
- தலித் விடுதலையும், திராவிடர் இயக்கமும் - பெ.கமலநாதன்
- தமிழ்நாட்டில் பண்பாட்டுப் புரட்சி - வே.ஆனைமுத்து
- அண்ணாவின் மொழிக்கொள்கை - அ.ராமசாமி
- இந்திராகாந்தியின் சோஷலிச மோசடி - கிள்ளிவளவன். தி.சு
- ராஜீவ் கொலை வழக்கு - ரகோத்தமன்

Photos Credits :
FRONTLINE, The hindu, The Times of India, The Hindustan Times, Indian Express, Daily Thanthi, The Tamil Hindu, Deccan Chronicle, Indian Herald, Dinamani, The hindu businessline, Murasli, Vikatan, Dmk official website, ADMK official website. etc...